புள்ளிகள் கரைந்தபொழுது
— நாவல் —

ஆதிலட்சுமி சிவகுமார்

தோழமை வெளியீடு

புள்ளிகள் கரைந்தபொழுது ■ © ஆதிலட்சுமி சிவகுமார் ■ முதற்பதிப்பு: மே 2018 ■ தோழமை வெளியீடு, எண் 19/665, 48வது தெரு, 9வது செக்டார், கே.கே.நகர், சென்னை - 600078. கைபேசி : 044-23662968, 9940165767 ■ முகப்பு ஓவியம் : ஓவியர் புகழேந்தி ■ ஒளி அச்சு & வடிவமைப்பு: ஐசக் ■ முகப்பு : ஐசக் ■ பக்கங்கள் : 272

விலை : ரூ. 250/-

பதிப்பாளர் : **கு.பூபதி**
thozhamaiboopathy@gmail.com

Pulligal Karainthapozhuthu ■ © Adhilakshmi Sivakumar ■ First Edition : May 2018 ■ Published by Thozhamai Veliyeedu, No. 19/665, 48th Street, 9th Sector, K.K. Nagar, Chennai - 600078. Mobile : 044-23662968, 9940165767 ■ Wrapper Painting : Oviar Pugazhenthi ■ Type Setting & Layout : Isaac ■ Cover Design: Isaac ■ Pages : 272

Price : Rs. 250/-

ISBN : 978-93-80369-68-6

என்னுரை

நானும் என் மனிதர்களும் பட்டுத்துடித்த வலியின் கதை.

இந்த நாவலைச் சுவைக்க உள்ள உங்கள் அனைவருக்கும் என் அகம்நிறைந்த வணக்கம்.

நான் பிறந்தநாளில் இருந்து 2009 இல் புலம்பெயரும்வரை தாயகத்தில் வாழ்ந்தவள். எனது தந்தையார் பண்டிதர் திரு. நா. இராசையா அவர்கள் இலங்கை தமிழரசுக்கட்சியின் மூத்தஉறுப்பினர். தந்தை செல்வநாயகம், இரும்புமனிதன் நாகநாதன், கு.வன்னியசிங்கம், பண்டிதர் க.பொ.இரத்தினம் போன்றோரின் பேரன்பு பெற்றவர். தமிழரசுக்கட்சியின் பரப்புரைப் பேச்சாளராக தாயகத்தின் பட்டிதொட்டியெங்கும் தன் குரலால் இன்தமிழில் முழங்கியவர். சைவத்தையும் தமிழையும் தன் இருகண்களாக கொண்டு வாழ்ந்தவர். தன்னுயிர் உள்ளவரை உண்மையாகவும் நேர்மையாகவும் வாழ்ந்தது மட்டுமல்ல, எமக்கும் வாழக்கற்றுத் தந்தவர். அவர் நற்பண்புகளோடு மொழிப்பற்றையும் நாட்டுப்பற்றையும் எமக்காய் அளித்தவர். பிடித்தவற்றில் பற்றுவைக்கவும் பிடிக்காதவற்றிலிருந்து விலகிநிற்கவும் காட்டித்தந்த கல்விமான். என்னைப் பெற்றவர் என்பதற்கும் மேலாக, எனக்கு எழுத்துத்துறையில் ஈடுபாடு ஏற்பட முதற்காரணமானவர் அவரே என்பதாலும், என்எழுத்தாற்றலை பெரிது உவந்தவர் என்பதாலும் அவரை என் மனதிருத்தி தொடர்கின்றேன்.

நீண்ட நெடுங்காலமாக சிங்கள தமிழ் இனமுரண்பாடு தோற்றம்பெற்று வளர்ந்து வந்துள்ளது. இத்தகைய முரண்பாடுகள் தமிழர்கள் மீதான வன்முறைகளாக அவ்வப்போது கவிந்திருக்கின்றன. பின்னர் இவை 1956, 1958. 1977, 1983களில் கொடூரமான கொலைவெறியாக மாறியிருக்கின்றன. இதுவே பின்னர் மாவிலாற்றில் கருவுற்று முள்ளிவாய்க்காலில் பெரும் இனப்படுகொலையாக உருவெடுத்தது. தமிழினத்தின் மீதான இந்த இனவெறி ஓய்ந்துவிட்டது என்றோ முடிந்துவிட்டது என்றோ எவராலும் கூறமுடியாது.

தமிழர்களின் விடுதலைப்போராட்டமானது வடிவங்களில் வெவ்வேறாக இருப்பினும், 1947இல் டி.எஸ். சேனநாயக்கவின் ஆட்சிக்காலத்திலேயே கருக்கொண்டுவிட்டது. பல்வேறு கட்டங்களில் தமிழின ஒடுக்குமுறைக்கு எதிராக பல்வேறுவழிகளில் போராட்டங்கள் நிகழ்த்தப்பட்டுள்ளன என்பதை வரலாற்றின் மூலம் நான் அறிந்திருக்கின்றேன்.

சிங்களம்மட்டுமே ஆட்சிமொழி, தமிழர் நிலங்களில் சிங்களகுடியேற்றம், தரப்படுத்தற் கல்விக்கொள்கை, பயங்கரவாத தடைச்சட்டம் போன்றவைதான் அறவழியில் இருந்த விடுதலைப் போராட்ட உணர்வை ஆயுதப்போராட்டமாக மாறும்படி நிர்ப்பந்தித்தன. இதன்விளைவாகவே

காலத்துக்கு காலம் 'போராளிகள்' உருவாகினார்கள். இந்தக்காலப்பகுதியில் உருவான அனைத்துப் போராளிகளின் உணர்வுகளும் என்னுள் இன்னமும் இருக்கின்றன. 1976 இல் வட்டுக்கோட்டையில் அன்றைய தமிழ்தலைவர்கள் கூட்டிய மாநாட்டில் தமிழீழக் கோரிக்கை முன்வைக்கப்பட்டது. பின்பு , இதே கோரிக்கையை இலக்காக முன்வைத்துத்தான், தமிழ் இளையோர்கள் எழுச்சியுற்றார்கள்.

இந்நிலையில் தான் சமுக ஒடுக்குமுறைக்கு எதிராக எழுதிக்கொண்டிருந்த நான், வரலாற்றின் தேவைகருதி இன ஒடுக்குமுறைக்கு எதிராகவும் என் பேனாமுனையை பயன்படுத்த தொடங்கினேன். 1982 இல் தினகரன் பத்திரிகையில் வெளியான ' உரிமையில்லாத உறவுகள்' என்கின்ற சிறுகதையோடு தொடங்கிய என் எழுத்துப்பயணத்தில் இரு சிறுகதைத் தொகுப்புகளும், கவிதைகளின் தொகுப்பு ஒன்றும் ஏற்கனவே வெளிவந்துள்ளன. பெரும்பாலும் இலங்கையின் அனைத்து ஊடகங்களிலும் என் எழுத்துகள் பிரசுரமாகியுள்ளன. பரிசுகளும், விருதுகளும், பாராட்டுகளும் கிடைத்துள்ளன. இவை எல்லாவற்றுக்கும் நான் என்கின்ற தனிமனுசி மட்டுமே காரணமல்ல. இன்னும் என் எழுத்துப் பயணம் தொடர்கிறது. தொடரும்.

தமிழர்களின் விடுதலைப்போராட்டத்தை கடந்த 30 ஆண்டுகளுக்குள் மட்டுமே சுருக்கிவிடும் பணியை அறிந்தோ அறியாமலோ பலர் புரிகின்றனர். 30 ஆண்டுகால ஆயுதப்போராட்டத்தில் ஏற்பட்ட தனிமனித பகைமையுணர்வு காரணமாகவும், வன்மம் வலுத்துள்ளமை காரணமாகவும் தமிழ்மக்களின் அறுபது ஆண்டுகால விடுதலைப்போராட்டத்தை வரலாற்றிலிருந்து இல்லாதொழிக்கும் பழிதீர்க்கும் நிலை காணப்படுகிறது. எனக்கு இது மிகத்துயரமளிக்கின்றது.

'நான் அழிந்துபோகலாம். நாம் அழிந்துபோகக்கூடாது. எங்கள் முன்னோர்கள் துன்பப்பட்டார்கள். நாம் துன்பப்பட்டோம். இன்னமும் துன்பப்படுகின்றோம். ஆனால், எமது அடுத்தடுத்த தலைமுறையினரும் இதே துன்பங்களை அனுபவிக்ககூடாது என நாம் எண்ணுவதுதான் சிறப்பானது.

நமது இனம் உலகம்முழுவதும் பரந்து வாழ்வதாக நாம் பெருமைகொள்ளலாம். நாம் அந்ததந்த நாட்டவர்கள் போல நடந்துகொள்ளலாம். ஆனால், எல்லா நாடுகளும் எம்மை இலங்கைத்தழிழர் என்றேதான் குறிப்பிடுகின்றன. இதைப்புரிந்துகொண்டு, அடுத்தடுத்த தலைமுறையினரின் எதிர்கால நல்வாழ்வுக்காகவாவது நாங்கள் அனைவரும்

ஒன்றுபட்டுநிற்கவேண்டும் என உங்கள் இருகரங்களையும் பற்றி, உங்களை என் கதைக்குள் அழைக்கின்றேன்.

முள்ளிவாய்க்கால் பேரினப்படுகொலைக்களத்தில் நானும் மே 17 வரை இருந்தேன். அதன் வலியும் துயரும் என்மனதில் ஆழப்பதிந்த வடுவாக உள்ளது. எம்முன்னோரின் வரலாறு எப்படி எம்மை வழிநடாத்திச் செல்கின்றதோ அதே போன்று எமது வரலாறும் அடுத்தடுத்த தலைமுறையினருக்கு பயன்படவேண்டும். எனவேதான் இந்தக்கதையை பதிவுசெய்ய முன்வந்தேன். இது நானும் என் மனிதர்களும் பட்டுத்துடித்த வலியின் கதை.

இந்தக்கதையில் வரும் மனிதர்களின் பெயர்கள் நான் சூட்டியவை. கதையின் முதன்மை மனிதனான செல்வராசு யாழ்ப்பாணத்தின் சிறுகிராமம் ஒன்றிற் பிறந்து வளர்ந்து, கிளிநொச்சியில் வாழ்ந்த சாதாரண மனிதன். இவன் ஆயுதம் தரித்த போராளியல்ல. ஆனால் தமிழ் இனத்தின் மீது பற்றுக்கொண்டவன். சமகால நிகழ்வுகளின்மீதான பார்வைகொண்டவன். இவன் முருகண்டிப்பகுதியில் வாழ்ந்த ஒரு தொழிலாளி. இன்னமும் உயிரோடு இருப்பவன். உயிர்வதைந்த நாட்களில் இவனோடு கூடப்பயணித்த பயணி நான். இவனுக்கூடாகவே இக்கதை நகர்ந்துசெல்கின்றது. இதில் உள்ள நிகழ்வுகள் அனைத்துமே என் பட்டறிவுக்குட்பட்டவை.

இந்தக்கதையை முழுமையாக வாசித்து உணர்ந்துகொள்ளுங்கள் என தாழ்மையுடன் கேட்டுக்கொள்கின்றேன். எழுதி வெளிக்கொண்டுவந்து உங்கள் ஒவ்வொருவரின் கைகளிலும் பவ்வியமாகத் தருவது என்கடன். தந்துவிட்டேன். இது எனது நான்காவது படைப்பு.

உங்கள் கருத்துகளை நேர்மையாக வெளித்தெரியப்படுத்துங்கள். உங்கள்மீதான பேரன்புடன் அதை நான் வரவேற்று நிற்கின்றேன். கருத்துக்களில் உடன்பாடும் இருக்கலாம். முரண்பாடும் இருக்கலாம். அவரவர் கருத்து நிலையில் நின்று, அனைத்தையும் நோக்கும் பக்குவநிலையில் நான் இருக்கின்றேன். நீங்கள் எல்லோருமே என் நேசிப்புக்குரியவர்கள்.

இதேவேளை, என்னுடைய எழுத்தார்வத்தை ஊக்குவித்த, இன்னமும் ஊக்குவித்துக்கொண்டிருக்கின்ற என்குடும்ப உறவுகள், ஈடிணையற்ற நட்பு உள்ளங்கள், தோன்றாத்துணைகள், பத்திரிகைகள், சஞ்சிகைகள், வானொலிகள், இணையதளங்கள் எல்லாவற்றிற்கும் ஆழ்மனதின் நன்றிகளை தெரிவிப்பதோடு, என்னை நெறிப்படுத்திய அனைத்து மூத்தபடைப்பாளர்களுக்கும் என் நன்றியை கூறிக்கொள்கின்றேன்.

ஆதிலட்சுமி சிவகுமார்

இந்நாவல் வெளிவருவதில் அதீத அக்கறைகாட்டி உற்சாகம்தந்த என் பேரன்பிற்குரிய மூத்தபடைப்பளர் அ. யேசுராசா அவர்களுக்கும் என் நன்றியை தெரிவிக்கின்றேன்.

தன்னுடைய வேலைப்பழுவின் மத்தியிலும், பெருமனதுடன் இந்நாவலுக்கான அட்டைப்படத்தை வரைந்து, நூல்வெளிவருவதில் பேரார்வத்தோடு இயங்கியவர் என் நேசிப்பிற்குரிய ஓவியர். திரு. புகழேந்தி அவர்கள். எமது இனத்தின் பிரச்சினைகள் குறித்து தெளிவான எண்ணங்களும் புரிதலும் கொண்டிருக்கும் அவருக்கும் என் நன்றி.

இந்நாவலை மிகவிரைவாகவும் சிறப்பாகவும் வடிவமைத்து அச்சிட்ட அச்சகநண்பர்களுக்கும் என் மனமார்ந்த நன்றி.

இந்த நாவலுக்கான ஒப்புநோக்கற் பணியை பெருமனதுடன் ஒப்புக்கொண்டு, செவ்வனே செய்துதந்ததுடன், இந்நாவல் வெளிவர முன்னின்று பாடுபட்ட என் அண்ணன் திரு. இ. இராஜஸ்வரன் அவர்களுக்கும் என் சிறப்பான நன்றியை ஒப்புவிக்கின்றேன்.

'கற்றது கைமண்ணளவு கல்லாதது உலகளவு' என்பதறிவேன்.

நன்றிகளுடன்,
ஆதிலட்சுமி சிவகுமார்
15.03.2018
மின்னஞ்சல்   pulli.pozhuthu4@gmail.com

புள்ளி – 1

வீட்டின் கிழக்கு வாசலுக்கு அருகாக அளவான உயரத்தில் சடைத்து நின்ற பூவரசம் மரத்தைப் பார்த்தான் செல்வராசு. அவனை அறியாமலே அவனுக்குள்ளிருந்து நெடுமூச்சு ஒன்று பிரிந்தது. வீட்டுக்கு வருபவர்கள் அதை வெட்டி விடும்படி தான் சொல்வார்கள். மயிர்க்கொட்டி காலத்தில் ஆபத்து என்று அறிவுரையும் சொல்வார்கள். நான்கைந்து பேர் வந்து இடியப்ப உரல் செய்ய என்று இந்தப் பூவரசை விலைக்கு கேட்டார்கள். அவனுக்குத்தான் எதிலும் உடன்பாடு ஏற்படவில்லை. உயிருள்ள பச்சைமரம். அது பாட்டுக்கு நிற்கிறது. அதை ஏன் அழிக்கவேண்டும் என அவன் மனம் நினைத்துக் கொள்ளும்.

அவனுக்கு என்னவோ இந்தப் பூவரசுதான் மனதுக்கு ஆறுதல் அளிப்பதாகத் தோன்றியது. இது உதிர்க்கும் சருகுகளை சேர்த்து வைத்துத்தான் வீட்டின் தென்னை, வாழை மரங்களுக்கு உரமாகவும் செல்வராசு பயன்படுத்துவான்.

வெளியே வெளிர்மஞ்சளாகவும் உட்புறமாக அடிப்பக்கம் சிவப்பாகவும் கொத்துக் கொத்தாக அது பூக்கும் அழகை அவன் நேசித்தான். அது மட்டுமல்லாமல் பருவ காலத்தில் மணிப்புறாக்கள் இரண்டு, அந்தப் பூவரசமரக் கிளையில் இலைகளுக்கு நடுவில் கூடுகட்டி குஞ்சுகளைப் பொரிக்கும். எந்தச் சாமத்தில் எழுந்து பார்த்தாலும் பெண் மணிப்புறா கண் விழித்திருப்பதையும் அதன் கண்கள் பளபளப்பதையும் அவன் காண்பான். சிலநாட்களில் அந்தக் கூட்டில் குஞ்சுகளின் சிறிய கீச்சிடும் ஒலி கேட்கும். அத்தோடு வெய்யில் காலத்தில் வீட்டிற்குள் குளிர்மையை அள்ளி வீசுவதும் இந்தப் பூவரசுதான். ஒவ்வொரு அதிகாலையிலும் தேன்சிட்டுக்களும் அந்தப் பூவரசில் அமர்ந்திருந்து கீச்..கீச்...என சத்தமிடுவதும் தங்களுக்குள் அன்பு பொழிவதும் அவனுக்கு மிகப் பிடித்தமானது.

அழகாகவும் இதமான காற்றை அள்ளி வீசிக்கொண்டும் இருந்த அந்தப் பூவரசு, இப்போது சிலநாட்களாய் கரிய பூதம்போல தோற்றம் காட்டி அவனைப் பயமுறுத்திக் கொண்டிருந்தது. வேவு விமானத்துக்கு அஞ்சி வெளிச்சத்தை நிறுத்திவிட்டு, குன்று குழிகளில் தடுமாறியபடி ஏதோவொரு வாகனம் சாலையில் கடகடத்தபடி கிளிநொச்சிப் பக்கமாகப் போனது.

திருவிழாக்கால வாணவேடிக்கை போல, தூரத்தே வானம் விட்டுவிட்டு மின்னிக்கொண்டிருக்க, சகிக்க முடியாத சத்தங்கள் மேலும் அவனுக்கு பேரச்சத்தை ஊட்டிக்கொண்டிருந்தன.

ஆதிலட்சுமி சிவகுமார் | 7

உறக்கம் வராமற் தவித்துக்கொண்டிருந்த அவன் அடிக்கடி எழுந்து வாசலில் நின்று தெருவைப் பார்த்தான். பெரும் பாம்பொன்று நீளமாய் படுத்துக் கிடப்பது போலிருந்தது அக்காட்சி.

போர் நிறுத்தம் ஏற்படுத்தப்பட்டு அமைதி குடிகொண்டிருந்த காலத்தில் எந்நேரமும் பரபரப்பாக இருந்த தெரு, இப்போது அச்சம் போர்த்திக் கிடந்தது. அந்தக் காலப்பகுதியில் விடியவிடிய கொழும்பு வாகனங்கள் ஓடிக்கொண்டிருக்கும். கொழும்பிலிருந்து யாழப்பாணத்துக்கு செல்லும் வாகனங்கள் பொருட்களையும் ஆட்களையும் சுமந்து செல்லும். அந்த நாட்கள் மெது மெதுவாகக் குறைந்து இப்போது, முற்றாவே அந்தக் காட்சிகள் அற்றுப் போய்விட்டிருந்தன.

முன்னொரு போதும் ஏற்பட்டிராத ஏதோவோர் உணர்வு இப்போது அவனுக்குள் எழுந்து எச்சரித்துக்கொண்டிருந்தது. என்னதான் சொல்லிச் சமாதானப் படுத்தினாலும் மனது ஏதோவோர் அசம்பாவிதத்துக்கு தயாராகும்படியே உறுத்திக்கொண்டிருந்தது.

வெளியே நின்று வீட்டை அண்ணாந்து பார்த்தான். மனதுக்குள் எதனாலும் ஆற்ற முடியாதவொரு வலி பிறந்தது.

அந்த வீட்டின் ஒவ்வோர் அங்குலத்திற்காகவும் தனது வியர்வை சிந்தப்பட்டதாக அவன் உணர்ந்துகொண்டான். வீட்டைவிட்டு வெளியே சென்றுவந்த பின் கிணற்றுநீரில் மேனி குளிரக் குளித்தால் தான் அவனுக்குப் புத்துணர்வு பிறக்கும்.

அவனுடைய மனைவி சோதியும் மகன் குமரனும் மகள் தமிழ்விழியும் வளவிலுள்ள பாதுகாப்பு குழிக்குள் இருந்தார்கள். "ட" வடிவில் வெட்டி பாலைமரக் குற்றிகள் போட்டு, அதற்கும் மேல் மண்மூடைகள் அடுக்கி அமைக்கப்பட்ட ஓரளவுக்குப் பாதுகாப்பான பதுங்குகுழி அது. பாம்பு பூச்சிகளுக்கு அஞ்சி அடிக்கடி மண்ணெண்ணை தெளிப்பதால் அதற்குள் மண்ணெண்ணை நாற்றம் வேறு. எல்லாவற்றையும் சகித்துக்கொண்டு உயிரைக் காக்க அவர்கள் அதற்குள் கிடந்தார்கள்.

அவனுக்கு அதற்குள் இறங்கினாலே மூச்சு அடைப்பது போல உணர்வு ஏற்படும். அதனால் அவன் வழக்கம் போலவே வீட்டினுள் படுத்திருந்தான். இரவு முழுவதும் விரட்ட விரட்ட ஏதேதோ ஒன்றுக்கொன்று தொடர்பற்ற நினைவுகள் தோன்றி அவனை அலைக்கழித்துக் கொண்டிருந்தன. திடீரென தங்களுக்கென்று யாரும் அற்றுப்போனதாக உணர்ந்த உணர்வில் மனது தவித்தது.

மெல்ல மெல்ல வானம் வெளுக்கத் தொடங்கியது. எல்லாம் சற்று ஓய்ந்த மாதிரி தெரிந்தாலும் ஏதாவது அனர்த்தங்கள் நடக்கலாம் என உள்மனது இன்னமும் எச்சரித்துக்கொண்டுதான் இருந்தது.

கிளிநொச்சி நகரிலிருந்து சற்றே தொலைவாக, செல்வபுரத்தில் கண்டிவீதியின் அருகாக அவன் தன் குடும்பத்துடன் வாழ்ந்து கொண்டிருக்கிறான். கிளிநொச்சியின் முக்கிய அடையாளங்களில் ஒன்றான முருகண்டிப் பிள்ளையார் கோயிலும் அவனுடைய வீட்டிற்கு அண்மையாகத்தான் தான் இருந்ததது.

1970 காலப் பகுதியில் முருகண்டிப் பிரதேசம் காடாகக் கிடந்தது என்றும், பின்னர் இனக் கலவரங்களின் போது பாதிக்கப்பட்ட மக்கள் மலையகத்தில் இருந்து உயிரச்சம் காரணமாக இடம்பெயர்ந்து வந்து இப்பகுதிகளில் குடியேறினார்கள் என்றும், அவர்கள் காடுகளை வெட்டி குடிசைகளை அமைத்தனர் என்றும் செல்வபுரம் கிராமத்தின் முன்நாள் தலைவரான தருமலிங்கம் அண்ணர் ஒருமுறை அவனுக்கு கூறியிருக்கிறார்.

பாடசாலை இல்லாத நாட்களில் குமரன் மிதிவண்டியிற் போய் முருகண்டி பிரதான வீதிக் கடைகளில் கச்சான் கடலை வாங்கி வருவான். கச்சான் கடலை தின்பதில் அவனுக்கு அப்படி ஒரு ஆசை இருந்தது. வேறு எங்கு வாங்கிச் சாப்பிட்டாலும் இந்த ருசி வராது என அவன் சொல்வான்.

கிளிநொச்சியில் இருந்து முருகண்டியை நோக்கி வரும் வழியில், இரணைமடுச் சந்தியில் இருந்து உட்பக்கமாக கிட்டத்தட்ட அரைக்கிலோமீற்றர் தூரமளவில் கனகாம்பிகைக் குளம் இருக்கிறது. இந்தக்குளம் விவசாயத்துக்கு ஏற்ற வசதியைக் கொண்டிருந்ததால் 1970களின் முற்பகுதியில் இக்குளத்தை அண்டிய பகுதிகளில் படித்த வாலிபர் திட்டத்தின்கீழ் காணிகள் வழங்கப்பட்டதாகவும் செல்வராசு அறிந்திருந்தான்.

முறிகண்டிக்கு தெற்குப் பக்கமாக கொக்காவில் என்ற இடத்தில் 1970களில் இலங்கை ரூபவாகினிக் கூட்டுத்தாபனம் தொலைக்காட்சிப் பரிவர்த்தனை கோபுரம் ஒன்றை அமைத்து செயற்பட்டது. 1980 களில் போர் தீவிரம் பெற்றது. இச்சமயம் ரூபவாகினி தொலைக்காட்சி ஒளிபரப்பு நிறுத்தப்பட்டது.

பின்னர் இந்திய அமைதிப்படையினர் தமிழர் நிலத்தில் காலடி பதித்தபின், கொக்காவிலில் அவர்கள் முகாம் அமைத்திருந்ததாகவும் அவர்கள் இந்த கோபுரத்தை பயன்படுத்தியதாகவும் அவன் கேள்விப்பட்டிருக்கின்றான்.

இந்திய இராணுவம் வெளியேறிய பின்னர் இப்பகுதியில் இலங்கை இராணுவத்தினர் முகாம் அமைத்தார்கள் என்றும், இவ்வாறு அமைக்கப்பட்ட முகாம் மிகவும் பலத்துடன் காணப்பட்டதென்றும் 1990 இல் போராளிகளால் இந்த இராணுவமுகாம் தாக்கப்பட்டு,

வெற்றிகொள்ளப்பட்டதாகவும் இப்பகுதியில் வாழ்ந்த மக்களிடம் அவன் அறிந்திருக்கின்றான்.

இந்தப் பகுதிகளில் வாழும் பழைய மக்களின் போலித்தனமற்ற அன்பில் செல்வராசு நிறையத் தடைவைகள் நெகிழ்ந்திருக்கிறான். உடல் வலிமையும் உழைத்தே உண்கின்ற வழக்கமும் கொண்ட மனிதர்களை செல்வராசு நிரம்பவே நேசித்தான்.

1995 இற்குப் பின்னர் யாழ்ப்பாண இடப்பெயர்வுடன் கிளிநொச்சி மாவட்டம் கலகலப்பான இடமாயிற்று. அதற்குப் பின்னரான காலங்களில் இந்தக் கோபுரத்திலிருந்தும் புலிகளின் குரல் வானொலி இயங்கி வந்தது.

1980 காலப்பகுதியில் யாழ்ப்பாணத்தில் இருந்து கண்டிக்கு பார ஊர்தியில் பொருட்கள் கொண்டுசெல்லும் இராமச்சந்திரன் அண்ணை என்பவர், திரும்பி வரும்போது முருகண்டிப் பகுதியில் விறகுகட்டுகளை ஏற்றிவருவார். ஊரில் அவர் மூலமாகவும் செல்வராசு முருகண்டி மக்களின் வாழ்க்கை முறைகளை அறிந்திருக்கின்றான்.

அவரையும் அந்தக்காலத்தில் ஊர்ச்சனம் விட்டுவைக்கவில்லை. அவர் கிளிநொச்சியில் வேறு ஒரு பெண்ணுடன் குடும்பம் நடத்துவதாகவும், அந்தப் பெண்ணுக்கும் அவருக்கும் குழந்தைகள் இருப்பதாகவும் கதைத்தார்கள். அதனால் ஊரிலிருந்த அவரது மனைவிக்கும் அவருக்கும் அடிக்கடி சண்டை ஏற்படுவதுண்டு. அந்தச் சண்டையைக் கூட பூதாகரப்படுத்தி ஊரில் தமது பொழுதை கழித்தவர்களும் இருந்தார்கள்.

பூநகரியில் இருந்து பரிமளம் என்கின்ற வயதான பெண் ஒருவர் பாலைப்பழங்களை கடகத்தில் நிரப்பி கொண்டுவந்து யாழ்ப்பாணத்தில் விற்பார். விற்றுவிட்டு மதியம் கடந்த பொழுதில் தனக்கு தேவையான பொருட்களை வாங்கிக்கொண்டு பேருந்தில் போய்விடுவார்.

இப்போது சுற்றியிருந்த வீட்டுக்காரர்கள் எல்லோரும் இரண்டு மூன்று நாட்களுக்கு முன்னதாகவே வேறு இடங்களுக்கு சென்றுவிட்டார்கள். செல்வராசுவின் வீட்டுக்கு அண்மையாக இருந்த கிறிஸ்தவ மடத்தில் மடத்தின் உதவியோடு வறுமைப்பட்ட குடும்பத்து பெண்பிள்ளைகள் தங்கியிருந்தார்கள். அந்தக் கிறிஸ்தவ மடமும் விசுவமடுவுக்கு இடம் பெயர்ந்துவிட்டதாக அவன் அறிந்திருந்தான்.

அவனுடைய வீட்டுக்கு பக்கமாக குழந்தை யேசுவின் கோயில் இருந்தது. அது மிகச் சிறியதாகவும் எளிமையானதாகவும் இருந்தது. அதனால் அவனுக்கு குழந்தை யேசுவிடத்தில் பெரும் அன்பும் மரியாதையும் ஏற்பட்டது.

அங்கும் மல்லாவி, துணுக்காய், வன்னிவிளாங்குளம் வவுனிக்குளம் போன்ற பகுதிகளில் இருந்து இடம்பெயர்ந்த சில குடும்பங்கள்

தங்கியிருந்தன. அவர்கள் குளிப்பதற்கு அனுமதிகேட்டு செல்வராசுவின் கிணற்றைப் பயன்படுத்தினார்கள். இப்போது அந்தக் குடும்பங்களும் வெளியேறிவிட்டிருந்தார்கள். குழந்தை யேசு கோயில் அமைதியாக வெறிச்சோடிக் கிடந்தது. ஞாயிற்றுக்கிழமைகளில் நடைபெற்றுவந்த பாதிரியாரின் பிரசங்கமும் இல்லாமல் இருந்தது.

கடைசியாக இருந்த பியோன் நடராசா குடும்பமும் தங்கள் ஒரே மகனைப் பாதுகாப்பதற்காக தருமபுரம் போய்விட்டார்கள். பல ஆண்டுகளாக குடியிருந்த நிலத்தை விட்டுப் போகிறோமே என அழுதபடிதான் நடராசாவின் மனைவி நிறைந்த மனக்கவலையோடு போனார். ஒரு சில இரவுகளில் எல்லாமே பாழடைந்து போனமாதிரி எங்கும் இருண்டு கிடந்தது.

ஊர் அடங்கிப்போன இரவுகளில் ஊளையிட்டு ஊரைக் கலக்குகின்ற நாய்கள் கூட ஓடி ஒளிந்து அமைதியாகக் கிடந்தன. ஆங்காங்கே சனங்கள் வளர்த்த ஆடுகளும் மாடுகளும் வளர்த்தவர்கள் கைவிட்டுச் சென்ற நிலையில் போக்கிடமின்றி அலைந்து கொண்டிருந்தன.

அவர்களின் பகுதியில் இருந்த இரண்டு பாடசாலைகளும் கூட விசுவமடுவுக்கும் தர்மபுரத்துக்கும் நகர்த்தப்பட்டுவிட்டன. பத்தாம் வகுப்புப் பரீட்சை நெருங்கிக் கொண்டிருந்தது. பரீட்சை நேரத்திலாவது சண்டை நிறுத்தம் வரக்கூடும் என்று அவன் நினைத்தான். முன்னர் பல தடைவைகள் சாதாரணதர மற்றும் உயர்தரப் பரீட்சைக் காலங்களில் அரசாங்கமும் இயக்கமும் போர் நிறுத்தத்தை அறிவிப்பது வழக்கமாக இருந்தது. இம்முறை அதெல்லாம் நடக்குமா என்பதே கேள்விக்குறியாக இருந்தது.

வழமையாக கலகலக்கும் இரணைமடுச் சந்தை கூட இப்போது சில நாட்களாய் கூடுவதில்லை. இரணைமடுச் சந்தியிலிருந்த பெரிய உணவகத்தின் பொருட்கள் எல்லாம் கடையின் உரிமையாளர்கள் ஏற்றிச் சென்றுவிட்டனர். ஓரளவு பெரிய பெரிய கடைக்காரர்களும் கடைப் பொருட்களை வேறு இடங்களுக்கு ஏற்றிவிட்டார்கள்.

விமானங்கள் எல்லா நேரமும் அச்சுறுத்த தொடங்கிவிட்டிருந்தன. எத்தனையோ கிலோ மீற்றர்களுக்கு அப்பால் அவை கொட்டுகின்ற குண்டுகளின் பேரொலிகளையே தாங்க முடியாதிருந்தது. அடிக்கடி நெஞ்சுக்குழி ஊதுவதும் சுருங்குவதுமாக இருந்தது.

இராணுவரீதியாக வெற்றிபெற முடியாத நிலையில் தமிழ்மக்களை உளவியல் அடிப்படையில் பலவீனப்படுத்த விரும்பிய அரசாங்கம், மிகை ஒலி விமானங்களை கொள்வனவுசெய்து சனங்களை அச்சுறுத்திக் கொண்டிருந்தது.

அவன் தன்னைப்பற்றி கவலை கொள்ளாமல் இருந்தாலும், தன்னுடைய குழந்தைகளைப் பற்றியும் அவர்களின் எதிர்காலம் பற்றியும் அக்கறையுடன் சிந்தித்தான்.

பன்னிரண்டு வயதான மகளையும் பதினாறு வயதே ஆன மகனையும் எப்படியாவது பாதுகாத்துவிட வேண்டும் என நினைத்தது அவனுடைய மனம்.

அவர்களை நல்ல முறையில் படிக்க வைத்து, மாறிவரும் உலகிற்கு ஏற்ப அவர்களை கல்வி நிலையில் உயரச் செய்யவேண்டும் என்பதே அவனது கனவாக இருந்தது. இப்போது தன் கனவின் மீதான நம்பிக்கை தகர்ந்து போய்விடுமோ என்கின்ற அச்சம் மேலெழுந்து வருத்தியது.

"நீயும் கடைசி காலம்வரை கையை காலை அடிச்சு உழைக்கத்தான் வேணும் ராசு... உத்தியோகம் எண்டால் வயதுபோன காலத்திலை பென்சன் காசு கிடைக்கும்... நீ விட்டபிழையை பிள்ளைகளையும் விடப்பண்ணிப் போடாதை மோனை... பிள்ளையளை படிப்பிச்சு உத்தியோகமாக்கிப் போடு....." என அம்மா கூறுவது அவனுக்கு சம்பந்தமே இல்லாமல் இப்போது நினைவில் வந்தது.

அரச உத்தியோகங்களை இலக்கு வைத்து அளிக்கப்படும் கல்வி அவனது நோக்கமல்ல என்ற போதிலும், அவனுக்கு தெரிந்த பல உத்தியோகத்தர்கள் வசதியாக வாழ்வதையும் அவன் நினைவிற் கொண்டான்.

"என்ன நடந்தாலும் இந்த இடத்தைவிட்டு அசையமாட்டன்" என்று அடித்துச் சொல்லிக்கொண்டிருந்த"ஈருருளித் திருத்தகம்" பாலு அண்ணர்கூட, பிள்ளைகள் அச்சப்படுவதால் இடம்மாறிப் போவதாக கூறிவிட்டு, நேற்று முன்தினம் இரவோடு இரவாக விசுவமடுவுக்கு போய்விட்டார். முதல் தடைவை மனைவி பிள்ளைகளையும் அத்தியாவசியமான பொருட்களையும் ஏற்றி அனுப்பிய அவர், அன்று பின்நேரமே மிச்சமாக இருந்த வீட்டுப் பொருட்களையும் ஏற்றிச் சென்றுவிட்டார். அவர்களின் வளர்ப்புநாய் குண்டுகளின் பெருஞ் சத்தத்திற்கு அஞ்சி இவன் வீட்டில் வந்து முடங்கிக் கிடந்தது. சாப்பாடு வைத்தாலும் அது தின்னாமற் கிடப்பதை பார்க்க பாவமாக இருந்தது அவனுக்கு.

குண்டுவீச்சு, செல் தாக்குதல்களுக்கு நடுவிலும் அவனுடைய வீட்டிலிருந்து குறிப்பிட்ட தொலைவிலுள்ள உள்ள தொலைத் தொடர்பு நிலையம் இயங்கிக்கொண்டிருந்தது. ஒரே ஒரு ஊழியர்மட்டும் பணியில் இருந்தார். கதைக்கும் நேரம் மட்டுப்படுத்தப்பட்டிருந்தது. செல்வராசுவும் அந்த தொலைபேசி நிலையத்தில் பதிவுசெய்து காத்திருந்து சில நாட்களுக்கு முன்னர் ஊருக்கு கதைத்தான்.

அவனுடைய தொலைபேசி அழைப்பை அக்காதான் முதலில் எடுத்தாள். அவனுடைய குரலைக் கேட்டவுடன் சிறு குழந்தையைப் போல் அழுதாள். பிறகு ஒருவாறு சமாளித்தவளாய் சுகநலம் கேட்டாள்.

அம்மாவுக்கு காது கேட்பது குறைந்து வருவதாகவும், அவவை கோயில் குளத்துக்கு தனியாகப் போக தான் விடுவதில்லை என்றும் சொன்னாள். வன்னிப்பகுதியில் நடக்கும் எல்லாவற்றையும் தாங்கள் அறிவதாகவும் கவனமாக இருக்கும்படியும் எச்சரித்தாள். பிள்ளைகளை எப்படியாவது பாதுகாத்து ஊருக்கு கொண்டுவந்து விடும்படியும் கூறினாள்.

ஊருக்கு திரும்பிவந்த பலர் ஊரில் வசதியாக வாழ்வதாகவும், அவர்களின் பிள்ளைகள் நல்ல கல்வி கற்று உயர்வடைவதாகவும் அக்கா சொன்னாள்.

அடுத்து அம்மா கதைத்தாள். அம்மாவுக்கு அவன் சொல்வதில் அரைவாசி புரிந்தமாதிரி இல்லை. திரும்பத் திரும்ப கேட்டாள். எப்படியாவது குடும்பத்தோடு ஊருக்கு வந்துவிடும்படி தான் அம்மாவும் மன்றாட்டமாய் கேட்டாள்.... அம்மா கதைத்து முடிக்கும்போது அவளின் குரல் தழுதழுப்பதை அவன் உணர்ந்தான். அவனுக்கும் தொண்டைக்குள் என்னவோ செய்தது.

கைகால்கள் தளர்ந்துவிட்ட போதும் கடவுள் மீதான நம்பிக்கையோடு இன்னமும் பிள்ளைகளுக்காகவே வாழும் அம்மா. எண்பது வயதை தொட்டுவிட்ட அவளின் முகத்தை ஒரு தடைவையாவது பார்க்கவேண்டும் என அவன்மனம் அவாவியது. நெஞ்சைஅடைத்த துயரத்தை பெரும்பாடுபட்டு அடக்கிக்கொண்டான்.

சமாதான காலத்தில் ஊரில் நடைபெற்ற கொண்டாட்டங்கள் சிலவற்றுக்காக ஒன்றிரண்டு தடைவைகள் கிளிநொச்சியில் இருந்து ஊருக்குப் போய் வந்ததை நினைத்துக்கொண்டான்.

2006 ஆம் ஆண்டு இறுதியில் ஒருமுறை அக்காவின் மகள் தர்சியின் சம்மந்தக் கலப்பிற்கு தாய்மாமன் என்ற உரிமையில் கட்டாயம் வரவேண்டும் என அக்கா அழைத்திருந்தாள்.

மகள் தமிழ்விழிக்கு சோதினை நடந்து கொண்டிருந்ததால் சோதி வர இயலவில்லை. அந்த நிலையில், அவன் மட்டும் போய் இரண்டு மூன்றுநாட்கள் அக்கா வீட்டில் நின்றுவிட்டு வந்தான். திரும்பி வரும்போது முகமாலை சோதனைச் சாவடியில் நின்ற ஆமிக்காரன் ஒருவன் இவனைப்பார்த்து,

"ஏய்... நீ... புலியோட ஆள்தானே.... எதுக்கு இங்க வந்து போறாயெண்டு எங்களுக்கு தெரியும்...." என்று மிரட்டும் பாணியில் கேட்ட பிறகு அவன் மிகவும் பயந்துபோனான். அவன் ஊருக்கு போகவேண்டும் என ஒருபோதும் நினைத்ததில்லை.

முகமாலைச் சோதனைச் சாவடியில் நின்ற இராணுவத்தினன் மிரட்டும் வகையில் தன்னிடம் கேள்வி கேட்டதை சோதியிடம் தெரிவித்தான்.

"புலியளை போய்வாறதுக்கு விட்டிருக்கிறியள்.... என்னை ஏன் இப்பிடி கேட்கிறியள்?.... எண்டு கேட்டிருக்கலாமே நீங்கள்?...." என்றாள் சோதி.

அந்தநேரம் அந்த இடத்தை விட்டு தப்பி வந்ததே போதும் என்றிருந்தது அவனுக்கு. அந்தக் கணத்தில் முன்னர் கேள்விப்பட்டிருந்த சிறைச்சாலைக் கதைகள் எல்லாம் நினைவில் தோன்றி நடுக்கத்தை ஏற்படுத்தின. அதன்பிறகு ஊர் போகும் கனவு ஒருபோதும் அவனுக்கு ஏற்பட்டதில்லை.

இப்போது அவை எல்லாவற்றையும் நினைத்தபடி, செல்வராசு சுவர் ஓரமாக திண்ணையில் அமர்ந்தான். முற்றத்தில் செல் விழுந்தால் பாதுகாக்கக்கூடிய மாதிரி இரண்டு தடித்த சுவர்கள் இருந்தன. அந்த நம்பிக்கையில் அவ்விடத்தில் அமர்ந்துகொண்டான்.

1995 இன் நடுப்பகுதியில் பலாலிமுகாமில் குடிகொண்டிருந்த இராணுவத்தினர் முன்னேறிப் பாய்தல் எனப்பெயரிட்டு... வலிகாமம் மேற்கு மற்றும் வடக்கு பகுதிகளில் கடும் செல்வீச்சுடன் முன்னேற்ற நடவடிக்கையைத் தொடக்கினர். இராணுவம் முன்னேறுவதற்கு வழியேற்படுத்தும் நோக்கில் குண்டுவீச்சு விமானங்கள் பலாலியின் சுற்றயல் பகுதிகள் மீது குண்டுகளை பேரொலியுடன் கொட்டின.

பெரும்பாலும் எல்லா வீடுகளிலும் பாதுகாப்பு அகழிகள் இருந்தன. வாசிகசாலைகள், மற்றும் கிராம முன்னேற்ற சங்கங்கள் போன்றவை சாலை ஓரங்களில் பொதுமக்களின் பாதுகாப்புக்காக பாதுகாப்பு அகழிகளை அமைத்திருந்தன.

அப்போதெல்லாம் விமானங்கள் குண்டைக் கழற்றிவிட்டுச் சென்றுவிடும். விமானங்கள் சென்று ஓரிரு நிடங்களின் பின்பே குண்டுகள் மெதுமெதுவாக காற்றின் வேகத்துக்கு ஏற்ப ஆடிஅசைந்து கீழே விழுந்து வெடிக்கும். அதற்குள் ஓடி ஒளிந்துவிடலாம். இப்போதெல்லாம் குண்டுகள் விழுந்து வெடித்த பின்னரே விமானச்சத்தம் கேட்கமுடிகிறது என அவன் தனக்குள் நினைத்துக்கொண்டான்.

அவனால் மறக்கவே முடியாத முன்னேறிப் பாய்தல் என்ற அந்தப் பெரும் இராணுவ நடவடிக்கைதான் அவனை யாழ்ப்பாணத்தில் இருந்து இடம் பெயரச் செய்தது. அந்த நாட்கள் மீண்டும் நினைவுக்கு வந்தன... அப்போது அவனுக்கும் சோதிக்கும் திருமணமாகி ஆண்டு ஒன்று கழிந்துவிட்டிருந்தது. குமரன் பிறந்திருந்தான்.

அதிகாலை சனங்கள் உறக்கம்விட்டு எழுவதற்கு முன்னரே செல்வீச்சை இராணுவத்தினர் தொடங்கிவிட்டிருந்தனர். பதைத்து துடித்த சனங்கள் கையில் அகப்பட்ட பொருட்களோடு எல்லாத் திசைகளில் இருந்தும், அவலப்பட்டு அந்தரப்பட்டு வெளியேறினார்கள். கால்நடையாகவும், சயிக்கிள்களிலும், மாட்டுவண்டிலிலும், லான்ட்மாஸ்டர் என்ற சிறிய உழவூர்தியிலுமாக உடுத்திருந்த உடைகளோடு அவலப்பட்டு ஓடி வந்தவர்களுக்கு முடிந்தளவுக்கு ஏனைய சனங்கள் உதவியளித்தார்கள்.

"ஐயோ.... நான் புருசனை இழந்த பொம்பிளை... எனக்கு கருணை காட்டுங்கோ எண்டு கெஞ்சிக் கூத்தாடி ஆட்சிக்கு வந்த சந்திரிகா.... இப்ப தானும் இந்த இனவாதப் பேய்களிலை ஒண்டுதான் தான் எண்டு காட்டிப்போட்டாளே...." என்று முதியவர் ஒருவர் தன் மனைவியின் உடலுக்கு முன் குந்தியிருந்து கதறியது இப்போதும் செல்வராசுவின் காதில் ஒலித்தது.

"ஏதோ அவளின்ரை புருசனையும் துப்பாக்கிதானே காவுகொண்டது... அதாலை அவளுக்கு ஒரு பொம்பிளையா எங்கடை சனங்களின்ரை வலி புரிஞ்சிருக்கும் எண்டு நாங்கள் நினைச்சம்... அதாலை அவளே ஆட்சியைப் பிடிச்சிடவேணும் எண்டும் உள்ளூர விரும்பினம்... நாங்கள் விரும்பினது மாதிரி அவள் வெற்றி அடைஞ்சவுடனை கடவுள் ஏதோ எங்கடை பக்கம் தீர்ப்பு தந்திட்டார் எண்டு இறுமாந்தம்... இண்டைக்கு எங்கடை அறிவீனத்தை உணருறம்..." என்று கதறிக் கொண்டிருந்தவரைப் பார்த்து அப்போது கணவதி மாமா சொன்னார்.

'துட்டகைமுனைவைப் பெற்றெடுத்த விகாரமாதேவி தொடங்கி சந்திரிகாவரை எல்லா சிங்கள அரசியல்வாதியளும் தமிழன்ரை இரத்தத்தை குடிக்கிற பிசாசுகள் தான்.....' என அவனின் மனம் நினைத்துக்கொண்டது.

இராணுவத்தினரின் தாக்குதலுக்கு அச்சமடைந்து ஓடி வந்தவர்கள் சிலர் உறவினர் மற்றும் தெரிந்தவர்களின் வீடுகளிலும் தற்காலிகமாக தங்கினார்கள்.

அப்போது இலங்கையின் ஜனாதிபதியாக இருந்த திருமதி சந்திரிகா குமரதுங்கவின் மாமாவும் பாதுகாப்பு அமைச்சருமாக இருந்த ரத்வத்த தான் அந்தப் போரை வலுவூட்டினார். ரத்வத்தவினதும் சந்திரிகாவினதும் கொடும்பாவிகள் பல இடங்களில் எரியூட்டப்பட்டன.

இராணுவத்தின் செல்லடிக்கும் விமானத் தாக்குதலுக்கும் அஞ்சி, வெளியேறிய குழந்தை குஞ்சுகளும் பெரியவர்களுமாக யாழ்ப்பாணம் மானிப்பாய் பிரதேசத்தில் இருக்கும் நவாலி சென். பீற்றர் தேவாலயத்தின் சுற்றுப்புறங்களிலும், முருகமூர்த்தி கோயிலிலும் அகதிகளாக தஞ்சமடைந்திருந்தார்கள்.

அந்த வேளைதான் அப்பகுதியில் புக்காரா வகையைச் சேர்ந்த விமானமொன்று தமிழ்மக்களை இலக்காக வைத்து குண்டுகளை தூவியது. அதில், நூற்றுக்கும் அதிகமானவர்கள் இறந்துபோனார்கள். தேவாலயத்தை அண்டிய பகுதிகளில் அடைக்கலமாகியிருந்த நிறையப் பேர் காயமடைந்தார்கள். ஆண்டவனின் சந்நிதானத்தின் அருகே சதையும் குருதியுமாய் மனித உடல்கள் சிதறிக் கிடந்ததை அவனால் பார்த்திருக்க இயலவில்லை. அன்றைய இரவு முழுவதும் தூங்காமற் கலங்கிக் கொண்டிருந்தார்கள்.

மருத்துவமனை காயப்பட்டவர்களால் நிரம்பிக் கிடந்தது. சுற்றயல் பகுதிகளில் பெரும்பாலான வீடுகளில் உறவினரை இழந்த சோகம் நிலவியது. ஒரு குடும்பத்தில் மூன்றுநான்கு பேர்கூட இறந்திருந்தார்கள். இழப்புகளை சந்திக்காத குடும்பங்களில அச்ச உணர்வு மேலோங்கியிருந்தது.

விடுதலைப் போராட்டத்தையும் போராளிகளையும் மிகவும் நேசித்த செல்லம்மா ஆச்சி, காயப்பட்டவர்களுக்கு இடியப்பம் அவித்து பால் சொதியும் வைத்து சிறிய சிறிய பொதிகளாக்கி மருத்துவமனைக்கு கொண்டு சென்றார். பின்பொருநாள் அவரும் குண்டுவீச்சில் கொல்லப்பட்டது அவனுக்கு வேதனையாயிருந்தது.

மறுநாள் அதிகாலை ஊர் எங்கும் துயரத்துடன் விடிந்தது. பிள்ளைகள் எவரும் பாடசாலைக்குச் செல்லவில்லை. அலுவலகங்களும் இயங்குவதில் சுறுசுறுப்பற்றிருந்தன. கச்சேரியில் கிளார்க் வேலை பார்த்துக்கொண்டிருந்த கமலநாதன் மட்டும் ஒழுங்கையிலிருந்த சின்னப் பிள்ளையாரை பலமுறை தொட்டுத் தொட்டு நெஞ்சில் ஒற்றிக்கொண்டு மிதிவண்டியில் வேலைக்குப் போனார்.

எல்லோரும் பேயறைந்த முகத்துடன் வானத்தை உன்னிப்பாக பார்ப்பதும், செவிகளை கூர்மையாக்குவதுமாக இருந்தனர். பல வீடுகளில் சமையலை நிறுத்தி துக்கம் காத்தனர்.

அன்றுகாலை அதே புக்காரா விமானம் அவனின் வீட்டருகேயும் குண்டுகளை கக்கியது. அவை குண்டுகள் தானா அல்லது ஏதாவது துண்டுப்பிரசுரப் பொதியா என தீர்மானிப்பதற்குள் குண்டுகள் வெடித்துவிட்டன.

அதில் ஓய்வுபெற்ற ஆசிரியர் ஒருவர், கடைக்குச்சென்று பாண் வாங்கிக்கொண்டு திரும்பிய பெண்ஒருவர், யாழ்ப்பாணப் பல்கலைக்கழக மாணவி ஒருத்தி மற்றும் ஒரே குடும்பத்தை சேர்ந்த வேறும் ஐவர் என பலர் உடல் சிதறிப்போனார்கள். அண்மையில் இருந்த செல்வராசுவின் வீடும் உடைந்து கொட்டிப்போனது.

உடுத்த உடைகளுடன் சனங்கள் கூக்குரலிட்டவாறு இலக்கின்றி ஓடினார்கள். அவனின் அப்பாவின் ஒன்றுவிட்ட தங்கையான

தேவிமாமிக்கு வயிற்றில் பெருங் காயம். இரத்தம் ஒழுக தேவி மாமி தெருவில் ஓடினார்.

இதனிடையே போராளிகளின் வாகனமொன்று காயப்பட்டவர்களைப் பார்த்துப் பார்த்து விரைவாக மருத்துவமனைக்கு ஏற்றிக்கொண்டு விரைந்தது.

சோதி மிரண்டு போனாள்."இனி இந்த வீட்டிலை குழந்தையையும் வைச்சுக்கொண்டு என்னாலை இருக்கேலாது.... எங்கையாவது போவம்...... என அடம் பிடித்தாள். அம்மாவும் கலங்கிப்போனாள்.

வீடற்றுப்போன நிலையில், நன்கு தெரிந்த அயலவர்களின் மனித உடற்சிதைவுகளை பார்த்த அச்சமும் சேர்ந்தகொண்டது.

அவனுடைய குடும்பமும் அக்காவின் குடும்பமும் அம்மாவையும் கூட்டிக்கொண்டு எங்கே போவதெனத் தெரியாது இடம் பெயர்ந்தார்கள். கோண்டாவில், தாவடி, கொக்குவில், திருநெல்வேலி என மாறி மாறி நகர்ந்துகொண்டிருந்தபோது, அத்தான் தான் ஒரு எண்ணத்தை தெரிவித்தார். அப்படியே அத்திட்டத்தின் படி வந்து நல்லூரில் அத்தானுக்குப் பழக்கமான ஒரு நண்பர் கந்தசாமி என்பவரின் வீட்டில் தங்கியிருந்தார்கள்.

கந்தசாமியின் பேரன் பழையகாலத்து மலேசியன் பெஞ்சனியர் என்பதால், தன்னுடைய நிறைந்த வருமானத்தில் அழகான சிற்ப வேலைப்பாடுகளுடன் கூடிய பெரிய கல்வீடு ஒன்றைக் கட்டியிருந்தார். அந்தவீடு தலைமுறை தலைமுறையாக கந்தசாமிக்கு கிடைத்திருந்தது என அங்கிருந்த நாட்களில் அறிய முடிந்தது.

நல்லூர் கந்தசுவாமி கோயிலும் அவர்கள் இருந்த வீட்டிலிருந்து நடந்து செல்லும் தூரத்தில் தான் இருந்தது. நல்லூர் கோயில் என்றாலே செல்வராசுவுக்கு திலீபனின் நினைவுதான் ஏற்படும். அவனுடைய சாவு செல்லராசுவை சில ஆண்டுகள் நிலைகுலைய வைத்திருந்தது.

வெள்ளிக்கிழமை அக்காவும், அம்மாவும், சோதியுமாக குளித்து முழுகி நல்லூர் முருகன் கோயிலுக்குப் போனார்கள். அவர்கள் கும்பிட்டுக்கொண்டு நிற்கும்போது, மிகையொலி விமானங்கள் இரண்டு சுற்றிச் சுழன்று யாழ்ப்பாணம் பழைய பூங்காப் பக்கமாக குண்டுகளை வீசின. அவர்கள் அரைவாசிப் பூசையோடு ஓடிவந்துவிட்டார்கள்.

நல்லூர்க் கோயிற் சுற்றாடலும் இடம்பெயர்ந்து செல்லும் மக்களால் நிறைந்து தான் இருந்;தது. திருவிழாக் காலத்தை விடவும் அதிக சனக்கூட்டமாக இருந்தது அங்கு. அவர்கள் தங்கியிருந்தது வீட்டுத் தோட்டத்துடன் கூடிய நாற்சார்வீட்டில். நாற்சார் நடு முற்றத்தில் சாய்மனைக் கதிரைகள் இரண்டு கிடந்தன. அதில் கந்தசாமியின் அப்பா எப்போதும் படுத்திருப்பார். செல் அடிக்கும் சத்தத்திற்கு மற்றவர்கள்

வெருண்டாலும் அவர் அப்படியே படுத்துக் கிடப்பார். அங்கு அந்த வீட்டில் அவர்கள் பாதுகாப்பான பதுங்குகுழி கூட அமைத்திருந்தார்கள்.

இந்த வேளைதான் சனங்களின்மேல் குண்டுகளை போட்டுக் கொண்டிருந்த அந்தப் புக்காரா விமானத்தை போராளிகள் சுட்டு வீழ்த்தி விட்டார்கள் என்று புலிகளின் குரல் வானொலி செய்தி சொன்னது.

"பாத்தியளே.... ஏதோ பெடியள் தோற்றுப் போனாங்கள் எண்டு பயந்தியள்... அவங்கள் விடுவாங்களே.... சிங்களவனுக்கு பாடம் படிப்பிக்காம விடமாட்டாங்கள்...." என்று எல்லோரும் குதூகலித்தார்கள்.

நல்லூரடியைச் சேர்ந்த நவீனனும், கள்ளியங்காட்டைச் சேர்ந்த குமணனுமாக புன்னாலைக் கட்டுவனில் வீழ்ந்த விமானத்தை பார்க்கப் போய்விட்டு வந்து கந்தசாமி வீட்டில் வெற்றியைக் கொண்டாடினார்கள்.

நல்லூரிலும் வேறு வகை விமானங்கள் தாறுமாறாக சுற்றி முன்னரை விடவும் அதிகமாக வயிறு கலங்க வைத்தன. பலாலி இராணுவ முகாமிலிருந்து ஏவப்பட்ட செல்கள் எப்போது தலையில் விழுமோ என்கின்ற அச்சம் ஒவ்வொருவரையும் சாகடித்துக் கொண்டிருந்தது.

கும்கும் என்ற செல்களின் சத்தத்தின் நடுவிலும்; கந்தசாமியின் மனைவி பவாக்கா அப்பளம் பொரித்துக்கொண்டிருப்பா. அவ்வளவு திடமான மனது அவவுக்கு இருந்தது.

சோதி மனம் கலங்கி அழுதாள். புது மனைவியான அவளின் கண்ணீரைப் பார்த்துக்கொண்டு அவனால் இருக்க இயலவில்லை. அவ்விடத்தை விட்டு செல்ல முடிவெடுத்தான். இரண்டு நாட்கள் கடும் யோசனைகளுக்குப் பிறகு,

அங்கிருந்து வெளியேறி அரியாலையில் நாடகத் துறையை சேர்ந்த நண்பர் நித்தியின் வீட்டிற்கு வந்தார்கள்.

அதுவும் ஓரளவுக்கு பெரிய வீடு. காதலித்துக் கலியாணம் செய்பவர்களால் சொந்தமாக வீடுகட்டி வாழ முடியாது என்று உறவினர்கள் யாரோ சொல்ல, அவர்களுக்கு சவால் விடுத்து... சொந்தமாக உழைத்து... அந்த வீட்டைக் கட்டியதாக நித்தி அடிக்கடி பெருமையுடன் கூறினார்.

அம்மாவும் அக்காவும் கந்தசட்டி நோன்பில் இருந்தார்கள். அக்காவுக்கும் அம்மாவுக்குமாக அவர்களும் மாமிச உணவைக் கைவிட்டார்கள். குளித்து முழுகி சுத்தமாக சமையல் செய்து கொடுத்தார்கள்.

சிலகோயில்களில் கந்தசட்டியின் இறுதிநாட் சூரன்போர் அமளியாக நடைபெற்றுக் கொண்டிருந்தது. அடைமழையும் போட்டி போட்டு ஊற்றிக்கொண்டிருந்தது.

ஆனாலும் போர் ஓய்ந்துவிடவில்லை. சூரியக்கதிர் என்ற பெயருடன் மீண்டும் துரத்தத் தொடங்கியது.

1995 ஒக்ரோபர் 30 ம் தேதி என்பது அவனுக்கு மறக்க முடியாத நாட்களில் ஒன்றாக நினைவில் நிலைத்திருக்கிறது....

அந்த நாடகத்துறை நண்பர் நித்தி பழைய அரசியல் வரலாற்றை நன்கு தெரிந்தவர். அங்கிருந்த நாட்களில் தனது பழைய வரலாற்றுக் கதைகளால் அவனுடைய நேரத்தை சலிப்பின்றி கழியவைத்து மகிழ்வூட்டினார் அவர். அந்த ஊரில் அவருக்கு மிகுந்த செல்வாக்கிருந்தது. இந்திய அமைதிப் படையினரின் காலத்தில் தலைமறைவு வாழ்க்கை வாழ்ந்ததையும் கூறினார். அவருக்கு நான்கு பெண்பிள்ளைகள் இருந்தார்கள். அவருடைய மூத்தமகள் யாழ்ப்பாணத்தின் புகழ்பூத்த மகளிர் கல்லூரி ஒன்றில் நடன ஆசிரியையாக இருந்தாள்.

குண்டுவீச்சு விமானங்கள் யாழ்ப்பாண நகரை அண்டிய பகுதிகளிலும் திருநெல்வேலிப் பக்கமாகவும் சுற்றிச் சுற்றி குண்டுகளைப் போட்டுக்கொண்டிருந்தன. பல்கலைக்கழக படிப்பும் குழம்பி, இந்த வளாகமும் இடம் பெயர்ந்தவர்களால் நிறைந்திருப்பதாக சனங்கள் கதைத்தார்கள்.

அவனுடைய நண்பர் நித்தியின் மனைவி ஆஸ்மா நோயாளியாக இருந்தார். எனினும் தன் உடல் நலத்தையும் கவனத்திற் கொள்ளாது, அவர்களை இன்முகத்தோடு உபசரித்தார். அக்காவிற்கும் அம்மாவிற்கும் விரத உணவு சமைத்தார். அவர்களின் பெண்பிள்ளைகளும் அன்பாகவும் ஒத்தாசையுடனும் இருந்தனர்.

விமானங்கள் இரையும்போது பதுங்கு குழிக்கு ஓடுவதும் சமைப்பதும் சாப்பிடுவதுமாக சில நாட்கள் கழிந்தன. மழைநீர் உள்ளே புகுந்ததில் பதுங்கு குழி சேறும் சகதியுமாக இருந்தது. அவன் பதுங்கு குழிக்குள் இறங்காமல் விமானத்தின் பாதையை பார்த்தபடியே நிற்பான். நித்தியும் தனது பயத்தை வெளிக் காட்டாமல் அவனுடன் நின்று விமானத்தின் திசையைப் பார்ப்பார். சோதி உள்ளிருந்தபடியே அவனை உள்ளே வரும்படி கத்துவாள்.

அவர்களின் வீட்டுக்கு முன்பாக தொடர்வண்டிப் பாதை இருந்தது. தொடர்வண்டிச் சேவைகள் நின்றுவிட்ட நிலையில் தண்டவாளங்கள் கழற்றி எடுக்கப்பட்டுவிட்டிருந்தன. அது மிதிவண்டிகளும் அவசர ஊர்திகளும் செல்லும் பாதையாக மாறியிருந்தது.

இப்படியாக நாட்கள் நகர்ந்துகொண்டிருந்த ஒரு பொழுதில் தான், யாழ்ப்பாணம் பெரும் இக்கட்டுக்குள் மாட்டிவிட்ட நிலை ஏற்பட்டது. யாழ்ப்பாணம் பெரியாஸ்பத்திரி நிரம்பிவிட்டிருந்தது. அதனால் தொடர்ச்சியாகச் செல்லில் காயமுறும் காயக்காரர்களை உள்வாங்க

ஆதிலட்சுமி சிவகுமார் | 19

முடியாமற் திணறியது. மருத்துவ மனையில் போராளிகளுக்கு சிகிச்சை அளிப்பதாக கூறி அதற்கும் குண்டுகளை வீசக்கூடும் எனச் சிலர் பயமுறுத்தினர்.

அதனால் சிறு காயக்காரர்கள் மருத்துவமனைக்கு செல்லாமல் தனியார் மருத்துவர்களிடம் மருத்துவம் பெற்றதையும் காணமுடிந்தது.

இராணுவமோ தொடர்ச்சியாக மக்களை இலக்குவைத்து செல்களை ஏவிக்கொண்டிருந்தது. பலாலியில் இருந்து முன்னேறத் தொடங்கிய இராணுவம் பின்வாங்கவில்லை. சனங்கள் பெரும் அவலத்தைச் சுமந்துகொண்டிருந்த அந்தநாட்களின் மாலைப் பொழுதொன்றில், அவன் செய்வதறியாமல் உறைந்துபோயிருந்தான்.

"பெடியளின்ரை நீர்வேலி பங்கரை ஆமி பிடிச்சிட்டானாம்... இனி முழு யாழ்ப்பாணத்தையும் ஆமி பிடிச்சு தன்ரை கட்டுப்பாட்டுக்குள்ளை கொண்டு வந்திடுமாம்......." என்றும் வாய்வழியாக கதை பரவியது.

அந்த ஒரே இரவில், சனமெல்லாம் அல்லோல கல்லோலப்பட்டு அள்ளுப்பட்டு சாவகச்சேரிக்கும் வடமராட்சிக்கும் வன்னிக்கும் என இடம் பெயரத் தொடங்கினார்கள்....... அவனும் நண்பரும் எதுவும் செய்யமுடியாமல் தொடர்வண்டிப் பாதையில் நின்று, ஏதும் உண்மையான தகவல் அறியமுடியுமா என காத்திருந்தார்கள்.

அப்போது நண்பருக்கு பழக்கமான புடைவைக் கடைக்காரர் ஒருவர் வந்தார். அவரின் மகள் போராளியாக இருந்தாள். அந்தப் போராளி மகளின் பெயரையே அவர்தனது கடையின் பெயராகவும் வைத்திருந்தார். இயக்கத்திலும் அவருக்கு செல்வாக்கு இருந்தது என பின்னர் அவர்கள் நண்பர் மூலம் தெரிந்துகொண்டனர்.

"அண்ணை... ஏன் நிக்கிறியள்? ... செல்லை அடிச்சடிச்சு அவன் முன்னுக்கு வந்து கொண்டிருக்கிறான்.... இயக்கம் சனத்தை போர்ப் பகுதிகளிலை இருந்து வெளியேறி உயிருகளை காப்பாற்றுங்கோ எண்டு ரவுணுக்குள்ளை அறிவிப்பு செய்யுதாம்..... சனமெல்லாம் யாழ்ப்பாணத்தை விட்டு வெளிக்கிட்டு றோட்டுகளும் ஒழுங்கையளும் நிறைஞ்சு கிடக்கு.... நானும் கடைச்சாமான்களை ஏத்திப்போட்டன்...." என்றார் அந்தக் கடைக்காரர்.

"நாங்கள் ஒருத்தரும் அவங்களின்ரை கையிலை பிடிபடக்கூடாது..... ஆக்களில்லாத இடங்களைப் பிடிச்சு என்ன செய்வினம் எண்டொருக்கால் பாப்பம்...." என்று அவருடன் வந்த இன்னும் ஒருவர் கூறினார்.

செல்வராசுவுக்கு மனது குழம்பிப் போனது.

"சனத்தைவிட கடைக்காறருக்கும் இயக்கத்துக்கும் நெருங்கின தொடர்பு இருக்கும்... ஏனெண்டால் அவங்கள் இயக்கத்துக்கு மாதம்

மாதம் காசு குடுக்கிறவங்கள்... அதாலை கடைக்காரர் சொல்லுறது உண்மையாத்தான் இருக்கும்... நாங்கள் வெளிக்கிடுவம்..." செல்வராசுவின் அத்தான் பரபரத்தார்.

"அது சரி... எங்கை அத்தான் போறது...?... போய் தங்கிறதுக்கு இடம் வேணுமே..."

"செல்வராசு... குறை நினைக்காதேங்கோ... நான் நாலு பொம்பிளைப் பிள்ளையளை வைச்சிருக்கிறன்... அதுகளை பாதுகாக்கவேணும்...... நீங்கள் பாத்து உங்கடை வசதிப்படி எங்கையெண்டாலும் போங்கோ... நான் கடைக்காரரை கேட்டிட்டு அவையளோடை மட்டுவில் பக்கம் போகப் போறன்... அங்கை என்ரை மனுசியின்ரை ஒன்றுவிட்ட சகோதரி ஒராள் இருக்கிறா..... அவையிட்டை போறது நல்லது எண்டு மனுசி நினைக்கிறா........ " என்றார் அந்த நண்பர்.

சிறிது நேரம் அவனுக்கு என்ன செய்வதென்று விளங்கவேயில்லை.

"இவ்வளவு சனமும் போகுது தானே... முதலிலை உயிரைக் காப்பாற்ற இந்த இடத்தை விட்டுப் போவம்... போயிட்டு அடுத்த கட்டம் என்ன செய்யலாம் எண்டு யோசிப்பம்... என்றார் அவனுடைய அத்தான். அவர் இரத்த அழுத்த நோயாளி. எப்போதும் சட்டைப் பையில் குளிசைகளுடன் திரிபவர்.

"பிள்ளையளை கொண்டு போய் ஆற்றையும் வீடுவழிய வைச்சிருக்க ஏலுமே.... அவைக்கும் கரைச்சல்.. எங்களுக்கும் துன்பம்..." என அக்கா குழம்பத் தொடங்கினாள்.

"அதுக்காக பிள்ளையளோடை தெருத் தெருவா அலைய ஏலுமே.... முதலிலை நடப்பம்.... நடக்கேக்குள்ளை நினைவிலை ஆரும் வந்தா அங்கை போவம்...." என்றார் அத்தான்.

ஆனால், போய்த்தான் ஆகவேண்டிய சூழ்நிலையில் சிக்கியிருந்தார்கள். பிறகு பொறுமையாக அக்காவை, அம்மாவை, சோதியை இயல்பு நிலைக்கு கொண்டுவந்தார்கள்.

எல்லோரையும்போல அவர்களும் தங்களுக்கு தேவையான அத்தியாவசியமான பொருட்களை மட்டும் இரண்டு பைகளில் எடுத்துக்கொண்டார்கள்.

அன்று குழந்தை குமரனையும் சுமந்துகொண்டு புறப்பட்டது அவனின் குடும்பம். மிதிவண்டியில் குமரனுக்கு தேவையான பொருட்கள் அடங்கிய பை ஒன்றும். அவசரத்துக்கு தேவையான துணிமணிகளை கொண்ட பை ஒன்றும் கட்டிக்கொண்டு வந்தார்கள். செம்மணிவெளி தாண்டி, நாவற்குழிப்பாலத்தை தாண்டி வந்து கைதடிச் சந்தியில் சற்று இளைப்பாறலாம் என நினைத்தார்கள். அங்கே காயப்பட்டவர்களையும் அவசர நோயாளர்களையும் மீட்க வாகனமொன்று நின்றது.

அப்பகுதியில் சனங்களை குவிந்து நிற்கவேண்டாம் என்றும், வெவ்வேறு இடங்களுக்கு செல்லுமாறும் வாகனம் ஒன்றில் பொருத்தப்பட்ட ஒலிபெருக்கி மூலம் அறிவித்தல் வெளியிடப்பட்டுக் கொண்டிருந்தது.

"கோப்பாய் வெளியூடாக இராணுவம் முன்னேறி வரக்கூடும்..." எனச் சிலர் பேசிக்கொண்டார்கள்.

தவற விடப்பட்டவர்களையும் உறவினர்களையும் எதிர்பார்த்தபடி சனங்கள் அசையாமல் காத்திருந்தார்கள்.

அதற்குள் .... செல்கள் கூவிக்கொண்டு வந்தன. குவிந்து நின்ற சனங்கள் மீண்டும் அவசரமாக நடக்கத் தொடங்கினார்கள். தொடர்ந்து நடந்தார்கள்.

"உந்தப் பாலத்தைக் கடந்து உவ்வளவு சனமும் இஞ்சாலை வர ரெண்டு மூண்டு நாளாகும் போலை தெரியுது... அதுக்கிடையிலை அவன் சனத்தைப் பிடிச்சுப் போடுறானோ தெரியேல்லை....." என்று கலைப்பட்டாள் சோதி.

மட்டுவில்வரை ஊர்ந்து ஊர்ந்து வந்த கூட்டத்துடன் இணைந்து வந்தார்கள். மட்டுவிலுக்கு வந்துசேர மறுநாள் இரவாகிவிட்டிருந்தது.

அத்தானை அரசாங்க உத்தியோகத்தராக கொண்ட அக்கா குடும்பத்துடன் மட்டுவில் குடும்ப நண்பரின் வீட்டுக்கு வந்தார்கள். அங்கும் அள்ளு கொள்ளையாகச் சனம் வந்து குவிந்தது. வந்த சனத்தை சமாளிக்க அவர்களால் முடியவில்லை. அவர்களின் வீட்டுத் தாழ்வாரத்தின் அருகே கைப்பொருட்களை வைத்துவிட்டு காலாறினார்கள்.

பின்னர் அத்தானும் அக்காவும் தங்களுக்கு தெரிந்த இன்னுமொரு நண்பர் ஒருவரின் வீட்டிற்கு செல்லலாம் என்றனர்..... அவனுக்கு வீடுவீடாக அலைவதில் விருப்பற்று இருந்தது. அம்மாவின் உடல்நிலையும் தளர்ந்து கொண்டிருந்தது..

அவன் இன்னொரு தெரிந்த இடத்துக்கு போக நினைத்தான். அத்தான் மறுத்துவிட்டார். அத்தானை மீறி முடிவெடுக்க அக்கா தயங்கினாள். அம்மாவுக்கு அவனுடன் வரத்தான் விருப்பம் இருந்தது. ஆனால் அவவின் உடல்நிலை தொடர் பயணத்துக்கு ஒத்துவராதென அவன் பயந்தான். அம்மாவைவும் அக்காவின் குடும்பத்துடன் விட்டுவிட்டு தான் கிளிநொச்சிவரை வந்ததை இப்போது செல்வராசு நினைத்துப் பார்த்தான்.

சாவகச்சேரியில் வாகன ஓட்டுநரான சுரேஸ் இருந்தார். சில தடைவைகள் வாகனங்கள் திருத்துமிடத்தில் பழகிய பழக்கம்தான். அடிக்கடி வீட்டுக்கு வரச்சொல்லி சுரேஸ் கேட்பார். அதை நினைவில்

கொண்டு அங்குபோனார்கள். செல்வராசுவைக் கண்டதும் சுரேஸ் உரிமையோடு அரவணைத்தார். அவர் வீட்டில் சிலநாட்கள் இருந்தார்கள்.

அவர்களும் இரண்டு குழந்தைகளுடன் கூடிய இளங் குடும்பத்தினராக இருந்தார்கள். பெரும் வசதிகள் கொண்டிராத நிலையிலும் வந்த எல்லோரையும் பார்த்துப் பார்த்து தேவைகளை முடிந்தளவு நிறைவேற்றினார்கள். அவர்களின் காணிக்குள் இரண்டு கிணறுகள் இருந்தன.

அவர்களின் வீட்டுக்கு அண்மையாக பாடசாலை ஒன்றிருந்தது. பாடசாலையில் அடைக்கலம் புகுந்திருந்த சனங்களும் குளிக்க, காலைக்கடன் கழிக்க என்று அந்த வீட்டிற்கு வரத்தொடங்கினார்கள். அப்படி அந்தரித்து வருபவர்களை அவர்கள் தடுக்கவுமில்லை. சனங்கள் கூட என்பதால் அதிகாலையில் எழுந்து கக்கூஸ் வாசலில் வரிசையில் நிற்கவேண்டி எற்பட்டது. சில வேளைகளில் மதியம் வரையும் காத்திருக்கவேண்டி ஏற்பட்டது. காலையில் பார்த்தால் இரவோடிரவாக சனங்கள் கக்கூஸ் வாசலில் தண்ணீர் வாளிகளையும் பிளாஸ்டிக் போத்தல்களையும் வைத்திருப்பார்கள்.

அவர்கள் இருந்த வீட்டைச்சுற்றியும் சாலை ஓரங்களிலும் சனங்கள் நிரம்பி வழிந்தார்கள். அங்கும் குண்டுவீச்சு விமானங்கள் சுற்றுவதும், குண்டுகளைப் போடுவதுமாக துன்புறுத்திக் கொண்டிருந்தன. சோதி பயந்து கதி கலங்கினாள். அவளைச் சமாளிப்பதே பெரும்பாடாகி விட்டது அவனுக்கு.

சில சனங்கள் தென்மராட்சிப் பகுதியில் தரித்திருக்காது முன்கூட்டியே வன்னியை நோக்கி சென்றனர். வன்னிப்பகுதிக்கு செல்வது அவ்வளவு சுலபமான பயணமல்ல என்பது அவனுக்கு தெரிந்துதான் இருந்தது. எனினும் அங்கு போய்விடத் தான் அவனும் விரும்பினான்.

வன்னிப் பகுதி மன்னார், வவுனியா, கிளிநொச்சி, முல்லைத்தீவு மாவட்டங்களை உள்ளடக்கிய பெருநிலப்பரப்பு என்பதால் அங்கு செல்வதில் ஆபத்தில்லை என அவன் நினைத்தான். அதன்படி, இனி தாங்களும் போவதற்குரிய இடம் வன்னிப்பகுதி தான் என செல்வராசு முடிவு செய்து கொண்டான். ஏற்கனவே அங்கு ஏராளமான சனங்கள் போய்க்கொண்டிருந்தார்கள்.

எங்கு போவது? யாருடைய வீட்டில் தங்குவது? என்ற தீர்மானம் ஏதுமில்லை. ஏதோ பரதேசிக் கூட்டமாய் போகவேண்டியது தான் என எண்ணிக்கொண்டான்.

மேலே குண்டுவீச்சு விமானங்கள் சுற்றிக்கொண்டிருந்த ஒரு காலைப்பொழுதில் செல்வராசு அங்கிருந்து புறப்பட்டான்.

"இனி எனக்கும் நான் பிறந்த ஊருக்கும் உறவு இருக்காது. என்ரை உறவுகளை..... நண்பர்களை.... கோயில்களை... பள்ளிக்கூடங்களை... தோட்டங்களை... கிணறுகளை.... அலுவலகங்களை பார்க்க ஏலாது...." அவனின் உள்மனம் பெரிதாக அழுதது.

1990 இல் கண்டிவீதி என அழைக்கப்படுகின்ற ஏ 9 வீதி மூடப்பட்டு, யாழ்ப்பாண குடாவிற்கும் கிளிநொச்சிக்கும் இடையிலான தரைவழிப் போக்குவரத்து தடைப்பட்டிருந்தது. என்ன அவசரப்பயணம் என்றாலும் குடாநாட்டு மக்கள் கிளாலிக் கடல் நீரேரியைக் கடந்து பூநகரிக்கு வந்துதான் இலங்கையின் தென்பகுதிக்கு செல்லவேண்டும்.

இந்தப் பயணம் இலகுவானதல்ல. பெரும் ஆழமற்ற இக்கடல் நீரேரியில் இப்படிப் பயணிப்பவர்கள் மீது அடிக்கடி கடற்படையினர் தாக்குதல் நடத்துவதும் ஆபத்துகளின் மத்தியிலேதான் சனங்கள் பயணித்தார்கள்.

இப்படியான ஒரு பயணத்தின்போது தான் 1993இல் கிளாலிக் கடல் நீரேரியில் சனங்கள் பயணித்துக்கொண்டிருந்த படகை வழி மறித்து, வெட்டியும் குத்தியும் துப்பாக்கியால் சுட்டும் படுகொலை செய்தார்கள் கடற்படையினர். இப்படி அவ்வப்போது கொல்லப்பட்ட சனங்களின் எண்ணிக்கை ஆயிரக்கணக்கில் வரும் என அவனுக்கு தெரியும்.

இப்போது அந்தச் சம்பவங்கள் எல்லாம் அவனது மனதில் தோன்றி ஒருவித நடுக்கத்தை ஏற்படுத்திக்கொண்டிருந்தன.

கிளாலிக் கரையை நோக்கி சனக்கூட்டம் அலைமோதியது. அங்கும் வேவு விமானம் சுற்றிக்கொண்டிருந்தது. இடையிடையே செல்சத்தம் கேட்டவண்ணம் இருந்தது. பாதுகாப்பற்ற நிலையில் செல்களுக்கு அஞ்சியபடியே நடந்தார்கள். அவசரமாக காயப்பட்டவர்களையும் நோயாளிகளையும் முதலில் படகுகள் சுமந்து அக்கரைக்குச் செல்வதாக சொன்னார்கள்.

மிதிவண்டியின் சக்கரங்கள் கரைமணலில் உருள மறுத்தன. சோதியின் கையில் மகன் குமரன். உடம்பின் சக்தி முழுவதையும் ஒன்றாகி அவன் மிதிவண்டியை தள்ளிச்சென்றான்.

சோதி ஒற்றைக் கையால் மிதிவண்டியின் பின் இருக்கையில் பிடித்து தள்ளிக்கொண்டு வந்தாள்.

அவனுடைய முதுகில் பொருட்கள் அடங்கிய பை வேறு அழுத்தி உயிரை வாங்கிக்கொண்டிருந்தது.

ஒன்றுடன் ஒன்று கட்டி நான்கு ஐந்து படகுகளை சேர்த்து அக்கரைக்கு அனுப்புவதாக கரையில் நின்றவர்கள் கதைப்பது காதுகளில் விழுந்தது.

கரையில் செய்வதறியாது காத்திருந்தார்கள். அப்படிக் காத்திருந்தபோது.... கடவுளே நேரில் வந்து இறங்கியது போல, மடித்துக் கட்டிய சாரத்துடனும் முழுக்கைச் சேட்டுடனும் செல்லமணி வந்தான்.

ஒருவிதத்தில் அம்மாவழியில் செல்லமணி அவனுக்கு தம்பிமுறை. ஆனால் கொண்டாட்டம் பெரிதாக இல்லை. ஏதோ காண்கின்ற இடத்தில் தலையை சாய்க்கிற அளவான உறவு மட்டும்தான்.

கிளாலியூடாக பயணித்து இறங்குதுறையில் பொருட்கள் கட்டிவந்து வியாபாரம் செய்தவன் செல்லமணி. கிளாலிக் கடற்பயணத்தின் நெளிவு சுழிவுகள் அவனுக்கு அத்துப்படி என்பது செல்வராசுவின் கணிப்பாக இருந்தது. அவனைக் கண்டதும் செல்வராசுவுக்கு கண்கள் பனித்தன. செல்வராசுவை கண்டதும்,

"என்னண்ணை..... இதிலை நிக்கிறியள்.... அங்காலை போற திட்டமோ......" எனக் கேட்டான்.

"ஓம்.... தெரியாதே குழந்தையோடை இவவும் பயப்பிடுறா.... அங்காலை போறது நல்லதெண்டு பட்டுது....."

"பயப்பிடாதேங்கோ.... எப்பிடியும் உங்களை இண்டைக்கு நான் ஏத்திவிடுறன்.... இதிலையே இருங்கோ..... பிறகு தேடேலாது.... தெரியும்தானே.... சனங்கள் வந்துகொண்டிருக்குது..... இனி இனி.... தென்மராட்சியையும் ஆமி பிடிக்கப் பாப்பான்.... விளங்கின சனம் நேரத்தோடை போகுதுகள்..... "

என்றவன் மணலுக்குள் கால்கள் புதையப் புதைய நடந்து சனங்களுக்குள் மறைந்துபோனான்.

நேரம் நண்பகலை அண்மித்துக் கொண்டிருந்தது. சனங்கள் பரவலாக சோர்ந்து விட்டிருந்தார்கள். போத்தலில் கொண்டு வந்த தண்ணீரில் கொஞ்சத்தை குடித்தான்.

குழந்தை அழுத போதெல்லாம் சோதி அவனுக்கு பாலூட்டினாள். கடற்கரை வெயில் வறுத்து எடுத்தது. செல்லமணி மீதான நம்பிக்கை தேய்ந்து, வேறு வழி பார்க்கலாமோ என எண்ணியபடி மணலில் அமர்ந்திருந்தார்கள்.

மதியம் தாண்டிய பொழுதில் செல்லமணி அவசரமாக வந்தான்.

"அண்ணை.... நீங்கள் ரண்டு பேரும் தானே...... கெதியா வாங்கோ..... இரண்டு பேர் வரலாம் எண்டவங்கள்.... சுணங்கினால் வேற ஆக்களை ஏத்திப்போடுவாங்கள்... தெரியும்தானே....." என்றபடி நடந்தான் செல்லமணி.

செல்லமணியை ஊரில் சிலர் இராணுவத்தின் கைஆள் என்றார்கள். இன்னும் சிலர் அவன் போராளிகளின் ஒற்றனாக உள்ளே

போய்வருகிறான் என்றார்கள். அவன் எதைப்பற்றியும் அலட்டிக் கொண்டதில்லை.

ஒருவாறு செல்லமணி அவர்களை படகில் ஏற்றிவிட்டான். கண்கள் கலங்க இருவரும் செல்லமணிக்கு கை அசைத்தார்கள்.

"என்ரை பண்டித்தலைச்சி அம்மாவே.... கடலிலை ஒரு பிரகண்டமும் இல்லாம கொண்டுபோய் அங்காலை சேர்த்திடு தாயே...." என மனதுக்குள் வேண்டிக்கொண்டான் செல்வராசு.

ஆடி அசைந்து கொண்டிருந்த அலைகளை ஊடுருவி படகு நகர்ந்தது.

"நல்லவேளை முதற்படகிலேயே ஏறிவிட்டம்...." என்றான் சோதியிடம். அவள் வாய் திறக்காமல் இருந்தாள்.

அவளுக்கு இத்தனை வயதுக்கும் இதுதான் முதற் கடற்பயணம். கீரிமலைக்கு கூட சென்றதில்லை. முகத்தில் மிரட்சியுடன் குழந்தை குமரனை அணைத்திருந்தாள்.

பகற்பொழுது வெயில் கன்னத்தில் சுட்டது.

செல்வராசு பின்னால் திரும்பி பார்த்தான். பின்னால் வந்த படகுகளில் குழந்தைகளும் பெண்களும் அதிகமாகத் தெரிந்தார்கள்.

"நேவிக்காரன் கண்டால் கதை முடிஞ்சிடும்.... நாகதேவன்துறை நேவி செல்லாலை பொழிஞ்சு தள்ளுவான்...." என்றார் படகுக்குள் இருந்த ஒருவர்.

"ஆரது.... வாயை வச்சிட்டு சும்மா இருக்கவேணும்.... பயந்தபடி வாற சனத்தை குழப்பக்கூடாது...." என்றார் ஓட்டிகளில் ஒருவர்.

பிறகு யாரும் பேசவில்லை. சனங்களுடன் பேரமைதியையும் சுமந்து பயணித்த படகு கரையில் அனைவரையும் இறக்கியது.

இறங்கியதும் வந்த திசை பார்த்து கும்பிட்டான் செல்வராசு.

நீண்ட கடற்பயணம். எக்கணமும் கடற்படையினர் தாக்கக்கூடும் என்கின்ற அவலமான நிலை. இருந்தபோதும் தமது உயிரைப் பணயம்வைத்து சனங்களின் உயிர்களை பாதுகாக்க விரும்பிய ஓட்டிகள் சனங்களை அக்கரைக்கு கொண்டு சென்றார்கள். பணம் ஏதும் வாங்காமலே இந்த பணியை அவர்கள் மேற்கொண்டார்கள் என்பதையும் அவன் நன்றியோடு நினைத்துக்கொண்டான்.

குஞ்சு குழந்தைகளையும் அத்தியாவசிய பொருட்களையும் கொண்டு சனங்கள் அந்த ஆபத்துகள் நிறைந்த கடல் நீரேரியைக் கடக்கத் தலைப்பட்டனர். அந்த நேரத்தில் அவர்களே கடவுள்களாகத் தோன்றினர். அந்த ஓட்டிகள் ஒருவரிடமும் பணம் வசூலிக்கவில்லை.

கடற்புலிகளின் படகுகளும் சுற்றிச் சுற்றி சனங்களின் பயணத்துக்கு பாதுகாப்பு வழங்கிக்கொண்டிருந்தார்கள் என்பதை செல்வராசு நினைத்துக் கொண்டான்.

சனங்கள் களைத்து வந்த நிலையில் நிர்வாக சேவைத் தொண்டர்கள் பெரிய வாகனத்தில் வைத்து சனங்களுக்கு இலவசமாக தேநீரும் பாணும் வழங்கினார்கள். செல்வராசுவும் வரிசையில் நின்று பாணும் தேநீரும் வாங்கினான்.

சீறாமல் சினக்காமல் தொண்டர்கள் சனங்களுக்கு கேட்டுக் கேட்டு உதவிகளைச் செய்தார்கள்.

அங்கிருந்து சனங்கள் எங்கு போக விரும்புகிறார்களோ அந்தந்த இடங்களுக்கு போக நிர்வாகசேவையினர் போக்குவரத்து ஒழுங்கு செய்துகொண்டிருந்தனர். மறுநாள் இரவு அவனும் சோதியும் குமரனையும் சில உடைமைகளையும் தாங்கியபடி, ஒரு தட்டிவானில் ஏறமுடிந்தது.

குண்டுங்குழியுமாக கிடந்த வீதியில் தட்டிவான் சரிகின்ற ஒவ்வொரு தடைவையும் உயிர் போய்மீண்ட உணர்வு ஏற்பட்டது. உயிர் அச்சத்துடன் பயணித்து அவர்கள் முழங்காவில் வந்தார்கள். முழங்காவிலில் இறங்கியபோது நிலம் வெளுத்திருந்தது. அச்சமற்ற பாதுகாப்பான இடத்துக்கு வந்துவிட்டதாக மனம் நிம்மதியடைந்தது.

அம்மாவிற்கோ அக்கா குடும்பத்திற்கோ தகவல் ஏதும் தெரிவிக்க முடியவில்லை. அவர்கள் மட்டுவிலில் இருக்கிறார்களா அல்லது வேறு இடத்துக்கு இடம் பெயர்ந்துவிட்டார்களா என அறிய முடியாதிருந்தது.

அத்தானின் தூரத்து உறவினரான கணேசலிங்கம் என்பவர் முழங்காவில் சங்கக்கடை முகாமையாளராக இருந்தார். அத்தான் எழுதித் தந்த கடிதத்துடன் வந்து, பலரிடம் விசாரித்து இடத்தை கண்டு பிடித்தார்கள்.

அவரது வீடு சீமெந்துக் கற்களால் கட்டப்பட்டு பனை ஓலையால் வேயப்பட்டிருந்தது. இரண்டு அறைகள் இருந்தன. ஒன்றை இவர்களுக்காக ஒதுக்கித் தந்தார்கள். மலசலகூடமும் இருந்தது. மிக ஆழமான கிணற்றில் இருந்து நீர் இறைக்கும் இயந்திரத்தின் மூலம் பெரிய தொட்டியில் தண்ணீர் இறைத்துவிடுவார்கள். வெட்டை வெளியில் நின்றுதான் குளிக்கவேண்டியிருந்தது. அதனால் இரவிலேயே சோதி குளித்தாள்.

கணேசலிங்கத்தின் மனைவி ஜெயபுரத்தில் இயங்கிக்கொண்டிருந்த பூநகரி மகா வித்தியாலயத்தில் கணிதபாட ஆசிரியையாக இருந்தார். காலையில் கணவர் சங்கக்கடைக்கும், மனைவி பாடசாலைக்கும் சென்றுவிடுவார்கள். எந்தவிதமான சோலிகளும் அற்று நாட்கள் கழிந்தன. அவர்களின் வீட்டில் சிலநாட்கள் தங்கினார்கள்.

யாழ்ப்பாண கடல்நீரேரிக்கு தெற்காக பூநகரிப் பிரதேசத்தில் ஒரு கிராமமாக முழங்காவில் இருந்தது.

முழங்காவில் நாச்சிக்குடா கடற்கரையில் நல்ல மீன்கள் வாங்க முடிந்தது. ஒரே சமையல் அறையில் வேறு வேறாகச் சமையல் நடந்தது. ஜெயபுரம் என்கின்ற கிராமத்தில் பெரிய சந்தை ஒன்று இயங்கியது. பெருமரங்கள் அடர்ந்த பகுதி அது. மிகவும் மலிவாக அங்கு பொருட்கள் வாங்க முடிந்தது. உடைகள், சமையற்பாத்திரங்கள் என எல்லாமே கிடைத்தன. கணேசலிங்கத்தின் சயிக்கிளை எடுத்துக்கொண்டு ஜெயபுரம் சந்தைக்குச் சென்று தேவையான பொருட்களை வாங்கிவரவும் முடிந்தது அவனுக்கு.

அங்குதான் ஒருமனிதரின் அறிமுகம் கிடைத்தது அவனுக்கு. அவரின் மகன் ஒருவன் யாழ்ப்பாணத்தில் இராணுவத்துடன் நடந்த மோதல் ஒன்றில் வீரச்சாவடைந்து விட்டதாக அவர் கூறினார். மகளும் ஒருத்தி கடற்புலிப் போராளியாக இருப்பதாக அவர் சொன்னார். மிகவும் எளிமையாகவும் அன்பாகவும் அவர் இருந்தார். அவருடன் அவனுக்கு நெருக்கம் ஏற்பட்டது.

சோதியையும் குமரனையும் ஏற்றிக் கொண்டு சயிக்கிளில் ஒருநாள் அவன் அந்த மனிதரின் வீட்டுக்கு சென்றான். மண்குடிசை என்றாலும் அவர்களின் மனது விசாலித்திருந்தது.

பின்பொருநாள் அந்த மனிதரின் மகளும் தாக்குதல் ஒன்றில் வீரச்சாவடைந்துவிட்டாள்.

முழங்காவிலில் கணேசலிங்கத்துக்கு பழக்கமான பல குடும்பங்கள் வந்துவிட்டிருந்தன. எல்லோரையும் சமாளிப்பது அவர்களுக்கு சிரமமாகியது.

பிறகு ஆனைவிழுந்தானில் சந்தை வியாபாரியான செல்வரத்தினம் ஐயாவின் காணிக்குள் சிறு கொட்டில் அமைத்து ஓரிரு மாதங்கள் தங்கினார்கள். அந்த குடும்பத்தில் இரண்டு மாவீரர்கள். அவரின் ஒரே மகள் மாவீரரானபோது அவரால் தாங்கிக்கொள்ள முடியவில்லை என அறிந்தான்.

அங்கிருந்து அக்கராயனில் சுப்பிரமணியண்ணர் வீட்டில் தங்கியிருந்தார்கள். அங்கு தண்ணீருக்காக கடுந்தவம் இருக்க வேண்டியிருந்தது. வயதானவர்களையும் குழந்தைகளையும் இடித்து நெருக்கி தண்ணீர் நிரப்பிவர அவன் மனம் இடமளிக்கவில்லை. அவருடன் கிளிநொச்சிக்கு வந்து வந்து இடம் தேடித் திரிந்தான். கடைசியாக கிளிநொச்சி உயர்மின்வலு மாற்று நிலையத்துக்கு அண்மையில் உள்ள ஒருவீட்டிற்கு இடம்மாறி வந்தான்.

அதிலும் ஆனைவிழுந்தானில் இருந்த நாட்களில் யானைகளிடம் ஒவ்வொரு இரவும் உயிருக்குப் போராட வேண்டி இருந்தது. யானைகளின்

பிளிறலும் சனங்கள் அவற்றை விரட்ட எழுப்பும் ஒலியும் கிலியூட்டின. இரவுகளிற் தூங்க முடியாதிருந்தது. பகலில் அயலவர்கள் கூறும் திகில் நிறைந்த கதைகளை கேட்டுக்கேட்டு சோதி சலித்துப்போனாள்.

சோதி யாழ்ப்பாணத்தின் இறுக்கமான கட்டுப்பாடுகள் மிகுந்த கிராமம் ஒன்றில் பிறந்து வளர்ந்தவள். அவளின் குடும்பத்தில் சம்பிரதாயங்கள் அதிகம். படிப்பததற்காக மருதனார் மடத்திலிருந்த இராமநாதன் கல்லூரிவரை நடந்து சென்று வந்தவள். யாழ்ப்பாணம் புடைவைக் கடைகளுக்கு கூட தனியாகப் போக அஞ்சுபவள். எங்கு போனாலும் அவனையும் துணைக்கு அழைத்துச் செல்பவள். ஒவ்வொரு இடமாக அலைகையில், அவளைச் சமாதானப்படுத்துவது பெரும்பாடாக இருந்தது.

சனக்கூட்டத்துக்குள் குளிக்கவோ, இயற்கை கடன்களை கழிக்கவோ உணவு உண்ணவோ மறுத்து அடம்பிடித்தாள். தெரியாத ஆட்களுடன் முகம் கொடுத்துப் பழக வெட்கப்பட்டாள்.

இப்போது'அங்கை ஆமிக்காரங்கள் சாகடிக்கப் போறாங்கள் எண்டு பயந்து ஓடிவந்தால்... இஞ்சை யானை மிதிச்சு சாகப்போறம் போலை.....' என்று அழுதாள்.

கிளிநொச்சி யாழ்ப்பாணத்துச் சனங்களின் வரவால் கலை கட்டத்தொடங்கி இருந்தது. கிளிநொச்சியில் முன்னர் இருந்த சிங்களப் பாடசாலையருகே வசித்த, அப்பாவின் நண்பன் ஒருவரை பலநாட்கள் தேடி ஒருவாறு கண்டுபிடித்தான். அப்பாவின் பெயரைச் சொன்னதுமே மிகவும் அன்பாக எல்லாவற்றையும் விசாரித்தார். அவர் அங்கு கோயில் ஒன்றின் நிர்வாகத் தலைவராக இருந்தார். அவருடைய காணிக்குள் கொட்டில் ஒன்றைப் போட்டுத் தங்கினார்கள். அவனுடைய குடும்பத்தைப் போல் பல குடும்பங்கள் அந்தக் காணிக்குள் குடியேறின.

அவருடைய மரவள்ளித் தோட்டம்தான் வந்த சனமெல்லோருக்கும் கழிப்பிடமானது. மழைவெள்ளம் எல்லாவற்றையும் கரைத்துக்கொண்டு அவனின் வாசலூடாக ஏனைய பள்ளமான பகுதியை நோக்கி ஓடியது.

எல்லாவற்றையும் நினைக்க அவனுக்குள் நெடுமூச்சு பிரிந்தது.

புள்ளி – 2

எத்தனை இடப்பெயர்வுகள். எத்தனை உயிரிழப்புகளை தாங்கியாகிவிட்டது என்ற வேதனை அவனுக்குள் சுரந்தது...... அவனுடன் படித்த விக்கியும் மகேசும் யாழ்ப்பாணம் பூநாறி மடத்தடிச் சந்தியில் உந்துருளியில் சென்றுகொண்டிருந்த போது செல்லடியில் இறந்து கிடந்த கோலத்தை என்றும் அவனால் மறக்க முடியாது என நினைத்துக் கொண்டான். அவர்களும் அவனைப் போல இளங் குடும்பகாரர்கள் தான். சிறு குழந்தைகளின் அப்பாக்கள் தான். எல்லாவற்றையும் நினைக்க மனம் சஞ்சலப்பட்டுக் கொண்டிருந்தது. எங்கேனும் நிலைத்திருக்க முடியாத தமிழ்ச்சனத்தின் தலைவிதியை நொந்துகொண்டது அவன் மனது.

திடீரென்று ஏதோ பொறி தட்டியது போல கடைக்கார நாதன் அண்ணையின் நினைவு வந்தது. நாதன் அண்ணை கிளிநொச்சியின் மூத்த தலைமுறையை சேர்ந்தவர். அவரது தகப்பன் சின்னதுரை. ஒருதடைவை மலைநாட்டில் ஏற்பட்ட கடுங்காய்ச்சலால் தாக்கப்பட்ட சின்னதுரை இறந்த பின்பு அவர்களால் அங்கு வாழ்வது இயலாதென ஆகிப்போனது. மலையகத்தில் அடிக்கடி வன்முறைகள் நிகழ்ந்தன.

அந்த வன்முறைகளின் மத்தியில் வாழமுடியாத சூழ்நிலையில், அவரை சிறுவனாக கையிற் பிடித்தபடியே அவருடைய தாய் வன்னிக்கு வந்தாராம். நாதன் அண்ணை நெகிழ்வுடன் சொல்லியிருக்கிறார். கிளிநொச்சியில் வாழ்ந்தாலும் தனது தாய்நிலம் மலையகமே என்றுதான் சொல்லுவார் அவர்.

19 ம் நூற்றாண்டில் இந்தியாவிலிருந்து தங்களது மூதாதையரை இலங்கையின் மலையகத்துக்கு இழுத்து வந்த வெள்ளைக்கார ஆட்சியாளர்கள் மீது நாதன் அண்ணருக்கு இப்போதும் சினமுண்டு. அவர்களுடைய இன, மத, அரசியல் ஆதாயங்களுக்காக பெரும்பான்மையின தலைவர்கள் தங்களுடைய இனத்தை முதுகிலே குற்றியதாக அவர் எப்போதும் சொல்லி வருத்தப்படுவார்.

வெள்ளைக்காரர்கள் தான் தங்களை அடிமையாக்கினார்கள் என்றால் மற்ற மற்ற இனத்தவர்களும் தங்களை ஒடுக்கியதை தான் தன்னால் ஏற்றுக்கொள்ள முடியாதெனவும் அவர் சொல்லியிருக்கிறார். அப்போது ஏனோ குற்ற உணர்வில் அவனும் தலையை குனிந்துகொள்வான். அதற்கான பிராயச்சித்தம் எதையாவது தன் வாழ்நாளிற் செய்துவிடவேண்டும் என்றும் நினைத்துக்கொள்வான். ஆனால் நாதனண்ணை ஒருபோதும் சாதி, மத, வர்க்க வேறுபாடு

கொண்டிருக்கவில்லை. அந்தவகையில் அவர்மீது செல்வராசுவுக்கு பெருமதிப்பிருந்தது.

1948 இல் கொண்டுவரப்பட்ட இலங்கை குடியுரிமைச்சட்டத்திற்கு ஏற்ப, தங்களின் முன்னோர்கள் தமது குடியுரிமையை நிலைநிறுத்த இயலாமற்போன வரலாற்றுக் காயத்தை அவர் இன்னமும் சுமந்திருப்பதை செல்வராசு அறிவான்.

மலையகத்தில் வாழமுடியாமல் இடம்பெயர்ந்த தனது மூதாதையர்கள் வாழ்வதற்காக பட்ட துன்பம் எல்லாவற்றையும் அவர் கதைகதையாக சொல்லுவார். அவரிடம் இருந்தும் தான் அவனும் முந்தைய வரலாற்றை அறிந்திருக்கின்றான். அவர் வரலாற்றையும் அரசியலையும் பற்றி எப்போதும் தர்க்கபூர்வமாகத்தான் கதைப்பார். ஒவ்வொரு கேள்வியையும் கேட்டு அதற்கு பதிலாக அவர் சொல்லும் கதைகளில் உண்மை மேலாங்கித் தெரியும்.

இலங்கை குடியுரிமைச்சட்டம் எங்களுக்கு என்ன பெயரைத் தந்தது தெரியுமோ?.... என கேட்டுவிட்டு, சில கணங்கள் வேறு வேலைகளில் ஈடுபடுவார்.

பின்னர், "இலங்கையின்ரை பொருளாதாரத்தை இப்பவும் உலக அரங்கிலை உயர்த்திக் கொண்டிருக்கிற தொழிலாளர்களான எங்களை அது நாடற்றவர்கள் ஆக்கிச்சுது..." என்பார் குரலைத் தாழ்த்தி.

நாதன் அண்ணை தான் அவனுக்கு சி.வி. வேலுப்பிள்ளை என்ற எழுத்தாளரின் நூலை அறிமுகப்படுத்தினார். அவர் எழுதிய இலங்கைத் தேயிலைத் தோட்டத்திலே, வீடற்றவன் போன்ற நூல்களை செல்வராசு படித்துமிருக்கிறான்.

நாதன் அண்ணை ஸ்ரீலங்கா சுதந்திரக் கட்சியின் நீண்டகால ஆதரவாளராக இருந்தவர். தமிழர்களை ஒடுக்குவதில் ஐக்கிய தேசியக்கட்சிக்கு எவ்விதத்திலும் குறையாத அக் கட்சிக்கான ஆதரவை பின்நாளில் கைவிட்டு, தமிழர்களின் மீதான இன ஒடுக்குமுறையை எதிர்த்து நிற்பவர் அவர். இயக்கப் போராளிகள் அவரது கடையடிக்கு எப்போது வந்தாலும் காசை எதிர்பார்க்காமல் போண்டாவும் தேநீரும் கொடுப்பவர். எங்கே வீரச்சாவு என அறிவித்தாலும் அப்பகுதியில் முதலில் அவரது கடையில் மஞ்சள்சிவப்பு கொடிகள் பறக்கும்.

மாவீரர்வாரத்தை ஒட்டி நடக்கும் சிரமதானப் பணிகள் மற்றும் மாவீரர் பெற்றோர் மதிப்பளிப்பு நிகழ்வுகள் எல்லாம் அவருடைய பங்களிப்புடனும் ஆதரவுடனும் தான் நடக்கும்.

அவரின் உறவினர்கள் பலரும் அருகருகே வீடுகள் கட்டிக்கொண்டு வசதியாக இருந்தார்கள். எல்லோருக்கும் அவர்மீது மிகுந்த மரியாதை உண்டு. அவரும் எல்லோரையும் மதித்து நடந்தார். கல்வியால் ஏற்படும்

உயர்வுதான் சமுகத்தில் அனைவரையும் சமமாக வாழவைக்கும் என்று அடிக்கடி கூறுவார். தன் பிள்ளைகளின் கல்வியிலும் கடும் அக்கறை காட்டினார். பாடசாலைக்கு போகாமல் கடைக்கு பொருட்கள் வாங்கவரும் சிறுவர்களை அன்பாக கண்டிப்பார்.

அவர் இரவிரவாக தனது கடையை பூட்டாமல் வைத்திருக்கப் போவதாக சொல்லியிருந்தது நினைவில் வந்தது செல்வராசுவுக்கு. இடம்பெயர்ந்து போகிற சனங்கள் களைப்பில் தன்கடையில் தேநீர் குடிப்பார்கள் என்பது அவரின் எதிர்பார்ப்பாக இருக்கலாம் என செல்வராசு நினைத்துக்கொண்டான்.

பல்கூடத் துலக்கிக் கொள்ளாமல் கால்களில் செருப்பை மாட்டிக்கொண்டு நாதன் அண்ணரின் கடைவரை நடந்தான். அங்கு வழமையாக கூடும் ஆட்கள் எவரும் இல்லை.

"நாதன் மாலா மளிகைப்பொருள் வாணிபம்"என்ற பெயர்ப்பலகை வழைமைபோல் வரவேற்க, கடை திறந்திருந்தது. முருகண்டிக்கும் இரணைமடுச் சந்திக்கும் இடையில் வழிப்போக்கர்களாலும் நுகர்வோராலும் நன்கறியப்பட்ட கடையாக இருந்தது நாதன் கடை. நாதன் அண்ணை வழமைபோல, இடுப்பில் உடுத்தியிருந்த சாரத்துக்கு மேலாக தனது பெரிய தொந்தி தொங்க, பேப்பரில் ஏதோ சரைகள் சுற்றிக்கொண்டிருந்தார். வழக்கம்போல் பத்திரிகை படித்தபடியே தேநீரை உறிஞ்சும் யாரும் அங்கு இல்லை. கடையின் முன்னால் போடப்பட்டிருந்த வாங்கு வெறிச்சோடிக்கிடந்தது.

"நாதன் அண்ணை என்ன மாதிரி?... என்றான்...

"ஆமி... மல்லாவிக்கு வந்திட்டான் எண்டு கேள்வி...இன்னொரு இரண்டுமூண்டு நாளைக்குப் பிறகு இங்கையும் இருக்கேலாது எண்டு நினைக்கிறன்..." என்றார்.

"என்னண்ணை பெடியள் அடிக்கிற உவளவு செல்லுக்கும் அசைஞ்சு குடாமல் முன்னேறுறான்....."

"முன்னுக்கு வரவிட்டுட்டு தானே நம்மட ஆக்களும் அடிப்பாங்கள் செல்வராசு..." "அதுக்கு இவளவு தூரம் வரவிடுறதோ?...... பிறகு கலைக்கிறதுக்கு எவ்வளவு கஸ்டப்படவேணும்?... எத்தினை போராளியள் உயிரை இழக்கவேணும்?...." என்று கேட்டான் அவரிடம்.

"உந்தக் கேள்விய நீயோ நானோ கேக்க கூடாது செல்வராசு... ஏனெண்டா என்ர பிள்ளையள் இரண்டு வெளிநாட்டிலை வசதியா வாழுதுகள்... ரெண்டு இந்தியாவிலை எந்தக் கஸ்டமும் தெரியாம நிண்டு படிக்குதுகள்.... உன்ர சின்னப் பிள்ளையள் எண்டாலும் நல்லவடிவா படிக்குதுகள்....... மனச்சாட்சி இல்லாம ஆரும் பெத்தபிள்ளையள பாத்து ஏன் ஆமியள வரவிடுறியள் எண்டு நாங்கள் கேக்கலாமோ?...... இந்தக்

கேள்வியக் கேக்க எங்களுக்கு என்ன அருகதைஇருக்கு? ...ம்......' என்றார் அவர் தன்பாணியில்.

"ஏனண்ணை...... நாங்கள்... எங்களாலை முடிஞ்ச அளவிலை ஏதோ போராட்டத்துக்கு பங்களிப்பு செய்யிறம் தானே......"

"செல்வராசு...... நாங்கள் போராளியளுக்கு சாப்பாடு குடுக்கலாம்.... காசு குடுக்கலாம்.... கொடிகட்டலாம்...... பூபோட்டு கும்பிடலாம்... ஆனா இதுகளெல்லாம் அதுகளின்ர ரத்தத்துக்கோ உயிர்களுக்கோ ஈடாகுமோ தம்பி...... நினைச்சுப்பார்.... "

நாதனின் அந்தக் கேள்வி அவனுக்குள் நுழைந்து என்னவோ செய்வது போல அவன் உணர்ந்தான். எதுவும் பேசமுடியாமல் நின்ற அவனை ஒருதரம் பார்த்துவிட்டு,

"நாங்களும் அங்கால விசுவமடுப்பக்கம் போகலாம் எண்டுதான் யோசிக்கிறம்........ மனுசிக்காறியும் செல் சத்தத்துக்கு நல்லாப்பயப்பிடுறா.... அதோட இங்கையும் சனம் குறைஞ்சுபோச்சு.... அங்கால போனாத்தான் சாப்பாட்டுக்காவது ஏதாவது தொழில் செய்யலாம்...."

"......................."

"நீயும் ஏதாவது யோசி செல்வராசு...... மாங்குளத்து சனங்களும் போகுதுகள்... நாங்கள் தனிய இருந்து இங்க என்ன செய்யிறது..... கிபிர்க்காரனும் இப்ப அடிக்கடி வாறான்.. மதம்பிடிச்ச யாலை போலை விமானங்களும் அலையுது... அவனுக்கு இனி இலக்கெண்டு எதுவும் கிடையாது... எங்கையும் அடிக்கப்பாப்பான்... நான் உன்னை எதுவும் செய்யச் சொல்லமாட்டன்... ஏதோ யோசிச்சு நீயாக முடிவெடு செல்வராசு.... அதுதான் உனக்கு நல்லது......."

"சரியண்ணை...."

சோர்ந்து போனவனாக வீட்டுக்கு வந்தான் செல்வராசு.

செல்வராசுவின் மனதுக்குள் அவனையும் மீறி ஓர் உணர்வு உறுத்திக் ;கொண்டிருந்தது. இனியும் இங்கே இருப்பது புத்திசாலித்தனம் அல்ல என்பதாக அந்த உணர்வு உந்தியது.

வீட்டின் பின்பக்கமாகச் சென்று தன்னுடைய உழவு இயந்திரத்தை இயக்கி மாமரத்தை சுற்றி வந்து வாசலில் நிறுத்திவிட்டு இறங்கி இரண்டு கேற்றுகளையும் அகலத் திறந்தான். பின்னர் உள்ளே வந்தான்.

"உவ்வளவு அமளியா சத்தங்கள் கேக்குது... இப்ப எங்க மிசினோடை வெளிக்கிடுறியள்?...." பதுங்குகுழியின் வாசலில் வந்து எட்டிப்பார்த்து, அவனின் மனைவி சற்று அதட்டுவதுபோல கேட்டாள்.

அவன் மீண்டும் வீட்டை அண்ணாந்து பார்த்தான். மனது ஒருதரம் கலங்கியது. வாயைக்கட்டி, வயிற்றைக்கட்டி சீட்டாக கட்டி இந்த

வீட்டை வாங்கி நிம்மதியாக வாழ முடியவில்லையே என நினைத்தபோது பெருந்துயரமாக இருந்தது... வீட்டை வாங்குவதற்கு அவன் பட்ட சிரமங்கள்.... முதலில் சொன்ன விலையிலிருந்து மூன்றாம்நாள் இன்னொரு விலை. அதற்குள் அந்தவீட்டை வாங்க வேறு ஆட்களும் போட்டியாகத் திரிவதாக கதை. எல்லாவற்றுடனும் எல்லாருடனும் போராடித்தான் இந்த வீட்டை வாங்கினான்.

"எல்லாச் சனங்களும் இடம்பெயர்ந்து போகுதுகள்.... இங்காலயும் இனி அமளியா செல்லுகள் வரும் போல கிடக்கு.... நாங்களும் கட்டிவைச்சிருக்கிற சாமானுகளை மிசினிலை ஏத்துவம்....." என்றான் மனைவியிடம்.

"எல்லாத்தையும் ஏத்தி எங்கையப்பா இறக்கிறது...... இங்கால இருக்கிற சனங்கள் அங்கால போகுதுகள்... அங்கால இருக்கிற சனங்கள் இங்கால வருகுதுகள்... என்ன நடக்குதெண்டே விளங்குதில்லை...."

"ஏதோ நடக்க வேண்டியதுகள் நடக்குந்தானே.... நீயேன் குழம்புறாய் சோதி?... குமரன் எங்க போட்டான்?..."

"அவன் எங்க போறது... அந்தா பங்கருக்கை கிடக்குறான்......."

"ம்..... அவனையொத்த பிள்ளையளும்தானே முன்னால நிண்டு ஆமியோட அடிபடுதுகள்.... எழுப்பு அவனை.... சாமானுகளை ஏத்தவேணும்.... சுந்தரம் அண்ணையும் எங்களோடைதான் வாறதெண்டவர்..."

"எல்லாரையும் ஏத்திக்கொண்டு எங்கையப்பா போகப்போறியள்?.... எங்களுக்கு உறவெண்டு சொல்ல அந்தப்பக்கம ஒருத்தர் கூட இல்லை....."

"அதுக்கு ஒரு இடமிருக்கு சோதி.... உடையார்கட்டிலை எனக்கு தெரிஞ்ச ஆள் இருக்கிறார்.... அது பெரிய காணி... அங்கபோகலாம்... பிரச்சினை இல்லை.... சுந்தரம் அண்ணையாக்களும் பாவம்... அதுகளுக்கு எங்களை விட்டால் ஆருமில்லை.... சரியான பயந்த மனுசன்.... அவவும் பாவம்..... எங்கையாவது போனால் தங்கட குடும்பத்தையும் கூட்டிக்கொண்டு போகச்சொல்லி கேட்கிறவர். அவையளும் எங்களோடை வந்தால் ஒருவருக்கொருவர் உதவியாயும் இருக்கும் கூட்டிக்கொண்டு போவம்....." என்றவன், சோதியிடம்

"மினைக்கெடாம சாமான்கள் எல்லாத்தையும் பாத்து ஒழுங்குபண்ணு...." எனச் சொல்லிவிட்டு, சுந்தரத்தின் வீட்டிற்குப் போனான்.

அவரும் அடுத்தகட்டம் என்னவோ என்னவோ என்று அலைபாய்ந்தபடி தான் காணப்பட்டார். மிகுந்த அச்சம் அவரின் முகத்தில் தெரிந்தது.

அவரது குடும்பத்தினரும் பொருட்களை மூட்டைகட்டி இடப்பெயர்வுக்கு ஆயத்தமாக இருந்தார்கள்.

"அவசரத்துக்கு பயன்படுற சாமானுகளை மட்டும்தான் எடுத்துக்கொண்டு வாறம்.... எல்லாத்தையும் கட்டிக்காவி கொண்டு திரிய ஏலாது....."

என்றார் அவர்.

சுந்தரம் அண்ணரின் மனைவி அழகாக சேலை உடுத்தி ஏதோ சுற்றலாவுக்கு புறப்படுவது போல தயாராக நின்றார்.

செல்வராசு உழவூர்தியில் அவர்களின் பொருட்களை முதலில் ஏற்றினான். பின்னர், வீட்டுக்கு வந்து இருவருமாக செல்வராசு வீட்டுப் பொருட்களை ஏற்றினார்கள்.

செல்வராசு வீட்டுச்சாமான்களும் சுந்தரம் வீட்டுசாமான்களும் உடையார்கட்டுக்கு செல்ல ஆயத்தமாகின...

முல்லைத்தீவு மாவட்டத்தின் உடையார்கட்டு வன்னியின் மிகப் பழைமையான கிராமம். புதுக்குடியிருப்பு பிரதேச சபையின் நிர்வாகத்துக்கு உட்பட்டது. செல்வராசு அங்கு பல தடவைகள் சென்றிருக்கிறான்.

1960இல் திருமதி ஸ்ரீமாவோ பண்டாரநாயக்க இலங்கையின் முதலாவது பெண் பிரதமராக பதவியில் இருந்தார். அவர் நாட்டின் திறந்த பொருளாதார கொள்கையை நிராகரித்து, சுதேசிய உற்பத்திக்கு முக்கியத்துவமளித்தார். அதன் அடிப்படையில் இறக்குமதிப் பொருட்களுக்கு தடை விதித்தார் என அவன் படித்திருக்கின்றான்.

நாடு முழுவதும் உணவுப் பொருட்களுக்கு தட்டுப்பாடு ஏற்பட்டது. கூட்டுறவு கடைகள் மூலம் உணவுப் பொருட்களை வழங்கும் திட்டம் அறிமுகமானது. ஆனால் அந்த உணவுப்பொருட்கள் சனங்களுக்கு போதாமல் இருந்தன...

செல்வராசுவின் அக்காவும் பாண் வாங்குவதற்காக செல்லும் அம்மாவுடன் விடிகாலை மூன்று மணிக்கு எழும்பி சங்கக்கடை வாசலில் வரிசையில் நின்றதாக முன்னர் சொல்லுவாள்.

அவனுடைய மாமாவின் நண்பரான இராதாகிருஸ்ணன் என்பவர்தான் சங்கக்கடை முகாமையாளராக இருந்ததாக அக்கா சொல்வாள். அப்போது அவரின் பிள்ளைகள் அக்காவுடன் படித்துக்கொண்டிருந்தார்கள். இராதாகிருஸ்ணனின் மனைவி ஊர்ப் பெண்களுக்கு சட்டைகள், சாறி பிளவுசுகள் தைத்து மிகவும் பிரபலமாக இருந்தா என்றும், அயற்கிராம பெண்களும் அங்கு உடைகள் தைக்க வந்து போவதாகவும் அக்கா கூறியதையும் அவன் நினைத்துக் கொண்டான்.

பசியும் பஞ்சமும் வாட்டத் தொடங்கிய அந்தக் காலத்தில் தான் தரிசாக கிடந்த வன்னி நிலப்பரப்பை நோக்கி யாழ்ப்பாணத்தின் படித்த, வேலையில்லாமற் திண்டாடிக்கொண்டிருந்த இளைஞர்கள் பலர் வந்தார்கள் என்றும், அப்படி வந்து உடையார் கட்டில் தானும் குடியேறியதாக ஒருமுறை ஐயா கதையோடு கதையாக சொல்லியது நினைவு வந்தது அவனுக்கு.

அவனது பழைய வீட்டின் கூரையை வேய்வதற்கு கிடுகுகள் தேவைப்பட்ட போது, தரகர் ஒருவர் அறிமுகம் செய்து வைத்ததால் தான் அவனுக்கு ஐயாவை தெரியவந்தது.

கிடுகு ஏற்ற உடையார்கட்டில் இருந்த ஐயாவின் வீட்டுக்கு அவன் சென்ற போது, அவர் காட்டிய அன்பும், அவர் பழகிக் கொண்ட முறையும் அவர்மீது பெருமதிப்பை ஏற்படுத்தியது. அன்றிலிருந்து பரந்தன் சந்தியை கடந்து உள்ளே எங்கே போனாலும் ஐயாவிடமும் ஒருமுறை போய், பார்த்துவிட்டு தான் செல்வராசு வருவான்.

அந்தக் காலத்தில் காடாக கிடந்த நிலத்தை துப்புரவு செய்து யானைகளுடன் போராடி தென்னந்தோப்பாக மாற்றிய கதையை அவர் உணர்வு பொங்கச் சொல்வார். 1977, 1983 இனக் கலவரங்களில் பாதிக்கப்பட்டு மலையகத்தில் இருந்து உயிர்தப்பிவந்து உடையார்கட்டில் குடியேறிய சனங்களுக்கு ஐயா கடவுள் மாதிரி.... அன்றிலிருந்து அந்த மக்களின் எல்லா நன்மை தீமைகளிலும் அவர் இருக்கிறார்.

அந்தக் காலத்தில் காடுகளுக்குள் பயிற்சி எடுத்த போராளிகளுக்கும் அவர் பல உதவிகளைச் செய்ததாகச் சொல்லியிருக்கிறார். பல தடைவைகள் பல அமைப்புகளின் போராளிகளை பாதுகாத்தும் இருப்பதாக கூறினார். அப்போது போராட்ட இயக்கங்கள் பல இருந்தபோதும் எல்லா உறுப்பினர்களும் ஒற்றுமையாக இருந்ததாகவும் எல்லோருக்கும் தான் உதவி செய்ததாகவும் அவர் கூறினார்.

"பிறகு ஏனையா இப்பிடி ஒவ்வொரு இயக்கத்துக்கு உள்ளையும் பிடுங்குப்பாடு வந்தது?.... "

"அது ஒரு பெரிய வரலாறு தம்பி... அதைச் சொல்லறதுக்கு ஒருநாள் போதாது... ஆனாலும் சுருக்கமாச் சொன்னால்..... தங்கடை வெளியுறவுக் கொள்கைகளுக்கு மாறாக எங்கடை பெடியளின்ரை விடுதலைப் போராட்டத்தை வளரவிடக் கூடாதெண்டு நினைச்ச சில நாடுகள்..... அண்ணன் தம்பிகளா இருந்த எங்கடை எல்லாப் போராளியளிட்டையும் மாறிமாறி நஞ்சை விதைச்சிட்டுது... அதுக்குப் பிறகு பெடியளின்ரை ஒருஅணி இன்னொரு அணியை சந்தேகமாக பாக்கத் துவங்கி விட்டினம்... அதை தானே கண்ணதாசன் எழுதினவர்... ஆட்டுவித்தால் ஆரொருவர் ஆடாதாரே கண்ணா... எண்டு.... எப்ப எங்களுக்கை

எங்களுக்கே சந்தேகம் கருவாகிச்சுதோ... அண்டைக்கு தமிழினத்தின்ரை அழிவுக்கும் புள்ளி வைச்சாச்சு... இது என்ரை அனுபவத்திலை நான் சொல்லுறது.... ம்..." என்றார் ஐயா பெருமூச்சுடன்.

ஐயாவின் பெரும் உழைப்பின் பயனாகத்தான் உடையார்கட்டு பாடசாலையும் உருவானதாக அவன் அறிந்திருக்கிறான். வீடுவீடாக சென்று பாடசாலைக்கு மாணவர்களைச் சேர்த்த கதையையும் ஐயாதான் அவனுக்குச் சொல்லியிருந்தார்.

செல்வராசுவுக்கு தூரத்து மாமா முறையான ஒருவர் ஆரம்பகாலத்தில் உடையார்கட்டில் ஆசிரியராக இருந்திருக்கிறார். அந்தக் காலத்தில் அங்கு கல்வி கற்க வந்த மாணவர்களின் மனநிலையை அவர் கதைகதையாகச் சொல்வார்.

குறிப்பிட்ட காலத்தின் பின்னர் அவர் ஊர்ப் பாடசாலைக்கு மாற்றம் பெற்று வந்துவிட்டார். ஊருக்கு மாற்றம்பெற்று வந்துவிட்டாலும், பள்ளிவிடுமுறைக் காலத்தில் அங்குபோய்..... மரை இறைச்சி, செத்தல்மிளகாய். கஜூக்கொட்டை, தேன் எனப் பலபொருட்களை எடுத்து வருவதாகவும் அவர் கூறுவார்.

எல்லா நினைவுகளையும் இரை மீட்டபடியே செல்வராசுவின் உழவுயந்திரம் உடையார்கட்டு நோக்கி சென்றுகொண்டிருந்தது....

செல்வராசு உழவுயந்திரத்தை ஓட்ட, அவனின் மகன் குமரனும் சுந்தரமும் சாமான்களுக்கு காவலாக பெட்டியில் அமர்ந்திருந்தார்கள்....

வீட்டின் முன்னால் இருக்கும் சிறிய பிள்ளையாரையும், அரை கிலோமீற்றர் தூரத்தில் இருக்கும் முருகண்டியானையும் மனதுக்குள் வணங்கிவிட்டு புறப்பட்டார்கள்..

வீட்டிலிருந்து புறப்பட்டு கிளிநொச்சி காக்கா கடைச் சந்தியடியில் வந்தபோது..... குண்டுவீச்சு விமானங்களின் ஒலி கேட்டது. அவன் அதை உணருமுன்பாக.....

"அப்பா ஆஆஆஆஆஆ... கிபீர்..."

திடீரென குமரன் அலறினான்.... உழவுயந்திரத்தின் சத்தத்தையும் மீறி கிபிர் என்ற குண்டுவீச்சு விமானங்கள் இரண்டு தலைக்கு மேலாக மின்னலாகப் பறந்துசென்றன.....

"மரத்துக்கு கீழை நிப்பாட்டு செல்வராசு........" சுந்தரம் அண்ணை பதற்றப்பட்டார்.

"இல்லை அண்ணை... பயப்பிடாதேங்கோ... அவன் சண்டை நடக்கிற இடத்துக்கு தான். இப்ப அடிப்பான்......"

"சாச்சாய்... எனக்கு பயமில்லை..... குமரன் பயப்பிடுறான்" என்றார் சுந்தரமண்ணை.

சுற்றிக் கொண்டிருந்த அந்த குண்டுவீச்சு விமானங்கள் சீறிக்கொண்டு போய் பேரொலியுடன் குண்டுகளை வீசின....

இராட்சத காளான் ஒன்று வானத்தை நோக்கி எழுவதுபோல கரிய புகை எழும்பியது....

சாலையில் சயிக்கிளிலும் நடந்தும் சென்றுகொண்டிருந்தவர்கள் தரையில் விழுந்து படுத்துவிட்டு, சத்தம் ஓய எழும்பினார்கள்... எல்லோர் உடம்பிலும் புழுதியும் மண்ணும் ஒட்டியிருந்தது.

"உது உருத்திரபுரப் பக்கம் போல கிடக்கு அண்ணை...." என்றான் செல்வராசு.

"உருத்திரபுரத்திலை அடிக்கிறதே உப்பிடி வயித்தக் கலக்குது செல்வராசு....."

என்றார் சுந்தரமண்ணை.

அவர்களுக்கு முன்னாலும் ஒரு உழவுயந்திரம் பெரும் மலையை காவிச் செல்வது போல் நிரம்பிய பொருட்களுடன் நகர்ந்து கொண்டிருந்தது...

இப்போது பரந்தன்சந்தி.

உழவுயந்திரத்தை பரந்தன் முல்லைத்தீவு வீதியில் திருப்பினான் செல்வராசு....

பரந்தன் முல்லைத்தீவுப் பாதையில் நெத்தலியாற்றின் அண்மையாக தமிழர்களின் காவல்துறையின் காவல் அரண் இருந்தது. உள்ளே நுழையும் வாகனங்கள் அனைத்தும் தீவிரமாக கண்காணிக்கப்படுவதை அவன் அறிந்திருந்தான்.

இப்போது அந்த நிலை தளர்த்தப்பட்டிருந்தது.

கடும் மழைக்காலத்தில் நெத்தலியாற்று பாலத்தின் கீழ் வெள்ளம் நிறைந்து ஓடும். அருகில் இருந்த கோயிலைச் சுற்றியும் வெள்ளம் நிற்கும்.

முன்னால் சில வாகனங்கள் பொருட்களை ஏற்றியபடி சென்றுகொண்டிருந்தன... சில இளைப்பாறுவதற்காக சாலையின் ஓரமாக நிறுத்தப்பட்டிருந்தன. சில வாகனச் சாரதிகள் மரத்தின் கீழ் படுத்திருந்தார்கள்.

பரந்தன் சந்திவரை சாலை நன்றாக இருந்தது. முல்லைத்தீவு வீதி கிறவல் மண் இட்டு நிரப்பப்பட்டிருந்ததால் மழைக்கு மண் அடித்துச் செல்லப்பட்டு குன்றுங் குழியுமாக இருந்தது.

நடந்து வந்த சனங்கள் வீதியோரங்களிலும் மர நிழல்களிலும்; களைத்துப்போய் கிடந்தார்கள்.. குழந்தைகளும் சில தங்களின் பிஞ்சுப் பாதங்கள் நோக நடந்துகொண்டிருந்தன. எல்லோரையும் பார்க்க மனம் விம்மியது அவனுக்கு.

முரசுமோட்டை பகுதியில் சென்றுகொண்டிருந்த போது மீண்டும் குண்டுவீச்சு விமானங்கள் வந்தன... அவற்றின் பேரொலி மரணபயத்தை ஊட்டுவதாக தெரிந்தது.

முரசுமோட்டை கழிந்து கண்டாவளைப் பாலத்தையும் கடந்து நகர்ந்தது உழவூர்தி.

இப்போது புளியம்பொக்கணை. புளியம்பொக்கணையில் மழைநீர் ததும்பி நின்றது. கடந்த காலங்களில் பள்ளமான சாலையை மேவி வெள்ளம் பாய்ந்ததில் படகுச்சேவை கூட நடந்தது.

வழக்கமாக இராணுவத்துக்கு இழப்பு அதிகமாக ஏற்படும் போதுதான் குண்டுவீச்சு விமானங்கள் ஆக்ரோசத்துடன் வன்னி வான்பரப்புக்குள் நுழைந்து குண்டுகளைப் போடும்.

"ஆமிக்கு நல்ல இழப்புப் போலை...." என நினைத்துக்கொண்ட செல்வராசு, சுந்தரமண்ணரிடம்,

"அண்ணை பயப்பிடாதேங்கோ... சத்தத்தாலேயே சனங்களை கொன்றிடுவான் போல இருக்கு...." என்றான்.

"எனக்கு பயமில்லையடா செல்வராசு... எவ்வளவு சனம் கூட்டம் கூட்டமா இருக்குது... அதுதான் யோசிக்கிறன்....... இந்தச் சனக் கூட்டங்களுக்குள்ளை குண்டு போட்டானெண்டால்.... ஒருதரையும் உருப்படியா எடுக்கேலாதடா..."

"அப்பிடி நடக்காதண்ணை....."

"அப்பிடி நடக்காதெண்டு சொல்லாத செல்வராசு..... நவாலியிலை வேதக் கோவிலுக்குள்ளை அடைக்கலமாயிருந்த சனங்களுக்கு மேலை குண்டு போட்டவங்கள் தானே......"

"ஓமண்ண... தங்கட பக்கம் இழப்பு கூட எண்டால் ஆத்திரத்திலை சனங்களுக்குள்ளையும் கொட்டுவான் தான்......... எண்டாலும் அதை செய்யிறதுக்கு இப்ப அவசரப்படமாட்டான் எண்டு நினைக்கிறன்...."

"அப்பிடி சொல்லேலாது செல்வராசு.... நூறு சனத்தை கொன்றால் பத்துப் புலியள் சாகும் எண்டதுதான் அந்தக்காலம் ஆட்சியிலை இருந்தவையும் இப்ப இருக்கிறவையும் ஆமியளுக்கு சொல்லிக் குடுத்திருக்கிற பாடம்...... அதாலதான் எப்பவும் சனத்துக்கு அடிக்கிறவன்..... இப்பவும் அடிக்கமாட்டான் எண்டில்லை....."

"ஓமண்ண.... இவ்வளவுநாளும் எவ்வளவு சனம் செத்துப்போச்சுது..... மிஞ்சியிருக்கிற சனத்தை கிபிராலையும் செல்லாலையும் அழிச்சிடலாமெண்டு நினைக்கிறாங்கள் போலை....."

குன்றும் குழியுமாக கிடந்த சாலையில் உழவூர்தி கோயில் தேர் போல அசைந்து ஆடி நகர்ந்து கொண்டிருந்தது. மழை வெய்யிலும் தன்பங்கிற்கு சுட்டெரித்தது.

"குமரன் தொப்பி போட்டிருக்கிறியோ....." என்று கேட்டான்.

"ஓமப்பா....."

முரசுமோட்டையில் இருந்து தருமபுரத்துக்கு வர ஒரு மணிக்குமேல் ஆகியது.

தருமபுரத்தில் நெத்தலியாறு கடந்து செல்லும் வழியில் அவனுக்கு தெரிந்த ஒருவர் வாகன திருத்தகம் வைத்திருந்தார். நெருங்கிப் பழகுவதற்கு அருமையான மனிதர் அவர். யாழ்ப்பாணம் வடமராட்சியில் பிறந்தவர். யாழ்ப்பாண இடப்பெயர்வுடன் நகர்ந்து வந்து தருமபுரத்தில் தங்கியிருப்பவர்.

"எங்கடை தலைவர் பிறந்த மண்ணிலை பிறந்தனான்..." என்று அடிக்கடி சொல்லி பெருமையுடன் சிரிப்பது அவரின் இயல்பாக இருந்தது. போராட்டத்திலும் அதிக ஈடுபாடு கொண்டிருந்தவர்.

மறைமுகமாக போராளிகளுக்கு பல உதவிகளைப் புரிபவர் என அவரைப் பற்றி அவன் அறிந்திருக்கின்றான்.

அவருடை வீடும் அந்த திருத்தகத்தின் பின்னால்தான் இருந்தது. வாகனம் திருத்துவதற்கு எப்ப அத்தனைபேர் வந்தாலும், அத்தனை பேருக்கும் வீட்டிலிருந்து தேநீர் கிடைக்கும். சாப்பாட்டு நேரமென்றால் சாப்பாடும் கிடைக்கும்.

"ஏனண்ணை உங்களுக்கு வீண்சிரமம்...." என்றால்,

"இஞ்சை இடங்கள் தூரத்தூர இருக்கு..... எல்லாரும் களைப்போடைதான் திரிவினம்... ஒரு புண்ணியத்தை நாங்களும் செய்வம்... இதிலை என்ன இருக்கு...." என்பார்.

அவருக்கு மூன்று பெண் குழந்தைகளும் இருந்தார்கள். பிள்ளைகள்மீது அவருக்கு அளவற்ற பிரியம் இருந்தது.

அங்கு போய் அவர்களின் நிலைமையை பார்த்துக்கொண்டு, தான் இடம் மாறுவதையும் சொல்லிவிட்டு செல்லலாம் என நினைத்தவனாக, சாலை ஓரமாக உழவுயந்திரத்தை நிறுத்திவிட்டு,

"அண்ண.. தேத்தண்ணி ஏதும் குடிக்கப் போறியளோ?..." என சுந்தரத்திடம் கேட்டான்.

"சனம் படுற பாட்டுக்குள்ளை ஆரடாப்பா எங்களுக்கிப்ப தேத்தண்ணி தரப் போகுதுகள்..." என்றார் அவர்.

"எனக்கு தெரிஞ்ச கராஜ்கார ஆள் இருக்கிறார்... நல்ல மனுசன்... இறங்கி ஒரு தேத்தண்ணி குடிச்சிட்டு போவம்.. "

"சரி... அப்ப இறங்கு.... கொஞ்சம் தேத்தண்ணி குடிச்சா உசாராயிருக்கும் தான்....." என்றார் சுந்தரம்.

சாலையில் இறங்கி தருமபுரம் சந்திக்கு கொஞ்சம் முன்னதாக இருந்த சிறிய தெருவில் நடந்து குச்சொழுங்கை ஒன்றினுள் புகுந்தார்கள்....

அந்த ஒழுங்கைக்குள்ளும் சனங்கள் களைத்துப்போய்க் கிடந்தார்கள். பிரதான தெருவிலிருந்து உள்நோக்கிச் செல்லும் ஒழுங்கைக்குள் இருந்தது அந்தவீடு... அந்த வீடு இருந்த வளவு முழுவதும் இடம் பெயர்ந்த சனங்களால் நிரம்பி வழிந்தது.. அவரின் மனைவி ஓடிஓடி எல்லோரையும் கவனித்துக் கொண்டிருந்தாள். அவரது பெண்பிள்ளைகளும் சுறுசுறுப்பாக தாயாருக்கு உதவி செய்துகொண்டிருந்தார்கள்.

திருத்தகக்காரர் செல்வராசுவைக் கண்டதும் விரைந்து வந்து அவர்களை அன்பாக அழைத்து உட்காரவைத்தார்... அவரின் மனைவி சுடச்சுடக் கோதுமை றொட்டியுடன் தேநீரும் தயாரித்து தந்தார். ஆளுக்கு இரண்டு றொட்டியும் சாப்பிட்டு களைப்பு தீர தேநீரும் குடித்தார்கள்...

"நன்றியண்ணை..." என்றான் செல்வராசு அவரின் கையைபிடித்து. வாகன உதிரிப்பாகங்களை பூட்டிப்பூட்டி அவரது கை மரத்திருந்ததை அப்போது செல்வராசு உணர்ந்துகொண்டான்.

"இதிலை என்ன கிடக்கு செல்வராசு... நாளைக்கு நாங்களும் எங்க போறமோ.... பாத்துப்போங்கோ.... வழியள்ள கிடங்குகளில மழைத்தண்ணி தேங்கிக் கிடக்கும்.. மிசின் புதைஞ்சால் எடுக்கிறது சிரமம்..."

"ஓமண்ணை....."

"அதுசரி இப்ப எங்கைபோய் தங்கப்போறியள்?............"

"உடையார்கட்டுக்கு போறம்.... அங்கை ஒரு தெரிஞ்சாள் இருக்கிறார்......."

"கண்டபாட்டுக்கு பிளேனுகள் வருது..... பாத்துப் போங்கோ. மற்றது.... ஏதும் உதவி தேவையெண்டால் கூச்சப்படாமல் கேள் செல்வராசு..... அந்தரம் ஆபத்துக்கு உதவாட்டி மனுசனாப் பிறந்து பயனில்லை... "

என்றபடியே படலைவரை வந்து மீண்டும் கைகளைப்பற்றி அன்போடு வழியனுப்பினார்..

தர்மபுரத்துக்கு வந்ததும் வெல்வராசுவுக்கு நாகதம்பிரான் கோயில் நினைவுக்கு வந்தது. தமிழ்விழி கிளிநொச்சியில் தான் பிறந்தாள். ஆறாம் மாதத்தில் நாகதம்பிரான் கோயிலில் தான் தமிழ்விழிக்கு மொட்டை போட்டு பால் பருக்கினார்கள்.

நாகதம்பிரான் கோயில் பொங்கல் திருவிழாவுக்கு தவறாமல் ஒவ்வொரு வருடமும் செல்வராசு வருவான். இம்முறை சண்டை தொடங்கிவிட்டதால் வரவில்லை என்பதையும் நினைத்தான்.

தெருவில் நிறையக் கடைகளைப் பார்த்ததும் அவனுக்கு கோயில் வீதிதான் நினைவில் எழுந்தது.

கடைகளைக் கண்டதும்"தம்பி செல்வராசு... எனக்காக.... உதிலை ஒரு வெத்திலைச் சரை கேட்டுப்பாரடா....: உனக்குப் புண்ணியமாப் போகும்...." என்றார் சுந்தரம் அண்ணர் .

"அண்ணை... வவுனியா பக்கமிருந்து சாமானுகள் ஒண்டும் வரத்தில்லை... வைச்சிருக்கிறவங்களும் இதுதான் சந்தர்ப்பம் எண்டு கண்டவிலை சொல்லுவாங்கள்...."

"என்னடா செய்யிறது ..... அதைப் போட்டால் தான் சுறுசுறுப்பாக இருக்க முடியுது.... ஒருக்கால் கேட்டுப்பாரன்...." என்றார்.

சுந்தரமண்ணரும் அவரின் மனைவியும் போட்டி போட்டு வெற்றிலை பாக்கு சப்புவார்கள்.

"உந்தக் கருமாதியை இனியாவது விடுங்கோ அண்ணை... வாயிலை புத்துவைச்சிடும்..... டொக்டர்மார் எவ்வளவு சொன்னாலும் உங்களைப் போலை ஆக்கள் திருந்த மாட்டினம்...." என்றான்.

"நான் என்ன வேணும் எண்டே வெத்திலை போடுறன்... முந்தி இரவுக் காவல் வேலை பாத்த நேரம் நித்திரை தூங்காம இருக்கிறதுக்காக பழகினது... இப்ப விடமுடியாமக் கிடக்குதடா.... எத்தினைபேர் கள்ளு , சாராயம் எண்டு அலையிறாங்கள்... எனக்கு இந்த வெத்திலைப் பழக்கம் மட்டும் தானே....... மன்னிச்சுக் கொள்" என்றார்.

தருமபுரத்துக்கும் விசுவமடுவுக்கும் இடையில் பெட்டிக்கடைகள் தெரிந்தன. பெரிய மரம் ஒன்றின் அருகாக ஒரு பெட்டிக்கடை. கடையோடு சேர்ந்து பின்னால் வீடு.... மரத்தின் கீழும் சனங்கள் மூட்டை முடிச்சுகளுடன் இருந்தார்கள்.....

"அண்ணை எங்க இருந்து வாறியள்....." கூட்டத்தில் இருந்த ஒருவன் செல்வராசுவைக் கேட்டான்.

"கிளிநொச்சி.... அம்பத்திநாலாம் கட்டையடியிலை இருந்து வாறம் தம்பி......."

"அங்கையும் செல் வருதே......"

"ஓமோம் சத்தங்கள் கிட்டகிட்ட வருது... நேற்றிரவு றயில் பாதையிலை விழுந்தது... கடவுளே எண்டு ஒருத்தருக்கும் காயமில்லை.... பாத்திட்டு.... நாங்கள் வெளிக்கிட்டிட்டம்..... இனியும் அங்க இருந்தால் அந்தச் சத்தத்துக்கு நெஞ்சு வெடிச்சே செத்துப்போவம் போல கிடக்கு..."

"சிங்கள ஆமியளுக்கு எங்கட இடங்கள் தெரியுமே.... எங்கட ஆக்களில ஆரோ காட்டிக் குடுப்பார் செய்யிற வேலை இது..... இந்த நாசமாப் போவாராலை தானே எங்களுக்கு இந்த நிலைமை.... காசுக்காக

உயிர்களைக் காட்டிக் குடுக்கிறவன் மனுசனோ..... உவங்களை....." கூட்டத்தில் ஒருவர் உறுமினார்.

"அந்தக் காலத்திலை சங்கிலியனை காட்டிக் குடுத்து... பிறகு பண்டாரவன்னியனை காட்டிக் குடுத்து... இப்ப..... இவரையும் காட்டிக் குடுக்க நிக்கினம் ... இவற்றை காலத்திலை எங்களுக்கு முடிவு வந்தால் தான் விடியும்.... இல்லையெண்டால் அவ்வளவுதான்.... இனிமேல் ஒருத்தன் பிறந்துவர மாட்டான் எங்களுக்காக போராடுறதுக்கு.... எங்கடை சனம் இதை விளங்கிக் கொள்ளவேணும்......." இன்னொருவர் சொன்னார்.

"நான் சொல்லுறன்... இருந்து பாருங்கோவன் ... இந்த உலகம் இவரிட்டைத்தான் பாடம் படிக்கப்போகுது...... இப்பிடி ஒரு மூளைசாலியை கடவுள் தமிழருக்கு தந்திருக்கிறான்... நாங்கள் அவரை பாதுகாக்க வேணும்....ஓ....." மீண்டும் ஒருவர் கூறினார்.

"அண்ணை... எல்லாரும் நொந்து போய் வந்திருக்கிறம்.... இப்ப அரசியல் ஒண்டும் கதைக்க வேண்டாம்....... அதுக்கு உடம்பிலை தெம்புமில்லை.... கதையை நிப்பாட்டுங்கோ...."

"உப்பிடி உப்பிடி எல்லாரும் ஒதுங்கினதால தானே எல்லாருக்கும் இந்த நிலை..... சீக்... என்ன மனுசரப்பா நீங்கள்...."

"அண்ணை அவசரப்படாதேங்கோ..... தங்கட எத்தினை உயிரை குடுத்தெண்டாலும் பெடியள் ஆமிய கலைச்சுப்போடுவாங்கள்..... இருந்து பாருங்கோவன்.... அவர் ஒருசொல்லுச் சொன்னால் கடலாலை ஆயுதங்கள் வந்து குவியும்... எங்கடை வெளிநாட்டுச் சனம் அங்கை என்ன சும்மாவே இருக்குதுகள்......"

"ஓ.... நாங்கள் எங்கட பிள்ளையள பாதுகாப்பா கொண்டு ஓடுவம்... ஊரராவீட்டு பிள்ளையள் உயிரைக் குடுத்து எங்கட ஊருகளை பாதுகாக்கட்டும்... என்ன மனிசரப்பா நீங்களெல்லாம்.... பச்சைச் சுயநலவாதியள்...."

"ஓ...ஓ... உன்ர பிள்ளை இயக்கத்திலை இருக்குப்போலை.... நீ வக்காலத்து வாங்கிக் கதைக்கிறாய்...."

"அது உண்மைதான்.. என்ரை பிள்ளையை நான் கொண்டுபோய் இயக்கத்தின்ரை பொதுக்கூட்ட மேடையிலை இயக்கத்தின்ரை கையிலை ஒப்படைச்சனான்... அதாலை எனக்கு கதைக்கிறதுக்கு உரிமை இருக்கிறபடியா கதைக்கிறன்.........." கடையடியில் இருந்தவர்களின் காரசாரமான உரையாடலை காதில் வாங்கியபடியே செல்வராசு வெற்றிலை வாங்கிக்கொண்டு நடந்தான்.

கடையில் வாங்கிய வெற்றிலைப் பொட்டலத்தை சுந்தரத்திடம் கொடுத்துவிட்டு, உழவு இயந்திரத்தை இயக்கினான்.

புள்ளி – 3

இப்போது விசுவமடுவை நோக்கி உழவுயந்திரம் நகர்ந்தது. விசுவமடுவை நெருங்க நெருங்க வீதி நெருக்கடியானது. திருவிழாக் காலத்தில் கூட இப்படி நெருக்கடி ஏற்பட்டதில்லை.

மரங்களின் கீழும் வீதி ஓரங்களிலும் இருந்த சனங்கள் களைப்புடன் படுத்திருந்தார்கள்.. நெஞ்சு எலும்புகள் துருத்தி வெளித் தெரிய முதியவர் ஒருவர் தனித்து மிதிவண்டியை உருட்டியபடி நடந்து கொண்டிருந்தார். மிதிவண்டியின் பின் இருக்கையில் உரப்பை மூட்டை இருந்தது. பக்கவாட்டாகவும் பைகள் தொங்கின.

"பாவமாக்கிடக்கு... எங்கைபோறார் எண்டு கேட்டு ஏத்துவமோ....." என்றார் சுந்தரம் அண்ணை.

"வேண்டாம் அண்ணை... இதிலை இவ்வளவு உயரத்துக்கு ஏறமாட்டார்.... கீழை விழுந்தார் எண்டால் ஆள் முடிஞ்சிடும்...." என்றவன் பயணத்தை தொடர்ந்தான்.

தையல் கடை ஒன்றின் முன்பாக மரத்தின் கீழ் அமர்ந்திருந்து பெண் ஒருவர் அழுதுகொண்டிருந்தார். அந்தப் பெண்ணின் அருகே முதியவர் ஒருவர் படுத்திருந்தார். இலையான்கள் அவரைச்சுற்றி மொய்த்துக்கொண்டிருந்தன.

"ஏலாது போலை.... மலசலம் கழிக்கவும் முடியாது போலை...." என்று சுந்தரம் அண்ணர் கவலை தெரிவித்தார்.

"காயப்பட்டாரோ தெரியாது....." என்றான் செல்வராசு.

உழவுயந்திரம் மெதுவாக ஊரத் தொடங்கியபோது முன்னால் வேறு உழவுயந்திரங்களும் மாட்டு வண்டில்களும் சிற்றூர்திகளும் வரிசையில் நிற்பது தெரிந்தது.

"அண்ணை பாதை இறுகிவிட்டுது.... உடையார்கட்டுக்கு போய்ச் சேர நேரமாகும் போல தெரியுது... எப்பிடியும் இரவிரவாக எண்டாலும் திரும்பிப் போயிடவேணும்...." என்றான் செல்வராசு.

"வேற குறுக்குபாதை ஏதாலும் இருக்கோ எண்டு பார்...... இப்பிடி வழியில நிண்டு நிண்டு போறது ஆபத்து செல்வராசு......"

"இதுதான் நல்ல பாதை அண்ணை.. மழை ஈரத்துக்கு குறுக்குப் பாதையள் சேறாகிக் கிடக்கும்.. அதில இறங்கினம் எண்டால் மிசின் புதைஞ்சு போகும். இந்தப் பாரத்தோடை மிசின் புதைஞ்சுது எண்டால் அவ்வளவு தான்... முழுச் சாமான்களையும் இறக்கி... றோட்டைக் கிண்டித்தான் மிசினை வெளியிலை எடுக்கவேண்டி வரும்..... இதைவிட

44 | புள்ளிகள் கரைந்தபொழுது

வேற பாதை இப்ப எனக்கு ஒண்டும் தெரியேல்லை.......' என்றான் செல்வராசு.

"சரிசரி... சுணங்கினாலும் பறவாயில்லை... மெயினாலையே எடு..... போவம்...."

விசுவமடு சந்தையின் முன்னாலும் சனங்கள் கூடி நின்றார்கள்...... சந்தைக்குள் வியாபாரம் நடந்து கொண்டிருந்ததற்கு அறிகுறியாய் சிலசனங்கள் பைகளில் பொருட்கள் வாங்கியபடி வந்து கொண்டிருந்தார்கள்...

சிலர் மிதிவண்டிகளில் பொருட்களை கட்டியபடியும் போய்க்கொண்டிருந்தார்கள்.....

"இந்தச் சனங்கள் சந்தையிலை ஏன் இப்பிடி குவிஞ்சு நிக்குதுகள்... ம்.... கிபிர் வந்தா இது சந்தை எண்டு நினைப்பானே... இதுக்குள்ளை குண்டைப் போட்டால் நூறு புலியாவது சாகும் எண்டுதான் நினைப்பான்.... அவனுக்கு அவன்ரை புத்திதான் வேலை செய்யும் கண்டியோ........."

சுந்தரம் அண்ணர் சொல்லி வாய் மூடுவதற்கு இடையில் வானத்தில் ஊளையிட்டபடி குண்டுவீச்சு விமானங்கள் நுழைந்தன....

தெருவில் சென்று கொண்டிருந்த சனங்கள் சேற்றையும் பொருட்படுத்தாமல் சாலையின் ஓரமாக விழுந்து படுத்தார்கள்.

"அப்பா கிபிர்...." குமரனின் குரலில் மீண்டும் அச்சம் தெரிந்தது....

"பயப்பிடாத...."

அவன் கூறி முடிப்பதற்குள் அண்டம் பிளந்தது போன்ற வெடியோசை.... அடுத்தடுத்து ஆறு குண்டுகள் வெடிக்கும் ஒலி கேட்டது.

குமரன் காதுகளைப் பொத்திக்கொண்டு மிசின் பெட்டிக்கு மேல் பொருட்களின் மீது குறுகிக் கிடந்தான்.

"அண்ணை..... அண்ணை......"

"......................"

சுந்தரத்திடம் இருந்து பதில் கிடைக்காததால் செல்வராசு பதட்டமானான்.

"அண்ணை...." என்று உரத்து அழைத்தான். அவன் மனது ஒருதரம் திடுக்கிட்டு துணுக்குற்றது.

மெதுவாக சுந்தரம் தலையை தூக்கினார். அவரின் முகம் வியர்த்துத் தெரிந்தது.

"அண்ணை பயப்பிடாதேங்கோ... கிட்டடியிலை தான் எங்கையோ அடிச்சிருக்கிறான் போல......"

"ஓமோம்.... ஆர்ஆர் அகப்பட்டுதுகளோ....." சொல்லியபடி வியர்வையை சால்வையால் துடைத்தார் அவர்.

வழி முழுவதும் நடந்தும் சயிக்கிளிலும் சனங்கள் போய்க்கொண்டிருந்தார்கள். விசுவமடு துயிலுமில்லத்தை நெருங்கும் போது மீண்டும் வானத்தில் விமானங்கள் இரைந்தன....

"இதோட ஆறுதரம் வந்திட்டான்...." என்றான் குமரன்....

"இனி நெடுக பிளேனால தான் கொண்டுவந்து கொட்டப் பாப்பான்.... பயந்தென்ன செய்யிறது......" என்றார் சுந்தரமண்ணை.

துயிலுமில்லத்தில் வித்துடல் விதைப்பு நடைபெற்றுக் கொண்டிருந்தது. வேடிக்கை பார்த்தபடி கடந்து செல்ல மனம் இடம்தர மறுத்தது. உழவுயந்திரத்தை ஓரமாக நிறுத்திவிட்டு இறங்கி நின்றான். ஆங்காங்கே மரங்களின் கீழ் சில சனங்களும் இருந்தார்கள்.

உள்ளேயும் அவ்வளவாக சனமில்லை.... விரல்விட்டு எண்ணக்கூடியளவு சனம் தான் நின்றது.

பரந்த இடத்தில் எழுந்துநின்ற கல்லறைகளை பார்த்தபோது மனது கனத்தது. தங்களுடைய இனத்தவர்கள் சுதந்திரமாக, வேற்று இனத்தவனிடம் அடிமைப்பட்டு வாழக்கூடாது என்பதற்காக தங்களுடைய உயிர்களை கொடுத்த பிள்ளைகள் தான் இவர்கள் என்று நினைத்தபோது தன் மனம் சிலிர்ப்பதையும் கனப்பதையும் அவன் உணர்ந்தான்.

செல்வராசுவுக்கும் பல போராளிகளுடன் பழக்கம் உண்டு. போராளிகளால் வழங்கப்பட்ட தற்காப்பு பயிற்சியை அவனும் அவர்களிடம் பெற்றிருந்தான். பல தடைவைகள் எல்லைக் காவலுக்கும் போயிருக்கிறான். தாங்கள் இறந்தாலும் பணிக்கு வருகிற குடும்பகாரர்களான எல்லைப் படையினருக்கு எதுவும் நடந்துவிடக் கூடாது என்ற அவர்களின் மன உணர்வை அவன் பல தடைவைகள் நேரிற்பார்த்து வியந்திருக்கிறான்.

பல தடவைகள் அவர்களின் தேவைகளுக்காகவும் இவன் உழவுயந்திரம் கொண்டு போயிருக்கிறான்.... அப்போது சிலசமயங்களில் பெண் போராளிகள் பொருட்களுடன் அவனின் உழவூர்தியில் வருவார்கள். வீடுகளுக்குள் பதுங்கிய காலம்போய், பெண் பிள்ளைகள் வீரத்தோடு துப்பாக்கிகளை தூக்கி வருவதை பார்த்து அவனுக்கு பெருமிதமாக இருக்கும். சிலவேளைகளில் அவர்களின் வீரக் கதைகளையும் அவன் அவர்களிடம் அறிந்திருக்கின்றான்.

இப்படித்தான் ஒரு பெண்போராளி அவனுக்கு ஒருகதை சொன்னாள். ஆனையிறவை மீட்பதற்கான சண்டை நடந்து கொண்டிருந்த நேரம் அவள் கொடிகாமத்தை அண்டிய பளைப்

பகுதியில் காவற்பணியில் நின்றாள். பனைமரங்கள் தான் பாதுகாப்பு. மேலே ஹெலிகொப்டர் வேவு பார்த்தபடி இருந்தது. அவளுடன் வேறு இரண்டு போராளிகளும் இருந்தார்கள். திடீரென செல்கள் அவர்களைச் சுற்றி விழத் தொடங்கின.

இரு போராளிகள் காயப்பட்டு இறந்துவிட்டார்கள். இவளின் இரண்டு கால்களிலும் செலதுண்டுகள் துளைத்துவிட்டன. எழுந்து நடக்க முடியாத நிலை. இரத்தம் பெருகிக கொண்டிருந்தது. மேற்சட்டையை கிழித்து காயத்துக்கு கட்டுப்போட்டு குருதி ஒழுகுவதை ஓரளவுக்கு கட்டுப்படுத்திக் கொண்டாள். பின்னர் குப்புறப்படுத்து நெஞ்சால் இழுத்துக்கொண்டு பின் நகர்கிறாள். தலைசுற்றி மயக்கம் வருவதை உணர்கிறாள் அவள். மயங்காமலிருக்க புற்களைப் பிடுங்கி சப்பி அதனை உறுஞ்சியபடி நகர்கிறாள்.

அவர்களின் தொடர்பு இல்லாததால் கிட்டத்தட்ட அவர்கள் மூவரும் இறந்துவிட்டதாக மற்றைய போராளிகள் நினைத்தார்களாம். ஒருசில நாட்களின்பின் தேடுதல் நடத்தி அவளை கண்டுபிடித்தார்கள் ஏனைய தோழிகள். அவள் கூறிய இக் கதையைக் கேட்டபோது அவனுக்கு மனம் நடுங்கிப்போனது. இப்போது காயம்மாறி, அரசியல்துறையில் வெளியீட்டுப்பிரிவில் பணியில் இருப்பதாக சொன்னாள்.

நிறைய கவிதைகளும் பாடல்களும் எழுதியிருப்பதாகவும் அவள் கூறியபோது, அவனுக்கு பெரிய சந்தோசமாக இருந்தது. போராளி ஒருவரையே திருமணம் செய்து தனக்கு ஒரு மகன் இருப்பதாகவும் அவள் சொன்னாள்.

செல்வராசு சிலிர்த்துப்போனான்.

'ஐயோ.... இந்தப்பிள்ளையள் தோற்றுப் போகக்கூடாது.....' என நினைத்துக் கொண்டான்.

அவர்கள் எல்லோரும் அவனிடம் அன்போடு பழகுவார்கள்..... அவர்களின் அணுகு முறையில் அவன் எத்தனையோ தடைவைகள் பூரித்திருக்கிறான். அவர்கள் வெறுமனே போராடுவதற்கு மட்டும் பழக்கப்படவில்லை. பண்பாட்டிலும் உயர்வாக வளர்க்கப் பட்டிருக்கிறார்கள் என்று புரிந்துகொண்டான்.

ஐயா என்றும் அண்ணை என்றும் அவர்கள் அழைக்கும்போது, தன்னைச் சூழ தனக்கு நிறைய உறவுகள் இருப்பதாக அவன் உணர்ந்து கொள்வான்.

போராளிகள் உயிரிழக்கும் போது தன் இரத்த உறவுகளை இழந்தது போல துயரப்படுவான். எங்கே நின்றாலும் தன்னால் முடிந்தளவுக்கு வீரவணக்க கூட்டங்களில் தவறாமல் கலந்துகொள்வான்.

அவனது வீட்டில் அவனது மனைவி நிறைய பூமரங்களை வளர்க்கிறாள். கோயிலுக்கு மாலைகட்டி கொடுத்த வந்த அவள், சில வேளைகளில் மாலைகட்டி மாவீரர்களுக்கும் கொடுத்திருக்கிறாள்.... பூமாலை வாங்கவந்த பிள்ளையளுக்கே சில வேளைகளில் பூவைத்து அஞ்சலி செலுத்தியிருக்கும் துயரத்தை அவனும் மனைவியும் அனுபவித்திருக்கிறார்கள்.

இப்போது துயிலுமில்லப் பாடல் ஒலித்துக் கொண்டிருந்தது. அந்தப் பாடலின் வலிமையை அவன் பலதடைவைகள் உணர்ந்திருக்கிறான். நெஞ்சு கனத்து கண்கள் கலங்கிக்கொண்டிருந்தன. அந்தப் பாடலை எழுதிய புதுவை இரத்தினதுரையை அவன் நினைத்துக்கொண்டான். பல எழுச்சிப்பாடல்களை உணர்ச்சியோடு படைக்கும் அவரை மனதால் தொழுதான். பாட்டு முடிய மீண்டும் பயணத்தை தொடர்ந்தார்கள்.

'கடவுளே... எவ்வளவு பிள்ளையள் ஒவ்வொருநாளும் உயிரைக் குடுக்குதுகள்... இதுக்கான பலன் கிடைச்சிடவேணும்...' மானசீகமாக மனதுக்குள் வேண்டிக் கொண்டான்....

சண்டை தொடர்ந்தும் நடைபெற்றுக்காண்டிருந்தது. அதனால் துயிலுமில்லத்தில் புதிதாகவும் குழிகள் வெட்டிக்கொண்டிருந்தார்கள்....

அவனும் கிளிநொச்சியில் இரண்டுமூன்று தடைவைகள் விதைகுழி வெட்டும் பணிக்கு போயிருக்கிறான்..... கல்லறைகளுக்குப் பக்கத்தில் அமர்ந்து இருந்து உணவுப்பொதியை உண்ணும்போது தொண்டைக்குள் இறுக்குவது போல உணர்வான். குழிகள் அமைப்பதை ஒரு கடமையாக நினைத்து போனாலும் மனது பாரமாக அழுத்தும்...இரவு தூக்கம் வராமல் மனம் அலைவுறும். தன்னுடைய தேசத்துக்கான பணிகளை அவன் மனைவிக்கு கூடத் தெரியப்படுத்தியதில்லை.

அங்கு செல்லும் நாட்களில் பெற்றவர்கள் தம்பிள்ளைகளின் நினைவுநாளுக்கு உணவுப் பொருட்களை கொண்டுவந்து படைத்துவிட்டு, கதறி அழுவதைப் பார்க்க அவன்மனம் சுக்குநூறாகச் சிதறும்.

சில வேளைகளில் பிறந்தநாள், கொழுக்கட்டை கொட்டுதல், ஏடுதொடக்குதல் என்றும் சில நிகழ்வுகளை உறவினர்கள் கல்லறைகள் முன்பாக செய்வதை அவன் பாத்திருக்கின்றான். தாய்மாமன்மார் கல்லறைகளில் உறங்கும் பிள்ளைகளுக்கு இந்த வாய்ப்பு அதிகமாக இருந்தது.

சிலவேளைகளில் பிஞ்சுக் கைகளால் தந்தையின் கல்லறைக்கு பூக்களை வைத்துவிட்டு அப்பா அப்பா என கல்லறையை தடவும் பிஞ்சுகளையும் அவன் பார்த்து அழுதிருக்கின்றான்.

புள்ளிகள் கரைந்தபொழுது

சில கல்லறைகளுக்கு இரத்த உறவுகள், உரித்துடையவர்கள் என்று யாரும் வருவதில்லை. அப்படியான தருணங்களில் அந்தக் கல்லறைகளுக்கு கூடநின்ற போராளிகளோ அல்லது அவர்கள் நெருங்கிப் பழகிய உறவுகளோ பூக்கள் வைத்து வணக்கம் செலுத்துவதும் நிகழும். இவை எல்லாவற்றையும் அவன்மனம் அசை போட்டது.

பல போராளிகளின் பெற்றோர்கள் அரச கட்டுப்பாட்டுப் பகுதிகளில் வசித்தார்கள். தமக்கு ஏதும் நடந்தால் அவர்கள் வரமுடியாது என எண்ணும் போராளிகள் பலர், தமது உரித்துடையவர்களாக தங்களுடன் நெருங்கிப் பழகியவர்களின் முகவரியை இயக்கத்துக்கு கொடுத்துவைப்பதும், பின்னர் அவர்கள் களங்களில் மரணித்தால் அந்த உடல்களை அந்த உரித்துடையவர்கள் பொறுப்பெடுத்து, நிகழ்வுகளைச் செய்வதும் கூட நடைமுறையில் இருந்ததை அவன் அறிவான்.

யாரையும் யாருமில்லாதவர்களாக மரணிக்க யாரும் விட்டதில்லை என்பதை நினைத்து அவன் பெருமைப்பட்டது உண்டு.

ஒருதடைவை கிளிநொச்சி கிருஸ்ணபுரத்தை சேர்ந்த அம்மா ஒருவர், மட்டக்களப்பை சேர்ந்த போராளி ஒருவரின் நினைவு நாளன்று, முதியோர்கள் சிலருக்கு மதிய உணவும் உடையும் வழங்கியதை அவன் அறிவான்.

'எல்லாப் போராளியளும் தலைவருக்கு பிள்ளையள் மாதிரி... ஒருக்கால் காட்டுக்குள்ளை காந்தரூபன் எண்ட போராளி கடுங் காய்ச்சல் வந்திருந்த நேரம் அவற்றை மனைவி தானே அவனை பிள்ளைமாதிரி கவனிச்சதெண்டு அவன் பேட்டி குடுத்தவன்.... இத்தினை போராளியளின்ரை தியாகத்தையும் திட்டமிட்டு விதண்டாவாதம் செய்யிறவங்களை வரலாறு ஒருநாளும் மன்னிக்காது... ஓ.....' என அவனின் மனம் குமுறிற்று.

"முந்தின அரசியல்வாதிகளின்ரை தவறுகளால் தானே இப்பிடி வகை தொகையாக இளம்பிள்ளையள் உயிர் விடுகினம்..... தேர்தல்களிலை சிங்கள எம்பிமாருக்கு சமமா வெற்றி எடுத்தபிறகும், அந்தநேரம் தேசிய ஒற்றுமை எண்டு இராமநாதன் போயிருக்காட்டி எங்களுக்கு எண்டொரு நாடு இருந்திருக்கும்... அந்நாள் பாத்த வேலையாலை இண்டைக்கு எங்கடை பிள்ளையள் சாகுது...." என கலங்கியது அவன்மனம்.

'எங்கடை சனத்தை அடாவடித்தனமாக அடிச்சுக் கலைச்சுப்போட்டு ... சனங்களின்ரை நிலத்தை பிடிச்சு... அதிலை தங்கடை இனத்து சனங்களைக் குடியேற்றி.... அவைக்கு ஆமி பொலிஸ் பாதுகாப்பும் போட்டு.... வசதியா வாழவைச்சுக்கொண்டு... எங்களை இப்பிடி தெருத்தெருவா அழிய விடுறாங்கள்... இதை கண்டுங்காணாம இருந்துகொண்டு... போராடுற பிள்ளையளையும் குற்றம் சொல்ல எப்பிடித்தான் சிலபேருக்கு மனம் வருதோ.....'

இப்போது வித்துடல்கள் விதைகுழிக்கு கொண்டு செல்லப்பட்டன. அவனும் உழவுயந்திரத்தை இயக்கினான்....

வாழவேண்டிய வயதில் மற்றவர்களுக்காக மரணிக்கும் இளையவர்களின் உடலுக்கு மண் போடுவதென்பது எத்தகைய மனவருத்தத்தை ஏற்படுத்தும் என்பதை அவன் உணர்ந்திருக்கின்றான்.

"என்னடாப்பா செல்வராசு.... வாயே திறக்காமல் வாறாய்... பயமாக்கிடக்கு... ஏதும் கதையடா....." என்றார் சுந்தரமண்ணை.

"இல்லையண்ணை... இப்ப போராடுற பிள்ளையளை படிக்காதவங்கள் எண்டு இப்ப சொல்லுற மேதாவியள்... அந்தக்காலத்திலை பெரிய படிப்பாளியள் விட்ட பிழையளாலை தான் இண்டைக்கு எங்கட பிள்ளையள் படிக்க வேண்டிய வயதிலை சாகவேண்டிக் கிடக்கு எண்டதை நினைக்கிறேல்லை..... அதைத்தான் யோசிக்கிறன்...." என்றான்.

"நீ ஆரைச்சொல்லுறாய்?...."

"அவர் ராமநாதனைத்தான் முதல் ஆளாச் சொல்லுறன்.... அந்த நேரம் இஸ்லாமியச் சனத்துக்கு சேனநாயக்கவும் அவற்றை ஆக்களும் செய்த கொடுமைக்காக பிரிட்டிஸ்காறங்கள் அவையளை பிடிச்சுக்கொண்டு போய் பிரிட்டிஸ் சிறையிலை அடைச்சு வைச்சவங்களாம்.... இந்த ராமநாதன் இருக்கிறாரே அவர் பிரிட்டிஸ் ராணியிட்டை தனக்கிருந்த தன்ரை செல்வாக்கை பயன்படுத்தி டி.எஸ். சேனநாயக்காவை சிறையிலையிருந்து மீட்டு காப்பாத்திவிட்டவராம் .... பிறகு அந்த சேனநாயக்கா இலங்கையின்ரை பிரதமராகித்தானே தமிழற்றை நிலங்களிலை சிங்களக் குடியேற்றங்களை துவக்கி.... தமிழரை அழிக்க பிள்ளையார் சுழி போட்டவராம்....... ம்......"

"அவர் மட்டுமேயடா செல்வராசு... பிறகு வந்தவையளும் தமிழரை அழிக்க சிங்கள அரசுகளோடை ஒத்துப்போனவை தான்..... அந்தாள் செல்வநாயகத்தார் தமிழினத்துக்காக பாடுபட்டவர் தான்.... அந்தமனுசன் சுத்தமான மனுசன்... மற்றவையளைவிடு.... எல்லாரும் தொட்டிலையும் ஆட்டி பிள்ளையையும் கிள்ளிவிட்ட ஆக்கள்தான்...."

"ராமநாதன் காலத்திலை சரிசமமா இருந்த இன விகிதாசாரம் இண்டைக்கு எப்பிடிக்குறைஞ்சு போச்சு?... ம்.... இண்டைக்கும் எங்கடை இடங்களிலை இனப்பரம்பலை குறைச்சு... எங்களை முற்றா அழிக்க வேணுமெண்டு தானே அவங்கள் நினைக்கிறாங்கள்.... திருகோண மலைக்கும் முல்லைத்தீவுக்கும் நடுவிலை எங்கடை நிலத்திலை வெலிஓயா எண்டு சிங்களக் குடியிருப்பை ஏற்படுத்தி ரெண்டு பக்கத்தையும் கொஞ்சங் கொஞ்சமாப் பிடிக்கிறாங்கள்.... மணலாறு எங்கடை இதயம் மாதிரி அண்ணை... அதை இழந்தம் எண்டால் அந்த நிலம் அழிஞ்சாப்பிறகு இலேசாக தமிழன் எண்ட இனமும் அழிஞ்சு போகும்

அண்ணை... இந்த அழிவைத் தடுத்து எங்கட நிலத்தையும் இனத்தையும் பாதுகாக்க தானே இந்தப் பிள்ளையள் இப்பிடி தங்கடை உயிரைக் குடுக்குதுகள்........ இதை ஏன் எல்லாரும் விளங்கிக் கொள்ளுகினமில்லை...."

"என்னைப் போலையும் உன்னைப் போலையும் இப்பிடிப் படிக்காத ஆக்களுக்கு தானடா நியாயம் விளங்கும்.... படிச்சனாங்கள் எண்டு கூவுறவங்களுக்கு என்னடா விளங்கும்.... அவங்கள் உண்மை சொல்லுறம்...... நடுநிலையா கதைக்கிறம் எண்டு எங்கடை சனத்தைப் பேக்காட்டி ... தங்கடை பிழைப்பை நடத்தி... தங்கடை வாழ்க்கையை சொகுசா வாழுறாங்கள்... அவங்கடை குடும்பங்களும் வசதியா வாழும்...." என்றார் சுந்தரம் அண்ணை.

"சரி ..... உந்தப் படிச்ச அப்புக்காத்துமார் அவையள் சனத்துக்காக போராட முன் வராவிட்டாலும் பரவாயில்லை... போராடுற பிள்ளையளை அசிங்கப்படுத்தி அரசாங்கத்துக்கு வலுச்சேர்க்காமல் இருக்கலாமே.... தங்கடை அரசியலுக்கேற்ற மாதிரி நாக்கை சுற்றிக் கொண்டிருக்கினம்..... கேட்டா பெடியளுக்கு புத்தியில்லை... இது எங்கடை இராசதந்திர நடவடிக்கை எண்டு சொல்லுவினம்... "

"எங்கடை இனத்துக்கு இவ்வளவு கொடுமையும் நடக்குது... படிச்ச வித்துவான்கள் ஆரெண்டாலும் இந்தக் கொடுமையளை வெளி உலகத்துக்கு சொல்லுறான்களோ எண்டு பார்.... அப்பிடி ஆரன் சொன்னாலும் அவனை பயங்கரவாதியளுக்கு வக்காலத்து வாங்கிறதெண்டு மட்டம் தட்டிப் போடுவாங்கள்..... படிச்சு அரசாங்கத்திலை உயர் பதவிக்கு போனவுடனை... அப்பிடியே அரைச் சிங்களவனா மாறி... அரசாங்கத்துக்கு விசுவாசம் காட்டத் தொடங்கி விடுறாங்கள்.... முந்தின ஜனாதிபதியாயிருந்த பிறேமதாஸவுக்கு ஆலோசகரா இருந்த பாஸ்கரலிங்கம்.... சந்திரிக்காவை தலையிலை வைச்சு கொண்டாடின லக்ஸ்மன் கதிர்காமர்.... பிறகு பெர்ணாண்டோ பிள்ளை... இவையெல்லாம் தமிழர் தானே.... தமிழரா இருந்து கொண்டு தமிழரை அழிக்க அரசாங்கத்தோடை சேர்ந்து நிண்டு ஆமிக்கு கொள்ளி எடுத்துக் குடுத்தவை இவை தான்......"

சுந்தரம் அண்ணை ஆவேசமாகச் சொன்னார்.

"சனத்தை அழிக்கிறதை விடுங்கோ... அண்ணை... அப்ப யாழ்ப்பாணம் லைபிறறியை கொளுத்தினாங்களே.... அதையாவது கண்டிக்கினமோ.... எரிச்ச அடையாளமே தெரியாம பூசி மெழுகியாச்சு.... அடுத்த தலைமுறைக்கு எப்பிடி அண்ணை நூலகம் எரிஞ்சது தெரியவரும்...... ஜேர்மனியிலை ரெண்டாம் உலகயுத்தத்திலை உடைஞ்ச தேவாலயத்தையே பாதுகாத்து அப்படியே வைச்சிருக்கிறாங்களாம்... அதைப் பாக்கிற நேரமெல்லாம் அடுத்த தலைமுறைக்கு அந்த அழிவு

உறைக்குமெல்லோ.... எங்களிட்டை அடுத்த தலைமுறைக்கு குடுக்க என்ன கிடக்கு...ம்....'

"நாங்கள் உதைக் கதைச்சால் ஏன் நீங்கள் போராளியாப் போகேல்லை எண்டு விதண்டா வாதக் கேள்வி கேட்பான்கள்.... ஏதோ... ஒருத்தர் தமிழர்களை காப்பாற்றி நிம்மதியா வாழவைக்க எண்டு பொறுப்பெடுத்திருக்கிறார்... அவருக்குப் பலமா இருந்து கைகுடுப்பம்...... அவரைப் போலை சனத்துக்காக வாழ்க்கையை அர்ப்பணிக்க உவங்களாலை ஏலுமே... ம்....."

அவர் சொல்வதை ஆமோதித்து அவன் தலையாட்டினான்.

புதுக்குடியிருப்பை நோக்கிச் செல்லும் ஏ 32 சாலையில் றெட்பானா கழிய தேராவில் குளம் இருந்தது. அந்தக் குளம் மழைவெள்ளத்தால் நிரம்பி நின்றது. தேராவில் குளத்தை தாண்டி செல்வராசுவின் உழவுயந்திரம் நகர்ந்தது. மழைக்காலம் என்றதால் சாலை முழுவதும் சளசளப்பாக கிடந்தது.

இன்னும் சில நாட்களிலோ கிழமையிலோ இந்தக்குளம் முட்டி சாலையை கடந்து பாயத் தொடங்கிவிடும் என்றும், அதன்பின்னர் இப்பாதையால் பயணிப்பது கடினம் என்றம் அவன் நினைத்துக்கொண்டான்.

தேராவில்குளம் சாலையை மேவிவிடும் என்பதால் இயக்கம் உள்ளூர் இளைஞர்களின் ஒத்துழைப்புடன், காட்டுப் பகுதிக்குள்ளால் ஒருபாதையை அமைத்துக் கொண்டிருப்பதாகவும் கதைத்தார்கள்.

சாலை ஓரமாக ஆங்காங்கே சில குடிசைகள் தெரிந்தன. சாலையில் தொடர்ந்து சனங்கள் இடம் பெயர்ந்த வண்ணம் இருந்தார்கள்.... வெறுமையாக இருந்த நிலங்களில் சிலர் தறப்பாள் போட்டு குடிசைகளை அமைத்துக் கொண்டிருந்தார்கள்... ஆரம்ப சுகாதார நிலையக் கட்டிடத்தின் வளவுக்குள் இடம்பெயர்ந்த சனங்கள் காலாறிக் கிடந்தார்கள்.

சில வீடுகளின் முன்னால் சோளன் பொத்தி அவித்து விற்பனைக்கு வைத்திருந்தார்கள்.

"குமரன் சோளம் வாங்கித் தரட்டோ...."

"வேண்டாமப்பா... நிண்டு மினைக்கெடாமல் போவம்..... திரும்பி வரேக்குள்ளை வாங்கலாம்.."

'உண்மையிலை பிள்ளையள போராட அனுப்பிப் போட்டு தாங்களும் முகஞ் சுழிக்காமல் பயிற்சி எடுத்த சனம்..... இந்தப் போராட்டம் வெல்லவேணும் எண்டு திடமாக இருக்கிற சனம்..... தாங்கள் எவ்வளவு துன்பத்தை தாங்கினாலும் தங்கட பிள்ளையள் வெல்லவேணும் எண்டு துடிக்கிற சனம்..... எங்கட சனம்... இதிலை நானும் அடக்கம்............' செல்வராசுவின் மனம் பலவாறாக சிந்தித்தது.

"அப்பா இன்னும் எவ்வளவு தூரம் போகவேணும்..." என்றான் குமரன்.

'அவனுக்கு பசியாக கூட இருக்கும். வீட்டில் நின்றால் சமையலறையில் உள்ள அனைத்து ரின்களையும் தேடி தனக்கு பிடித்ததை உண்ணும் அவன் பசி பொறுத்து வருவது இதுதான் முதல் தடவை... பாவம்...' என நினைத்தவன்,

"என்ன... இன்னும் ஒரு கொஞ்சத் தூரம் தான்.... பொறுமையாக இரடா... அங்கை போனா ஏதாவது சாப்பிடலாம்...." என்றான்.

"ஏன்... குமரனுக்கு பசிக்குதோ....." சுந்தரம் கேட்டார்.

"இல்லை மாமா.... எவ்வளவு நேரத்துக்கு இந்த பெட்டிக்குள்ளையே இருக்கிறது.... உடம்பெல்லாம் வலிக்குது..." என்றான் குமரன்.

இப்போது மூங்கிலாற்றுக்கு வந்துவிட்டார்கள். முல்லைத்தீவு மாவட்டம் புதுக்குடியிருப்பு பிரதேசத்திலிருக்கும் அந்தக் கிராமம் மிகவும் சுறுசுறுப்பாகத் தெரிந்தது. செல்லும் வழிகள் யாவும் சனக்கூட்டத்தால் நிரம்பி வழிந்துகெண்டிருந்தன.

கூட்டங்கூட்டமாகவும் குடும்பங் குடும்பமாகவும் தனித்தனியாகவும் சனங்கள் நகர்ந்துகொண்டிருந்தார்கள். சிலர் களைப்பு மிகுதியால் சாலையோரங்களில் ஈர நிலத்தில் உட்கார்ந்திருந்தனர்.

சாலை ஓரமாக ஒருவீட்டின் முன்பாக மேசைஒன்றை வைத்து மண்ணெண்ணை விற்றுக்கொண்டிருந்தார்கள். சற்றே தள்ளி ஒரு பெட்டிக்கடையும் கண்களிற்பட்டது.

"சாப்பிடுறதுக்கு ஏதும் வாங்கித் தரட்டோ குமரன்?...."

"வேண்டாமப்பா... போவம்....." என்றான் குமரன்.

மூங்கிலாற்றின் ஊடாக செல்லும் முல்லைத்தீவு பிரதான சாலையில் ஒரு கூட்டுறவுச் சங்கம் தெரிந்தது. அங்கே சனங்கள் நீண்ட வரிசையில் நின்றுகொண்டிருந்தார்கள். சாலையை ஒட்டியும் சனங்கள் நெருக்கியடித்து நின்றதால் வாகனங்கள் செல்வதற்கு இடைஞ்சலாக இருந்தது..... அந்தக் கூட்டுறவுச் சங்கத்தின் கிளையில் உணவுப்பங்கீட்டு அட்டைக்குரிய உணவுப்பொருட்கள் ஏதோ வழங்கிக் கொண்டிருந்தார்கள்.

மூங்கிலாற்றிலும் அவனுக்கு பழக்கமான பாரஊர்தி ஓட்டுநர் ஒருவர் இருந்தார். அவரும் எல்லா வாகனங்களும் ஓட்டக்கூடியவர். இலங்கை போக்குவரத்து சேவையில் நீண்டகாலம் ஓட்டுநராக இருந்து ஓய்வுபெற்றவர். நல்ல மனுசன். ஆனால் கொஞ்சம் தண்ணியடிப்பார். நான்கைந்து பிள்ளைகளின் தந்தை அவர்.

ஒரு தடைவை அவரது வீட்டுக்கு போயிருக்கிறான்.. வளவு முழுவதும் தென்னை மரங்கள்... வாழைமரங்கள்.... பப்பாசி மரங்கள்.... போனால் ஓர் ஆச்சிரமத்துக்குள் நுழைந்தது போன்ற உணர்வு ஏற்படும். சாணியும் தேங்காய்ப் பொச்சுக்கரியும் கொண்டு அழகாக மெழுகப்பட்ட தரை.

அது போராளிகளால் உருவாக்கப்பட்ட ஒரு குடியிருப்பு. திருகோணமலையில் வீரச்சாவடைந்த இரண்டாம் லெப்ரினன்ட் மகேஸ் நினைவாக உருவாக்கப்பட்ட 'மகேஸ்திட்டமாக' இருந்தது. அப்பகுதியில் அனேகமாக மாவீரர் போராளிகளின் குடும்பங்களே வசித்தன. அங்கு வசித்த போராளிகள் பலர் போர்க் களங்களில் படுகாயமடைந்தவர்களாகவும் மாற்றுவலுக் கொண்டவர்களாகவும் இருந்தார்கள்.

1990 இன் பிற்பாடு சிங்களக் குடியேற்ற வாசிகளால் ஏற்பட்ட அச்சுறுத்தல்களாலும் தமிழர்கள்மீது திட்டமிட்டு நடாத்தப்பட்டுக் கொண்டிருந்த தாக்குதல்களாலும் திருகோணமலையின் புறநகர் கிராமங்களில் வாழ்ந்த தமிழர்களில் பலர் உயிரைப் பாதுகாப்பதற்காக இடம் பெயர்ந்தனர்.

பெருங் காடுகளுக்கு ஊடாக கால் நடையாக வந்த மக்களுக்காக போராளிகள் பல குடியிருப்புகளை உருவாக்கியிருந்தார்கள். அதில் ஒன்றுதான் இந்த மகேஸ் திட்டம் என அவனுக்கு ஐயா ஒருமுறை விளக்கம் சொல்லியிருந்தார்.

பிரதான சாலையிலிருந்து மகேஸ் திட்டத்துக்கு செல்லும் பாதை முன்னர் கல்வாரி ஒழுங்கையாக இருந்தது. சாலையின் முகப்பில் சிறிய கல்வாரி தேவாலயம் ஒன்றிருந்தது. பின்னர் இந்திய அமைதிப்படையின் ஆக்கிரமிப்பு காலத்தில், இந்திய அரசின் சூழ்ச்சியை உலகறியச் செய்ய மக்கள் புரட்சிக்கு அறைகூவல் விடுத்து, உண்ணாவிரதம் இருந்து உயிரீந்த திலீபனின் நினைவாக, திலீபன் வீதியாக அது அக்குடியிருப்பு மக்களால் மாற்றம் பெற்றது என்றும் ஐயா தான் சொல்லியிருந்தார் அவனுக்கு.

"சுந்தரமண்ணை... வெள்ளையரின்ரை ஆட்சிக்கு எதிர்ப்பு தெரிவித்து, உண்ணா விரதமிருந்த மகாத்மா காந்தியை மகான் எண்டு எங்கடை ஆக்கள் கொண்டாடுகினம். ஊரிலை சில பழையாக்களின்ரை வீட்டிலை மகாத்மா காந்தியின்ரை படம்கூட வைச்சிருக்கினம் .... எங்கடை படிச்ச ஆக்கள்... அதே அகிம்சை வழியிலை உண்ணாவிரதமிருந்த திலீபனை ஏன் மறுக்கினம்?.... விமர்சனம் செய்யினம்..?..... அவன் எந்தப்பெரிய தியாகத்தை செய்திருக்கிறான்..... அவனை ஒவ்வொரு தமிழரும் எப்பிடிக் கொண்டாட வேணும் தெரியுமே.... "

"எடேய் செல்வராசு.... கனக்கத் தத்துவங்களைப் படிச்சால் உவங்களை மாதிரித்தானடா குழம்பும்... போராட்டம் பற்றி சாதாரண சனத்திட்டை இருக்கிற தெளிவு உவன்களிட்டை இல்லையடா.... விதண்டாவாதம் கதைச்சு ஏதோ தங்களைத் தாங்களே மேதாவியளா கற்பனை செய்யிறாங்கள்.... ஆனா இந்த சாதாரண சனங்களின்ரை நம்பிக்கை வீண் போகாதடா.... அதுசரி கதை ருசியிலை நீ... இடத்தை விட்டிடாதை....." என்றார்.

அந்த ஒழுங்கைக்குள் தான் அந்த பாரஊர்தி ஓட்டுநரின் வீடு இருந்தது. அந்த வீதிக்குள் முன்னர் ஒரு தடவை நடைபெற்ற வீரச்சாவு வீட்டுக்கு போயிருக்கிறான்.... எல்லாம் சிறியசிறிய அழகான வீடுகள். அந்த குடியிருப்புத்திட்டம் அவனுக்கு மிகவும் பிடித்திருந்தது.

மூங்கிலாற்றுப் பாலத்தடியை அண்மித்த போது, இரு பக்கமும் உள்ள ஆற்றில் மழை வெள்ளம் நிரம்பி நின்றது. பாலத்துக்கு இருபுறமும் மூங்கில் மரங்கள் சடைத்து சாய்ந்து கிடந்தன. அருகே ஒரு சிறிய கோயில் நீரில் மூழ்கிக் கிடந்தது. கோயிலுக்குரிய கொட்டகை பாறி விழுந்துகிடந்தது. தென்னை மரங்களின் மட்டைகள் நீரில் மிதந்து கொண்டிருந்தன. தெருவை மூடி நின்ற மருதமரத்தின் கிளைகள் நிலத்தை நோக்கி தொங்கிக்கொண்டிருந்தன. அதன் காய்களும் காய்ந்த விதைகளுமாக நிலத்தில் வீழ்ந்து நனைந்து உப்பிக் கிடந்தன. வாகனங்களின் சக்கரங்களிற் சிக்கிஅ வை சரசரவென ஒலி எழுப்பின.

மூங்கிலாற்றுப் பாலம் கழிந்து கிட்டத்தட்ட அரைக் கிலோமீற்றர் தூரமளவில் வலதுகைப் பக்கமாக இருந்தது இன்னொரு குறுக்குப் பாதை... அந்த பாதைக்குள்தான் ஐயாவின் வீடு என நினைவுபடுத்திக் கொண்டான். உழவு இயந்திரத்தை ஒழுங்கைக்குள் திருப்பி சென்றான். அந்தக் குறுகலான தெருவிலும் சனங்கள் நிரம்பியிருந்தார்கள். வெயில் காலத்தில் காய்ந்து வெடித்துக் கிடக்கும் அந்தப் சிறு பற்றைகளுக்குள்ளும் சிறியசிறிய தறப்பாள் குடிசைகள். ஐயாவின் வீட்டை கண்டுபிடிப்பது சிரமமாக இருந்தது அவனுக்கு.... ஏற்கனவே வந்திருந்தாலும் எங்கு பார்த்தாலும் சனங்கள் நின்றதால் அவனுக்கு பாதையை கண்டுபிடிப்பதில் குழப்பமாக இருந்தது.

"என்னடாப்பா... இடத்தை தவறவிட்டுட்டியே செல்வராசு..... ." சுந்தரம் அண்ணர் கேட்டார். அவரின் குரலில் ஏதோ ஒருவித அச்ச உணர்வு தெரிந்ததை செல்வராசு உணர்ந்துகொண்டான்.

"பொறுங்கோ அண்ணை வாறன்..." என்றான்.

எப்போதும் வெறிச்சோடிக் கிடக்கும் அந்த பாதை முழுவதும் இடம் பெயர்ந்த சனங்களால் நிரம்பி வழிந்தது. மணல் நிறைந்த அந்தப் பாதையில் உழவு இயந்திரத்தை இறக்கி நிறுத்தினான் அவன்.

"அப்பிடியே இருங்கோ அண்ணை... வீட்டை ஒருக்கால் உறுதிப்படுத்திக்கொண்டு... ஐயா நிக்கிறாரோ எண்டும் பாத்திட்டு வாறன்...... "

என்றபடி இறங்கி சிறிதுதூரம் நடந்துபார்த்தான்.

பெருந் தென்னந் தோப்பின் நடுவே நூற்றுக்கணக்கான தறப்பாள் கொட்டில்கள்.... ஐயாவைத் தெரிந்தவர்கள் ஐயாவுக்குத் தெரிந்தவர்கள் அறிந்தவர்கள் என்று நிறைய குடும்பங்கள் வந்திருக்கலாம் என்று நினைத்துக்கொண்டான்.

"அண்ணை இதுதான் வீடு.. மெதுவா இறங்குங்கோ.... குமரன் நீயும் பாத்து மெதுவா இறங்கு.... "

அவர்கள் உள்ளே போனதும் கட்டிலில் அமர்ந்திருந்து யாருடனோ கதைத்துக் கொண்டிருந்த ஐயா எழுந்து வந்தார்.. கிட்டவாக வந்து அவனை உற்றுப் பார்த்துவிட்டு,

"செல்வராசுவே... வா..வா... இவ்வளவு நாளா ஏன் வெளிக்கிடாம இருந்தனி?.... ம்.... இந்த வளவிலை இடைவெளி இருக்கிற இடத்தைப் பாத்து ஒரு கொட்டில போடு...." என்றார்.

அவன் ஐயாவைப் பார்த்தான். கொஞ்சம் மெலிந்திருந்தார். தலைமுடி கூடுதலாக நரைத்திருந்தது.

ஐயா மேற்சட்டை அணிவதில்லை. வெள்ளைத் தாடியும், தோளில் துண்டும் தான். வெளியே எங்காவது விசேடங்களுக்கு போவதானால் மட்டும் வெள்ளை சேட் போடுவார்.

ஐயாவின் தம்பி அப்போதுதான் அவனைக் கண்டு கொண்டு விரைந்து வந்தார். அவர்தான் ஐயாவைக் கவனிப்பது. அவரின் கணக்கு வழக்குகளை கவனிப்பது எல்லாம்.

ஐயா வீட்டில் இல்லாத ஒருநாளில்,

"தம்பி... அண்ணர் முந்தி ஒரு கலியாணம் கட்டினவர்.... அவவோடை அண்ணராலை ஒத்துவாழ முடியேல்லை.... அவர் இந்தப்பக்கம் வந்திட்டார்.... அவ இப்பவும் யாழ்ப்பாணத்திலை இருக்கிறா... பெரிசா பிரச்சினை எண்டு ஒண்டுமில்லை.. ரெண்டுபேரும் ஆளுக்காள் விட்டுக்குடுக்க முன்வரேல்லை.. சட்டபூர்வமாக விவாகரத்து எண்டு ஒண்டும் எடுக்கேல்லை... அண்ணர் இப்பிடி இருக்கிறாரே எண்டு நானும் எனக்கெண்டு ஒரு வாழ்க்கையை தேடேல்லை.... அவரைப் பாத்துக்கொண்டு அவருக்காகவே நானும் தனியனா வாழுறன்...." என்று விபரம் சொன்னார்.

அடுத்தவர்களின் அந்தரங்கத்தை நோண்டிப் பார்ப்பது அநாகரிகம் என நினைத்துக் கொண்ட அவன், மேற்கொண்டு எதையும் அவரிடம்

கேட்க வில்லை. இப்போது ஐயாவின் அந்த தம்பி, முகமல்லாம் சிரிப்பாக அவர்களிடம் வந்தார்.

"வாருங்கோ... வாருங்கோ.... சூடான தேத்தண்ணி இருக்கு... குடிச்சிட்டு ஆறுதலாக கதைக்கலாம்..." என்றார்.

அவன் சுந்தரத்தையும் குமரனையும் அழைத்துக்கொண்டு உள்ளே போனான். எல்லோருமாக திண்ணையில் அமர்ந்தார்கள்... பசுப்பாலில் தேநீர் கலந்து செப்பினால் ஆன மூக்குப்பேணியில் நிறைத்து நுரைததும்பத் ததும்பத் தந்தார் அவர்.

ஒரே மகள் இறந்துவிட்ட நிலையில்.. நீண்ட காலமாக தன் பேரக் குழந்தையுடன் ஐயா வீட்டில் சமையல் உதவி செய்துவந்த மூதாட்டி ரங்காவும் அங்கிருந்தார்.

ஐயாவின் வீட்டிலுள்ள மாட்டுப் பண்ணையை பராமரிக்க கோவிந்தன் என்கின்ற ஒருவரும் இருந்தார். கோவிந்தன் தான் மூதாட்டி ரங்காவின் மருமகன் என ஐயாவின் தம்பி தெரிவித்தார். எல்லோரும் எந்த ஏற்றத் தாழ்வுகளுமின்றி ஒரே குடும்பத்தினராகவே வாழ்ந்து வந்தார்கள்.

தேநீரைக் குடித்து முடித்ததும் ஒரு மூலையாக பார்த்து பொருட்களை இறக்கி வைத்தார்கள். பொருட்களை இறக்குவதற்கு, முன்னரே அங்கு இடம்பெயர்ந்து வந்திருந்த சிலரும் உதவி புரிந்தார்கள்.

கீழே விழுந்து கிடந்த தேங்காய் ஒன்றை கல்லில் அடித்து உடைத்தார் சுந்தரம் அண்ணர். இளநீர் முழுவதும் நிலத்திற் சிந்தியது. பின்னர் அதற்குள் இருந்த சொட்டுகளை முறித்து முறித்து எல்லோமாகச் சாப்பிட்டார்கள்.

ஐயாவின் வளவின் இன்னொரு மூலையில் மரத்தின்கீழ் மேசை, கதிரை போட்டு அப்பகுதி விதானையார் இடம் பெயர்ந்தவர்களின் விபரங்கள் குறித்த பதிவுகளை மேற்கொண்ட வண்ணமிருந்தார். அந்த இடத்தில் ஈக்கள்போல பெண்களும் குழந்தைகளும் அதிகளவில் மொய்த்து நின்றார்கள்...

'இந்த இடத்திலை இவளவு பேரும் இப்பிடிக் கூடி நிக்கினம்.... செல் ஒண்டு வந்து தெண்டால்... எத்தினை பேருக்கு என்ன நடக்குமோ?....' என அவன் மனம் ஆதங்கப்பட்டது. தன்னுடைய தலைமுடியைத் தடவியபடியே...

"எப்ப வாறியள் செல்வராசு..." ஐயா கேட்டார்;

"அங்கால சனமெல்லாம் எழும்பி விட்டுதய்யா.... அனேகமா நாளைக்கு வருவம்....." என்றான்....

"ஏன்ராப்பா... ஒரே தரமாக எல்லாரும் வந்திருக்கலாமே.... நாளைக்கு வீண் அலைச்சலெல்லோ?.... நிலைமையளும் அப்பிடி இப்பிடிக்

கிடக்குது.... என்னநேரம் என்ன நடக்கும் எண்டு சொல்லேலாமல் என்னவெல்லாமோ நடக்குது...."

அவர்கள் பேசிக்கொண்டிருக்கும் பொழுதே ஒற்றைக்கால் இல்லாத ஒருவர் ஐயாவை சந்திக்க வந்தார். ஊன்றுகோலுடன் வந்த அவரை மெதுவாக பிடித்துவந்து ஐயா உட்காரவைத்தார்...

"இவரை உனக்கு தெரியுமோ செல்வராசு... இவர் திருவையாறிலை இருந்தவர்..... சொந்த இடம் மட்டக்களப்பு... அங்கையிருந்து தொண்ணூறிலை இஞ்சாலை வந்திட்டார்...."

அவரை மீண்டும் உற்றுப் பார்த்தான் செல்வராசு . பார்த்துவிட்டு தெரியாதென தலையை ஆட்டினான்.

"இவர் ஒரு நல்ல திறமையான மேசன்.... இந்த வீடு இவர் கட்டித் தந்ததுதான்... அதுவும் என்னட்டை அரைவாசிக் கூலிதான் வாங்கினவர்.... அதுவும் நான் வற்புறுத்தித் தான் காசு குடுத்தனான்... வாயாலை கேக்கமாட்டார்..... "

"ஐயாட்டை நான் எவளவோ கடமைப்பட்டிருக்கிறன் தம்பி.... என்ரை கால் போய் நான் மல்லாவி ஆசுபத்திரியிலை கிடக்கேக்குள்ளை... ஐயா செய்த உதவியளை மறக்கேலாது.... அவராலை தான் நான் இண்டைக்கு இப்பிடியாவது உலாவித் திரியிறன்...." என்றார் அந்த மனிதர்.

"இவருக்கு மட்டுமில்ல செல்வராசு.... இவற்ற மூத்தமகன்.. போராளி. அவர் முல்லைத்தீவு முகாம் அடிச்சநேரம் சண்டையில காயப்பட்டு ரெண்டு கண்ணும் தெரியாமல் போயிட்டுது.... மருமகனுக்கும் வவுனியாப் பக்கம் நடந்த சண்டையில ஒற்றைக்கால் இல்லை.... இன்னொரு மகனும் போராளி... இவற்றை மருமகளும் போராளியா இருந்து திருமணமான பிறகு குழந்தை கிடைக்குறதுக்காக இப்ப வீட்டிலை லீவிலை நிக்கிறா... குடும்பமே போராட்டத்தோடை தான் நிக்குது......"

அவர்கள் கதைத்துக்கொண்டு இருக்கும்போது... குண்டுவீச்சு விமானங்களின் சத்தம் கேட்டது.

"யேசுவே... மாதாவே.... யேசுவே... மாதாவே...." என காலில்லாத அந்த மனிதர் நடுக்கத்துடன் அலறத் தொடங்கினார்.. அவருடைய உடல் கிடுகிடுவென நடுங்கத்தொடங்கியது.

" இவரை ஒருக்கா பாதுகாப்பா அங்காலை கொண்டு போய்விடு..... மாங்குளத்திலை கிபிர் அடிச்சு இவற்றை ஒருகால் போனாப்பிறகு இவருக்கு கிபிர்ச் சத்தத்தை கேட்டாலே பயம்.... நடுங்கிப்போவார்..." என்றார் ஐயா.

"உண்மைதானய்யா.... எங்கட வீட்டுக்குகிட்ட போனமாதம் கிபிர்சத்தம் கேட்டவுடனை ஒரு பொம்பிளைக்கு கருச்சிதைவாப் போச்சு......." என்றபடி,

செல்வராசு அவரை கைத்தாங்கலாக கூட்டிச்சென்று.. தரையில் மண்மூடைகள் அடுக்கப்பட்ட சிறிய பாதுகாப்பு அகழிக்குள் இருத்தினான். அந்த அகழி குறுகியதாகவும் இருள் சூழ்ந்தும் காணப்பட்டது.

அதனிடையே குண்டுவீச்சு விமானங்கள் பரந்தன் பக்கமாக குண்டுகளை கொட்டின. இருமுறை உயிர்க்குலை நடுங்கி ஓய்ந்தது.

விமானங்கள் வேறு எங்கோதான் குண்டுபோட்டிருக்கிறது என உணர்ந்தவுடன், காதுகளைப் பொத்தியபடி நிலத்தில் விழுந்து காப்பெடுத்த சிலர் எழுந்து ஈரமண்ணைத் தட்டித் துடைத்தார்கள். சிலரது உடலில் புற்களும் நாயுருவி விதைகளும் ஒட்டிக்கிடந்தன.

எங்கோ கொட்டிய குண்டுகளின் அதிர்வில் மரங்கள் நடுங்கின.

"இந்தமுறை முழுச் சனத்தையும் அழிச்சுத்தான் ஓய்வான் போல....." என்றார் ஐயா.

"பெடியள் பிழை விடுறாங்கள் ஐயா.... உதை நிப்பாட்டுறதுக்கு சரியான வழி அங்காலை சிங்களப் பகுதிகளிலையும் ஒன்றிரண்டு கிராமங்களுக்கு அடிக்கவேணும்... அவங்கட சனங்களும் எங்களைப் போலை அல்லோல கல்லோலப்பட்டு அகதியளா ஓடவேணும்..... அப்பதான் எங்கடை வலி அவங்களுக்கும் புரியும்.... ஆமியை ஏவிவிடுற அரசாங்கத்துக்கும் புத்திவரும்......" என்றார் சுந்தரமண்ணை.

ஐயா அவசரமாக மறுப்பு தெரிவிப்பது போல தலையாட்டினார்;. பின்னர் எச்சிலை அடக்கமாக தள்ளி உமிழ்ந்தார்.

"அப்பிடி அடிக்கிறது ஒண்டும் தலைவருக்கு பெரிய விசயமில்லை..... ஆனா ஏன் அவர் அப்பிடி செய்யாமல் இருக்கிறார் எண்டால்... இந்தப் போராட்டம் சிங்கள சனங்களுக்கு எதிரான போராட்டம் இல்லை.... இது எங்கட நிலத்திலை நாங்கள் நிம்மதியாக வாழுறதுக்காக நாங்கள் நடத்திற போராட்டம்....... இதை அவர் பலதடைவை வெளிப்படையாக சொல்லியுமிருக்கிறார்... சொன்னதை நாங்கள் கடைப்பிடிப்போம் எண்டதுக்காக தான்...." என்றார் அவர்.

செல்வராசுவுக்கு அவரிடமிருந்து வந்த கருத்து வியப்பாக இருந்தது. அவனும் தனக்குள் சிந்தித்துப் பார்த்தான்.

'அரசும் இராணுவமும் தானே எங்கடை சனத்தை அழிக்குது.... பிறகேன் சிங்களவர் எண்டு நாங்கள் முழுச் சனத்தையும் திட்டவேணும்....' என அவன் மனம் அவனிடமே கேள்வியாக கேட்டது.

அப்போது தான் சிறுவனாக இருந்தபோது.. தன் கிராமத்தில் இனத்தால் சிங்களவராகவும் மதத்தால் கிறிஸ்தவராகவும் வாழ்ந்த வீனஸின் நினைவு வந்தது. அவரை காணும் யாரும் அவர் ஒரு சிங்களவர் என நம்பமாட்டார்கள். அவ்வளவுக்கு அவர் ஊரில் எல்லோருடனும் ஒன்றித்திருந்தவர்.

யாழ்ப்பாணத்தில் பாண் போடும் பேக்கரி ஒன்றில் அவர் வேலை செய்தவர். 83 யூலையில் ஏற்பட்ட கலவரத்தின் பின் யாழ்ப்பாணத்தில் வசிக்க அச்சமுற்று சொந்த இடத்திற்கு சென்றுவிட்டார். அப்போது ஐயா கூறிய கருத்தையும் வீனசையும் ஒன்றாக நினைத்துப் பார்த்தது அவனது மனம்.

எலும்புக்கூடுபோல, எதுவும் தெரிந்து கொண்டவராக தன்னைக் காட்டிக் கொள்ளாத ஐயாவுக்குள் இப்படியான அரசியல் தெளிவு இருக்கிறதே என தனக்குள்ளாக வியந்தான்.

ஐயா தன் வெள்ளைத் தாடியை தடவியபடி அவனைப் பார்த்தார். அவன் ஐயாவின் கண்களை நேராகப் பார்த்தான். அந்தக் கண்கள் ஒளி குறைவடைந்து பழுத்திருபப்பதாக அவனுக்குத் தோன்றியது.

"நீ.... என்ன யோசிக்கிறாய் செல்வராசு?.... இந்த செல்லுக்குள்ளையும் குண்டு வீச்சுக்குள்ளையும்.... திரும்ப முருகண்டிக்கு போய் மனுசியை கூட்டிக்கொண்டு வரப்போறியே.... முன்னமே கூட்டிக்கொண்டு வந்திருக்கலாமே...." என்றார் மீண்டும் ஐயா....

"வீட்டில கோழியளும் நாயும் இருக்குதுகள்..... அதுகளை பிள்ளையள் மாதிரி வளத்துப்போட்டு எப்பிடி விட்டுட்டு வாறதையா?..... அதுகளுக்கும் ஒருவழி பண்ணிப்போட்டு நாளைக்கு வரலாம் எண்டு யோசிக்கிறன்......."

"சரிசரி.. அப்ப நீ கிளம்பு... நாளைக்கு வெள்ளணவா வந்து கொட்டிலைப் போடு....... கவனமா பாத்துப்போ... மகனை விட்டிட்டு போவன் நிக்கட்டும்": என்றார்.

"அவன் தாயைவிட்டுட்டு தனிய நிக்கமாட்டான் ஐயா... தாயைக் கட்டிப் பிடிச்சுக்கொண்டுதான் இப்பவும் இரவிலை படுப்பான்......" எனச் சொன்னான்.

ஐயா குமரனைப் பார்க்க, அவன் செல்வராசுவின் பின்னால் ஒளிந்தான் வெட்கத்தில்.

அங்கிருந்து ஐயாவிடம் விடைபெற்றுக்கொண்டு அவர்கள் கிளம்பினார்கள்....

புள்ளி – 4

முதன்மையான சாலையில் உழவூர்தியை ஏற்றவே ஒரு மிக நீண்ட நேரம் பிடித்தது. போகும்போது இருந்ததை விட இப்போது அதிக சன நெருக்கடியாக இருந்தது.

"என்னடா செல்வராசு.... மொக்கு வேலை பாத்திட்டம் போலை தெரியுது... ஒரே தரமா வந்திருக்கலாம்..... இப்பபார்... நாளைக்குதான் போய் சேருவம் போலை... அதுக் கிடையிலை அங்கை என்னபாடோ.... மனுசி ஊரைக்கூட்டி செத்தவீடு கொண்டாடிப் போடும்..........." என்றார் சுந்தரம்.

வந்து சேர்ந்ததைவிட போவதற்கு அதிக நேரமெடுக்கும் போலதான் அவனுக்கும் தோன்றியது. பிரதான சாலையில் சனக்கூட்டமாக இருந்தது. அனைத்து வாகனங்களும் இறுக்கமாகி தெரிந்தன. போகிறார்களா வருகிறார்களா எனத் தெரியாதபடிக்கு சனங்கள் அல்லாடிக் கொண்டிருந்தார்கள்.

வானத்தில் மேகங்கள் கூடிக்கொண்டு, எக்கணத்திலும் மழையை கொட்டும் போல இருந்தது. அவனுடைய வயிறும் உணவுக்காக இரந்து ஒலியெழுப்பியது.

உழவூர்திப் பெட்டிக்குள் குமரன் சுருண்டு கிடந்தான். சுந்தரமண்ணர் சனங்களை பார்த்தபடி எதுவும் பேசாதிருந்தார். அவருக்குள் மனச்சோர்வும் உடற்சோர்வும் ஏற்பட்டிருப்பதை அவன் உணர்ந்துகொண்டு உழவூர்தியை நகர்த்தினான்.

ஒவ்வொரு சிறு தூரத்தை கடக்கவும் நீண்ட நேரம் காத்திருக்க வேண்டி வந்தது. அவனுக்குள்ளும் சோர்வு ஏற்படத் தொடங்கியது.

"சாப்பாடு இல்லாம எவ்வளவு நேரமும் இருக்கலாம்... ஒரு தேத்தண்ணி இல்லாம மனுசர் இருக்க ஏலுமே...." என்றார் சுந்தரம் அண்ணர்.

பரந்தன் சந்தியில் ஏறியபோது பொழுதாகிவிட்டது. எதிர்ப்பக்கமாக சனங்கள் தொடர் இடப்பெயர்வில் சென்று கொண்டிருந்தார்கள்.

மிகுந்த சிரமங்களின் மத்தியில் வீட்டுக்கு போய்ச் சேர்ந்து கொண்டார்கள். சுந்தரம் அண்ணரின் மனைவியும் அவர்களின் இரு பிள்ளைகளும் அங்கு வந்திருந்தார்கள். இவர்களைக் கண்டதும்,

"என்னப்பா.. வந்திட்டியளே.... எனக்கு உயிரே இல்லை.... நீங்கள் போன பக்கமா பிளேன்காரன் கொட்டிக்கொண்டே இருந்தான்....

பவளமக்கா பயத்திலை இஞ்ச வந்திட்டா... மூண்டுபேரும் கால்முகத்தை கழுவுங்கோ.... புட்டு இருக்கு... சாப்பிடலாம்......" என்றாள் சோதி.

சோதி எல்லோருக்கும் புட்டும் கத்தரிக்காயில் குழம்புடன் முட்டைப் பொரியலும் வைத்திருந்தாள்.

"இந்தப்புட்டை அவிக்கிறதுக்குக்கு இடையிலை கிபிர்காறன் எத்தனை வாட்டி வந்திட்டான் தெரியுமே.... பங்கருக்கு ஓடுறதும் புட்டவிக்கிறதுமா போச்சுது இண்டைய பொழுது......" என்றார் சுந்தரமண்ணரின் மனைவி.

பசியின் கொடுமையில் எல்லோரும் சாப்பிடத் தொடங்கினார்கள்.

"என்னடா குமரன் இண்டைக்கு உனக்கு வாழ்க்கை வெறுத்திருக்கும் என்ன?...." என்றார் சுந்தரமண்ணர்.

"இனித் திரும்ப நாளைக்கு போறதை நினைக்கத்தான் எனக்கு வெறுப்பாக இருக்கு மாமா....." என்றான் குமரன்.

அதிகாலையிலேயே செல்வராசு குடும்பமும் சுந்தரம் அண்ணர் குடும்பமும் கிளம்பிவிட்டன. வளவுக்குள் கிடந்த சில பொருட்களையும் ஏற்றிக்கொண்டார்கள்.

"நல்ல மண்வெட்டி ஒண்டு எடுத்துவை செல்வராசு... போறபோற இடங்களிலை பங்கர்வெட்ட உதவும்..." என்றார் சுந்தரமண்ணை.

மீண்டும் ஒருமுறை வளவைச் சுற்றிப் பார்த்துவிட்டு புறப்பட்டார்கள். செல்வராசுவின் மனைவி சோதி பெரியபானையில் சோறும், எல்லா மரக்கறிகளையும் போட்டு சாம்பாரும் சமைத்து எடுத்து வந்தாள்.

வீட்டு வாசலில் இருந்து புறப்பட்டபோது அவனுக்கு தொண்டை கம்மியது. சோதி கலங்கிய கண்களைத் துடைத்துக்கொண்டாள்.

மிதிவண்டிகளிலும் மாட்டுவண்டிகளிலும் பொருட்களுடன் சனங்களின் இலக்குத்தெரியாத பயணம் தொடர்ந்துகொண்டிருந்தது.

கிளிநொச்சி மத்திய கல்லூரிக்கு அண்மையாக வந்தபோது,

"அப்பா... எங்கடை பள்ளிக்கூடம்....." என்று கைகாட்டினாள் செல்வராசுவின் மகள் தமிழ்விழி.

குண்டுச் சிதறல்கள் ஏற்படுத்திய காயங்களுடன் கூடிய சுவர்களுடன் பேரமைதியாக கிடந்தது அவளின் பாடசாலை.

கொஞ்சம் நகர்ந்துவர, கிளிநொச்சி மகா வித்தியாலயத்தின் கட்டிடம் கண்களிற்பட்டது.

"அப்பா... எங்கடை பள்ளிக்கூடம்...." என்றான் குமரன்.

" இந்தப் பள்ளிக்கூடங்களையும்.... இந்த ஏ 9 றோட்டையும் மீட்டெடுக்க எத்தினை போராளியள் உயிரைக் குடுத்திருப்பினம்?... இந்த

றோட்டிலை பயணிக்கிற எல்லாரும் அந்தப் போராளியளின்ரை இரத்தத்துக்கும் தசைக்கும் மேலாலை தான் போறம்... ம்.... "

கிளிநொச்சி மகா வித்தியாலயத்தின் தண்ணீர் தாங்கி யுத்தத்தின் சாட்சியாய் நிலத்திற் கிடந்தது. எல்லாவற்றையும் பார்த்தபடியும் மனம் நொந்தபடியும் அவர்கள் நகர்ந்துகொண்டிருந்தார்கள்.

முரசுமோட்டைக்கு அண்மையாக வந்து கொண்டிருந்தபோது, உடைந்து நொருங்கிக் கிடந்த ஒரு வீட்டைக்காட்டி,

"அங்க பாருங்கோ சுந்தரம் அண்ணை... அந்த வீடு சனமிருந்த வீடு.... அதை கிபிராலை அடிச்சு நொருக்கிப்போட்டு... இயக்கத்தின்ரை நெற் களஞ்சியத்தை தாங்கள் தகர்த்ததாம் எண்டு உலகத்துக்கு சொல்லுறாங்கள்..."

" அப்ப... வீட்டுக்காரருக்கு ஆபத்தில்லையோ....."

"அதுகள் கிபிர்ச் சத்தம் கேட்டவுடனை பங்கருக்கு ஓடிவிட்டுதுகளாம்... அதாலை தப்பிவிட்டுதுகள்...."

" இப்ப பங்கரும் பாதுகாப்பில்லை... தமிழ்ச்செல்வன் பங்கருக்கு மேலை விழுந்த குண்டிலைதானே செத்தவர்.... " அரசியல் துறையின் பொறுப்பாக இருந்த தமிழ்ச்செல்வனின் புன்னகை நிறைந்த தோற்றம் அவனுடைய கண்ணுக்குள் வந்து போனது.

"தமிழ்ச்செல்வன் செத்துப்போனாலும்.... அந்தச் சிரிப்பு சாகாதடா செல்வராசு.... எத்தினை தலைமுறையின்ரை மனதிலையும் நிலைச்சு நிற்குமடா.... "

விசுவமடுவில் வந்து கொண்டிருந்தபோது, பிள்ளைகளுக்கு பசி எடுத்தது. சந்தைகழிய ஓரிடத்தில் நிறுத்திவிட்டு, உணவு உண்டார்கள்.

சூரியன் மறையும் பின்னேரப் பொழுதில்தான் உடையார்கட்டுக்கு வந்து சேர முடிந்தது.

ஐயாவின் வளவில் இன்னும் நாலைந்து குடும்பங்கள் புதிதாக வந்திருந்தன. உடையார்கட்டு தெற்குப்பகுதி விதானையாரின் பதிவுகளும் அங்கு நடைபெற்று வந்தன. அதன் காரணமாக சனக்கூட்டம் அங்கு மிக அதிகமாக இருந்தது.

"எல்லாம் இருக்கட்டும்... முதலிலை விதானையாரிட்டை உங்கடை விபரங்களைப் பதிஞ்சுவிடுங்கோ...." என்றார் ஐயா.

விதானையாரிடம் செல்வராசுவும் சுந்தரமண்ணரும் தங்கள் குடும்பங்களின் இடப் பெயர்வாளர்களுக்கான புதிய பதிவை பதிந்து கொண்டார்கள். அதன் மூலம் பங்கீட்டு உணவுப்பொருட்கள் வாங்கக்கூடிய வாய்ப்பு கிடைத்தது.

பதிவுசெய்த சிறிது நேரத்திலேயே உடையார்கட்டு சந்தியில் இருந்த கூட்டுறவுச் சங்கக்கடையில் அவர்களின் பங்கீட்டு அட்டைக்குரிய உணவுப் பொருட்களைப் பெற்றுக்கொண்டார்கள்.

சங்கக்கடைக்குப் பின்னால் ஒரு கோயிற் கோபுரம் தெரிந்தது. வெளியே நின்று பார்த்தபோது அந்தக் கோயில் பாழடைந்து கிடப்பது போலத் தெரிந்தது.

சனங்களால் நிரம்பி வழியும் ஐயாவின் காணிக்குள்ளும் நிரந்தரமாக இருக்க முடியும் என அவனால் நம்பமுடியாதிருந்தது. அதனால் வெறும் தறப்பாளை இழுத்துக் கட்டிவிட்டு, கொண்டு வந்த பொருட்களை வைத்தார்கள். அவர்களுக்குப் பக்கத்தில் ஒருசிறிய குடும்பம்.

குடும்பத்தலைவன் களமுனையில் நின்றதால் அவரின் மனைவியும் குழந்தையும் அவரது தாயும் இருந்தார்கள். அந்தப் போராளியின் மனைவியின் பெயர் சுகி என அறிந்துகொண்டார்கள். அந்தப் பெண்ணின் முகம் மிகவும் வாடியிருந்தது.

'ஒருவேளை வீரச்சாவுகள் அதிகமாகுவதால் களத்தில் நிற்கும் கணவனையிட்டு கவலையாயிருக்கும்.' என தனக்குள்ளாக செல்வராசு நினைத்துக்கொண்டான்.

"அண்ணை எங்கயிருந்து வாறியள்?......" சுகி கேட்டாள்.

"முருகண்டியிலை இருந்து....."

"அங்காலையும் செல்வருதோ?....."

"ஓமோம் ராத்திரி ரண்டு செல் ரயில் பாதையை தாண்டி விழுந்தது... நல்ல வேளை ஆருக்கும் காயமில்லை...."

"செல்லடிக்கு பயந்துதான் அண்ணை நாங்களும் வெளிக்கிட்டனாங்கள்...."

"நீங்கள் எவடம்.... ? "

"நாங்கள் முறிப்பு...."

"ஓ.... நான் அந்தப்பக்கம் வந்திருக்கிறன்......"

"ஆரும் தெரிஞ்ச ஆக்கள் அங்கை இருக்கினமோ?...."

"ஓமோம்.... எனக்குத் தெரிஞ்ச பிறின்சிப்பல் ஓராள் இருந்தவர்..... உங்களுக்கு தெரியுமோ தெரியாது....."

"மகன் ஓராள் வெளிநாட்டிலை இருக்கிறார்... இன்னொரு மகன் போராளியெண்டு நினைக்கிறன்... வெளிநாட்டிலையும் பிள்ளையள் இருக்குதுகள் போலை...."

"ஓ... அவைதான்.... அங்கை சிலவேளை தேங்காய் ஏத்த வாறனான்....

அந்த வீட்டுக்காற அம்மா..... நல்ல மனுசி.... அதுசரி... உங்கடை அவர் எங்கை நிக்கிறார் பிள்ளை...."

"இவர் எங்கை நிக்கிறார் எண்டு தெரியாதண்ணை...."

"தொடர்பு ஒண்டும் இல்லையோ....."

"தொடர்பில்லை... ஆனா.... ஒருமாதத்துக்கு முன்னம் தனக்கு பிரச்சினை இல்லை எண்டு சொல்லிவிட்டவர் எண்டு ஒரு போராளித்தம்பி வந்து சொன்னவர்...... பிள்ளைக்குத் தான் அப்பாவை காணாத ஏக்கமா இருக்குது.... நெடுக அப்பாவேணும் எண்டு கேக்கிறா.... நாங்கள் என்ன செய்யிறது... எங்களுக்கு நாட்டுநிலைமை விளங்குது... பிள்ளைக்கு புரிஞ்சு கொள்ளுற வயதில்லை தானே..."

அவன் அந்தப் பெண் குழந்தையைப் பார்த்தான். ஏதுமறியாத முகம். அவனது மனது வெந்து தணியுமாப் போல் இருந்தது.

"அது சரிதங்கச்சி... இந்தக் குழந்தையளின்ரை நிம்மதிக்காக வெண்டாலும் சண்டை ஓயவேணும்.... எல்லாரும் சந்தோசமா இருக்கவேணும்....." என்றான் செல்வராசு.

"சனங்கள் முழுப்பேரையும் அழிச்சுத்தான் இந்தமுறை இந்தச்சண்டை ஓயும்போல இருக்கண்ணை.... அவங்கள் சனத்தை ஓயவிடாம துரத்திக்கொண்டே இருக்கிறாங்கள்.... எனக்கு என்னவோ பயமாக்கிடக்கு .... எங்கடை கையிலை என்ன இருக்கு..."

"பயப்பிடாதேங்கோ தங்கச்சி... ஊரோடை சேர்ந்து நிப்பம்..... போராளியள் தோற்கமாட்டினம்... எப்பிடியெண்டாலும்.. வெற்றிச் செய்தி வரத்தானே வேணும்....." என்று ஆறுதல் சொன்னான்.

எல்லோருக்கும் மிகுந்த களைப்பாக இருந்தது. சுந்தரம் அண்ணை குடும்பமும் செல்வராசு குடும்பமும் ஒரே கொட்டிலுக்குள்ளேயே தங்கினர்.

விமானங்கள் அடிக்கடி வந்து இலக்கின்றி குண்டுகளை கொட்டிக் கொண்டிருந்தன. செல்களும் வகை தொகையின்றி விழுந்து வெடித்துக்கொண்டிருந்தன.

சனங்கள் முழங்காவில், கிராஞ்சி, அக்கராயன், மல்லாவி, மாங்குளம், முருகண்டி பக்கமெல்லாம் இருந்து கிளம்பி பரந்தன் முல்லைத்தீவு வழியாக நகரத் தொடங்கிவிட்டிருந்தார்கள்.... கூட்டங் கூட்டமாய் நகர்வு தொடங்கியதால் இடப்பற்றாக்குறை ஏற்பட்டிருந்தது.

அடிப்படைச் சுகாதார நிலைமைகளும் கேள்விக்கு உள்ளாகியிருந்தன. வீடுகளில் இருந்த ஒரே ஒரு கழிப்பறை அனைவருக்கும் போதுமானதாக இல்லாத நிலையில் இரவுப் பொழுதில் தெரு ஓரங்களிலும் சிறு பற்றைகளிலும் சனங்கள் மலங்கழிக்கத்

தொடங்கினர். மழையும் சேர்ந்து கொண்டதால் மேலும் சூழல் மாசடைந்து கொண்டிருந்தது.

இருமல், தடிமன், வயிற்றுளைவு போன்ற தொற்று நோய்கள் ஆங்காங்கே தலை தூக்கியிருந்தன.

உடையார்கட்டு பாடசாலையும் இடம்பெயர்ந்த சனங்களால் நிரம்பி வழிந்து கொண்டிருந்தது. பாடசாலையின் ஒருபகுதியில் கிளிநொச்சி மருத்துவ மனையை மருத்துவர் சத்தியமூர்த்தி, உட்பட்டவர்கள் இயங்கவைத்துக் கொண்டிருப்பதாக சனங்கள் கதைத்துக் கொண்டிருந்தார்கள்.

வெறுமனே சம்பளத்திற்கு இயங்கும் உத்தியோகத்தர்களாக இல்லாமல், போர்சூழலில் தங்களை அர்ப்பணித்து அவர்கள் சனங்களுக்கு மருத்துவம் செய்துகொண்டிருந்தனர். அத்தனை துன்பங்களுக்கு மத்தியிலும் அவர்களுக்கு பல இளைஞர்கள் தோள் கொடுத்துக்கொண்டிருந்தார்கள். காயப்பட்டவர்களை மீட்பதில் போராளிகளல்லாத இளைஞர்களும் ஈடுபட்டனர்.

சனங்கள் நகரநகர இராணுவத்தினரும் தாக்குதல்களை தொடர்ந்து அதிகரித்துக் கொண்டிருந்தார்கள். ஒவ்வொரு இடமாக சனங்களும் ஓடிஓடி நகர்ந்துகொண்டிருந்தார்கள்.

அதிகளவு மக்கள் சுதந்திரபுரம், தேவிபுரம், வள்ளிபுனம், புதுக்குடியிருப்பு பகுதிகளுக்கு நகர்ந்தார்கள். மழைகாலம் என்றதால் குடிதண்ணீருக்கும் கொஞ்சம் தட்டுப்பாடு ஏற்பட்டது. அப்பகுதியில் பெரும்பாலும் மண் கிணறுகளே இருந்தன. எல்லாவற்றிலும் மழை வெள்ளம் புகுந்து, தண்ணீர் பழுப்பாக மாறியிருந்தது. அந்தப் பழுப்புநிறத் தண்ணீரை அள்ளி, வடியவைத்து பின்னர் கொதிக்க வைத்து ஆறவிட்டே பருகவேண்டியிருந்தது.

தண்ணீரைக் கொதிக்க வைத்துப் பருகுமாறும் சுகாதாரம் பேணுமாறும் புலிகளின்குரல் வானொலியில் மக்களுக்கு திரும்பத் திரும்ப அறிவித்துக்கொண்டிருந்தார்கள். இக்கட்டான சூழ்நிலையிலும் எங்கோ மறைவிடத்திலிருந்து வானொலி நிலையம் இயங்கிக்கொண்டிருந்தது.

கள நிலவரங்களை அறிவதற்காக சனங்களும் வானொலிப் பெட்டியையும் தம்மோடு காவித்திரிந்தார்கள். அதிகமான நேரங்களில் வானொலியின் முதன்மைச் செய்தி ஆசிரியர் பொறுப்பிலிருந்த தவபாலனே சண்டை நிலவரங்களை உணர்சி ததும்ப விபரித்து சொல்லிக்கொண்டிருந்தார்.

தவற விடப்பட்ட ஆட்கள் குறித்தும், பொருட்கள் குறித்தும் வானொலியில் ஒரு அறிவிப்பு நிகழ்ச்சியும் நடைபெற்றுக் கொண்டிருந்தது.

எங்கு பார்த்தாலும் கும்பல் கும்பலாய் மக்கள் குவிந்திருந்தார்கள். ஓமந்தையூடாக வந்துகொண்டிருந்த அத்தியாவசிய வெளிப் பொருட்களின் வரவு நின்று போனதை அடுத்து பொருட்களின் விலைகள் மளமளவென ஏறத்தொடங்கின.... மூன்று ரூபாய் விற்ற முட்டை முப்பது ரூபாய் ஆனது.... சனங்கள் முருங்கை உட்பட்ட நஞ்சற்ற மரங்களை முறித்து முறித்து இலைகளை சமைத்தார்கள்.

யாரோ சொன்னதாக ஏதோவொரு இலையை ஆய்ந்து மாவில் தோய்த்து அப்பளம்போல பொரித்தாள் சோதி.. அன்றைய சூழ்நிலையில் சாப்பிடுவதற்கு அந்த இலைப் பொரியல் நன்றாகத்தான் இருந்தது.

ஐயாவின் வளவில் விழுந்த கடைசிப் பனம் பழங்களையும் சிறுவர்கள் பிய்த்து சுவைத்தார்கள். சிலர் பனம் பாணியைப் பிழிந்து எடுத்து பலகாரமும் செய்தார்கள்.

கூட்டுறவுசங்கத்தால் வழங்கப்பட்ட பருப்பு, உருளைக்கிழங்கு, வெங்காயம் கிடைத்தபோதும் அது எல்லோருக்கும் போதுமானதாக இருக்கவில்லை.. சண்டை நடக்கும் பகுதிக்குள் இருக்கும் சனத்தொகையை குறைவாக மதிப்பிட்டு, உணவுப்பொருட்களையும் குறைவாகவே அனுப்பிக்கொண்டிருந்தது அரசநிர்வாகம்.

தரை வழிப்பாதை முற்றாக தடைப்பட்டுவிட்ட நிலையில் கப்பலில் பொருட்கள் வந்தன. அப்படிவந்த அந்தப் பொருட்களிலும் பல பழுதடைந்து விட்டிருந்தன. கூட்டுறவுச் சங்கங்கள் அரைப்பழுதான பொருட்களையும் பங்கீட்டில் விநியோகம் செய்துகொண்டிருந்தன.

"ஏன் பழுதான பொருட்களை சனங்களுக்கு குடுக்கிறியள்?...." என செல்வராசு ஒருதடைவை முகாமையாளரைக் கேட்டான்.

"பழுதாப்போச்சு எண்டு நாங்கள் குடுக்காமல் விட்டால், சனத்துக்கு வந்த பொருட்களை சங்கக்கடைக்காரர் எடுத்திட்டான்கள்... எண்டு நாளைக்கு சனம் கதைக்ககூடாது...." என்றார் கூட்டுறவு முகாமையாளர் ஒருவர்.

எறிகணைகளை இருபகுதியினரும் ஏவிக்கொண்டிருந்தார்கள். இராணுவத்தினர் நிலையெடுத்திருந்த அம்பகாமம் பகுதியை நோக்கி போராளிகள் ஏவிய எறிகணைகள் கூவிக்கொண்டு சென்றன.

இராணுவத்தினரின் எறிகணை வீச்சையும், போராளிகளின் எறிகணை வீச்சையும் பிரித்தறியும் அனுபவத்தை சனங்கள் கொண்டிருந்தார்கள்.

பதுங்குகுழிகள் அமைக்கமுடியாதவாறு மழை கொட்டிக் கொண்டிருந்தது. இயற்கையின் அந்தத் தொல்லையை எவராலும் சகிக்க முடியாதிருந்தது.

சண்டை நிலைமை வரவர மோசமடைந்து வருவதை செல்வராசு உணர்ந்தான்....

கடும் செல்களின் மத்தியிலும் போராட்டத்திற்கான ஆட்சேர்ப்பு விறுவிறுப்பாக நடைபெற்றுக் கொண்டிருந்தது. சாலைகளில் வாகனங்களை உருமறைப்புச் செய்துவிட்டு பரப்புரைப் போராளிகள் புதிய போராளிகளை இணைக்கவேண்டிய வேலைக்காக பெருமுயற்றியில் ஈடுபட்டிருந்தார்கள். சில பெற்றோர்கள் அந்தப் பரப்புரைப் போராளிகளின் கண்ணிற்பட விடாமற் தங்கள் பிள்ளைகளை மறைத்தும் வைத்திருந்தனர். இடம் பெயர்ந்திருந்த சனங்களிடையே போராட வல்லமை உள்ளவர்களை போராட வருமாறு பரப்புரையில் நின்ற போராளிகள் அழைப்பு விடுத்துக்கொண்டிருந்தனர்.

ஐயாவின் வளவினுள்ளும் இரு பெண்போராளிகள் ஒவ்வொரு கொட்டிலிலும் வந்து போராட்டத்துக்கு ஆட்கள் தேவை என்பதை வலியுறுத்தினர்.

"சில இடங்களிலை போராட்டத்துக்கு கட்டாயமா பிள்ளையளை எடுக்கினமாம்.... ஒரு அம்மா தன்ரை மகளை வேற இடத்துக்கு கொண்டுபோறா...." தண்ணீர் பிடிக்கப் போய்வந்த சுகி சொன்னாள்.

"இப்பிடியே எல்லாரும் ஒளிச்சுத் திரிஞ்சா... ஆர் தான் போராடுறது.... இன்னுமேன் பொறுமை? சண்டையை தொடக்குங்கோ எண்டு தலைவரை கேட்டு ஊர்வலம் நடத்தின நாங்கள், எங்கடை பிள்ளையளை போராட விடமாட்டம் எண்டு சொல்லுறது என்ன ஞாயம்?......"

"ஆர் தானண்ணை தங்கடபிள்ளை சாகிறதை விரும்புவினம்...?"

"போராட்டத்துக்கு போனவையெல்லாம் சாகிறதெண்டுமில்லை.... போகாதவைக்கு சாவு வராதெண்டுமில்லை கண்டியோ... எத்தினைபேர் தெருவழிய செத்தாச்சு... எல்லாரும் என்ன துவக்கு தூக்கின ஆக்களே....."

"உண்மைதான் அண்ணை.... உந்த செல்லிலை எத்தினை உயிர்போகுது.... அப்பிடிப்போற உயிர் அவங்களிலை நாலு பேரையாவது முடிச்சிட்டு போகட்டுமே எண்டு சிந்திக்க ஏலாமக் கிடக்கு... ஒரு காலத்திலை தமிழ் எம்பி மாருக்கு இரத்தத்தாலை பொட்டுவைச்ச ஆக்கள் நாங்கள்... இப்ப ரத்தத்தை காணப் பயந்து நடுங்குறம்........."

அவர்கள் கதைத்துக் கொண்டிருக்கும் போதே ஐயாவின் வளவுக்கு புதிதாக இன்னொரு குடும்பம் வந்தது. கணவன் போராட்டத்தில் வீரச்சாவு அடைந்துவிட்டார். மனைவியும் இரண்டு குழந்தைகளும் வந்திருந்தனர். எத்தனைபேர் வந்தாலும் முகஞ் சுழிக்காமல் ஐயா வரவேற்றுக்கொண்டிருந்தார்.

புதிதாக வந்த அவர்களுக்கு தேவையான உதவிகளை செய்து கொடுக்குமாறு ஐயா அவனிடம் கூறினார். புதிதாக வந்தவர்களில் ஐந்து வயதில் ஒரு மகனும் இரண்டு வயதில் ஒருபெண் குழந்தையும் இருந்தனர்.

அந்தப் பெண்ணுக்கு முப்பத்தைந்து வயது இருக்கலாம் என அவன் நினைத்துக்கொண்டான். வந்தவர்களுக்கு செல்வராசுவின் மனைவி

சோதிதான் உணவு கொடுத்தாள்.... அவர்கள் சமைக்க தொடங்கு மட்டும் அவர்களுக்கு உணவு கொடுக்கும்படி செல்வராசு மனைவியிடம் கூறினான்.

கொட்டிலுக்கு அருகே ஈரமணலில் அந்தக் குழந்தைகள் மகிழ்ச்சியுடன் விளையாடின.

"பாவமப்பா... பச்சைப் பிள்ளையள்... இப்பதுவக்கம் அப்பா இல்லாத பிள்ளையளா வளரப் போகுதுகள்....." சோதி மனவருத்தப்பட்டாள்.

"உப்பிடி எத்தினை போராளியள்.... ம்... தங்கட குடும்பம்... தங்கட பிள்ளையளின்ர எதிர்காலம் எல்லாத்தையும் பாக்காம சண்டைக்கு போய் மற்றவைக்காக உயிர் விடுறாங்கள்... இதுகளை விளங்கிக்கொள்ளாம சிலபேர் பல்லுக்கு பதமாக கதைக்கினம்....."

"தங்களுக்காகத்தான் அவங்கள் முன்னுக்கு நிண்டு இவ்வளவு கஸ்டத்தையும் அனுபவிக்கிறாங்கள் எண்டு யோசிச்சா அந்தசனம் இப்பிடி கதைக்காது......."

"அக்கா...." அழைத்தபடி சுகி வந்தாள்.

"என்ன பிள்ளை?......."

"நான் ஒருக்கா குளிக்கப்போறன்.... பிள்ளையளை ஒருக்கா பாத்துக்கொள்ளுவியளா?....."

"ஓம்... நீங்க குளிச்சிட்டு வாங்கோ...... பிள்ளையள் இதிலை விளையாடட்டும்..."

பிள்ளைகள் இருவரும் செல்வராசுவின் பிள்ளைகளுடன் சேர்ந்து விளையாடினார்கள்.....

"பிள்ளையள்... தூரப்போகாமல் கிட்டநிண்டு விளையாடுங்கோ.... செல்வந்தாலும்..."என்று சோதி குழந்தைகளை அறிவுறுத்தினாள்.

காலையில் இருந்து கிளிநொச்சியை இலக்கு வைத்து பலதடைவைகள் குண்டுவீச்சு விமானங்கள் வந்து குண்டுகளைக் கொட்டிவிட்டுப் போயின... எறிகணைகளும் விழுந்துகொண்டிருந்தன.... புதிய புதிய சத்தங்களால் சனங்கள் அச்சம் கொண்டதை அவன் பார்த்தான்.

கிளிநொச்சியின் மையப்பகுதியை தரைமட்டமாக்கி தமிழ்மக்களின் பொருளாதாரத்தை பூச்சியமாக்கும் நோக்கத்தோடு அங்கிருந்த பெரிய பெரிய கட்டிடங்களுக்கு குண்டுகளை விமானங்கள் வீசிச்செல்வதாக பலரும் கதைத்தார்கள்"சமாதான காலத்திலை வேசம் போட்டுக்கொண்டு எல்லா இடமும் வந்து போனவங்கள் தானே..... பாத்து வைச்சிட்டு கொண்டு வந்து கொட்டுறாங்கள்....." என அங்கிருந்த முதியவர் ஒருவர் கூறினார்.

"உந்தச் சமாதானப் பேச்சு எண்டதே தமிழரை திசை திருப்புறதுக்கு எடுத்த சூழ்ச்சிதானே.... அதை தெரிஞ்சுகொண்டாலும்.... நல்லெண்ண வெளிப்பாடாத்தான் அவர் பேச்சுவார்த்தைக்கு சம்மதிச்சவர்.... "

"அதுதான் பேச்சுக்கெண்டு வந்தவையை கிளிநொச்சியோடை அவர் வைச்சிருந்தவர்.... உள்ள விடேல்லை தானே..... "

சண்டை இப்போது கிளிநொச்சியை இலக்குவைத்ததாக இருந்தது.

கிளிநொச்சியில் இருந்தும் அதன் சுற்றுப்புற பகுதிகளில் இருந்தும் மக்கள் வெளியேறத் தொடங்கிவிட்டனர். கிளிநொச்சி மருத்துவமனை தனது இயக்கத்தை நிறுத்தி இடம்பெயர்ந்தது. காயப்பட்டவர்களால் மருத்துவமனைகள் நிரம்பி வழிந்தன..... மருந்துகள் இல்லாமல் மருத்துவர்கள் திண்டாடிக் கொண்டிருப்பதாகவும் சிறிய காயக்காரர்களுக்கு மருந்துகொடுத்து திருப்பி விடுவதாகவும் அவனால் அறியமுடிந்தது.

செல்வராசு மெல்லமெல்ல தனது கொட்டிலின் அருகே ஒரு பாதுகாப்பு குழி வெட்டத்தொடங்கினான். வெட்டவெட்ட மண் உள்ளேயே கொட்டிக்கொண்டிருந்தது. மண்ணை அள்ளி வெளியேற்றுவதில் அவன் களைத்துச் சோர்ந்துபோனான்.

"இந்த இடம் மணல்.... பதுங்குகுழி வெட்டினா மணல் கொட்டுப்படும்... அதால தான் இஞ்ச நாங்கள் வெட்டயில்லை..." என்றார் ஒருவர்.

அவரும் ஐயாவின் வளவில் தான் இருந்தார். தனது மகன் ஒருவர் அரசியற்றுறையில் போராளியாக இருந்தவர் என்றும் இப்போது களமுனையில் நிற்பதாகவும் அவர் தெரிவித்தார்.

ஏற்கனவே மன்னாரில் நடைபெற்ற சண்டையில் காயமடைந்து வந்த மகன் சிலநாட்கள் ஓய்வில் நின்றுவிட்டு, மீண்டும் சண்டைக்கு சென்று விட்டதாகவும் அவர் கூறினார்.

நீண்ட நாட்களாக மகன் பற்றிய தகவல் தெரியாதது குறித்து அவர் கவலைப்பட்டது அவனையும் கவலைப்பட வைத்தது.

"உந்த இந்தியனாமிச் சண்டைக்குள்ளையே ஊருக்குள்ளை நிண்டு ஆமியோடை அடிபட்டவன் என்ரை பிள்ளை... அவனைப் பிடிக்கிறதுக்கெண்டே எத்தினை நடவடிக்கைகளை செய்தவங்கள் இந்தியனாமியள்.... அப்பிடியொரு வீரன் என்ரைபிள்ளை.... இப்பவும் எங்கை நிண்டாலும் ஆபத்தில்லாம நிண்டால் சரி.." என்றார். அவரின் மனதிலுள்ள வேதனை அவரின் குரலிற் தெரிந்தது.

இந்திய அமைதிப்படைக் காலத்தில் செல்வராசுவும் குடும்பத்தினரும் ஊரிலுள்ள பிள்ளையார் கோயிலில் சனங்களோடு சேர்ந்திருந்தார்கள். அப்போது அவனுக்கு திருமணமாகியிருக்கவில்லை.

இந்திய அமைதிப்படை வந்தபோது, நிறையப்பேர் நம்பினதுமாதிரி இனி தமிழ்ச்சனத்துக்கு சோலியில்லை என்றுதான் அவனும் நினைத்தான். ஓரிரு மாதங்களிலேயே எல்லாம் தவிடுபொடியாகிப் போனது.

கோயில்கள் பாடசாலைகளில் தங்கியிருந்த சனத்தை இப்படித்தான் இந்திய அமைதிப்படையும் செல்களாலும் துப்பாக்கிகளாலும் துன்புறுத்தியது.

இந்திய அமைதிப்படை கொண்டுவந்த தலையாட்டி ஒருதடவை இவனுக்கும் தலையை ஆட்டிவிட, இவனும் கைதாகி ஒரு மாதம்வரை கொக்குவில் இந்துக்கல்லூரிக்கு முன்னாலிருந்த இந்திய அமைதிப்படை முகாமில் அடைபட்டுக் கிடந்தான்.

தலைப்பாகை கட்டிய இந்திய அமைதிப்படையினர் பிடிபட்டவர்கள் ஓடிவிடாதிருக்க பாதுகாப்பில் நின்றனர். சிலர் துன்புறுத்தவும் பட்டனர். விசாரணைகளின்போது மொழி பிரச்சினை கொடுத்தது. இராணுவத்தில் இருந்த ஒருவர் மொழிபெயர்ப்பாளராக இருந்தபோதும் அவரது தமிழைக் கூட மொழிபெயர்த்தால் தான் புரியும் என்கின்ற நிலையே காணப்பட்டது.

கிழமையில் ஒருநாள் அம்மா வந்துபார்க்க அனுமதித்தார்கள். பிறகு அம்மா யார் யாரையோ எல்லாம் பிடித்து கெஞ்சிக் கூத்தாடி அவனை விடுவித்தாள்.

இந்திய அமைதிப் படையின் வதை முகாமிலிருந்து விடுபட்ட பிறகும் இந்திய அமைதிப்படையினருடன் ஒட்டி நின்ற குழுக்களுக்கு பயந்து பயந்துதான் வாழ்ந்தான். அவர்கள் இராணுவத்துக்கென தமிழ் இளைஞர்களை வலுக்கட்டாயமாகப் பிடித்துச்சென்றனர். அவர்கள் இலங்கையை விட்டு வெளியேறிபோன பிறகுதான் அவன் வெளியே தலைகாட்டி வாழ முடிந்தது.

இரண்டு மூன்று நாட்களாய் இருட்டிக் கிடந்த வானம் மீண்டும் அடாவடித்தனமாக கொட்டத் தொடங்கியது.. பலமாக வீசிய காற்று தறப்பாள் கயிறுகளை அறுக்க முயற்சித்தது. மழையில் நனைந்தபடியே கொட்டிலைச்சுற்றி மணலால் வரம்பு கட்டினான் செல்வராசு.

இரவு முழுவதும் மழைகொட்டியது.. குளிர்காற்றும் வீசியது. கடும் மழைக்குள் கூட நேரம் தப்பாமல் தலைக்கு மேலாக செல்கள் கூவிச்சென்றன.... பளீச் பளீச்சென மின்னலுடன் போட்டிபோட்டு செல்களும் கண்களை கூசவைத்தன.

எல்லாக் கொட்டில்களிலும் சனங்கள் கதைத்துக் கொண்டிருந்தார்கள். யாரும் தூங்கவில்லை.... சில கொட்டில்களுக்குள் மழைநீர் புகுந்து விட்டிருக்கக்கூடும். குழந்தைகள் அழுவதும் கேட்டது. செல்வராசு காலத்தை சபித்தபடி உட்கார்ந்திருந்தான்.

"என்னப்பா நித்திரையே.....?"

"ம்......"

"எங்கட கொட்டிலுக்கையும் தண்ணி வருது......"

கையில் வைத்திருந்த ரோச்லைற்றை அடித்து பார்த்தான். பாம்பு நெளிவது போல நெளிந்தபடி மெல்லிய கோடாக தண்ணீர் உள்ளே வந்துகொண்டிருந்தது....

"குமரன்...எழும்பு...மழைத்தண்ணி வருது......"

"பேசாம படுங்கோம்மா...." என்றுவிட்டு அவன் தலையை மூடிக்கொண்டு படுத்தான்.

பெண்பிள்ளையை அவள் எழுப்பினாள். அதுவும் அசையவில்லை. நனையக்கூடாத அத்தியாவசிய பொருட்களை தூக்கித்தூக்கி மரப்பெட்டியின் மீது வைத்தாள் சோதி.

"அக்கா...அக்கா...."

இருளில் அழைத்தபடி சுகி வந்தாள்.

"ஓம்பிள்ளை... நாங்கள் முழிப்பு... சொல்லுங்கோ......" என்றாள் சோதி.

"அக்கா எங்கடை கொட்டிலுக்கை வெள்ளம் வந்து எல்லாச் சாமானும் நனைஞ்சிட்டுது அக்கா...... பாவம் பிள்ளையள்....."

"பிள்ளையள தூக்கிகொண்டு இஞ்சை வாங்கோ தங்கச்சி. இஞ்ச ஒரு மரப்பெட்டி கிடக்கு... அதுக்குமேல பாயைப்போட்டு படுக்க விடுவம்.... "

"ஓமக்கா..."

"என்ன மனுசரப்பா உவங்கள் ... சண்டை நேரத்திலை பெஞ்சாதி பிள்ளைய கூட கவனிக்காம.... அதுகள இப்பிடி விட்டிட்டு...." சோதி புறுபுறுத்தாள்.

"ஆரன் கதைக்கினமெண்டு நீயும் விசர்க்கதை கதையாதை சோதி..... சண்டை நடக்கிற நேரத்திலை அவங்கள் வீடுவழிய நிண்டு தங்கட பெஞ்சாதி பிள்ளையள பாக்க ஏலுமே ..."

"இல்லையப்பா ..அதுகள் எவளவு கஸ்டப்படுதுகள் பாத்தியளே....."

"கஸ்டம் தான்.... போராளியளின்ர வாழ்க்கை உதுதான்.... தெரிஞ்சு கொண்டுதான் அவங்களும் சண்டைக் களத்திலை நிக்கிறாங்கள்... தான் தனக்கு எண்டில்லாம..... உதையெல்லாம் நாங்கள் விளங்கிக் கொள்ளவேணும்......" செல்வராசு சொல்லி முடிக்க,

அதற்குள் செல்வராசுவின் கொட்டிலை நோக்கி வெளிச்சம் வந்தது.

"ஆரது...."

"அது நான்... சின்னப் பிள்ளையள் எல்லாரையும் எங்கட விறாந்தைக்குள்ளை கூட்டிவந்து படுக்கவிடுங்கோ.... பெரியாக்களுக்கு இடமில்லாட்டியும் பரவாயில்லை..." மழையில் நனைந்தபடி நின்றார் ஐயா.

எல்லோருடைய குழந்தைகளும் ஐயா வீட்டு விறாந்தையில் படுக்க, பெரியவர்கள் திண்ணைகளிலும் தாழ்வாரங்களிலும் ஒதுங்கினர். வெப்ப காலத்து நோய்க் கோழிகள் போல எல்லோரும் தூங்கி விழுந்தபடி இருந்தனர்.

மழை என்றும் பார்க்காமல் செல்கள் தமது கடமையை செய்துகொண்டிருந்தன. செல்கள் வெடிக்கையில் எழுந்த ஒளியில் மழைத்துளிகள் மின்னின. மூளைக்குள் பல்வேறு சிந்தனைகள் எல்லாம் முளைப்பதும் முடிவதுமாக இருந்தன.

புள்ளி – 5

விடியும் வரை அவன் வெளியே பார்த்தபடி உறங்காமல் இருந்தான். சோதி தூங்கி வழிந்தபடி இருந்தாள். சோதியின் மடியில் தலைவைத்து கிடந்தபடி, இடையிடையே இருமிக்கொண்டே இருந்தார் சுந்தரம் அண்ணையின் மனைவி.

காலையில் மழை சற்று குறைந்திருந்தது. எல்லோரது கொட்டில்களும் தண்ணீரில் ஊறியிருந்தன. செய்வதறியாது எல்லாவற்றையும் பார்த்துக்கொண்டு நின்றான்.

எதுவுமே நடைபெறாத மாதிரி சூரியன் தென்னங் கீற்றுகளூடாக தலை நீட்டிக்கொண்டிருந்தான்.

தாய் தந்தையும் மூன்று பிள்ளைகளும் கொண்ட ஒரு குடும்பம் அங்கிருந்து கிளம்பிச் செல்ல ஆயத்தமானது.

அவர்களுக்கு ஏதாவது உதவி செய்யலாம் என்ற நினைப்புடன் அவர்களுக்கு அருகே சென்ற செல்வராசு,

"அண்ணை எங்க போகப்போறியள்?..." என்று அவர்களிடம் விசாரித்தான் செல்வராசு.

"உடையார்கட்டு பள்ளிக் குடத்திலை போய் இருப்பமெண்டு பாக்கிறம்.... ஆசுபத்திரியும் அங்கதான் இயங்குதாம்... காயப்பட்டால் கூட உடனை கவனிப்பாங்கள்;.... சத்தியமூர்த்தி டொக்டரும் அங்கைதான் நிக்கிறாராம்..... அந்தாள் சனங்களிலை நல்லபற்று.... "

"அங்கையும் சனம் நிரம்பிவிட்டுதாம் அண்ணை.... மழைக்குள்ளை சனம் நனைஞ்சுகொண்டு தாவாரம் வழிய இருக்குதுகளாம்......"

"பாப்பம்... இந்த செல்லடி ஒருபக்கம் கிடக்க, ஈரத்துக்குள்ளையும் நுளம்புக் கடிக்குள்ளையும் பிள்ளையளை எப்பிடி வைச்சிருக்கிறது... செல்லிலை இல்லாட்டி மலேரியாவிலை சாகத்தான்போறம் போலை கிடக்குது...." என்றபடி அவர்கள் கிளம்பிப் போனார்கள்.

மழை ஓய்ந்து சனங்கள் வெளியே தலைகாக்க தொடங்கியவுடன், செல்கள் கூவிக்கொண்டு வரத்தொடங்கின.... ஒட்டுசுட்டான் கற்சிலைமடு பக்கமிருந்துதான் செல்கள் மளமளவென வருவதுபோல் இருந்தன. அடுத்தடுத்து வந்த செல்களால் எல்லோரும் தடுமாறினர்.

அவசரமாக மழைச் சேற்றையும் பாராமல் நிலத்தோடு நிலமாக விழுந்து படுத்தனர். அடிக்கடி விழுந்து விழுந்து படுப்பதால் முழங்கால்களும் முழங்கைகளும் காய்த்துப்போயிருந்தன அவர்களுக்கு.

"அப்பா.... இயக்கமும் ஆமிக்கு செல் அடிக்குது போலையப்பா..." என்றான் குமரன்.

"உவங்கள் ஒண்டிரண்டை அவங்களுக்கு அடிக்க அவங்கள் பத்து நூறாக திருப்பி சனங்களுக்கு அடிக்கிறாங்கள்....." என்றார் அருகில் இருந்த ஒருவர்.

"ஓ.... பெடியள் அடிக்காட்டிலும் ஏன் உவங்கள் என்ன செய்யிறாங்கள்? செல்லாலை ஆமியைக் கலைப்பம் எண்டு வெளிநாட்டு சனத்திட்டை காசு வாங்கினவங்கள்... இப்ப பேசாம இருக்கிறாங்கள் என்பியள்... அடிச்சாலும் உவங்கள் அடிக்கிறதால தான் ஆமி திருப்பி அடிக்கிறான் என்பியள்... உங்களைப்போலை மனிசற்ற நாக்கு சும்மா இராது..... எல்லா வளத்துக்கும் நாக்கு சுழலும்....." செல்வராசு பொரிந்தான்.

"பேசாம இருங்கோ... வயதுபோன மனுசனோடை கொளுவாதேங்கோ......" செல்வராசுவின் மனைவி தடுத்தாள்.....

"எங்களவிட வயது போனவைக்குதான் முந்தின வரலாறு தெரியவேணும்.... அந்தநேரம் சனங்களை ஏமாத்திக்கொண்டு தாங்கள் சுகபோகம் தேடி ஓடினவையாலை தான் இண்டைக்கு நாங்களும் எங்கட பிள்ளையளும் கிடந்து அழுந்திறம்......... போதாததுக்கு இப்பிடி செல்லடிக்கிறான் ஆமி... இவர் இப்ப இப்பிடிக் கதைக்கிறது சரியோ......"

அவனது குரலைக் கேட்டவுடன், சுந்தரமண்ணை சாரத்தால் போர்த்தபடி வந்தார்.

"என்னடா செல்வராசு.... பசிக்கொதியிலை நாலுகட்டை சுருதியிலை கத்திறாய் போலை....."

"அப்பிடியில்லை அண்ணை.... சிலபேற்றை கதையளை கேட்க மனம் பொறுக்குதில்லை.... அதிருக்கட்டும்.... உங்கடை விசயத்தை சொல்லுங்கோ....."

"சனமெல்லாம் இருட்டுமடுப் பக்கம் போகுதாம்... நாங்களும் போவமோ செல்வராசு....... போற சனத்தோடை சேர்ந்து போறது நல்லதெல்லே....." என்றார் சுந்தரம் அண்ணை.

"அங்கால செல் அடிக்கமாட்டான் எண்டு எப்பிடி நம்பிப் போறதண்ணை..."

"சனம் போகுது...... போற சனத்தோட போறது நல்லதெல்லே.... எல்லாரும் போனாப்பிறகு இந்த இடம் மயானமாகிப் போகும்.. பிறகு தனிய இஞ்ச இருக்க ஏலுமே... :"

"முந்தியும் இப்பிடித்தான் ஜெயசிக்குறு சண்டைநேரம் ஆமி வரப்போறான் எண்டு கொஞ்சச்சனம் வவுனியாவுக்கும், இந்தியாவுக்கும் ஓடினது.... ஆமியை போராளியள் கலைச்சவை தானே.... எப்பவும்

நம்பிக்கையோடை இருக்கவேணும்...... அவசரப்படாதேங்கோ... பாப்பம் அண்ணை..." என்றான்.

அடைமழை பெய்தாலும் செல்களும் குண்டுகளும் விழுந்தாலும் வயிற்றுப் பசியைப் போக்க சனங்கள் சமையலில் ஈடுபட்டுக்கொண்டு தான் இருந்தார்கள்.

நனைந்த விறகுடன் போராடி, நான்கு பெண்களும் சேர்ந்து மதியத்துக்கு சோறும் சங்கக்கடையில் தந்த மைசூர் பருப்பில் குழம்பும் சமைத்தார்கள்.

வயிற்றைக் குடைந்து கொண்டிருந்த பசியில் சாப்பிடும்போது, அந்த உணவு அமிர்தமாக இருந்தது அவனுக்கு.

"என்னம்மா பருப்பு மட்டுமே...." என்ற மகளுக்கு"இனி இனி போற இடங்களிலை இதுவும் கிடைக்குமோ தெரியேல்லை....பேசாம சாப்பிடு...." என்றாள் தாய்.

சாப்பிட்டுவிட்டு ஓரமாக கை கழுவிவிட்டு திரும்பியபோது, ஐயாவீட்டின் மாமரத்தடியில் சனம் கூடி நின்றது. ஏன்னவென்று பார்க்கலாம் என நினைத்த அவன்,

சாப்பிட்ட தட்டை அப்படியே வைத்துவிட்டு அவ்விடத்துக்குப் போனான். ஒரு தாயும் இரண்டு பெண் பிள்ளைகளும் அழுதபடி இருந்தனர். தாய் தலையிலும் நெஞ்சிலும் அடித்து கதற, அவரை ஆற்றுப்படுத்துவதில் சிலர் ஈடுபட்டனர்.

எதுவும் சொல்லாமல் அந்தக் குடும்பத்தினர் அழுதுகொண்டிருந்தனர்.

"என்னண்ணை நடந்தது..." என்று அருகில்நின்ற ஒருவரிடம் கேட்டான்.

"வீரச்சாவு போலை....." என்றார் அவர்.

இடம்பெயர்ந்து அங்குவந்து தங்கியிருந்த ஒருகுடும்பத்தின் போராளிப் பிள்ளை சண்டையில் வீரச்சாவு அடைந்து விட்டதாக தகவல் வந்திருந்ததாகவும் கேள்விப்பட்டவுடன், அந்தப் பிள்ளைகளின் தகப்பனை நெருங்கி தோளில் கைவைத்து ஆறுதல் சொன்னான் செல்வராசு.

"முதலும் ஒரு பிள்ளை வீரச்சாவு.. அக்காக்காரி காயப்பட்டுக் கிடந்து செத்ததை தாங்க ஏலாமத்தான் இவள் போனவள்... இப்ப இந்தப் பிள்ளையும் எங்களை விட்டுப் போட்டுது...." என்று தேம்பினார்.

ஆறுதல் சொல்ல வார்த்தைகள் இன்றி தவித்தான் அவன்.

"பொம்பிளைப் பிள்ளையளுக்குத் தான் ஓர்மம் கூடத்தம்பி... இந்தப் பிள்ளையும் நல்லா முன்னுக்குப் போய் நிண்டுதான் அடிபட்டதாம்

எண்டு கதைக்கினம்...." என்றார் அங்குநின்ற ஒருவர். அவன் தலையை ஆட்டினான்.

"எங்கட இடம் திருகோணமலை மூதூர் தம்பி.... தொண்ணூறில... ஊரில இருக்கமுடியாம இரவோடை இரவா வெளிக்கிட்டு, காட்டுக்குள்ளை கிடந்து பெருங்காடுகளுக்கு உள்ளாலை நடந்துதான் இஞ்சாலை வந்தனாங்கள்... இன்னும்தான் நிரந்தரமா ஒருடத்தில இருக்கையில்லை.... ஓடிக்கொண்டே இருக்கிறம்....." என்றார் இன்னொருவர். அவன் அவரைப்பார்த்தான்.

நரைத்த முடியும், திரைந்த தோலுமாக அவர் தெரிந்தார். அந்த மனிதர் மீது ஒருபோதும் இல்லாத இரக்கம் பிறந்தது அவனுக்கு.

அவன் பெருமூச்சு விட்டான்.

"ஐயா... நாங்கள் அனுபவிக்கிற கஸ்டங்களுக்கு இப்ப இல்லாட்டியும் எப்பவாவது ஒரு முடிவு வரும்...." என்றான் மெல்லிய குரலில்.

"வித்துடல் இஞ்சை வருமாமோ....." அவரிடமே கேட்டான்.

"தெரியேல்லை மகன்...." என்றார்.

"வந்தா விசுவமடு துயிலுமில்லத்தில தான் அடக்கம் செய்வினம்...."

செல்களின் அகோரத் தாக்குதல்களின் மத்தியிலும் பலர் வந்து அந்தக் குடும்பத்தினருக்கு ஆறுதல் சொன்னார்கள்....

சில போராளிகளும் வந்து ஆறுதல் சொல்லிப்போயினர்.

அவர்கள் இருந்த ஐயாவின் வளவின் பின்னால் ஒரு கல்வீடு இருந்தது. அது உடையார்கட்டு சந்தியில் கடை வைத்திருந்த ஒருவருக்கு சொந்தமானது. அந்த வீட்டுக்காரர்கள் முன்கூட்டியே இடம்பெயர்ந்துவிட, அந்தவீட்டில் காயப்பட்டவர்களை கொண்டுவந்து போராளிகள் இறக்கினார்கள்.

ஒருபுறம் காயப்பட்ட போராளிகள். மறுபுறம் வீரச்சாவடைந்த துயர் என பார்க்கும் இடமெல்லாம் துயர் நிறைந்திருந்தது.

அடுத்த நாள்.... விசுவமடு மாவீரர் துயிலுமில்லம் தொடங்கி உடையார்கட்டு ஆலடிச் சந்திவரை செல்கள் செறிவாக இடைவெளி இன்றி தொடர்ந்து விழத் தொடங்கின.

துயிலுமில்லம் தாண்டி வந்து கொண்டிருந்த லான்ட்மாஸ்ரர் என்ற சிறிய உழவூர்தி மீது செல் ஒன்று வீழ்ந்து வெடித்ததில் பெண்கள் உட்பட நாலைந்துபேர் உடல்சிதறி இறந்துவிட்டதாக வழிப்போக்கர்கள் சொன்னார்கள்.....

"தம்பி செல்வராசு... சுதந்திரபுரத்தை பாதுகாப்பு வலயமா தாங்கள் அறிவிச்சிருக்கினமாம்.... சனங்களை அங்க போகச்சொல்லி அரசாங்கம் ரேடியோவிலை அறிவிக்கிதாம்....." என்றார் மூச்சிரைக்க வந்த சுந்தரமண்ணர்.

"அப்பிடியெண்டா நாங்கள் அங்க போவம். அதுதானே நல்லது..."என்றாள் சோதி.

"உப்பிடித்தானே விசுவமடுவை போர் தவிர்ப்பு வலயம் எண்டு அரசாங்கம் அறிவிக்க... சனமெல்லாம் அவசரஅவசரமா விசுவமடுவுக்கு வந்ததுகள்... நம்பிவந்த சனத்துக்கு செல்லடிச்சு எவ்வளவுசனம் செத்தது தெரியுமே... பாரதிபுரம் பள்ளிக்குடத்திலை படிப்பிச்ச ரீச்சரும் அவவின்ரை பிள்ளையளும் செத்துப்போச்சு.... அவன் எல்லாரையும் சுதந்திரபுரத்துக்கு போகச் சொல்லிப்போட்டு அங்கவைச்சு ஒருமிக்க அழிக்க திட்டமிடுறான்.....உதை நம்பி போகேலுமோ..." என்றான் செல்வராசு.

"ஓ... அவையின்ரை சுதந்திரநாள் வருகுதெல்லோ... அதுக்கிடையிலை அடிச்சு தமிழரை முற்றாக முடிச்சுப்போட்டு.... வெற்றி விழாக் கொண்டாடுவம் எண்டு நினைக்கினம் போலை......"

"அண்ணை நீங்கள் எங்கையும் போறதெண்டா எங்களையும் கூட்டிக்கொண்டு போங்கோ.... எங்களுக்கு வேற ஆரையும் தெரியாது....." என்றாள் சுகி.

"ஐயோ ஈவு இரக்கமில்லாம அடிக்கிறான்.... பங்கருக்குள்ளையும் தண்ணி... எங்கை இருக்கிறது....:" நடுத்தர வயதுள்ள பெண் ஒருவர் பதறினார்.

காதுகளைக் கிழிப்பதுபோல செல்கள் சுற்றிவர விழத்தொடங்கின.

".மூங்கிலாத்து பிள்ளையார் கோவிலுக்கு முன்னாலை செல்விழுந்து மோட்டார் சயிக்கிளிலை வந்த ரெண்டுபேர் செத்திட்டினமாம்... மாடுகளும் செத்துப்போச்சாம்.. இடம் பெயர்ந்துகொண்டிருந்த சனங்கள் கனபேருக்கு காயமாம்....."

ஒழுங்கைக்குள்ளால் ஓடி வந்துகொண்டிருந்த பெண்ஒருவர் கத்தினார்.

"ஐயோ உடையார்கட்டு பள்ளிக்குடத்துக்குள்ள செல்விழுந்து, அங்கை இயங்கின ஆஸ்பத்திரிக்கு சேதமாம்.... அங்கையிருந்த காயக்காரரும் செத்திட்டுதுகளாம்...... அம்புலன்சும் நெருப்பு பத்தி எரிஞ்சுகொண்டிருக்குதாம்.... டொக்டர்மாருக்கும் காயமாம்...... றோட்டுவழிய சிதைஞ்ச உடலுகள் கிடக்காம்......"

"அரசாங்க அதிபரின்ரை அலுவலகமும் உடையார்கட்டிலை இயங்குதாம்.... ஐ.நாவின்ரை அலுவலகமும் இஞ்சதான் இருக்காம்... எல்லாம் இருந்தும் இப்பிடி அடிக்கிறாங்களே......"

"இஞ்சயப்பா.. இருட்டுமடுப்பகுதியிலை செல்விழுந்து சனம் செத்துப் போச்சாம்.... அங்கையிருந்து சனம் இஞ்சால வருதாம் எண்டு கதைக்கினம்... என்னப்பா செய்யிறது...." சோதி பரபரத்தாள்.

அவனுக்கு தலைக்குள் கிறு கிறுத்தது.

"இனியும் இஞ்ச இருந்தமெண்டால் எங்கடை உடல்கூட மிஞ்சாது போல தெரியுது....." முருகேசண்ணரின் மனைவி அச்சத்துடன் சொன்னார்.

ஒவ்வொரு பக்கத்தாலும் கதைகள் வந்துகொண்டிருந்த கதைகள் அவனைக் குழப்பியடித்தன. செவிகளில் விழும் கதைகளை நம்புவதா இல்லையா என்ற குழப்பம் அவனை தடுமாற வைத்தது.

"சரி.. வெளிக்கிடுங்கோ.... எல்லாருமா எங்கையெண்டாலும் போவம்..." என்றான் செல்வராசு.

அதற்குள் தலைக்கு மேலால் இரைந்துகொண்டு போன செல் ஒன்று குரவயல் என்கின்ற இடத்தையண்டி விழுந்து பெருஞ் சத்தத்துடன் வெடித்தது. வானத்தை நோக்கி புகை எழுந்தது.

தூரத்தே சனங்கள் அலறும் சத்தம் கேட்டது.

"எங்கையோ சனங்களுக்குள்ளை விழுந்திட்டுது போலை.... இந்தச் செல்லைக் கண்டுபிடிச்சவனை முதலிலை அழிக்கோணும்...."

செல்வராசுவின் மனைவி அழுதபடியே பொருட்களை கட்டினாள். செல்வராசுவுக்கும் மனதில் பயம் ஏற்பட்டது. ஆனால் வெளிக்காட்டாமல் இருந்தான்.

செல்வராசு குடும்பத்துடன் சுந்தரம் குடும்பமும் சுகி குடும்பமும், மலர் குடும்பமும் சேர்ந்து புறப்பட்டன...

"கவனமாப் பாத்து போங்கோ... ஏதும் கடும் சிக்கல் எண்டால் நானும் வருவன்...." என்று ஐயா ஆறுதல்கூறி அனுப்பினார்.

கூட்டத்துக்குள் நகரமுடியவில்லை..... எங்குபார்த்தாலும் மனிதத் தலைகளே தெரிந்தன.

போகும் வழியில் அந்தச் சன நெரிசலுக்குள்ளும் சாந்தகுமாரியக்கா அவனை அடையாளம் கண்டுவிட்டார்.

சாந்தகுமாரியக்கா கிளிநொச்சியில் மத்திய கல்லூரிக்கு முன்பாக பாடசாலைப் பொருட்கள் விற்கும் கடை வைத்திருந்தார். அவவின் கடைக்கு பொருட்கள் ஏற்றி இறக்கியதில் அவனுக்கு பழக்கமானவராக ஆகியிருந்தா.

அவனைக்கண்டதும் சாந்தகுமாரியக்கா ஓவென்று கதறி அழுதா. அழுகையினூடே தனது மகளின் வீரச்சாவுச் செய்தியையும் சொன்னா. மல்லாவியில் தன்மகள் வீரச்சாவடைந்ததாகவும் மகளின் உடல்கூட கிடைக்கவில்லை என்றும், உடலைப் பார்த்திருந்தால் தனக்கு கொஞ்சம் ஆறுதலாக இருந்திருக்கும் என்றும் அழுதபடியே அவ சொல்லிக்கொண்டிருந்தா.

எந்நேரமும் கரு கருவென்றிருக்கும் அவவின் தலைமுடி நரைத்து தெரிந்தது. முகம் வதங்கிப் போயிருந்தது.

சுதந்திரபுரத்தில் தனது உறவினர் திருமணம்செய்த சம்பந்த பகுதிக்காரர் வசிப்பதாகவும் அவர்களைத்தேடி போவதாகவும் சொன்னார்.

அவவுக்கு ஆறுதல்கூற வார்த்தைகள் இல்லாமல் அவன் தவித்தான். சிறிது நேரத்துக்குள் மனிதக் கடலுக்குள் அவ மறைந்துபோனா.

எல்லோருக்கும் கடுமையான பசி. செல்வராசுவின் மகள் தமிழ்விழி நடக்கமுடியாமல் சோர்ந்தாள். பசியில் அவள் தேம்பினாள். சுந்தரமண்ணை சிறியவர்களை அதட்டி அதட்டி நடக்கவைத்தார்.

இருட்டுமடுவை சென்றடைவதற்குள் அந்தப்பகுதியின் மீதும் செல்கள் விழுந்தன.... சனங்களின் அமளியில் செல் வருவது கூட கேட்காது போலிருந்தது.

சனங்கள் கத்துகிறார்களா... அழுகிறார்களா... அழைக்கிறார்களா என்று எதுவுமே தெரியாதிருந்தது.

"குரவயல், உடையார்கட்டெல்லாம் செல்விழுது... வெளிநாட்டு றேடியோவிலை எங்கடை டொக்டர்மார் சனங்களுக்கு மேலை செல்விழுது எண்டு அறிவிச்சவையாம்... அதைக் கேட்டிட்டு ஆஸ்பத்திரிக்கும் செல்லடிச்சு சனமும் ஆஸ்பத்திரி நேர்சும் செத்திட்டுதுகளாம்...." செவிவழி நுழைந்த கதைகள் மனப்பீதியைக் கிளப்பின.

உடையார்கட்டிலிருந்து இருட்டுமடுவிற்கு செல்லும் குறுகலான பாதையிலும் சனங்கள் சிறிய தறப்பாள்களை போட்டு இருந்தார்கள். ஒரு தறப்பாள் கொட்டிலின் முன்னால் சிறிய கிணறு இருந்தது.

அதிலும் தண்ணீர் பிடிக்க சரியான கூட்டம். வரிசையில் காத்திருந்து ஒருபோத்தலில் தண்ணீர் பிடித்தார்கள். பிடித்த தண்ணீர் மஞ்சள் நிறத்தில் இருந்தது. தாகத்தில் அதையே குடித்தார்கள்.

நடந்துகொண்டிருக்கும் போது நெரிசலில் பரமேஸ் வந்தான். தாடியுடன் தலைமயிரும் வளர்ந்து, அவனைப் பார்க்கவே பாவமாக இருந்தது. அவனுடைய அம்மா செல்லடியில் செத்து இரண்டு மாதங்கள் தான். எங்கோ தூரத்தில் விழுந்த செல்லின் சிதறல் ஒன்று விறாந்தையில் படுத்திருந்த அவனது தாயின் தலையில் நுழைந்துகொண்டது.

அந்தக்கணமே எந்த வலியையும் வெளிக்காட்டாமல் அந்த இடத்திலேயே அவர் இறந்துவிட்டார். செத்த வீட்டுக்கு செல்வராசுவும் போயிருந்தான். கடைக்குட்டியான பரமேஸ் திருமணம் செய்யவில்லை. அவனுக்கொரு பெண் பார்க்கும்படி அவனுடைய அம்மா

செல்வராசுவிடம் கேட்டிருந்தார். இப்போது பரமேசின் அம்மாவும் இறந்துவிட்டார். பரமேசுவுக்கு ஒரு அக்கா வவுனியாவில் இருப்பதாக செல்வராசு கேள்விப்பட்டிருக்கிறான்.

அம்மாவின் முப்பத்தோராம் நாள் பிதிர்க் கடமைகளைகூட செய்யமுடியாமல் பரமேஸ் இடம் பெயர்ந்துவிட்டான்.

"இஞ்சயும் இருக்கேலாது போலைகிடக்கு.. சனங்கள் சுதந்திரபுரத்துக்கு போகுதுகள்.... நாங்களும் அங்கபோறது தான் அண்ணை புத்திசாலித்தனம்..." என்றான் பரமேஸ்.

"சரி போவம்.." என்று தொடர்ந்து நடந்தார்கள்..... வழிகளில் அவசரத்துக்கு யாரோ மலங் கழித்திருந்தார்கள்....

"கவனமாப் பாத்து நடவுங்கோ...." என்று சொன்னான் செல்வராசு.

"அண்ண றெட்பானாவிலை பங்கருக்குமேலை செல்விழுந்து தாயும் ரெண்டு பிள்ளையளும் செத்திட்டுதுகளாம்...." என்றபடி பரமேஸ் கூட நடந்தான். செல்வராசு தனக்குப்பின்னே நடந்து வருபவர்களைத் திரும்பிப் பார்த்தபடி நடந்து கொண்டிருந்தான்.

"அண்ணை எப்பெண்டாலும் சுதந்திரபுரம் போயிருக்கிறியளோ........."

"சுதந்திரபுரம் சந்தியாலை போயிருக்கிறன்... ஆனா உட்பக்கங்கள் தெரியாது.... ஏன் பரமேஸ் கேக்கிறாய் ?... "

"எனக்கு தெரிஞ்ச மாஸ்ரர் ஒராளுக்கு அங்க தென்னந்தோட்டம் இருக்கு.... எல்லாருமா அங்கை போவமோ.... அவருக்கு பெரியகாணி இருக்கு ...ஆளாளுக்கு பிறம்பு பிறம்பாக கொட்டில்போட்டு இருக்கலாம்.... பாத்து ஒரு பொதுக்கக்சுசும் வைப்பம்...." என்றான் அவன்.

"அதுக்கென்ன.... எங்களில நாலு குடும்பம் வாறம்... அவர் ஒண்டும் சொல்லமாட்டாரே..... பிரச்சினை இல்லையே..."

"இப்பிடி அவலப்பட்டு அந்தரிச்ச ஒரு நேரம் வராத எண்டு ஆரும் சொல்லமாட்டினம்... வாங்கோ... வந்தாப் பிறகு அவற்றை இயல்பைப் பாருங்கோவன்...." என்றான் பரமேசு....

சிறிது ஆறுதலுடன் களைப்பையும் பொருட்படுத்தாமல் நடந்தார்கள்... நடக்க நடக்க நகர முடியாதிருந்தது. நடக்க முடியாமலும் பலர் வீதிகளில் இருந்தார்கள்..... வயோதிபர்கள் நடுங்கியபடி இருந்தார்கள்..... நடக்க முடியாதளவிற்கு காயப்பட்டவர்களும் நடந்து கொண்டிருந்தார்கள். காயப்பட்ட அவர்களுக்கு போதுமான மருத்துவ வசதி இல்லாதிருந்தது.

மதியப் பொழுது கழிந்து இரவும் வந்தது. வெளிச்சம் ஏதுமில்லை.

ஒளியற்ற தெருக்களில் ஆங்காங்கே மின்னிய வெளிச்சக் குண்டுகள் சிந்திக்கொண்டிருந்த ஒளித் துணையோடு நடந்தார்கள். நடைப் பயணம்

மிகவும் துயரமாக இருந்தது. தெருக்களில் மழைநீர் தேங்கி நின்றது.... வயற்பாங்கான நிலம் என்பதால் சேற்றுக்களி கால்களில் ஒட்டிக்கொண்டு நடக்கவிடாது வழுக்கியது.

காலை உரசி சேற்றுக்கழியை அகற்றிக்கொண்டு நடந்தார்கள். செல்வராசு முன்னதாக தனது செருப்புகள் நடைக்கு ஊறு விளைவிப்பதாக கழற்றி வீசி விட்டிருந்தான்.

"அண்ணை... இந்தமுறை சண்டை கொஞ்சம் வித்தியாசமாக் கிடக்கு... நாங்கள் இப்பிடி பாதுகாப்பாக எங்கடை உயிருகளை நகர்த்திக் கொண்டு... போராளியளைக் குறைவாகச் சொல்லக்கூடாது... ஆனாலும்... ஏதோ ஒரு ஈடாட்டம் தெரியுற மாதிரி நான் உணருறன்......" என்றான் பரமேசு.

தலைக்கு மேலே இரைந்துகொண்டு சென்ற செல் கண்களுக்கு தெரிகிறதா என அண்ணாந்து பார்த்தான் செல்வராசு. அவன் பார்க்கும்போதே தூரவாக அது வீழ்ந்து வெடிக்கும் ஒலி கேட்டது.

"ஐயோ... என்ரபிள்ள...." இருளில் ஓர் அம்மா கத்தினார். அவனுக்கு மனம் திடுக்கிட்டது கத்திய பெண்ணைப் பார்த்தான்.

அவரின் சிறு பெண்பிள்ளை வீதியருகில் மழைநீர் தேங்கி நின்ற குழியில் வீழ்ந்துவிட்டாள் என்பதை உணரமுடிந்தது.

"கத்தாதையணை...." என கத்தியபடியே சில இளைஞர்கள் மழைநீர் நிரம்பிக் கிடந்த குழியினுட் குதித்து அந்தப் பெண்ணை மீட்டுக் கொடுத்தனர். நீரில் நனைந்ததாலும், தடுமாறி வீழ்ந்த அதிர்ச்சியாலும் அந்தச் சிறுபெண் நடுக்கத்துடன் அழுதுகொண்டிருந்தாள்.

"அழாதை.... பாத்து நடக்கதெரியாதே... கரைக்கு போகாம ... நடுவாக சனங்களுக்குப் பின்னாலை நட...." சிறுமிக்கு அறிவுரை கூறினாள் அந்தத் தாய்.

"நீ அப்பிடி நினைக்கிறாய் பரமேசு... ஆனா எனக்கு அப்பிடி நினைக்க ஏலாம கிடக்கு ... ஏனெண்டால் இவ்வளவு பலத்தோடை இருந்த ஆனையிறவை இல்லாமல் ஆக்கின இயக்கம்... பின்வாங்கும் எண்டோ பின்னடையும் எண்டோ நான் சொல்லமாட்டன்.... " என்றான்.

"குறை நினையாதேங்கோ அண்ணை.... ஆனையிறவை இயக்கம் திட்டமிட்டு போய் அடிச்சுது... ஆனா இது அவங்கள் வலிய கலைச்சுக்கொண்டு வாறாங்கள்... மன்னாரிலையிருந்து விட்டுவிட்டு வாறதை தந்திரம் எண்டு ஏற்கலாமோ.... இயக்கம் உண்மையான தங்கடை நிலைப்பாட்டை சனத்துக்கு சொல்லவேணும் எண்டு நான் நினைக்கிறன்...... "

ஏன்ராப்பா... இயக்கம் வெளிப்படையா போராடுறதுக்கு ஆக்கள் காணாதெண்டு சொல்லுது தானே... ஆனையிறவை அடிக்கேக்கை

பின்னாலை நிண்ட நாங்கள்... பாட்டெழுதி றோட்டெல்லாம் ஸ்பீகக்கர் கட்டின நாங்கள்.... இப்ப பிள்ளையளை இயக்கம் கேக்குது எண்டு ஓடுறம்.... அதிலைபோய் எதுக்கு சனத்துக்கு நிலைப்பாடு சொல்லவேணும்.... ம்.... ' செல்வராசு கொஞ்சம் கோபமாகக் கேட்டான்.

பரமேசு எதுவும் பேசவில்லை. ஏதோ சிந்தனை வசப்பட்டவனாக நடந்தான். அவனின் சிந்தனைக்கு இடையூறு விளைவிக்கக் கூடாதென்ற எண்ணம் கொண்டவன் போல செல்வராசுவும் நின்றான். கூட்டம் நகராமற் தள்ளுமுள்ளுப்பட்டது.

வானத்தில் பழங்கள் பழுத்துத் தொங்குவது போல வெளிச்சக் குண்டுகள் தொங்கிக் கொண்டிருந்தன. மழைக்காலம் என்பதால் குளிர்காற்றும் சேர்ந்துகொண்டு உடலை நடுங்க வைத்தது. கூட்டம் மெது மெதுவாக நகர்ந்தது.

சிறிது தூரம் தான் நடந்திருப்பார்கள்..... ஆனால் விடிந்து கொண்டிருந்தது.

அப்போது பார்த்து இரண்டு செல்கள் ஒன்றன் பின் ஒன்றாக விழுந்து வெடித்தன. சத்தம் செவிகளை கிழித்துக் கொண்டு போனது மாதிரி இருந்தது.

நடை மட்டும் நத்தை வேகத்தில் தொடர்ந்து கொண்டிருந்தது. கால்கள் கடுகடுத்தன. பசியும் வயிற்றில் சேர்ந்துகொண்டது.

சனங்கள் அவலமாக கத்தினார்கள். ஒருவரை ஒருவர் தள்ளினார்கள். அவர்களுக்குள் வாய்த்தர்க்கங்கள் நிகழ்ந்தன. சில சமயங்களில் கைகலப்பு ஏற்படுவது போன்ற முறுகல் நிலையும் ஏற்பட்டது. எதையுமே காதில் வாங்கிக்கொள்ளாமல் செல்வராசு நின்றான்.

"நாங்கள் முதலே அங்கால போயிருக்கவேணும்.... நீங்கள் தான் பொறுங்கோ பொறுங்கோ எண்டு... இப்ப பாத்தியளே இதுக்குள்ளை சாகப்போறம்...." சோதி அவனைக் குற்றம் சாட்டினாள்.

"கொஞ்சம் பொறப்பா... உவளவு சனமும் தானே நிக்குது... நாங்கள் மட்டுமே நிக்கிறம்..... எல்லாருக்கும் உயிர் ஒண்டுதானே...... நாங்கள் மட்டும் சனங்களை இடிச்சுக்கொண்டு தப்பிஓடலாமே.... எவ்வளவு குழந்தையள் நகரேலாமல் நிக்குது பார் சோதி...." என்றான் செல்வராசு.

"எப்பபாத்தாலும் பொறுங்கோ பொறுங்கோ எண்டு சொல்லி...... கடைசி நேரத்திலை அவலப் படுறதுதான் மிச்சம்...." என்று சோதி முணுமுணுத்தாள்.

"பேசாம வாங்கோ.. எப்ப பாத்தாலும் உங்கட கரைச்சல் தான்.... சும்மா சண்டை தொடக்குறியள்...." என்றான் தாயிடம் குமரன்.....

அவனுக்கும் தலைமுடி வளர்ந்து முகத் தோற்றம் அசிங்கமாகித் தெரிந்ததை செல்வராசு உணர்ந்தான். மனித வாழ்க்கையின் அன்றாடக்

கடமைகள் எல்லாமே தொலைந்து போனதை அவன் வேதனையோடு நினைத்துப் பார்த்தான்.

சனங்கள் விரைவில் போய்விடவேண்டும் என்பதால் தங்களுக்குள் தள்ளு முள்ளுப்பட்டுக் கொண்டிருந்தனர். நடப்பதற்கு உடலில் பலமில்லாத நிலையிலும் வாய்ச் சண்டைகள் குறைவின்றி நிகழ்ந்தன.

"இனி இஞ்ச இடை நடுவிலை தங்கி இருக்கவேண்டாம்... அப்பிடியே நேர சுதந்திரபுரத்துக்கே போவம்..." என்றார் சுந்தரமண்ணை.

"பிள்ளை நீங்கள் என்ன செய்யப்போறியள்.... எங்களோடை வாறியளோ... இல்லாட்டி வேற ஏதும் திட்டம் இருக்குதோ....." என்றான் செல்வராசு சுகியிடம்.

"எங்களுக்கு ஒருத்தரும் இல்லையண்ணை... இவற்றை தொடர்பும் இல்லை...நாங்கள் எங்கை இருக்கிறம் எண்டும் இவருக்கு தெரியாது.... நாங்கள் எங்கை போறதெண்டே தெரியேல்லை அண்ணை... உங்களோடையே வாறம் ..." என்றாள் அவள்.

நத்தை கூட அவர்களைவிட வேகமாக சென்றுவிடும் போல இருந்தது. அவர்களால் நகரவே முடியாதிருந்தது.

"அண்ணை... இலக்கியாக்கா போறா.... இவரைக் கண்டனீங்களோ எண்டு கேப்பம்..." என்று சுகி சனங்களைத் தள்ளிக்கொண்டு முன்னே போனாள். செல்வராசு வாயெடுப்பதற்குள் சுகியின் உருவம் மறைந்து போனது.

இலக்கியா அவனுக்கும் தெரிந்த போராளிதான். இலக்கியாவின் துணைவரும் களமுனைத் தளபதிகளில் ஒருவராக இருந்தார்.

அரைமணி நேரமாகியும் சுகியை கண்டுகொள்ள முடியவில்லை.

"ஒருவேளை சுகி இலக்கியாவுடன் சேர்ந்து அவர் போகுமிடத்துக்கு போகலாம்..." என செல்வராசு நினைத்தான்.

இன்னும் சற்று நேரத்தில் சனங்களை இடித்துக்கொண்டு பின்னுக்கு வந்தாள்"அண்ணோய்... அண்ணோய்...." என அவள் அழைக்கும் குரல் கேட்டது.

"ஓம் பிள்ளை... பக்கத்திலை நிக்கிறம்..." என்று சுகியின் கையைபப் பிடித்தாள் சோதி.

"என்னவாம் பிள்ளை....."

"இப்ப ஒருதற்றை தொடர்பும் இல்லையாம்... தனக்கே தன்ரை ஆளோடை தொடர்பு கிடைக்கேல்லை எண்டு அவ சொல்லுறா... பாவம்.... அவவும் காயப்பட்ட இயக்கப்பிள்ளையள் கொஞ்சப்பேரை கொண்டு போறா.... அவ மருத்துவப் பிரிவுதானே...." என்றாள் சுகி.

"இப்ப இருக்கிற நிலைமையிலை ஆருக்கு ஆர் ஆறுதல் சொல்லுறது சுகி... பேசாம இரும்... ஏதோ ஒரு விதத்திலை தொடர்பு கிடைக்கும் தானே....." என்று சோதி கூறினாள்.

நடக்கும்போதே அவர்கள் இரவையும் பகலையும் மாறிமாறிக் கடந்தார்கள். இரவும் பகலுமாய் நடந்து மறுநாள் இரவுதான் அவர்களால் சுதந்திரபுரத்தை அடைய முடிந்தது.

சுதந்திரபுரத்தில் நூறுஏக்கர் திட்டம் என்ற இடத்ததிற்கு அவர்கள் வந்து சேர்ந்திருந்தார்கள். அங்கு கடல் போல மக்கள் அலை மோதினர்;. மழை பெய்த ஈர நிலத்தில் மக்கள் ஆங்காங்கே படுத்துக்கிடந்தனர். எல்லோரும் நகர முடியாதளவுக்கு களைப்புற்றுக் கிடந்தனர்.

ஒருமுறை சுட்டிபுரத்தில் உள்ள கோயில் ஒன்றுக்கு சீர்காழி கோவிந்தராஜன் வந்தநேரம் முதிரா இளைஞனான செல்வராசு இப்பிடி முதல் முறையாக சனக்கூட்டத்தை பார்த்ததை நினைத்துக்கொண்டான். அப்போதும் இப்படித்தான் சனங்கள் இடிபட்டு நெருக்குப் பட்டார்கள். வயல்கள் தோட்டங்கள் எல்லாம் உழக்கியடித்து நடந்தார்கள்.

அதன் பிறகு இப்போதுதான் இப்பிடி சனக்கூட்டத்தை காண்பதாகவும் எண்ணிக்கொண்டான்.

எங்கே போவது என தெரியாமல்.. சனங்களுக்குள் மெதுமெதுவாக தள்ளாடியபடி நடந்தார்கள். வழியில் ஒரு மரத்தடியில் லொறிக்காரச் சந்திரன் அண்ணர் மனைவியுடன் அமர்ந்திருந்தார். இருள் படர்ந்திருந்த நிலையிலும் அவரை அவனால் கண்டுகொள்ள முடிந்தது.

"சந்திரன் அண்ணை...."

அவன் அழைத்ததும் அவர் ஓவென்று பெரிதாக அழுதார்.

"அண்ணை..... என்னண்ணை.....:" பதறியபடி அவரருகே குனிந்து கேட்டான் செல்வராசு.

அழுதபடியே'என்ரை ரெண்டு பொம்பிளப் பிள்ளையளும் என்னை விட்டுப் போட்டுதுகளடா செல்வராசு... நான் ஏனடா உயிர் தப்பி இருக்கவேணும்..... பாழாப்போன செல் எனக்குமேலை விழவில்லையே....' என தலையிலும் நெஞ்சிலும் அடித்தார். தாடி மீசையோடு அவரைப் பார்க்கப் பார்க்க பரிதாபமாக இருந்தது அவனுக்கு.

1990 இல் யாழ்ப்பாணம் கோட்டைச்சண்டை நடைபெற்ற போது, ஒரு போராளியாக பின் தளப் பணிகளில் ஈடுபட்டுக்கொண்டிருந்தவர் அவர். கோட்டையைச் சுற்றி புதைக்கப்பட்டிருந்த மிதிவெடியில் தனது காலொன்றை இழந்திருந்தார் சந்திரன். வயதான நிலையில் இயக்கத்திலிருந்து விலகி உதவியாளராக இருந்தார். இயக்கத்தின் வாணிபநிலையம் ஒன்றில் காசாளராக இருந்தார்.

கடந்த வருடம் கிளிநொச்சி கந்தசாமி கோயிலடியில் நின்றுகொண்டிருந்த அவருடன் அவன் கடைசியாக கதைத்திருந்தான். இறந்த பிள்ளைகளில் ஒன்று அவருடன் நின்றதாக அவனுக்கு ஞாபகம் வந்தது. அப்போது தனக்கு நீரழிவுநோய் ஏற்பட்டுள்ளதை அவர் கூறியிருந்ததை அவன் இப்போது நினைத்துப் பார்த்தான்.

"ஐயோ... ராசா உடனடியா என்ர பிள்ளையளுக்கு மருத்துவ வசதி கிடைச்சிருந்தா அதுகள் உயிர் தப்பியிருக்குங்கள் ராசா.... பாழாப்போன சிங்களவன்கள் என்ர பிள்ளையளை கொன்று போட்டாங்கள்... ஐயோ... இயக்கத்தில போய் செத்தாலாவது நாட்டுக்காக உயிரை விட்டுதுகள் எண்டு ஆறுதல் அடையலாம்.. இப்ப என்ர குஞ்சுகள் அநியாயமா செத்திட்டுதுகளே...." என்று மார்பிலும் தலையிலும் அடித்து சந்திரனின் மனைவி அழுதாள்.

"அக்கா... அழாதையக்கா... பிள்ளையளுக்கு என்ன நடந்தது?...." தானும் அழுதபடியே கேட்டாள் செல்வராசுவின் மனைவி சோதி.

"எங்கட பிள்ளையள் ரெண்டும் முன்வீட்டு பெடியனும் ஒண்டும் சேந்து பங்கருக்கு பக்கத்திலை விளையாடினதுகள்... அதுகள் எல்லாத்துக்கும் சரியான பசி....சரி எண்டுபோட்டு நான் றொட்டி சுட்டுக் கொண்டிருந்தன்... அப்பதான் செல் குதத்துற சத்தம் எனக்கு கேட்டுது... செல் குத்தின சத்தம் கேட்டவுடனை.. .படுங்கோ படுங்கோ எண்டு கத்தினன்... அதுகள் படுக்கிறதுக்குள்ளை அதுகளுக்கு மேலாலை போனசெல் அங்காலை தள்ளி விழுந்து வெடிச்சிட்டுது.... வெடிச்சு சிதறிப் பறந்த துண்டுகள் பிள்ளையளை அறுத்துப் போட்டுது.... அதுகளோடை விளையாடிக் கொண்டிருந்த பெடியன்ரை உடம்பே இல்லை... பாவம் அதுகளின்ரை ஒரேபிள்ளை அது..... உடல் எல்லாம் சிதறிப்போட்டுது...." அழுகையினூடே. சந்திரனின் மனைவி சொன்னாள்.

இரண்டு பிள்ளைகளை கண்முன்னே பறிகொடுப்பது என்பது எத்துணை கொடுமையானதென்பதை அவன் நினைத்து நடுங்கினான்.

"பிள்ளையளை புதைக்க இடமில்லை... கிடங்கு வெட்ட மண்வெட்டி இல்லை.... பிறகு இவர்தான் ஒரு இடத்திலை தெரிஞ்ச ஆக்களையும் பிடிச்சு ஒரு வீட்டுக்கு பின்னாலை... பிள்ளையளை தாட்டவர்.... ஆமியளை அடிச்சுக் கலைச்ச பிறகு என்ரை குஞ்சுகளை கிளறி எடுத்துக்கொண்டு போய் எங்கடை வீட்டிலை தாக்கவேணும்.... இப்ப பிள்ளையளை தாட்டுப்போட்டு தனிமரமா நிக்கிறமே... கடவுளே......" எனக் கதறினாள் அந்தத்தாய்.

அவர்களைப் பார்க்க மிகுந்த கவலையாக இருந்தது. அவர்களுக்கு எந்த உதவியும் செய்யமுடியாத கையறு நிலையில் இருக்கும் தனது நிலையை எண்ணி செல்வராசுவுக்கு துயரமாக இருந்தது.

அழாதே என்று அவர்களைத் தடுக்கும் தைரியம் அவனுக்கு இல்லாதிருந்தது. பரமேசு கைகளை கட்டிக்கொண்டு நின்றான்.

'இப்ப தான் இந்த இடத்துக்கு வாறம்.... இனித்தான் ஒரு இடைவெளியைப் பாத்து இருக்கவேணும்.....' என்றபடியே.

முடிந்தளவுக்கு ஆறுதல் சொல்லிவிட்டு நகர்ந்தார்கள்..... அதைத் தவிர ஏதும் செய்யமுடியாமல் இருந்தது.

புள்ளி – 6

சாமம் கடந்த பொழுதாக இருக்கவேண்டும்.

அந்தத் தென்னந் தோப்புக்குள் நுழைந்தார்கள். அங்கும் சனம் நிறைந்திருந்தது.

'இது தானண்ணை நான் சொன்ன ஜெயா மாஸ்ரரின்ரை நிலம்... இந்த இடத்தை நூறு ஏக்கர் திட்டம் எண்டு சொல்லுறவை... இதிலை இருங்கோ... நான் ஒருக்கால் ஜெயா மாஸ்ரரோடை கதைச்சிட்டு, நாங்கள் வந்திருக்கிறம் எண்டு சொல்லிப்போட்டு வாறன்....' என்றான் பரமேசு.

'சுந்தரமண்ணை... நாங்களும் இதுக்குள்ளையே ஒரு இடமாக பார்த்து இருப்பம்...' என்றான் செல்வராசு.

கொண்டு வந்த பொருட்களை நிலத்தில் வைத்தார்கள். நிலம் முழுவதும் புற்கள் முளைத்து இருந்தன. காய்ந்து விழுந்த தென்னை மட்டைகளும் கிடந்தன. காய்ந்த ஓலைகளும் கிடந்தன.

'செல்வராசு... கவனமடாப்பா... உந்த மட்டையள் புல்லுகளுக்கை பாம்பு பூச்சி கிடந்திட்டு குழந்தையளுக்கு கடிச்சுப்போடும்...' என்றார் சுந்தரமண்ணை.

சோதியும், பவளமக்காவும், சுகியும் நிலத்தில் கால்களை நீட்டி அமர்ந்தனர். செல்வராசு நின்றுகொண்டே சுற்றிவரப் பார்த்தான்.

முன்பின் தெரிந்த முகங்களாக யாரையும் தெரியவில்லை. அருகில் இரண்டு குழந்தைகளுடன் இன்னொரு குடும்பத்தினர் இருந்தனர். அவர்களிடம் அவர்கள் எங்கிருந்து வந்திருக்கிறார்கள் என விசாரித்தான். அவர்கள் மன்னார் மாவட்டத்தின் மடுப்பிரதேசத்தை அண்மித்த கிராமமான தட்சிணாமருத மடுவிலிருந்து இடம் பெயர்ந்தவர்கள் என அறிய முடிந்தது. பல இடங்களில் மாறிமாறி இருந்து, ஒவ்வொரு இடத்திலும் இருக்கமுடியாத நிலையில் நகர்ந்து நகர்ந்து இங்கு வந்துள்ளதாக தெரிவித்தார்கள். மிகவும் களைத்துப்போய் தனித்துப்போன உணர்வுடன் அவர்கள் காணப்பட்டார்கள்.

அந்தப் பெண்களின் முகத்தில் தாங்கமுடியாத துயரத்தின் உணர்வு கொட்டித் தெரிந்தது. இளங் குடும்பத்தினராக தெரிந்தார்கள் அவர்கள்.

அந்தக் குடும்பத்தின் தலைவனின் தம்பி ஒருவன் மாவீரன் என்று சொன்னார்கள். பத்து வருடங்களுக்கு முன்பாக, மன்னாரில் இருந்து சிறீலங்கா இராணுவம் 'ரணகோச' என்று பெயரிட்டு பெரியளவில்

முன்னேற்ற நடவடிக்கை ஒன்றை நடத்தியது. முன்னேற்ற நடவடிக்கையை தடுக்க, இயக்கம் நடத்திய எதிர்ச் சண்டையில் தனது தம்பி இறந்ததாக அவர் தெரிவித்தார்.

அருகே வேறொரு பெண்ணும் இரண்டு வளர்ந்த பிள்ளைகளும் மூட்டை முடிச்சுகளுடன் இருந்தார்கள். அந்தப் பெண்ணின் வயோதிபத் தந்தையும் அவர்களுடன் இருந்தார். பிள்ளைகளின் தாயார் சுறுசுறுப்புடன் காணப்பட்டார்.

தங்கள் குடும்பத்தின் தலைவனும் களமுனையில் நிற்பதாக அவர்கள் தெரிவித்தனர். அவர்கள் இருவரை கூலிக்கு பிடித்து பாதுகாப்பு அகழி வெட்டிக்கெண்டிருந்தனர்.

சுகியின் பெண்பிள்ளை அவர்களுடன் ஒட்டிக்கொண்டாள். அது அவர்களைப் பரவசப்படுத்தியது.

"இண்டைக்கு எப்பிடியும் கட்டையள் போட்டு மூடிப் போடுவம்... நல்ல செல்லடி எண்டால் இதுக்குள்ள நீங்களும் வாங்கோ..... இந்த நேரத்திலை மனுசருக்கு மனிசர் உதவவேணும்...." என்றார்கள்.

அவர்களே இவர்கள் எல்லோருக்கும் தேநீர் தயாரித்து தந்தனர். இரண்டு நாட்களுக்கு பிறகு இப்போது தான் தேநீர் குடிக்க முடிந்தது. இனிப்பு சற்றே குறைவு எனினும் சூடான அந்தத் தேநீர் மிகவும் இதமாக இருந்தது.

தேநீரைக் குடித்து முடித்தவுடன் அவர்களுக்கு நன்றி தெரிவித்தார்கள்.

"சீனியில்லாத் வெறுந் தேத்தண்ணியை தான் எங்களாலை தரமுடியுது... குறை நினைக்காதேங்கோ அண்ணையாக்கள்...." என்றாள் அவள்.

"இதென்ன விருந்தோம்பல் செய்யக்கூடிய நேரமே.... இந்த தேநீரையாவது தரக்கூடிய நிலையிலை நீங்கள் இருக்கிறதுக்கு சந்தோசப்புடுங்கோ...." என்றான் செல்வராசு...

"பிள்ளையள் எல்லாத்துக்கும் சரியான பசியப்பா...." என்றாள் சோதி அவனுடைய காதில் மெதுவாக.

சாப்படுவதற்கு எதுவுமில்லை என அவனுக்குப் புரிந்தது. மனதில் ஒருவித சோகம் வாட்டத் தொடங்கியது.

"எல்லாரையும் படுக்க விடு சோதி... நல்லா விடியட்டும் யோசிப்பம்..." என்றான்.

அதற்குள் பரமேசு வந்து சேர்ந்தான். பரமேசுவும் நன்றாகக் களைத்திருந்தான். அவனுக்கு எடுத்து பாதுகாத்து வைத்திருந்த தேநீரை சோதி அவனிடம் கொடுத்தாள்.

"நன்றி அக்கா..." என்றவாறு அவன் தேநீரைப் பருகினான்.

"அண்ணை.. ஜெயா மாஸ்ரரின்ரை வீடு முழுக்க சனமாக் கிடக்கு.. அவரைச் சந்திக்கவோ கதைக்கவோ முடியேல்லை.. இப்பிடி இருப்பம்... நாளைக்குப் பாப்பம்... அவர் எங்கையும் போமாட்டார் தானே ... வீட்டிலை தானே இருப்பார்...." என்றான் அவன்.

எல்லோரும் கையில் அகப்பட்ட துணியை நிலத்தில் விரித்துப் படுத்தார்கள். பரமேசுவும் செல்வராசுவுக்கு பக்கத்தில் சாரத்தை விரித்துவிட்டுப் படுத்தான்.

"அண்ணை... வயதுபோன கட்டை எண்டாலும் கூப்பிட்ட குரலுக்கு பதில்சொல்ல.... பசிச்சு வாறநேரம் சோறுபோட அம்மா எண்டு ஒரு உயிர் இருநத்து அண்ணை... இனி எனக்கு ஆர் இருக்கிறது... நான் ஆருமில்லாத ஆளாகிட்டன்..... என்னைப்போலை ஆக்கள் இனி அனாதையள் தான்...." திடீரென பரமேசு அழத் தொடங்கினான்.

"டேய் பரமேசு... என்னடா உது.... நீ உலகம் அறிஞ்ச பிள்ளை ... இப்பிடிக் கலங்கலாமே... நாங்கள் உனக்கு எப்பவும் உறவா இருப்பம்... உனக்கு துணையா இருப்பம்... தேவையில்லாம மூளையைக் குழப்பாதை..... பேசாம படு....." என்றான் செல்வராசு.

மழை மேகத்தை ஊடறுத்து தென்னந்தோப்பில் மெல்லமெல்ல சூரிய ஒளி ஊடுருவத் தொடங்கியது. துணியிற் சுற்றப்பட்ட பொட்டலங்களாய் சனங்கள் குறுகிக் கிடந்தனர். சிலர் செய்வதறியாது எழுந்து உட்கார்ந்திருந்தனர்.

பரமேசு தோளின் துண்டால் முகத்தை மூடியபடி ஒருக்களித்துப் படுத்துக் கிடந்தான். அவனுடைய தலைமாட்டில் ஒரு துணிபப்பை கிடந்தது. கால்மாட்டில் பச்சைநிறப் பாட்டா செருப்பு சோடியாக கிடந்தது.

குமரன் குப்புறக் கிடந்தான். குமரனுக்கு அருகில் சுந்தரம் அண்ணர் கிடந்தார். சோதியும் தமிழ்விழியும் அடுத்து சுந்தரம் அண்ணரின் மனைவி மகள் என எல்லோரும் படுத்திருந்தனர்.

தென்னந்தோப்பிற்கு நடுவே சடைத்திருந்த மாமரம் ஒன்றின் கீழே தறப்பாள் கொட்டில் அமைத்து வேதக்காரக் குடும்பத்தினர் சிலர் கூட்டாக இருந்தனர். இரவு அவர்கள் கூட்டுப் பிரார்த்தனையில் ஈடுபட்டார்கள். மத வேறுபாடுகளைக் கடந்து சைவக்காரர்களும் தாமாகவே முன்வந்து அவர்களுடன் பிரார்த்தனையில் ஈடுபட்டனர்.

அவர்களின் பிரார்த்தனைப் பாடல்கள் மனதுக்கு இதமாகவும் ஆறுதல் தருபவையாகவும் இருந்தன. இராகத்துடன் கூடிய அந்த பாடல்கள் செல்வராசுவை மனம் நெகிழச் செய்தன.

அந்தக் குடும்பத்தில் ஒரு வயதானவர் இருந்தார். அவர் தமிழரசுக் கட்சியின் ஆதரவாளராகவும் தந்தை செல்வநாயகத்தின் அபிமானியாகவும் தெரிந்தார். கூட்டுப் பிரார்த்தனை முடிந்தபின் அவருடன் அமர்ந்திருந்து செல்வராசு கதைப்பான். அவர் பல்வேறு பட்ட தனது பழைய கதைகளை சொல்லுவார். அவரின் வயது காரணமாக அவரின் பேச்சில் தொடர்பற்ற தன்மை இருந்தாலும் தெளிவிருந்தது.

மிகவும் ஆழமாக அவர் தமிழ்மக்களின் போராட்டம் பற்றி தன் நிலைப்பாட்டை கூறுவதற்கு அவர் தயக்கம் காட்டியதில்லை. அனுராதபுரம், பொலநறுவை, அம்பாந்தோட்டை பகுதிகளில் தான் அரசபணியில் இருந்தபோது பல சிங்களக் குடும்பங்களுடன் பழக்கம் இருந்ததாக அவர் குறிப்பிட்டார்.

"அப்பவெல்லாம் அரசியல்வாதியளும் சில சிங்கள பேப்பர்களும் அந்தச் சனங்களிட்டை துவேச உணர்வை விதைச்சாலும் தம்பி... தமிழர்களின்ரை அரசியற் பிரச்சனைகளைப் புரிஞ்சுகொண்ட சனங்களும் இருந்ததுகள்.... அவையள் எங்கடை சனங்களோடை நல்லாப் பழகினதுகள்.... நல்ல மனிதாபிமானத்தோடை இருந்ததுகள்... பிறகு உந்த இனத் துவேசம் கொண்ட பிக்குமாரும்... அரசியல்காரங்களும் சனத்தை நல்லாக் குழப்பிட்டாங்கள் தம்பி....."

பொழுது போக்கிற்காக அவருடன் இருந்து கதைத்தபோதும்... அவர் பல வரலாற்று உண்மைகளை கூறினார்.

" தம்பி... கடைசியாக வெள்ளைக்காரன் பிடிக்கமுதல் கண்டி இராட்சியத்தை ஆண்டது ஆர்?.... அவனை சிங்கள மன்னன் எண்டு சொல்லினம்.... ஆனா அவன்ர பெயர் கண்ணுச்சாமி..... அவன் தமிழ்மன்னன் தெரியுமோ....." . அது அவனுக்குப் புதிதாக இருந்தது.

"கடைசியாக நான் அனுராதபுரத்திலை தான் வேலை... அப்ப என்ரை கடைசிமகள் பிறந்து கொஞ்சக்காலம் தான்.... அவளுக்கு திடீர் திடீரெண்டு இரவிலை வலிப்பு வந்திடும்.... அப்பெல்லாம் அங்கையிருந்த சனம் செய்த உதவியளை என்னாலை மறக்கேலாது...."

இப்படி அவர் பல கருத்துகளை சொன்னபோதும், தமிழர்கள் தனித்து வாழவேண்டும் என்றும் சேர்ந்து வாழக்கூடிய நிலையை அரசியல்வாதிகள் உடைத்துவிட்டார்கள் என்பது அவரது இப்போதைய கருத்தாக இருந்தது.

இப்போதெல்லாம் செல்வராசு அவரைத்தேடிப் போய் கதைகளை கேட்கத் தொடங்கினான்.

"யுத்த காலம் எண்டது சும்மா இல்லைத் தம்பி.... குண்டுகளை விடத் தொற்று நோயள்தான் ஆபத்தானவை... சனங்கள் எவ்வளவு

சுத்தமாக இருந்தாலும் இந்த நெரிசலுக்கு தொற்றுநோய் வரத்தான் செய்யும்.... அப்பிடி வந்தால் எங்கடை ஆக்களிட்டை மருந்து இருக்குமோ தெரியாது..... '

அடுத்தடுத்த நாட்களும் செல்லடி தொடர்ந்து கொண்டிருந்தது. விமானங்களும் வந்து வந்து குண்டுகளை கொட்டிக்கொண்டிருந்தன... அந்த மனிதரும் பதற்றம் கொள்வதில்லை. விமானங்கள் வருவதையும் செல்வதையும் வேடிக்கையாக பார்க்கத்தான் முடிந்தது.

சிலவேளைகளில் குண்டுகளை போடுவதற்காக விமானங்கள் தாழப் பறக்கையில் அவற்றில் சிங்கள அரசின் இலட்சினை தெரிவதாகவும் சிலர் சொன்னார்கள். ஆனால் அவனால் அதனை உறுதியாக நம்பமுடியாதிருந்தது.

பொழுது சாயும் நேரம் மிக தாழ்வாக சில விமானங்கள் பறந்தன. அந்த விமானங்களில் ஒன்று திடீரென்று வித்தியாசமான சத்தத்தை எழுப்பியபடி கொஞ்சம் அவசரப்படுவது போல விரைந்து சென்றது...

"பெடியளின்ர அடி கொளுவிட்டுதுபோலை... வித்தியாசமான சத்தத்தோடை ஓடுறான்...." என்றார் சுந்தரம் அண்ணை...

"நீங்கள் சொல்லுறது சரி எண்டால்... கொஞ்ச நேரத்திலை செல் மழை பொழியும்.... எதுக்கும் பொறுத்திருந்து பாப்பம்" என்றான் செல்வராசு.

சுந்தரம் அண்ணரின் மனைவி தாம் கொண்டுவந்த தறப்பாளை விரித்தார். களைத்துப் போய் இருந்ததால் வரிசையாக எல்லோரும் முண்டியடித்துப் படுத்தார்கள். பிள்ளைகள் இருவரும் அவனுக்கு பக்கத்தில் படுத்ததும் தூங்கிப்போயினர்.

திடீரென்று பல்குழற் பீரங்கிகள் முழங்கத் தொடங்கின.....

அவை எங்கிருந்து வருகின்றன என்றோ எங்கே போய் விழுகின்றன என்றோ அனுமானிக்க முடியவில்லை. ஆனால் அவை எழுப்பிய ஒலி மட்டும் வயிற்றைக் கலக்குவதாக இருந்தது.

"கடவுளே.... தொடங்கீட்டான்....." என்றாள் சோதி. சனங்கள் யாரும் செல் சத்தத்தை பொருட்படுத்திய மாதிரி தோன்றவில்லை.

அரைமணி நேரமாக ஆட்லறிகளும் பல்குழல் பீரங்கிகளுமாக இடைவெளி அற்று முழங்கி ஓய்ந்தன.

சுந்தரம் அண்ணரின் மனைவியும் செல்வராசுவின் மனைவியும் அவர்களுடன் கூடவந்த சுகியும் இன்னொரு தாயாரும் மறைவிடம் தேடி சிறுநீர் கழிப்பதற்காக சென்றனர். அங்கே மறைவிடம் என்று எதுவும் இருக்கவில்லை. இருள் சூழ்ந்திருந்த இடத்தை அவர்கள் மறைவிடமாக ஏற்றுக்கொண்டனர்.

செல்வராசு வானத்தை பார்த்தபடியே கிடந்தான். வானத்தில் கருமேகங்கள் திட்டுத் திட்டாக நகர்ந்துகொண்டிருந்தன..... இனியும் மழை பெய்யும் என்பதற்கான அறிகுறிகள் தெரிந்தன. மழை பெய்தால் என்ன செய்வது என்றும் அவன் யோசித்தான்.

தறப்பாள் ஒன்று இருந்தபோதும் அதனை இழுத்துக் கட்டுவதற்குரிய இடம் இல்லாதிருந்தது. கால்மாட்டிலும் தலைமாட்டிலும் சனங்கள் கிடந்தார்கள்.

"அண்ணை.... விசயனும் அவன்ரை கேடுகெட்ட சினேகிதன்களும் இலங்கைக்கு படகிலை வராம விட்டிருந்தால் இப்பிடி ஒரு இனப் பிரச்சினையே வந்திராது ... என்ன அண்ணை...." என்று திடீரெனக் கேட்டான் பரமேசு.

"எட பரமேசு.... தொடக்கத்திலை சிங்களம் எண்டொரு மொழியே இல்லையாமே... அவையின்ரை மகாவம்சம் கூட பாளி எண்ட மொழியிலை தானாம் எழுதியிருந்தது... பிறகு சமஸ்கிருதம்... பாளி... தமிழ் மூன்றையும் சேர்த்து சிங்களம் உருவானதாம்.... நீ கேள்விப்பட்டனியோடா....."

"அண்ணை.... மகாவம்சமே சொல்லுது... என்ன தெரியுமோ.... வட இந்தியாவிலை இருந்து மகிந்தன் என்ற பிக்கு இலங்கைக்கு வந்து... இலங்கையிலை இருந்த தேவநம்பிய தீசன் என்ற அரசனை பௌத்த மதத்துக்கு மாற்றினவராம் எண்டு..... அப்பிடியெண்டால் தேவநம்பிய தீசன் எந்த மதத்தை கடைப்பிடிச்சிருப்பான்?... இது கனகாலமாக என்ரை மண்டையை குடையுற கேள்வி அண்ணை..."

செல்வராசுவும் பரமேசுவும் தூக்கம் வராமல் பலவிடயங்களை கதைத்துக்கொண்டிருந்தனர். அவர்களுடைய பெண்களும் குழந்தைகளும் உறங்கிவிட்டிருந்தனர். அப்போது,

"அண்ணை.....நான் ஆருமில்லாதவனாப் போனன்...... அதே நேரம் என்ரை மனதுக்கு பிடிச்ச நம்பிக்கையான உங்களிட்டை என்ரை ஒரு தனிப்பட்ட கதையை சொல்லவேணும் அண்ணை......" என்று பரமேஸ் சொன்னபோது செல்வராசு திரும்பி அவனது முகத்தைப் பார்த்தான். இருளில் அவனின் முகம் சரியாகத் தெரியவில்லை.

"ம்.... சொல்லு......." என்றான் செல்வராசு.

"எனக்கு ஒரு அக்கா இருந்தவ.... சின்ன வயதிலை அவவுக்கு ஏதோ காய்ச்சல் வந்து இறந்திட்டாவாம்.... அவவின்ர கறுப்பு வெள்ளை போட்டோ ஒண்டு வீட்டிலை இருந்தது.... அதையும் இடப்பெயர்விலை துலைச்சிட்டம் அண்ணை......" என்றான்.

எதுவும் சொல்லத் தோன்றாதவனாக செல்வராசு எதுவும் பேசாமல் வானத்தை பார்த்தபடி படுத்திருந்தான்.

"இன்னும் ஒரு கதை நீங்கள் தெரிஞ்சிருக்கவேணும் அண்ணை...."

"என்னடாப்பா... இண்டைக்கு கதை கதையாச் சொல்லுறாய்..... சரி... சொல்லு....."

"நான் உங்கடை வீட்டில கொஞ்சநாள் இருந்த நேரம்..... ஒரு போராளிப் பிள்ளை ஒராளை நான் விரும்பியிருந்தனான் அண்ணை.... அந்தப்பிள்ளைக்கு ஏதும் பிரச்சினை வந்திடக்கூடாதெண்டு ஒருத்தருக்கும் சொல்லேல்லை......."

"ஓ.... ஒருநாள் ஏதோ உன்னட்டை ஏதோ கட்டுரை வாங்க எண்டு வந்தது ஒருபிள்ளை....."

"அப்பிடித் தானன்னை அந்தப் பிள்ளையை பழக்கம்..... ஆனா அப்ப விருப்பம் இருக்கேல்லை... அந்தப் பிள்ளையின்ரை ஒரு அண்ணன் மாவீரர் அண்ணை ..... கடற்புலியிலை இருந்து தரையிறக்க சண்டையிலை செத்தவராம்..... அந்தப் பிள்ளையை தான் நான் விரும்பியிருக்கிறன் அண்ணை..... இயக்கத்துக்கும் எங்கடை விருப்பத்தை உடனும் அந்தப் பிள்ளை தெரிவிச்சவ..... அவவின்ரை பொறுப்பாளர் என்னை கூப்பிட்டு கதைச்சவ...... எங்கட அம்மாவுக்கும் தெரியும் அண்ணை...."

எங்கே விழுகின்றன என்று சொல்லத் தெரியாமல் செல்கள் விழுந்து வெடித்துக் கொண்டிருந்தன..... அந்த நேரத்திலும் ஒரு காதல் கதையை கேட்பது அவனுக்கு மனதில் மகிழ்வான உணர்வை ஏற்படுத்துவதை அவன் உணர்ந்தான்.

"உடனடியாக திருமணம் செய்யிற எண்ணம் அவவுக்கு இருக்கெல்லை... அதாலை நானும் பேசாம இருந்திட்டன்..... "

"அந்தப் பிள்ளை இப்ப எங்கையடா..... "

"அவ மருத்துவப் பிரிவுதானே அண்ணை.... களத்திலை தான் நிக்கிறா... ரெண்டு பேரும் உயிரோடை இருந்தால் கலியாணம் எண்ட ஒண்டு நடக்கும்... எதுக்கும் பாப்பம்.... "

"எதிர்மறையாக ஒருநாளும் சிந்திக்கக் கூடாது பரமேசு..... உன்ரை கலியாணம் நடக்கும்.... நான் சொல்லுறன்....."

"எனக்கெண்டு இப்ப ஆருமில்லை அண்ணை... நீங்கள் சொல்லுற மாதிரி எனக்கு கலியாணம் எண்டு நடக்கும் எண்டால்.... அம்மா அப்பாவாக இருந்து நீங்களும் அக்காவும் தானண்ணை செய்துதரவேணும்...."

"கட்டாயமடா பரமேசு.... கவலைப்படாம இரு.... "

செல்கள் வெடித்தாலும் சனங்கள் அதைப் பொருட்படுத்தாதது போல் நடமாடிக்கொண்டிருந்தனர். ஏதோ வித்தியாசமான உலகத்தில் இருப்பது போன்ற உணர்வு மிகுந்தது அவர்களுக்கு.

"என்னப்பா... நீங்கள் ரெண்டுபெரும் சுவாரசியமா பழங்கதை கதைச்சுக் கொண்டிருக்கிறியள்...... இங்கையும் செல் வரும் போல ... காயப்பட்டாலும் பயமாக் கிடக்கப்பா.... ஆஸ்பத்திரியளும் இயங்கேல்லைப் போல கிடக்கு......" என்றாள் அவனருகில் படுத்திருந்த சோதி.

"பயந்து என்ன செய்யிறது... ஆஸ்பத்திரிகளையும் அடிச்சு நொருக்கிறான்.... மருந்துகளை அனுப்பச் சொல்லிக் கேட்க... சனம் சாகட்டும் எண்டு அனுப்புறானில்லையாம்... தாங்கள் மருந்து அனுப்பினா போராளியள் எடுத்திடுவாங்கள் எண்டு நினைக்கினம் போலை... ஆனா... தங்கடை உயிரையும் பொருட்படுத்தாம இயக்கத்தின்ரை டொக்டர்மார் செல்லுக்கை நிண்டு காயப்பட்ட சனத்துக்கு மருந்து கட்டுறாங்கள்...." என்றவன்,"அரசாங்கம் இந்தமுறை கடும் வேகமா நிக்குது...... இதுக்கு வேற நாடுகளின்ரை அழுத்தங்களும் உதவியளும் பின்னணியளும் இருக்கும்.. ஆர் கண்டது...." என்று முடித்தான்.

"இவ்வளவும் நடக்குது... இவர் ஏன் இன்னும் பொறுத்துப் பாத்துக் கொண்டிருக்கிறார்... அவங்கடை சனத்துக்கும் அடிக்கவேணுமப்பா.... அடிச்சா தான் நாங்கள் தப்பலாம்... ஓடிக்கொண்டே இருந்தால் அவன் துரத்துவான் தானே....." என்றாள் இடையில் உரையாடலுக்குள் குறுக்கிட்ட சோதி.

"உனக்கு விசரே சோதி.... அவர் ஒருநாளும் சிங்களச் சனத்துக்கு அடி எண்டு சொல்லமாட்டார்... அவரைப் பொறுத்த வரைக்கும் அரசாங்கத்துக்கு எதிராவும்.. அரசாங்கத்தின்ரை படையளுக்கு எதிராகவும் தான் இந்தப் போராட்டத்தை நடத்துறாரே தவிர அந்தச் சனத்துக்கு எதிராயில்லை..... அவ்வளவுதான்..."

"சரி.... எங்களுக்கு அடிக்கிற உவளவு சத்தமும் தமிழ்நாட்டுக்கு கேக்கேல்லையோ... தொப்புள்கொடி உறவெண்டு சொல்லுறவங்கள் இப்ப பேசாமதானே இருக்கிறாங்கள்...."

"தமிழ்நாட்டிலையும் எல்லாக்கட்சியும் ஆர்ப்பாட்டம் உண்ணாவிரதம் எண்டு ஏதேதோ நடக்குதாம் எண்டுதான் றேடியோவிலை சொல்லுறாங்கள்.... இலங்கை அரசாங்கத்துக்கு இந்தியா ஆயுத உதவி செய்யக்கூடாதெண்டு சாலைமறியல் செய்யிறாங்களாம்... தமிழ்நாடே ஸ்தம்பிச்சுக் கிடக்காம்.... ஆனா தமிழ்நாட்டை ஆளுற கட்சி மத்திய அரசாங்கத்துக்கு அழுத்தம் குடுக்கவேணும்... அதுக்கு மத்திய அரசாங்கம் நடவடிக்கை எடுக்கவேணும்..... உதெல்லாம் நடக்கிற கதையே... அவனவனுக்கு தன்ரை அரசியல்தான் முக்கியம்... கதிரையள் தான் எப்பவும் எல்லாருக்கும் முக்கியம்.... அதைப் பாதுகாத்துக்கொண்டு... அதுக்கு பிறகுதான் எல்லாம்...."

"அவங்களும் சேர்ந்து தானப்பா அடிக்கச் சொல்லிப்போட்டு கேளாத மாதிரி இருக்கிறாங்கள் எண்டு நான் நினைக்கிறன்........"

"தமிழ்நாட்டுச் சனத்தின்ரை ரத்தம் எங்களுக்காகத் துடிக்கும் தான்.... என்ன இருந்தாலும் அந்தாள் நெடுக சொல்லுறது தானே... மற்றாக்களை நம்பி இருக்கக்கூடாது... எப்பவும் எங்களை தான் நாங்கள் நம்பவேணும் எண்டு....."

"எங்கட பிரச்சினைக்கு நாங்கள் தான் போராடவேணும் எண்டது உண்மை தானப்பா.. ஆனா எங்களிலை எத்தினை பேர் போராட சம்மதம்.... ஆற்றையும் பிள்ளையள் செத்து எங்கட பிள்ளையளை வாழ வைக்கட்டும் எண்டு தானே எங்களிலை கனபேர் நினைக்கிறம் ... எவ்வளவு சுயநலமான வாழ்க்கை நிலை இது.... ம்... முந்தி எங்கடை சின்னத் தம்பி இயக்கத்துக்குப் பின்னாலை திரியுறான் எண்டுதான் தோட்டக்காணியை அறாவிலைக்கு வித்து அவனை அம்மா வெளிநாட்டுக்கு அனுப்பினவ...

"உண்மைதான் சோதி ..... இப்ப சண்டையிலை நிக்கிற பிள்ளையள் எல்லாம் வாழ வழியில்லாம போராட வரேல்லை... அதுகளுக்கும் அம்மா அப்பா இருக்கினம்... அதுகளுக்கும் ஆசாபாசங்கள் இருக்கு... ஆனால் எங்கடை சனத்தின்ரை துன்பத்தை பாத்துக் கொண்டு, சுயநலமாத் தாங்கள் தப்பி ஓடவேணும் எண்ட மனநிலை இல்லாததாலை போராட வந்திருக்குதுகள்.... இதை எத்தினைபேர் விளங்கிக் கொள்ளுவினம்.. ம்..... உவையை ஆர் போராடச் சொன்னது எண்டு வீங்கின கதை கதைப்பினம்......"

"ஓமப்பா அண்டைக்கு ஐயான்ரை வளவுக்குள்ள இருந்த மனுசி ஒண்டு பெடியள என்ன பேச்சு பேசிச்சுதப்பா.... உதுகளுக்காக இந்தப் பிள்ளையள் உயிரை விடுதுகளே.... பாவங்கள்...."

"உப்பிடிச் சொல்லாதையப்பா... அவவும் என்ன மனக்கஸ்டத்திலை இருந்தாவோ.. பாவம்.. தங்களுக்கு கஸ்டம் வரேக்கை போராளியளை திட்டுறதும், ஆமியை அடிச்சுக் கலைச்சவுடனை இழுத்துப் பிடிச்சு போராளியளுக்கு சாப்பாடு தண்ணி குடுக்கிறதும் சனங்களின்ரை இயல்பு தானே........ உதுகளை பெரிசு படுத்தக்கூடாது சோதி...."

"ஏதோ போராளியளோடை நிண்டு அரசியல் வேலை செய்யிறமாதிரி கதைக்கிறியளப்பா..... விடியக்காலமை தேத்தண்ணியோடை போனா... இரவுக்கு படுக்கிறநேரம் வீட்டை வாறனியள் .... எப்பிடி உவ்வளவு நடப்புகளையும் அறிஞ்சு வைச்சிருக்கிறியள்?... ம்...."

"றேடியோவையும் கேட்டு... பேப்பரையும் படிச்சுப்போட்டு கதை அளக்கிற ஆளில்லை சோதி நான்..... எத்தினை போராளியளோடை

நான் வேலை செய்யிறன்?... அதுகளின்ரை மனதிலை என்ன இருக்கெண்டது எனக்கு விளங்கும்.....'

"அப்ப... வேலைக்கு வேலைக்கு எண்டு போய்... அவையளோடை தான் திரியிறியள் போலை......"

"எங்கடை தொழிலோடை நாட்டுக்கும் சில பங்களிப்புகளைச் செய்யிறது தானே..."

'சரியப்பா... எனக்கு நித்திரை வருகுது.... படுப்பம்... நாளைக்கு என்னென்ன பாடோ.....' அவள் சேலையை இழுத்துப் போர்த்தபடி உறங்கத் தொடங்கினாள்.

"அண்ணை..... எனக்கு இப்ப அந்தப் பிள்ளையை நினைச்சு கவலையாக இருக்கு அண்ணை...."

"ஏன்ராப்பா.... களத்திலை ஆயிரக்கணக்கான பிள்ளையள் நிக்குதுகள்... பயந்து என்ன செய்யிறது....."

" அந்தப் பிள்ளைக்கு ஒரு சின்னக் காயம் எண்டாலும் தாங்க ஏலாதண்ணை.... "

" சும்மா ஏன்ராப்பா... மனசைப் போட்டு குழம்புறாய்... பேசாம படு.... " அத்தோடு பரமேசு அமைதியாகிப் போனான்.

செல்வராசு வானத்தையே பார்த்தபடி படுத்திருந்தான்... நிலவோ நட்சத்திரங்களோ எதுவும் அற்று வானம் கருமையாயிருந்தது. கருமையான வானத்தில் நெருப்புப் பந்துகளாய் வெளிச்சக் குண்டுகள் மிதந்து கொண்டிருந்தன. இடையிடையே செல்கள் குத்தும்போது மின்னல் அடிப்பது போலத் தோற்றம் காட்டிக்கொண்டிருந்தது வானம்.

சிறிது நேரம் சென்றதும், செல்வராசுவும் புரண்டு படுத்தான். அவனுக்கும் தூக்கம் வர மறுத்தது. பரமேசுவுக்கு குரல் கொடுத்தான்.

"உந்தச் சிங்கள அரசியல் மிதவாதியள் எங்கடை எல்லா வரலாற்றையும் திரிச்சு... இலங்கை பௌத்த நாடு எண்டும்... முழு இலங்கையும் சிங்கள இனத்தவருக்கே சொந்தம் எண்டும் கதை விடுறாங்கள்.... பாத்தியளே......' என்று பரமேசு அரசியல் கதைக்கத் தொடங்கினான்.

உறக்கம் வராதிருந்த செல்வராசு அவனுக்கு பதில் சொல்லத் தொடங்கினான்.

"எட பரமேசு.... இந்த இடத்திலை அவங்களை பாராட்டவேணும்... நாங்கள் ஒரு தேசிய இனமெண்டால் எங்கடை வரலாற்றை நாங்கள் பாதுகாக்க வேணும்... எங்கடை பிள்ளையளுக்கு எங்கடை வரலாற்றை சொல்லவேணும்.... அவங்கள் தொடர்ச்சியா தங்கடை திரிச்ச வரலாற்றை எல்லா இடங்களிலையும் போதிக்கிறாங்கள்... பன்சாலையளிலை

பிக்குமார் அதை செய்யிறாங்கள்... நாங்கள் என்னடாவென்றால் எங்கடை கோயில்வழிய வடமொழியிலை மந்திரம் சொல்லுறம்....ம்...... இது ஆற்றை பிழை.... "

பரமேசு பதிலேதும் சொல்லவில்லை. வானத்தைப் பார்த்தபடி கிடந்தான். காதுக்குள் செல்லடிக்கும் ஓசை கேட்டவண்ணம் இருந்தது.

நித்திரை கொள்ளாமல் சிலர் நடந்துகொண்டிருந்தனர்...... அவனுடைய மனதுக்குள் பலவிதமான நினைவுகள் எட்டிப்பார்த்தன. வீட்டில்போட்ட உடுப்போடு வாசலுக்கு வரத் தயங்கிய பெண்கள் பலரும் வீட்டு உடுப்புடனேயே பல மைல்தூரங்களைக் கடந்து வந்திருப்பதை அவன் பார்க்கக் கூடியதாக இருந்தது.

"எங்கடை பொம்பிளையள் வீட்டைவிட்டு வெளியிலை வராம எவ்வளவு அடக்குமுறையளுக்குள்ளை இருந்தவை.... ஆம்பிளையள் எல்லாச் சுதந்திரத்தையும் அனுபவிக்க... பாவம் எங்கடை பொம்பிளையள் சமைக்கிறதும் குழந்தைபெறுறதுமா இருந்தினம்... அந்தாள் இண்டைக்கு பொம்பிளையளை எவ்வளவு துணிச்சலுள்ள ஆக்களாக மாத்திட்டார்?... ம்... பழைய பஞ்சாங்கமாக் கிடந்த சனத்தை இப்பிடி சிந்திக்க வைக்க அவராலதானே முடிஞ்சுது...?......"

"..... பழைய காலத்திலை முறத்தால புலியை விரட்டின வீரப்பெண் என்றும், யானையை அடக்கின அரியாத்தை என்றும் வாய்கிழிய பேசினவை... மற்றப் பக்கத்திலை பொம்பிளையளை தெய்வங்களாகவும், தேவதைகளாகவும், பண்பாட்டுகாவலர்களாகவும், படிதாண்ட விடாமத்தானே வைச்சிருந்தவை.... முற்போக்கு, புதுமை எண்டு குரல் எழுப்பின கனபேர் தங்டை பொம்பிளையளை வெளியுலகம் பாக்க விடாமதானே வைச்சிருந்தவை..... ஏன்?... பொம்பிளையளும் நிறையப்பேர் பேர் தங்களைப்பற்றி சிந்திக்காம தானே வாழ்ந்தவை.... இண்டைக்கு இவளவு மாற்றத்தையும் செய்யவைக்க இவரால தானே முடிஞ்சிருக்கு... இவர்தானே பொம்பிளையளுக்கு உரிய இடத்தை குடுத்து ... அதுகளை நடைமுறையிலை துணிச்சல் உள்ளவையாயும் சாதனையாளர்களாயும் ஆக்கினவர்... கடவுளே... இவருக்கு மட்டும் சாவற்ற ஆயுளைக் குடுத்திடப்பா...." செல்வராசுவின் மனம் உள்ளார வேண்டிக்கொண்டது.

திடீரெனச் சோதியின் நினைப்பு எழுந்தது. அவள் இப்போது கொஞ்சம் தன் பழைய நிலையிலிருந்து மாறிவிட்டாள் என்றும், மகள் தமிழ்விழியை வீரப்பெண்ணாக சாதனை படைப்பவளாக வளர்க்கவேண்டும் என்றும் ஒரு தந்தையாக அவன் மனம் கற்பனையில் மிதந்தது.

புள்ளி – 7

ஏனோ இடம் பெயர்ந்தவர்களில் பாதிக்கும் மேல் பெண்களாகவே தெரிந்தனர். தென்னை மரங்களின் கீற்றுகள் காற்றில் அசைந்த வண்ணம் இருப்பதை அவன் வேடிக்கை பார்த்தபடியே படுத்திருந்தான்.

சேவல்கள் ஏதுவும் கூவமுடியாத அதிகாலையில் செல்கள் தான் இப்போதெல்லாம் துயிலெழுப்பின..... செல் வெடித்த அதிர்வொலிக்கு அருண்டு சோதி துடித்தெழுந்திருக்க வேண்டும்.

"எழும்புங்கோ... எல்லாரும்.... செல்லடிக்கிறான்..... காதிலை விழாதமாதிரி எல்லாரும் கிடக்கிறியள்...." என்றாள்.

"செல்சத்தம் எனக்கும் கேக்குது தான்... எழும்பி எங்கை போறது.... பேசாம இரு.... நித்திரையாக் கிடக்கிற சனத்தை குழப்பாதை....." என்றான் அவன். அதற்குள் செல் சத்தம் கேட்டு சனங்கள் எழும்பி ஆரவாரப்பட்டார்கள்.

நூற்றுக்கணக்கான செல்கள் அடித்து ஓய.... குண்டுவீச்சு விமானங்கள் ஆறு ஒரே தடவையில் வந்தன... அவற்றின் சத்தம் அச்சுறுத்த, குழந்தைகள் வீரிட்டு அலறின... குழந்தைகளின் அழுகையைப் பார்க்க அவன் மனம் கலங்கியது.

இரண்டு போராளிகள் சனங்களுக்கூடாக நடந்து சென்றுகொண்டிருந்தனர். அவர்கள் சிலவேளைகளில் தெரிந்த எவரையாவது தேடிக்கொண்டிருக்கலாம் என அவன் நினைத்துக் கொண்டான்.

இருமுறை பரமேசுவைப் பார்த்தான். பரமேசு முழங்கால்களைக் கட்டிப் பிடித்தபடி கிடந்தான். தெரு நாய்களைப்போல உறங்கும் மனிதர்கள் மீது செல்வராசுவுக்கு இரக்கம் பிறந்தது.

அப்போது, கையில் ஒரு தோற்பையுடன் சாமி வந்துகொண்டிருந்தான். அவனின் தோற்றம் மனதுக்குள் வருத்த உணர்வைத் தந்தது. அவனுக்கு குருசாமி என்பது தான் பெயர். தேவை கருதி சாமி என அவன் தன் பெயரைச் சுருக்கி வைத்திருந்தான்.

"சாமீ... சாமீ...." என செல்வராசு அழைக்க, சாமி நின்று திரும்பிப் பார்த்தான். பின்னர் செல்வராசுவுக்கு அருகாக வந்தான்.

சாமி மிகவும் புத்திக்கூர்மை உடையவன். ஒரு தடைவை அவன் எடுத்த குறும்படம் ஒன்றை அவர் மிகவும் பாராட்டியதாக சாமி சொல்லியிருந்தான். குறும்படங்கள் எடுப்பதில் சாமிக்கு அதிக ஈடுபாடிருந்தது. சாமி எடுத்த குறும்படம் ஒன்றில் உழவூர்தி

ஓட்டுபவனாக செல்வராசுவை நடிக்க வைத்திருந்தான். ஆனால் அந்தக் குறும்படம் முழுமை பெறவில்லை. அதனால் வெளிவரவுமில்லை.

செல்வராசுவின் அருகே குனிந்த சாமி,

"அண்ணை... நாங்கள் உயிர் தப்பி மீளவும் எங்கடை இடங்களுக்குப் போகேலும் எண்டு நினைக்கிறியளோ.... உங்கடை நம்பிக்கையிலை தான் நானும் முடிவெடுக்கப்போறன்..." என்று கேட்டான் சாமி.

"போகவேணும் எண்டது தான் என்ரை ஆசை.... போகேலாது எண்டு நாங்கள் நினைச்சால் அது எங்கடை போராட்டத்திலையும்... எங்கடை போராளியளிலையும் எங்களுக்கு நம்பிக்கை இல்லை எண்டு தான் அர்த்தம்.... நாங்கள் வீடுகளுக்குப் போவம்...."

"நம்பிக்கை இல்லாத கொஞ்சப்பேர்... பெரியளவிலை காசைக் குடுத்து ஏரிக்குள்ளாலை அங்கால போகினமாம் எண்டு கதை அடிபடுது.... போனாக்களை ஆமி தடுப்பு முகாமிலை வைச்சிருக்கிறானாம்.... ஊருக்குள்ளை போக அனுமதிக்கேல்லையாம்.... அப்பிடிப் போக மனம் வருகுதில்லை அண்ணை... பாப்பம் ஏதோ ஒரு முடிவு இருக்கத்தானே வேணும்.."

"அதிலை அவரவர் தங்கடை விருப்பத்துக்கு போகட்டும்.... இவ்வளவு காலமும் போராடுங்கோ போராடுங்கோ எண்டு ஊர்ப்பிள்ளையளை உசுப்பேத்திப் போட்டு... இப்ப பின்னடைவு வரப்பேகுதெண்டு நினைச்சு... எங்கடை உயிரைக் கொண்டு தப்பி ஓடுறது.... மனச்சாட்சிக்கு விரோதமாத் தெரியுது குரு.... கடைசி வரையும் அவற்றை காலடியிலை இருப்பம்..... "

"நல்லது... அண்ணை..... எங்கடை அம்மாவும் தங்கச்சியும் இஞ்சை இருக்கினம் எண்டு அறிஞ்சு தேடிக் கொண்டிருக்கிறன்... ஆக்களிட்டை கைச்செலவுக்கும் ஒண்டுமில்லை... என்ன செய்கினமோ தெரியாது.... வரட்டே....." என்று விடைபெற்றுச் சென்றான் சாமி.

சாமி யதார்த்த நிலைப்பாடுகள் குறித்த தீவிர எண்ணங்கள் கொண்டவன் என்பது செல்வராசுவுக்கு தெரியும். நிறைய வாசிப்பவன். எப்போதும் கையில் புத்தகம் வைத்திருப்பவன். தன் கருத்தை நெற்றிக்கு நேராக கதைப்பவன். எப்போதும் எதைப்பற்றியாவது தேடிநிற்பவன். ஆங்கில மொழியிலும் பேசக்கூடிய ஆற்றல் கொண்டவன்.

சிலரைப் போல அவன் பாவனை காட்டுபவனல்ல என்பதும் செல்வராசுவுக்கு தெரியும். அவனை தமிழகத்துக்கு அனுப்பி படிக்க வைக்க வேண்டும் என அவனது தாயாரின் விருப்பமாக இருந்தது. ஆனால் அந்த எண்ணம் கைகூடி வரவில்லை. அவனது போக்கு ஆய்வுகளிலேயே கழிந்தது.

சாமியைப் பற்றி மனம் ஆழ்ந்திருக்க, பரமேசு புழுவைப்போல நெளிந்தபடி எழும்பினான்.

"அண்ணை.... நான் உந்தப் பக்கமாகப் போய்... ஒரு சுத்து சுத்திப் பார்க்கவேணும்... முதலிலை ஜெயா அண்ணையை சந்திக்கவேணும்.... எல்லா அலுவலும் முடிய இந்த இடத்திலை நீங்கள் இருந்தால் திரும்பி உங்களிட்டையே வாறன்...." என்று சொல்லி தனது பையை தோளில் மாட்டினான்.

அவனுக்கு ஒரு வாய் தேநீர் கொடுக்க முடியாமலுள்ள தங்களது நிலையை எண்ணியபோது செல்வராசுவின் மனம் சோர்வுற்றது. சனங்களுக்குள் மறையும் பரமேசுவை பார்த்தபடியே உட்கார்ந்திருந்தான் செல்வராசு.

"அப்பா... எப்பிடி எண்டாலும் இண்டைக்கு ஒரு பங்கர் வெட்டத்தான் வேணும்..... என்றான் குமரன்.

"ஏன்ராப்பா.. உனக்கு பயமாயிருக்கோ...."

"பயமில்லை அப்பா... சும்மாயிருக்க அலுப்படிக்குது... பங்கர் வெட்டினால் பொழுது போகும்..." என்றான் குமரன்.

செல் சத்தங்களும் குண்டுவீச்சும் ஓரளவுக்கு கொஞ்சம் ஓய்ந்தமாதிரி தெரிய, அந்த வளவுக்குள் திரிந்து எங்கேயோ மண்வெட்டி ஒன்று வாங்கி வந்திருந்தான் குமரன்.

"ஆற்ற மண்வெட்டி....."

"என்னோடை படிக்கிற பெடியன்ர.... தாயும் தங்கச்சியும் தருமபுரத்திலை செல்விழுந்து செத்துப்போச்சினம்.... தகப்பனும் இவனும் தானாம் மிஞ்சியிருக்கினம்....... பிஸ்கற் வாங்கிறதுக்காக இதை விக்கப்போறன் எண்டான்.... நூறுகிராம் பிஸ்கட் பைக்கற் முன்றூற்றைம்பது ரூபாய் விக்குதாம்... நான் ஒரு பிஸ்கட் பைக்கற் குடுத்திட்டு கேட்டன்...... தந்திட்டான்....." என்றான் குமரன்.

மகன் சொன்னதைக் கேட்க செல்வராசுவுக்கு மனது வலித்தது.

"பங்கர் வெட்டி முடிய அவங்கட மண்வெட்டிய திருப்பி குடுத்திடு... பாவம்...... அம்மாவிட்டை ஏதும் இருந்தால் வாங்கிக் கொண்டுபோய் அவனுக்கு குடு..."

"சாப்பாடும் இல்லாம கிடந்து பயந்துகொண்டு சாகிறம்... இப்ப ஆருக்கடா பங்கர் வெட்டுற தெம்பிருக்கு ......" சோதி கேட்டாள்.

"நானும் என்ர சினேகிதப் பெடியன் ஒருத்தனும் வெட்டப் போறம்......" என்று சொல்லி தன் வயதுடைய ஒருவனை காட்டினான் குமரன்.

"தம்பி நீர் எந்த இடம்?"

"திருநகர் மாமா..."

"தனியவோ இருக்கிறீர்?...."

"இல்லை... அம்மா.. அப்பா... தங்கச்சியாக்கள் இருக்கினம்..."

குமரன் தடி ஒன்றால் அளந்து 'ட 'வடிவத்தில் கோடு கீறினான்;. புற்களில் அந்தக் கோடு சரியாகப் பதியாமலிருந்தது.

சிறிது நேரத்தில் குமரன் வயதுள்ள இன்னுமொருவன் வந்தான்.

மூவருமாக பங்கர் வெட்டத் தொடங்கினார்கள். சுந்தரம் அண்ணரும் உதவிக்கு வந்து மண்ணை வாரி வெளியில் கொட்டினார்.

'மண்ணை தூரப் போடாதேங்கோ.... பிறகு மூடுறதுக்கு வேணுமெல்லே...' என்றாள் செல்வராசுவின் மனைவி.

'என்னடா குமரன்... பங்கர் எல்லாம் வெட்டி பாதுகாப்பெல்லாம் பலப்படுத்துறியள் போல..' என்றபடி மகேஸ் அன்ரி வந்தா.

'வாங்கோ அன்ரி....'

'ஓ... வரவேற்பெல்லாம் பலமா இருக்குது... நான் வந்த விசயத்தை சொல்லுறன்... முழங்காவில்லை இருந்து வரேக்குள்ளை அம்பது கோழி கொண்டந்தனான்.... ஒவ்வொரு இடமா தங்கி தங்கி வர கனதூரப் பயணம் தானே கொஞ்சம் வெக்கையிலை செத்துப் போச்சு... கொஞ்சத்தை நாங்கள் சமைச்சாச்சு... வேற ஆக்கள் கேட்டு நாலைஞ்சைக் குடுத்தாச்சு... இன்னும் பத்துக் கோழி நிக்குது... நாங்கள் படுற பாட்டுக்கை அதுகளையும் சமாளிக்கேலாது தானே... அக்கம் பக்கத்து கொட்டில்காரரும் கோழி எச்சம் மணக்குதாமெண்டு புறுபுறுக்கினம்.. ஏன் சோலிய... உங்களுக்கு ரெண்டு கோழி வேணுமோ..... சமையுங்கோவன்....'

செல்வராசுவின் மனைவி செல்வராசுவைத் திரும்பி பார்த்தாள்.

'வாங்குங்கோ...' என்றான் அவன் மனைவியிடம்.

'நான் கோழிய சும்மா தரமாட்டன்... ஆனால் எனக்கு காசு வேண்டாம்.. எரியிற வீடுகளிலை நான் புடுங்க வரேல்லை... என்ரை பேரப் பிள்ளையளுக்கு ஏதாலும் இருந்தால் தாங்கோ.....'

'என்ன வேணும் அன்ரி......'

'வேற ஒண்டும் வேண்டாம்.... ஏதும் சாப்பிட இருக்கோ.... அதுகளுக்கு சரியான பசி.....'

'அன்ரி.... கொஞ்சம் சங்கக்கடை மா கிடக்கு தரட்டே......'

'நல்லது.... ரொட்டி சுட்டு குடுக்கலாம்... இரண்டு ரொட்டிக்கு அளவான மா போதும்... பெரியாக்களுக்கு கோழி கிடக்கு.... குழந்தையள் கோழி தின்னாதுகள்... சோறு சமைக்க அரிசி இல்லை.. கோழியை அவிச்சு சாதுவான எண்ணையிலை உப்பு மிளகாய்தூள் போட்டு பிரட்டினால் பெரியாக்களுக்கு நல்ல சாப்பாடு....' என்றபடி கைப்பிடியளவு மாவை மட்டும் எடுத்துக்கொண்டு அன்ரி போனார். நெருக்கடி மிகுந்த நேரத்திலும் இருக்கும் இடத்தை கலகலப்பாக்கும் திறமை கொண்ட அவரை அவனுக்கு நிறையவே பிடித்தது.

"என்ரை பேரன் தினேஸ்தான் கோழியளை உரிக்கிறான்... கழிவுகளை அவனே கிடங்கு வெட்டி புதைக்கிறான்... சனங்கள் நெருக்கமாக இருக்கு... ஏதும் தொற்று நோய் வந்திடக்கூடாதெல்லொ... அதுதான்...."

சிறிது நேரத்தில் இரண்டு உரித்த கோழிகளை கொண்டு வந்து தந்தார் அன்ரி.

"இந்தாங்கோ.... உங்களுக்கு ரண்டு.... ஒண்டும் நோய் வந்து சாகேல்லை... அங்கால யோகேந்திரத்தாருக்கு ஒண்டு... அவர் தனிமனுசன் தானே... பூமணியக்காவுக்கு ரெண்டு..... வேறயும் ஆரன் கேட்டா குடுப்பம்..... சண்டையிலை காயப்பட்ட போராளியளுக்கு குடுத்தால் நல்லது... ஆனா ஆரிட்டைக் குடுக்கிறது எண்டு தெரியேல்லை..... என்ரை பேரன் தினேஸ் வந்தால் குடுத்துவிடலாம் தான்... அவனிப்ப எங்கை நிப்பானெண்டு தெரியாதே...." என்றபடி அன்ரி போனார்.

மகேஸ்அன்ரி முன்னர் மருத்துவ தாதியாக இருந்தவர். பல ஆண்டுகளுக்கு முன் குடும்பகட்டுப்பாட்டு விதிமுறைகளை வீடுவீடாகப் பரப்புவது இவரது தொழிலாக இருந்தது. பின்னர், அந்தத் தொழிலை விட்டுவிட்டு பெண் போராளிகளுடன் கலைநிகழ்ச்சிகளிலும் சமுகப் பணிகளிலும் ஈடுபட்டுக் கொண்டிருந்தார்.

நல்ல உடல் உறுதியும் வாழ்க்கை அனுபவமும் இருந்தன அன்ரியிடம். நன்றாக நாட்டுப்புறப் பாட்டுகளைப் பாடுவா. ஜெயசிக்குறு சண்டை வெற்றி பெற்ற பிறகு, கலைஞர்கள் இயக்கிய தெருவெளி நாடகம் ஒன்றில் சமகால அரசியலை வைத்து அவ பாடிய பாடல் பட்டிதொட்டி எங்கும் ஒலித்தது. அன்ரியின் பாடலைக்கேட்டு பாடசாலை மாணவர்கள் பலர் இயக்கத்தில் இணைந்தார்கள் என அவன் முன்பு கேள்விப்பட்டிருந்தான்.

அவன் அன்ரியைப் பற்றி நினைத்தபடி இருக்க, செல்வராசுவின் மனைவி கோழியை வெட்ட ஆரம்பித்தாள்.

காலையில் கண் விழித்தவுடன் போன பரமேசு இப்போது தான் திரும்பி வந்தான்.

"அண்ணை.... இவளவு நேரமும் ஜெயா அண்ணையோடை இருந்து கதைச்சிட்டு வாறன்... அவருக்கு இந்த இடமும் பாதுகாப்பில்லை எண்ட கதைதான்... அடுத்து எங்கை போறதெண்டு குழம்பிக் கொண்டிருக்கிறார்.... அந்தாளின்ரை கதையைக் கேட்க கேட்க எனக்கும் ஒருமாதிரிப் போட்டுது.... "

"எங்கைதான் போறதடா.... போகவிரும்பிற சனம் போகட்டும்..... இப்பிடிச் சண்டை நேரத்திலை சனங்களுக்குள்ளை குழப்பம் வாறது இயல்புதானே..... நாங்கள் இப்பிடியே இருப்பம்...." என்றான் செல்வராசு.

"அக்கா கோழியை ஒண்டாக சமைக்கப்போறியளோ..... குமரனும் வேற ரண்டு பேரும் பங்கர் வெட்டுறாங்கள்... சேர்ந்து சமைச்சிட்டால் சாப்பிடுவாங்கள்...." என்றாள் சுகி.

"ஓம் பிள்ளை... தனித்தனியா சமைக்கேலாது... உயிரோடை இருக்கிறவரைக்கும் எல்லாரும் ஒண்டா சமைப்பம்.. சமைச்சதை பங்கிட்டு சாப்பிடுவம்...... இதைத் தவிர எதையும் காணப்போறதில்லை...."

சுந்தரமண்ணையின் மனைவியும் சுகியும் இணைந்து சோறு சமைத்தார்கள். சோதி கோழிக்கறிக்குரிய ஒழுங்குகளை செய்தாள். பிள்ளைகள் வளவில் கிடந்த கற்களைப் பொறுக்கி ஏதோ விளையாடிக்கொண்டிருந்தார்கள்.

குமரனின் முழங்கால்கள் வரை ஆழமான பதுங்குகுழி வெட்டப்பட்டுவிட்டது. கட்டைகள் போட்டு மூடவேண்டும்.... என்ன செய்வது என யோசித்தார்கள்....

பக்கத்தில் ஒரு குடும்பம் தங்களது வீட்டுக் கதவுகளை கழற்றி வந்து அடுக்கிவைத்திருந்தார்கள். சித்திர வேலைப்பாடுகளுடன் கூடிய முதிரை மரக் கதவுகள். அதில் ஒன்றை கேட்டு வாங்கலாமா என யோசித்தார்கள். பூச்சி புளுக்களுக்கு அஞ்சி.... பலகைக் கதவுகளை அடுக்கிவிட்டு அதில்தான் அவர்கள் படுத்திருந்தார்கள்.

"நான் அவையளிட்டை கேட்டுப்பாக்கிறன்... தந்தால் அவைக்கும் பாதுகாப்புத் தானே...." அந்த வேலையை சுந்தரமண்ணை பொறுப்பெடுத்தார்.

ஒரு சுற்று சுற்றிவந்த அவர், மிகவும் மகிழ்ச்சியுடன் வந்தார்.

"என்னண்ணை...."

"எட செல்வராசு.... எங்கட செல்வம் அக்கா அதிலை ஒரு கொய்யா மரத்துக்கு கீழ இருக்கிறா... அவவிட்டடை ஒரு பெரிய வாங்கு கிடக்கு... அதுகும் நல்ல வைரமான பலகைக் கட்டில்.... அதை எடுத்துக்கொண்டு போ எண்டு சொல்லுறா.... நல்ல பலப்பான பலகையாக்கிடக்கு.... தூக்கிக் கொண்டு வந்தால் கவிழ்த்து வைச்சுப்போட்டு மண்ணை பைகளிலை மூட்டைகட்டி மூடலாம்...."

"ஆரண்ணை ... மண்ணெண்ணைக்கடை ராசன்ரை தாய் மனிசியோ....."

"ஓமடா... அவதான்.... ராசன் இப்பதான் ஆரையோ பாக்கப் போட்டுவாறன் எண்டு போறானாம்... நாங்களும் இஞ்சை இருக்கிறம் எண்டவுடனை அவவுக்கு பெரிய சந்தோசம்.... இப்ப கடையும் இல்லைத்தானே... காசுக் கரைச்சல் போலை... "

"அப்ப ... வாங்கிலைத் தூக்கிவந்து போட்டு பங்கர் மூடவோ...."

"வேற என்ன செய்யிறது.... செல் அடிச்சானெண்டால் இந்தக் குஞ்சு குருமானுகளை என்ன செய்யிறது.... அதுகள் தான் எங்கபோறது...."

"அப்ப அவவுக்கு கொஞ்சம் காசு குடுத்திட்டு எடுப்பம்... அதுதான் முறை.... " என்றான் செல்வராசு.

"அதுக்கென்ன... வா... ரெண்டுபெருமா காசைக் குடுத்திட்டு.. தூக்கிவருவம்...."

"நானும் வாறன் அண்ணை... ஒரு சின்ன உதவி எண்டாலும் உங்களுக்குச் செய்வம்...." என்று அவர்களுடன் இணைந்தான் பரமேசு. மூவருமாக அந்த வாங்கைத் தூக்கி வந்தனர். பழைய காலத்து பலகையிற் செய்த வாங்கு மிகவும் பாரமாக இருந்தது.

"அரசாங்கம் சுதந்திரபுரத்தை பாதுகாப்பு வலயமா அறிவிச்சிருக்கு...... பாதுகாப்பு வலயத்துக்குள்ளை செல் அடிக்கமாட்டான் தானே....." சுந்தரமண்ணரின் மனைவிகேட்டா.

"செல்லாலை அடிச்சு கொல்லுறதுக்கு இலகுவாத்தான் எல்லாரையும் பாதுகாப்பு வலயம் எண்டு சொல்லி ஒரு இடத்திலை குவிய வைச்சிருக்கிறான் தெரியுமே...... சும்மா அவன்ரை கதையை கேட்டு நாங்கள் எங்களை இழக்கக்கூடாது...."

"அப்பிடிக் கொல்ல உலகநாடுகள் சும்மா விடுமே..."

"உலகநாடுகளுக்கு நாங்கள் அழிஞ்சா என்ன?... எங்களை அழிக்க அவங்களும் சேர்ந்து தான் ஐடியாக் குடுத்திருப்பாங்கள்... தங்களுக்கு தங்கடை ஆயுத வியாபாரம் நடந்தாச் சரி எண்டு தானே அவங்கள் நினைப்பாங்கள்...."

"அரசாங்கம் ஏதோ திட்டமில்லாம ஆக்களை ஒண்டாக்கேல்லை....... இப்பிடி ஒண்டாக்கினா அவைக்கு ஆயதச் செலவும் மிச்சம் தானே..."

"அப்பிடி ஒரேயடியா ஆக்களை கொல்ல வெளிநாடுகளிலை இருக்கிற எங்கட சனம் சும்மாவிடுமே..... ஐநாவை தூக்கிப் பிரட்டிப்போடுங்கள்.... ஊர்வலங்களிலை எவ்வளவு சனம் எங்களுக்காக குரல் எழுப்புறவை... தெரியுமே... ஒரு தமிழ்ப் பொம்பிளை சுவிஸ் பொலிசுக்காரனுக்கு முன்னாலை எங்கடை கொடியை வைச்சுக் கொண்டு நிண்டதை பாத்தன்... எவ்வளவு துணிஞ்ச சனம் அங்கை...ம்....."

"அவை கூடிக் கத்தினாப் போலை என்ன ஆகப் போகுது... அவனவன் தங்கடை நாட்டுக்கு ஏற்றமாதிரி எடுக்கிற முடிவுதானே..... சும்மா ஒரு கவலை தெரிவிப்பாங்கள்.... இல்லாட்டி கண்டனம் தெரிவிப்பாங்கள்... அவ்வளவு தானே...."

"வெளிநாடுகள் சிலதும் சேந்து தானே காரியத்தை நடத்துது.... எங்கட பெடியள் பிழை விட்டிட்டாங்கள்..... சமாதான காலத்திலை

எல்லாரையும் உள்ள வரவிட்டு... ம்... ஆரார் வந்து என்னென்ன வெல்லாம் பாத்துக்கொண்டு போனாங்களோ........."

"உள்ளை வர விட்டுட்டு சும்மா இருந்தவன்களே இயக்கப் பெடியள்........ இது... வேறை ஏதோ நடக்குது போலை....."

"வேறை என்னகிடக்கு.... சமாதான காலத்திலை எங்கடை சனம் அங்காலை போய் வசதி வாய்ப்புகளை கண்டாச்சு.... இனி போராட்டத்திலை நாட்டம் குறையும் தானே.... பேச்சுவார்த்தைக்கு அரசாங்கம் வாறதே... போராட்டத்தை திசை திருப்பி எங்கடை எழுச்சியை மாத்தத்தானே....."

"ஓமண்ணை.... எப்ப இராணுவத்தின்ரை பலம் குறைஞ்சு போராட்டம் உச்சத்துக்கு போகுதோ... அப்ப அரசாங்கம் பேச்சுவார்த்தைக்கு தயாராகிடுது..... ஏதோ ஒரு வெளிநாட்டின்ரை காலிலை விழுந்து பேச வந்திடுது..... பிறகு பேச்சுவார்த்தை காலத்தை பயன்படுத்தி தங்கடை பலத்தை அதிகரிச்சவுடனை திரும்ப சண்டையை துவக்கிப் போடுது....."

"வட்டமேசை... சதுரமேசை எண்டு... ஒவ்வொரு தடைவையும் வெளிநாடுகளிலை போய் பேசிப்பேசி ... என்னத்தை கண்டம்....."

"பேச்சுவார்த்தைக்கு போகாட்டி அரசாங்கமெல்லே தமிழரை பயங்கரவாதியள் எண்டு உலகமெல்லாம் சொல்லித் திரியுது... பேச்சுவார்த்தைக்கு போனா உலகநாடுகளிட்டை தமிழரைப்பற்றி ஒரு நல்லெண்ணத்தை உருவாக்கலாம் எண்டு அவர் நினைச்சிருப்பார்..... அவர் என்ன நினைச்சாலும் அதிலை எங்கடை நாட்டின்ரை விடுதலையைத்தான் முன்னுக்கு வைப்பார் எண்டது எங்களுக்குத் தெரியும்....."

"போரை வெறுத்து துறவுநிலைக்கு போன புத்தரின்ரை பேரைச் சொல்லிச் சொல்லி அரசாங்கத்திலை உள்ளவன்கள் எங்களைக் கொல்லுறாங்களே..... அவங்கடை துவேசமான மனதைப் பாருங்கோவன்.... உவங்கள் என்ன ஒழுங்கான புத்தமதத்தை பின்பற்றுகிற ஆக்களோ....."

"இதிலை நாங்கள் புத்தரை விமர்சிக்கிறது சரியில்லை அண்ணை... அவர் புத்தர் யுத்தத்தை வெறுத்த மகான்.... பிழையான வரலாற்றோட மகாவம்சத்தை எழுதி வைச்சுக்கொண்டு மற்றவங்கள் புத்தரின்ரை பெயராலை இனவெறி ஆடுறதுக்கு புத்தர் என்ன செய்யேலும்.... அவர் உயிர்க் கொலையை வெறுத்தவர்.... தயவுசெய்து அவரை நாங்கள் இதிலை இழுத்துக் கதைக்க வேண்டாம்...... நாங்கள் புத்தபிரானை மதிக்கிறம்.... அவற்றை அறத்தை நேசிக்கிறம்....."

"அவங்கள் தங்கடை ஒவ்வொரு பிள்ளையளுக்கும் இலங்கை பௌத்தநாடு.... இது பௌத்த சிங்களவருக்கு சொந்தமான நாடு... தமிழர்

வந்தேறு குடியள்... அவையை இந்தியாவுக்கு கலைக்க வேணும் எண்டு தானே சொல்லி வளக்கிறாங்கள்.... நாங்கள் என்ன செய்யிறம்?.... எங்கடை பிள்ளையள் தமிழற்றை வரலாற்றை அறிஞ்சால் இயக்கத்துக்கு போயிடும் எண்டு நினைச்சு... எங்கடை வரலாற்றை விட்டுப்போட்டு அவங்கடை வரலாற்றையே பிள்ளையளுக்கு பள்ளிக்கூடங்களிலை படிப்பிக்கிறம்.... இதிலை ஆர் பிழை?........."

"நீங்கள் சொல்லுறது உண்மைதான் அண்ணை ...ஒருக்கால் தமிழ்நாட்டிலை இருந்து வந்த ஒரு பெரியவரைச் சந்திச்சனான்... அப்ப அவர் என்னைக் கேட்டார்.... நீங்கள் ஏன் இலங்கையிலை வந்து குடியேறினனீங்கள்..... தமிழ்நாட்டிலையே இருந்திருந்தா பாதுகாப்பா வாழ்ந்திருக்கலாம் தானே எண்டு...." என்றான் பரமேசு.

"இப்பிடி சிலபேர் மட்டுமில்லை.... கனபேர்... அவையளுக்கு ஈழத் தமிழரின்ரை முழுமையான வரலாறு தெரியாது.... அதாலை இது எங்கள் பூர்வீகக் குடிநிலம் எண்டதை ஏற்றுக்கொள்ள மறுக்கிறாங்கள் எண்டு நினைக்கிறன்... எங்களுக்கெண்டு ஒரு தொன்மையான மொழி இருக்கு... பண்பாடு இருக்கு.. கலைகள் இருக்கு.. பழக்க வழக்கங்கள் இருக்கு... இருந்தாலும் கனபேர் எங்களை தமிழ்நாட்டிலை இருந்து வந்த தெண்டு நினைக்கிறாங்களே... எவ்வளவு துன்பமான விசயம் இது....."

"உண்மை.... உது முற்றிலும் உண்மை..... நாங்கள் எங்களுக்கு இடையிலை குழுக்குழுவாப் பிரியிறதையும் அடிபடுறதையும்.. வீறாப்பு பேசிக் காலம் கழிக்கிறதையும் விட்டுப் போட்டு.... எங்கடை உண்மையான வரலாற்றை உலகத்திலை வாழுற மக்கள் எல்லாரும் படிக்கக் கூடிய மாதிரி வெளியிலை கொண்டு வரோணும்.... ஆளாளுக்கு ஒண்டு எழுதி எல்லாரையும் குழப்பக் கூடாது..... சரிதானே... "

"எத்தினை படிச்சவை... அறிவுஜீவியள்.... எண்டு இருந்தவை.... இன்னும் இருக்கினம்... இவையள் எழுதவேணும்... எங்கடை நூலகத்தை இனவாதிகள் எரிச்ச விசயமே இளம் தலைமுறைப் பிள்ளையள் கனபேருக்கு தெரியாது... பழைய வரலாறுகளை பாத்தும் படிச்சும் தெரிஞ்சவை சொல்லவேணும்.... எங்கடை இனத்துக்கு இந்தப் படிச்சவை செய்யிற மிகப் பெரிய தொண்டாக இது இருக்கும்....."

"இப்ப தமிழற்றை பூர்வீகத்தை ஆராய்ஞ்சு கொண்டிருந்தால் செல்லடிச்சாலும் கேக்காமல் போயிடும்.... இதுக்குள்ளை உயிர் தப்பிப் பிழைச்சால் எங்கடை உண்மையான வரலாற்றை தேடிப் படிக்கத்தான் வேணும்....... எங்கடை வரலாறு எங்களுக்கு முதலிலை தெரிய வேணும்..... தெரிஞ்சால்தானே நாங்களும் துணிஞ்சு மற்றவைக்கு தெரியப்படுத்தலாம்.... அதுதான் அவசியமும் எண்டு நான் நினைக்கிறன்...."

இவர்களின் பேச்சுக்கிடையே சமையல் முடிந்துவிட்டிருந்தது.

'உங்கடை அரசியல் மாநாடு போதும்... எழும்பி எல்லாரும் சாப்பிடுங்கோ...... எப்ப பாத்தாலும் சிங்களவனைச் சப்பினபடி தான்... ஏதாலும் உருப்படியாச் சிந்திச்சால் என்ன?... ம்.... ' என்றாள் சோதி.

சாப்பிடலாம் என நினைத்தபோது... இரண்டு பெண்போராளிகள் அவர்களிடத்துக்கு வந்துகொண்டிருந்தனர். வரிப்புலி அல்லாத சாதாரண சீருடையில் அவர்கள் வந்தனர்.

பரமேசு அவர்களையே பார்த்தபடிக்கு உட்கார்ந்திருந்தான். அவன் தனக்கானவளை எண்ணக்கூடும் என செல்வராசு நினைத்துக் கொண்டான்.

'சனங்கள் தப்பிறதுக்கு வழியில்லாம சாகுதுகள்... உவையள் சண்டைக்கு ஆள்பிடிக்க திரியினம்....' என முணு முணுத்தார் அங்கிருந்த ஒருவர்.

செல்வராசுவுக்கு அவர் கூறியது எரிச்சலை ஏற்படுத்தியது.

'அதுகள் என்ன... தங்கடை உடுப்புகள் தோய்க்க... அல்லாட்டி தங்கடை தனிப்பட்ட தேவையளுக்கே ஆக்களை சேர்க்கினம்... ஏதோ சண்டைக்கு ஆக்கள் காணாது... வாங்கோ எண்டுதானே கேக்கினம்.... விரும்பினவை போறது... விருப்பம் இல்லாதவை போகாம விடுறதுதானே.....' செல்வராசு அவருக்குப் பதிலிறுத்தான்.

இதனிடையே அந்த இரண்டு பெண் போராளிகளும் அவர்களுக்கு அருகில் வந்துவிட்டிருந்தனர். அவர்களைக் கடந்து சோதியைப் பார்த்து,

'அம்மா... நாங்கள் பரப்புரையில நிக்கிறம்.... எங்களுக்கு சரியாப் பசிக்குது.....' என்றார்கள் அவர்கள். அவர்களின் முகத்தில் பசியின் கொடுரம் தெரிந்தது.

அதில் ஒரு போராளிக்கு ஒருகையும் ஒற்றைக் கண்ணும் இல்லாதிருந்தது. மற்றப்போராளிக்கு ஒரு கால் இல்லாதிருந்தது. பொய்க்கால் பூட்டியிருந்தாள்.

ஒரு கையையும் கண்ணையும் இழந்த போராளியை ஏற்கனவே செல்வராசு அறிந்திருந்தான். அந்தப் போராளி தமிழீழ தேசிய தொலைக்காட்சியில் சில கவிதைகள் வாசித்திருக்கிறாள் என அவன் நினைத்துக் கொண்டான்.

சில வேளைகளில் அந்தப் போராளி உந்துருளியை ஓட்டிச் செல்வதையும் பார்த்து அவன் வியந்திருக்கிறான்.

'உங்களை நான் ரீவியிலை பாத்திருக்கிறன் தங்கச்சி... நல்லா கவிதை படிக்கிறனீங்கள்..... இண்டைக்கு தான் நேர கதைக்கிற சந்தர்ப்பம் வந்திருக்கு....'

"அப்பிடியே அண்ணா..... கேக்க சந்தோசமாயிருக்கு..... நான் வானொலியிலையும் கவிதை வாசிக்கிறனான்.... நிகழ்ச்சியள் செய்யிறனான்.... கேக்கிறனீங்களோ....."

"ஓமோம்.... கேட்டிருக்கிறன் ....ஒருக்கால் என்னுயிர்த் தோழிக்கு எண்டு ஒரு கவிதை வாசிச்சனீங்கள்.. அதைக்கேட்டு உண்மையா கண்கலங்கிட்டன்...." என்றான் செல்வராசு.

"ரொம்ப சந்தோசமா இருக்கண்ணா.... இந்தப் பாராட்டுகள் எல்லாத்துக்கும் எங்கடை தலைவர் அண்ணா தான் காரணம் அண்ணா.... இயக்கத்துக்கு வந்திருக்காட்டி என்னை ஒருத்தருக்கும் அடையாளமே தெரிஞ்சிருக்காது.... போக்குவரத்து வசதியள் குறைஞ்ச கிராமத்திலை பிறந்த என்னையும்... என்னைப் போன்றவையளையும் உங்களைப் போல எல்லாரும் அறிய வைச்சது அவர் தானண்ணை.... எங்கையாவது சராசரிப் பொம்பிளையா குடும்பமா இப்பவும் நான் வாழ்ந்து கொண்டிருக்கக் கூடும்...."

"அதுதானே தங்கச்சி.... எங்கடை பொம்பிளையளை இந்தளவுக்கு முன்னேற்றி வைச்சதுக்கு அவரை நாங்கள் கொண்டாடத்தான் வேணும்...... இப்ப பாருங்கோ இவ்வளவு நெருக்கமான நேரத்திலை கூட பொம்பிளையளோடை ஆரும் சேட்டை விடுறேல்லை... பாத்தியளே..... "

செல்வராசுவின் மனைவி இருவருக்கும் இரண்டு சிறிய கிண்ணங்களில் உணவு போட்டுக் கொடுத்தாள். தரையில் சம்மணமிட்டு உட்கார்ந்து அவர்கள் உணவை உண்ணத் தொடங்கினார்கள்.

"அக்காக்கள்... உங்களுக்கு மருத்துவ பிரிவிலை செவ்வந்தியை தெரியுமே....." எனக் கேட்டான் பரமேசு.

"இல்லை அண்ணா... நாங்கள் பரப்புரையிலை நிக்கிறம்... அவவை தெரியேல்லை... "

"பிள்ளையள்... இனிப் பிரச்சினை என்ன மாதிரி போகப் போகுது....." சுந்தரம் அண்ணை கேட்டார்.

"ஐயா... இப்ப எங்களாலை ஒரு விசயம் மட்டும் தான் அழுத்தமாக உங்களுக்கு சொல்ல ஏலும்..... ஆமி வகை தொகையா வாறான்... மறிச்சு அடிக்க இயக்கத்திட்ட போதியளவு ஆயுதம் இருக்கு... ஆட்கள்தான் போதாது..... ஆட்பலம் இருந்தால் இந்த சண்டை நீண்டுகொண்டு போகாமல் கெதிலை முடிவுக்கு வந்திடும்....." என்றாள் காலை இழந்த அந்தப் போராளி.

"எனக்கும் வயதான அம்மாவும் அப்பாவும் இந்த மண்ணிலை இருக்கினம்.... என்ரை அம்மாவும் என்னை நினைச்சு கவலையோடையும் கண்ணீரோடையும் தான் இருப்பா.... எனக்கும் அம்மா அப்பா பாசம் இருக்கு... ஆனா அதுக்கும் மேலால எங்கடை மக்களிலை பாசம் இருக்கு....

அதாலை தான் உரிமையோடை உங்களுக்கு முன்னாலை நிக்கிறம்......" என்றாள் கண்ணையும் கையையும் இழந்த போராளி.

சிறிது நேரம் அமைதி. யாரும் பேசவில்லை.

"பிள்ளை... நீங்கள் எந்த இடம்பிள்ளை....." எனத் தலையைச் சாய்த்துச் சிரித்த அந்தப் பேராளிப்பெண்,

"வேற எந்த இடம்... தமிழீழம் தான்... போட்டுவாறம் அம்மா.... எத்தினையோ கஸ்டப்பட்டுக் கொண்டிருக்கிற இந்த நேரத்திலை முகம் சுழிக்காம சாப்பாடு தந்ததுக்கு நன்றி... உங்களைப் போலை ஆக்களாலை தான் எங்கடை போராட்டம் உறுதியாகத் தொடருது....." என கூறிக்கொண்டு விடை பெற்றார்கள்.

"அம்மா... நாங்கள் வந்து சாப்பிட்டுட்டம்.... உங்களுக்கு சாப்பாடு காணுமோ.... " என்றாள் ஒருத்தி.

"ஓம் பிள்ளையள்.... உங்கடை வயிறு நிறைஞ்சதே நாங்கள் சாப்பிட்ட மாதிரிதான்... கவனமாப் போங்கோ.... நீங்கள் உயிர் தப்பினால்தானே போராட்டத்தை தொடரலாம்.... "

"வெற்றி கிடைக்கிற நேரத்திலை கொடிகட்டிக் கொண்டாடுறது மட்டுமில்லை... இக்கட்டான நேரங்களிலை போராளியளை அரவணைக்கிறதும் போராட்டத்துக்கு செய்யிற பங்களிப்புத்தான் அம்மா.... செல்லுகள் வரும் கவனமா இருங்கோ.... நாங்கள் சாகலாம்.... எங்கடை உயிருக்கும் மேலான நீங்கள் சாக கூடாதம்மா..." என்றபடி போனார்கள்.

செல்வராசுவும் சுந்தரம் அண்ணைரும் வெட்டிய பதுங்கு குழிக்கு மேல் வாங்கிலை வைத்து மேலே மண்ணைப் பரப்பி மூடினார்கள்.. அவர்களின் பெண்கள் உடுத்துவதற்காக கொண்டு வந்த ஒன்றிரண்டு சீலைகளை மண்மூடை கட்டுவதற்கு தந்தார்கள். அவற்றைக் கிழித்து அதற்குள் மண்ணை நிரப்பி மூட்டையாக கட்டினான் பரமேசு. செல்வராசுவும் சுந்தரம் அண்ணையும் மண் மூடைகளை மேலே தூக்கி வைத்தார்கள். குமரன் உள்ளே இறங்கி பார்த்துவிட்டு,

"சரியான இருட்டாக கிடக்கு..." என்றான்.

"முரசுமோட்டை பக்கம் சண்டை நடக்குதாம்...." என்று ஒருவர் கூறினார்.

விமானங்களும் மாறிமாறி தம்பங்குக்கு வந்து குண்டுகளை கொட்டிக்கொண்டிருந்தன...... செல்களும் வெடித்த வண்ணம் இருந்தன. வெடி மருந்துகளின் மணமும் சன நெருக்கடியால் ஏற்பட்ட துர்நாற்றமும் வயிற்றை குமட்டின...

புள்ளி – 8

சுதந்திபுரம் பாதுகாப்பு வலயம் என அரசாங்கத்தால் அறிவிக்கப்பட்டதாலோ என்னவோ சுதந்திரபுரத்துக்குள் சனங்கள் வந்து குவிந்து கொண்டிருந்தார்கள். கால்கை வைக்க இடம் இல்லாமற்போகுமோ என்கின்ற நிலை தோன்றியது. சோதி முழங்கால்களைக் கட்டிக்கொண்டுதோ யோசனையில் ஆழ்ந்திருந்தாள். அவளின் பார்வை சனக்கடலைத் தாண்டியும் அப்பால் நிலைத்திருந்தது.

அன்றைய நாளின் மாலைப்பொழுது மங்கிக்கொண்டிருந்தபோது, "அம்மா... அங்கால கொஞ்சம் தள்ளி என்னோடை படிக்கிற சுபன் இருக்கிறான்... ஒருக்கால் கதைச்சிட்டு வாறன்....." என்றான் சோதியிடம் குமரன்.

"இந்தக் கூட்டத்துக்குள்ளை ஒரு இடமும் போக வேண்டாம்.... செல்லுகளும் கண்ட மாதிரி விழுகுது.... பிறகு ஆர் உன்னைத் தேடி வாறது...." செல்வராசுவின் மனைவி கத்தினாள்.

"அம்மா.... பிளீஸ் அம்மா.... ஒருக்கா அம்மா.... பாத்திட்டு ஒருக்கா ஓடி வாறன்......" அழுவது மாதிரி குமரன் கெஞ்ச....

"சரி... போயிட்டு உடனை வா...... பத்து நிமிசத்துக்குள்ளை வராட்டி பிறகு எங்கையும் போகவிட மாட்டன்... ஓ...." என்றாள் சோதி.

குமரன் போன சற்று நேரத்தில மளமளவென்று செல்கள் கூவத் தொடங்கின... சுதாகரிப்பதற்குள் துப்பாக்கித் தோட்டாக்களும் காற்றைக் கிழித்தபடி வரத் தொடங்கிவிட்டிருந்தன.

"இடையால எங்கையோ ஊடுருவிட்டான் போல......." என்றார் சுந்தரம் அண்ணர், நிலத்தில் படுத்தபடி. அவரின் குரலில் நடுக்கம் தெரிந்தது.

"கடவுளே இந்தப் பெடியனும் மறிக்க மறிக்க காதிலை வாங்காமப் போயிட்டுது......"

"அக்கா... பயமாக்கிடக்கு..... ஆமி எங்கையோ கிட்ட வந்திட்டான் போலை கிடக்கு... இவரும் என்னபாடு எண்டு ஒரு தகவலும் கிடைக்குதில்லை..." என்றாள் சுகி, தனது குழந்தையை அணைத்தபடி.

அந்த செல்களையும் துப்பாக்கிச் சன்னங்களையும் கூடப் பொருட்படுத்தாமல் பலர் அங்கும் இங்கும் நடமாடிக்கொண்டிருந்தனர்.

"எல்லாரும் பங்கருக்குள்ளை போங்கோ பாப்பம்......" செல்வராசு திட்டினான்.

"ஐயோ என்ர பிள்ளையப்பா....."

"அவன் வருவான்.... நீ.. முதல்ல தமிழ்விழியையும் கொண்டு பங்கருக்கு போ பாப்பம்...... பங்கரை வெட்டி வைச்சுக்கொண்டு அநியாயமா சாகப்போறியளே... காயப்பட்டால் அதைவிடக் கஸ்டம்.... "

என்ன நடக்கிறதென எவராலும் நினைத்துப் பார்க்க முடியவில்லை. பக்கத்தில் தலையில் காயப்பட்ட போராளி ஒருவன் இருந்தான். காயம் என்பதால் அவன் விடுமுறையில் வந்திருக்கக் கூடும் என அவர்கள் நினைத்தார்கள்.

அவனுக்கு தலையிலும் கையிலும் கட்டுப் போடப்பட்டிருந்தது. வெறுந் தரையில் அவன் படுத்திருந்தான்.... அவனுக்கு பக்கத்தில் அவனுடைய தாயார் படுத்திருந்தார். அவர்களை கடந்து சனங்கள் அங்கும் இங்கும் அலைந்து கொண்டிருந்தார்கள்.

படுத்திருந்த அவர்களுக்கு நடுவால் பத்திரிகைத் துறையை சேர்ந்த நண்பர் ஜெயராசன் நடந்துவருவதை செல்வராசு கண்டான். அவரது பெயரைக் கூறி அழைத்தான்.

ஆனால் அவனது குரல் அவருக்கு கேட்கவில்லை. எழுந்து போய் அவரது கையை பிடித்தான்....

"அண்ணை... செல்வராசண்ணை.... இங்கயோ இருக்கிறியள்......"

"ஓமோம்.... இஞ்சையும் இனி கஸ்டம் போல கிடக்கு....."

"தலைவர் கடைசி வரைக்கும் தோற்றுப்போக விடாரண்ணை... பாப்பம்....." என்றவர், "எங்கட வீட்டாக்கள் இதுக்குள்ளை இருக்கினமாம்... நான் இன்னும் அவையளை காணேல்லை... தேடித் திரியிறன்... பாப்பம்..." என்று சொல்லி ஜெயராசன் நகர்ந்தார்.

இராணுவத்தினரின் செல்கள் வெவ்வேறு திசைகளை நோக்கி விழுந்துகொண்டிருந்தன. ஆட்டிலறி, மல்ரிபரல், டொங்கான் என்று ஏதேதோ பெயர்களை சொல்லிக் கொண்டிருந்தார்கள் சனங்கள்.

"அம்மா..." என்றபடி ஓடிவந்தான் குமரன். அவன் பயந்து வியர்த்திருப்பது போலக் காணப்பட்டான்.

"எங்கையடா போனனி... மனுசரை நீயும் சேர்ந்து சாகடிக்கிறாய்......" என்று கத்தினாள் சோதி.

"அம்மா... நான் இப்ப போனன்... என்ர சினேகிதப் பெடியன்... அவன்ர அண்ணா வீரச்சாவாம்...... அவையின்ர அம்மா அழுதுகொண்டிருக்கிறா......."

"........................."

"அம்மா அவனும் இயக்கத்துக்கு போகப் போறானாம்....."

"ஏன் அண்ணன்காரன் போனது பத்தாதாமோ........."

"தன்ர அண்ணன்ர சாவிலை தான் குளிர் காயக்கூடாதாம்... செல்லடியிலை அநியாயமாக தானே சாகப்போறம்..... அதுக்கு போராடிச் சாகலாம் எண்டு சொல்லுறான்........"

"ஏன்... நீயும் போகப் போறியோ........."

"ஏன் போய்த்தானே.... வயது பத்தாது போய்ப்படி எண்டு திருப்பி அனுப்பினவை... வயது வந்தாப்பிறகு உனக்கு போராட விருப்பமெண்டு நினைச்சால் வா... எண்டு தானே பொறுப்பாளர் சொல்லிவிட்டவர்......"

"அப்ப உன்ர பிரண்டுக்கு வயது காணுமோ...."

"ஓ... அவனுக்கு என்னை விட ரெண்டு வயது கூட....." என்றான் குமரன்.

அவன் கையில் சில வெற்றுத் தோட்டாக்கள் இருந்தன. புத்தம் புதிதாக பளபளவென்று அவை மின்னின.

"உதுகளை ஏனடா கையிலை கொண்டு திரியிறாய்... நஞ்செல்லோ....."

"எந்த நாடு குடுத்த ரவுண்ஸ் எண்டு பாக்கப்போறன்....."

"ம்... நீ பெரிய அணு விஞ்ஞானி.... ஆராய்ச்சி செய்யப் போறாய்.... தூர வீசடா உதுகளை..... உது கிடந்திட்டு வெடிச்சாலும் வெடிக்கும்..." சோதி மகனைத் திட்டினாள்.

திடீரென துப்பாக்கிச் சத்தங்கள் குறைவடைந்தன.

"முன்னுக்கு வரப் பாத்திருப்பான் ஆமி..... பெடியள் அடிச்சுக் கலைச்சிட்டாங்கள் போலை...." என்றார் சுந்தரமண்ணை.

"ஓ... அவையின்ரை சுதந்திர நாளுக்கு வன்னியிலை சிங்கக்கொடி ஏத்தலாம் எண்டு நினைக்கினம் போலை... உது வாய்க்குமே....."

"அண்ணை நான் ஒருக்கால் ஆரும் பொம்பிளைப் பிள்ளையளிட்டை தகவல் அறிஞ்சுகொண்டு வாறன்...." என எழுந்து போனான் பரமேசு.

செல்வராசு வானத்தை அண்ணாந்து பார்த்தான். வானம் கறுத்துக் கிடந்தது. தென்னை மரங்களுக்கு கீழே கூட்டங் கூட்டமாய் சனங்கள் படுத்திருந்தனர். அவர்களுக்கு அருகே ஆசிரியை ஒருவரும் தனது ஒன்றரை வயது மகனுடன் இருந்தார். அவரது கணவரும் போராளியாக இருந்து, கள முனைக்கு சென்றிருப்பதாக அறிந்து கொண்டார்கள்.

அந்த ஆசிரியையின் பெற்றோர்கள் வவுனியாவில் வசித்தார்கள். வட்டக்கச்சி மகாவித்தியாலயத்தில் அவர் பயிற்றப்பட்ட விஞ்ஞான ஆசிரியையாக இருந்தார்.

" ரீச்சர்... ஆரோடை இருக்கிறியள்?....." எனக் கேட்டான் செல்வராசு.

"தனியாகத்தான் அண்ணை... என்ன பயம்... எல்லாம் எங்கடை சனம்தானே..... எதுக்குப் பயப்பிடவேணும்" என்று கூறினாள்.

"நீங்கள் சொல்லுறது சரிதான் ரீச்சர் .... ஆனால்.... குழந்தையை வைச்சிருக்கிறியள்... கவனம்..." என்றான்.

"இஞ்ச இருக்கிற எல்லாக் குழந்தையளும் இப்பிடித்தானே இருக்கினம்.... பரவாயில்லை அண்ணை...."

மழைத்துளிகள் ஒன்றிரண்டாக விழத்தொடங்கின.

சற்றுநேரம் அசதியினால் செல்வராசு கண்களை மூடிக்கொண்டிருந்தான். சற்றே அவனைத் தூக்கம் ஆட்கொண்டிருக்க வேண்டும். தூங்கிவிட்டான்.

மளமளவென்று ஆட்டிலறி செல்கள் குத்தும் சத்தம் கேட்டு திடுக்கிட்டு எழுந்தான். குறுக்குப்பாடாக செல்கள் சென்றன. தூக்கத்தின் அசதியில் திசைகளை கணிக்க முடியாதிருந்தது அவனால்.

ஒரு குடும்பத்தினர் அப்போது தான் அந்தப் பகுதிக்கு புதிதாக வந்திருக்கவேண்டும். அடுப்பு மூட்டி ஏதோ சமைத்துக் கொண்டிருந்தனர். காற்றில் அலைந்து அலைந்து அடுப்பு எரிந்துகொண்டிருந்தது.

"பிளேன் சுத்துது... அடுப்பை அணையுங்கோ.... குண்டைக் கழட்டிப் போடப்போறான்...." யாரோ ஒரு ஆண்குரல் அச்சத்தில் எச்சரித்தது.

சோதியும் மற்றவர்களும் பதுங்கு குழிக்குள் இருந்தனர்.

விமானங்களின் இரைச்சலும் குண்டுகளின் சத்தங்களும் கேட்டன. இராணுவத்தினரை இதுவரை யாரும் கண்ணால் காணாவிட்டாலும் அவர்கள் சிலர் முன்னேறி வருவதாக கூறிக்கொண்டிருந்தனர்.

விசுவமடுப் பகுதியில் இராணுவத்தினரின் செல்கள் சரமாரியாக வீழ்ந்து வெடிப்பதை சத்தங்களின் மூலம் உணர முடிந்தது. விசுவமடுப் பகுதியில் இடம்பெயராது இருந்த சனங்கள் செல்லில் இறந்ததாக வானொலி தகவல் தெரிவித்துக் கொண்டிருப்பதாக சிலர் சொன்னார்கள்.

விசுவமடுவுக்கு தேங்காய் பிடுங்க சென்ற இருவரை இராணுவத்தினர் பிடித்துச் சென்றுவிட்டதாகவும் வாய்மொழித் தகவல்கள் வந்தன.

"சனங்களும்தான் என்ன செய்யிறது?... எல்லாரிட்டையும் கையிலை காசு இருக்காது... காசிருந்தாலும் ஒண்டும் வாங்கேலாது... பாத்திட்டு உயிரைப் பணயம் வைச்சு தேங்காயோ மாங்காயோ பிடுங்கி வந்து பிள்ளையளுக்கு குடுப்பம் ... எண்டு யோசிச்சு போகுதுகள் .... பாவப்பட்ட சனங்கள்...."

காதில் விழும் எந்தத் தகவலையும் நம்ப முடியாதிருந்தது. அதே வேளை வெறும் வதந்தி என ஒதுக்க முடியாமலும் இருந்தது. வதந்திகளும் உறுதிப்படுத்தப் படாத தகவல்களுமாக சனங்களுக்குள் பெருங் குழப்பங்கள் புகுந்தன. இவற்றுடன் செல்களின் சத்தமும் துப்பாக்கிச் சூட்டுச் சத்தமுமே மக்களை கிலிகொண்டு ஓட வைத்துக் கொண்டிருப்பதாக செல்வராசு நினைத்தான்.

பற்றையாய் வளர்ந்து கிடந்த தலைமுடியை கோதியபடி, எல்லா நினைவுகளையும் இரை மீட்டபடி படுத்திருந்தான் செல்வராசு.

சனங்கள் நடமாடிக்கொண்டிருந்தனர். மழைக் குளிர். நுளம்புக் கடி. சனங்களின் இரைச்சல் என்று எல்லாவற்றையும் சகித்துக்கொள்ள வேண்டியிருந்தது.

சிலர் பதுங்கு குழிகளை பலப்படுத்த. தோப்பில் நின்ற தென்னை மரங்களை தறித்துக்கொண்டிருந்தனர். தறிக்கப்பட்ட மரங்களின் தேங்காய்களை சிலர் உணவுக்காக எடுத்துச் சென்றனர். தென்னோலைகள் ஆங்காங்கே குவிந்து கிடந்தன.

ஓரளவுக்கு சனங்களின் இரைச்சல் குறைந்து கொண்டிருப்பதாக அவன் நினைக்க, திசையை மாற்றி இராணுவத்தினர் ஏவும் செல்கள் தூரத்தில் விழும் சத்தம் கேட்டுக்கொண்டிருந்தது.

செல்வராசு தன்னருகே படுத்து உறங்கிக் கொண்டிருந்த மகள் தமிழ்விழியின் தலையை தடவினான். அவள் தன்னுடைய தந்தையின் அன்பு சுரக்கும் வருடலை உணராதவளாக உறங்கிக் கிடந்தாள். நீண்டபெரும் அலைச்சலில் அவளின் உடலும் தலைமுடியும் பராமரிப்பு அற்றுப்போன துயரத்தை தந்தையாக அவன் உணர்ந்தான்.

முப்பத்திரண்டு அடி நீள விறாந்தையில் படுப்பதற்கு இடம்போதாது என அண்ணன் குமரனுடன் சண்டைபோடும் அவள் சமதளமற்ற தரையில் குளிரில் வாய் திறக்காமல் படுத்திருப்பதை நினைத்துக் கொண்டபோது, செல்வராசுவின் மனம் கசிந்தது.

வீட்டின் விறாந்தை போதாதென்று சாலைப் பக்கமாக நீளமான விறாந்தை ஒன்று இறக்கி அதனை தகரத்தால் வேய்ந்திருந்தான் செல்வராசு. அதற்குள் துவைத்த உடைகளைக் காயப்போடுவதும் குமரனதும் தமிழ்விழியினதும் மிதிவண்டிகளை நிறுத்துவதும் தான் நடைபெற்றது.

மனதுக்குள் பலதும் பத்துமாக எண்ணங்கள் அலைமோதின. அவனது வேலை பல இடங்களிலும் இருந்தது. சில சந்தர்ப்பங்களில் அவன் வீட்டுக்கு வாரத்தில் ஒன்றிரண்டு நாட்களே வருவான்..... மனைவி தான் வீட்டை முழுவதுமாக நிர்வகித்துக் கொண்டிருந்தாள். கணக்கு வழக்குகள் எல்லாவற்றையும் அவளே கவனித்தாள்...

"என்ன சந்தோசமாக இருந்தனாங்கள்... இப்பிடி ஆக்கிட்டாங்களே.... தமிழ்ச் சனம் நிம்மதியா வாழுறது சிங்கள அரசியல்வாதிகளுக்கு பிடிக்கவே பிடிக்காது போலை...."

அவனுக்கு உறக்கம் வரவில்லை. அடி மனதில் இனம்புரியாத பெருந் துயரம் வலித்துக் கொண்டிருந்தது.

சனங்கள் தொடர்ச்சியாக நடமாடிக்கொண்டு இருந்ததால் அவனுக்கு நேரம் சரியாக தெரியவில்லை.....

வானம் அவர்களது தற்போதைய வாழ்க்கை மாதிரி விடியாமல் கறுப்பாகவே இருந்தது. ஆட்டிலறி செல் ஒன்று குத்தும் சத்தம்... அதைத் தொடர்ந்து அந்தச் செல் விழுந்து வெடிக்கும் ஒலி....

"ம்.... இப்பிடி விடாம தொடர்ந்து செல்லை அடிச்சு சனத்தை வகை தொகையா சாகப்பண்ணினால் சனம் இயக்கத்தை வெறுத்துடும் எண்டு நினைக்கினம் போலை... இப்பிடி கூட்டம் கூட்டமா கிடக்கிறது சனம் எண்டு தெரிஞ்சும் சனத்துக்கே அடிச்சுக்கொண்டிருக்கிறான்... ஈவிரக்கம் இல்லாத பிறவியள்........"

"செல் அடிக்கிறானப்பா..." என்றாள் துடித்தெழுந்த சோதி.

"எல்லாப் பிள்ளையளையும் பங்கருக்குள்ளை அனுப்புங்கோ......." என்றான் அவளிடம்.

சோதி எல்லாருடைய பிள்ளைகளையும் அவசரமாக எழுப்பினாள். அதற்குள் இரண்டாவது செல் குத்தும் சத்தம் கேட்டது. இதயத்துடிப்பு ஒருமுறை நின்று வந்ததை செல்வராசு உணர்ந்தான்.

"கொஞ்சநேரம் கூட கண்ணயர விடுறானில்லை... நித்திரையில்லாமல் சனங்களுக்கு பைத்தியம் பிடிக்கப்போகுது...." சுந்தரம் அண்ணரின் மனைவி முணுமுணுத்தார்.

சுந்தரம் அண்ணரின் மனைவி இயல்பாகவே சுறுசுறுப்புக் குறைந்தவர். நிதான உணர்வு மிக்கவர். அதனால் தான் அவருக்கு பரபரப்பான இந்தச் சூழ்நிலையும் சனங்களின் இரைச்சலும் எரிச்சலை ஏற்படுத்துவதாக செல்வராசு நினைத்துக்கொண்டான்.

செல் ஒன்று கொஞ்சம் கிட்டவாக விழுந்ததை அனுமானிக்க அவர்களால் முடிந்தது. நிலத்தில் கிடந்த அவனின் மேல் வெப்பமான காற்று அழுத்துவதை அவன் உணர்ந்துகொண்டான்.

நள்ளிரவில் சனங்கள் அல்லோல கல்லோலப்பட்டனர். சோதி பிள்ளைகளை இழுத்துக்கொண்டு ஓடிப்போய் பதுங்கு குழிக்குள் விழுந்தாள். அதற்குள் மூன்றாவது செல் காற்றைக் கிழித்துக்கொண்டு வந்து, கொஞ்சம் தூரவாக விழுந்தது.

அலறுவதற்கு வாயெடுக்குமுன் பயங்கர சத்தத்துடன் அந்தச்செல் வெடித்தது. ஏதேதோ பொருட்கள் அவனுக்குமேல் விழுந்தன. தான் காயப்பட்டுவிட்ட மாதிரி அவன் உணர்ந்தான். சனங்கள் கத்திக் குழறத் தொடங்கிவிட்டார்கள். எனினும் தன்னை சுதாகரித்துக்கொண்டு,

"ஐயோ அடுத்த செல் குத்தப்போறான்;..... எல்லாரும் படுங்கோ....." அவன் கத்தினான். அவனது குரல் அவனுக்கே கேட்கவில்லை.... செல் அவர்களுக்கு மிக அருகில் வெடித்துவிட்டது.

எங்கும் கூக்குரலாக இருந்தது. அவன் தனக்குமேல் கிடந்த பொருட்களை மெதுவாக தட்டிவிட்டு எழுந்தான். முகமெல்லாம் எரிவு உண்டாகியிருந்தது. வாய் கைப்புச் சுவையை உணர்ந்தது. எச்சில் விழுங்க முயன்றபோது தொண்டைக்குழி காய்ந்துவிட்டிருந்தது. அவனது கால்கள் உடம்பின் கனத்தை தாங்கமுடியாததவை போல நடுங்கிக் கொண்டிருந்தன. ஏதோ நினைத்துப் பார்க்க முடியாத அசம்பாவிதம் நிகழ்ந்துவிட்டதாக அவன் உணர்வு உணர்த்தியது.

"சோதி... அம்மா சோதி...." என அவன் பெரிதாகக் கத்தினான்.

" ஐயோ.... ஐயோ... என்ரை பிள்ளையள்.... என்ரை பிள்ளையள்...." என்றபடி சோதி அவனைக் கட்டிப் பிடித்தாள்.

"செல்வராசண்ணை.... இஞ்ச கிட்ட செல் விழுந்திட்டுது அண்ணை... எல்லாரும் கவனம்.. திருப்பியும் அடிக்கப் பாப்பான்.... " பரமேசுவின் குரலும் கேட்டது.

"பிள்ளையள் எங்கை?.... ஐயோ.... என்ர பிள்ளையள் எங்கை?......" என்று அவன் மனைவியை உலுப்பினான். அச்சத்தில் உறைந்த நிலையில் அவள் பேச முடியாதவளாகத் திணறினாள்.

"அப்பா..." என்றபடி சமநேரத்தில் குமரனும் தமிழ்விழியும் எழுந்தனர்.

வெடி மருந்து மணம் வயிற்றைக் குமட்டியது. மூச்சு முட்டியது.

"காயப்பட்டவைக்கு உதவிசெய்ய ஆக்கள் கூடுவினம்... கூடுறவையும் சாகட்டும் எண்டு அடுத்த செல் அடிப்பான்... கவனம்.... தேவையில்லாமல் நிக்காம நிலத்திலை படுங்கோ..."

" ஐயோ.... அந்த தறப்பாள் கொட்டிலுக்குள்ளை செல் விழுந்திட்டுது... கனபேருக்கு காயம்...." என்றபடி சிலபேர் இருளினூடாக ஓடினார்கள். ஓடியவர்களின் முகங்கள் தெரியவில்லை.

"செல்வராசு... செல்வராசு..." என்றபடி இருளில் சுந்தரம் அண்ணரின் குரல் கேட்டது.

"அண்ணை உங்கடை பிள்ளைக்கு ஒண்டுமில்லைத் தானே..... எங்கை சுகி... சுகியின்ரை பிள்ளையை பாருங்கோ ஒருக்கா.... எங்களை நம்பி கூட வந்த உயிர் அது.... கடைசி வரையும் சுகியையும் பிள்ளையையும் நாங்கள் பாதுகாக்கவேணும்..."

"இருக்கிறம் அண்ணை... பிள்ளை கொஞ்சம் பயந்திட்டாள்... முழுசிக்கொண்டு பேசாம இருக்கிறாள் அண்ணை.... "

"எல்லாம் போச்சு... எல்லாமே போச்சு....." என்றார் சுந்தரம் அண்ணை.

"அண்ணை உங்களிலை ஆருக்கும் காயமே...... இல்லைத்தானே....."

"முன்னாலை பெறுமாத வயித்தோடை காலையிலை நாங்கள் கண்ட

பொம்பிளை .... இப்ப அடிச்ச செல்லிலை செத்திட்டுதாம்... அதின்ரை மற்றப் பிள்ளையளுக்கும் காயம்..... தூக்கிக்கொண்டு ஓடுறாங்கள்.... ஆசுப்பத்திரி கிட்ட எங்கேயும் இருக்கோ தெரியாது..."

"ஐயோ... எனக்கு பயமாக்கிடக்கு... இஞ்சை இனி என்னாலை இருக்கேலாது... எங்கையெண்டாலும் போவம்..." சுந்தரம் அண்ணரின் மனைவி நெஞ்சைப் பொத்திப் பிடித்தபடி... அழுது கொண்டிருந்தா.

"ஓமண்ணை... எனக்கும் பயமாக்கிடக்கு... என்ரை மனுசனிட்டை இருந்தும் ஒரு தகவலும் இல்லை.... நாங்கள் உயிரோடை இருக்கிறம் எண்டதே அவருக்கு தெரியுமோ தெரியாது.... எங்கையெண்டாலும் போவம்.. எனக்கேதும் நடந்தா என்னை பிள்ளையை நீங்களும் அக்காவும் உங்கடை பிள்ளை மாதிரிப் பாத்துக்கொள்ளுங்கோ அண்ணை......" சுகியும் பெருங்குரலில் அழுதாள்.

"இஞ்சை பாருங்கோ பிள்ளை ... இப்ப என்ன நடந்திட்டது... ம்... இப்ப தான் நாங்கள் மன உறுதியோடையும் புத்திசாலித்தனத்தோடையும் இருக்கோணும்..... உடனை வெளிக்கிட்டு ஓடக்கூடாது.... செல்விழேக்குள்ளை.... ஓடுறது எப்பவும் ஆபத்து.... இருங்கோ பாப்பம்....."

"அம்மா... இன்னும் செல் அடிக்கப் போறாங்களோ... பங்கருக்குள்ளை போவம்..." செல்வராசுவின் மகள் நடுங்கியபடி கேட்டாள்...

சுகியும் பிள்ளைகளை அணைத்தபடி, அழுது கொண்டும் பயத்தில் நடுங்கிக் கொண்டும் நின்றாள்.

"தங்கச்சி... எல்லாரும் நல்லாப் பயப்படுகினம்... எல்லாரையும் பாக்க பரிதாபமாகக் கிடக்குது... இப்ப என்னம்மா செய்வம்?... எங்கையாவது போவமோ........" செல்வராசு சுகியைக் கேட்டான்.

"இதுக்குள்ளையும் அடிச்சிட்டான்... இனி இங்க இருக்கிறதும் நல்லதில்லை அண்ணை.... அங்கால எங்கையும் போவம்....." என்றாள் அவள்.

செல்வராசு இருளில் வெளிச்சக்குண்டுகளின் மங்கலான ஒளியில் சுற்றுப் புறத்தைப் பார்த்தான். எல்லோருடைய பொருட்களும் உடைந்தும் நொறுங்கியும் இருந்தன. உருப்படியாக எதையும் எடுக்க முடியாது போலிருந்தது.

எல்லோருடைய முகங்களும் கறுப்பாகத் தெரிந்தன.

அவனும் சுந்தரம் அண்ணருமாக எரிந்தவற்றில் இருந்து சிலவற்றை தூக்கிப் பார்த்தார்கள்.... எதுவும் பாவனைக்கு உரிய நிலையில் இல்லை.

"அண்ணை... இதுக்குள்ளை நிண்டு அநியாயத்துக்கு சாகாம போவமண்ணை... நடவுங்கோ....." பரமேசுவும் அவசரப்பட்டான்.

"உதுக்குள்ளை ஏன் நிண்டு மினைக்கெடுறியள்?.... அவன் திருப்பியும் அடிச்சானென்டால்.... சாகவே போறியள்?...." யாரோ ஒரு ஆண்குரல் இருளில் விரட்டியது.....

"சரி... இனிஎங்கை போறது..... எனக்கு ஒண்டுமா விளங்கேல்லை..."

"சுதந்திரபுரத்துக்கு அங்காலை கொஞ்சம் கிட்டவா எனக்கு தெரிஞ்ச ஒரு அக்கா இருக்கிறா... அவையள்.. நல்ல சனம் ... அங்கை போவம்....." என்றாள் சுகி.

"எல்லாரும் ஒண்டாப் போகப் பிரச்சினை இல்லையோ.... கூட்டமா சனம் வருதெண்டு முகத்தை சுழிக்காயினமோ.... "

" ஆபத்து நேரம்தானே.... போகலாம். அண்ணை.. அவையள் ஒன்றும் சொல்லாயினம்...... சின்னக் குடும்பம்தான்...."

ஆதிலட்சுமி சிவகுமார்

புள்ளி – 9

மிஞ்சிய பொருட்களில் கைகளில் அகப்பட்ட ஒருசில பொருட்களுடன் கிளம்பினார்கள். வழி நெடுகிலும் குண்டுகளாலும் செல்களாலும் மரங்கள் முறிந்து விழுந்து கிடந்தன. இடம்பெயரும் சனங்களால் பாதைகள் இறுகி நகரமுடியாமல் எல்லோரும் தவித்துக்கொண்டிருந்தனர்.

ஓடுகிறவர்களை இலக்கு வைத்து செல்களும் துரத்திக்கொண்டிருந்தன. செல்கள் குத்துகின்ற ஒலி கேட்கின்ற ஒவ்வொரு தடைவையும் சோதி அவனுடைய கைப்பிடியிலிருந்து விலகி ஓட முயன்றாள். அவள் சனத்துக்குள் நுழைந்துவிட்டால், பின்னர் தேடிக் கண்டுபிடிப்பது பெருஞ் சிரமமாகிவிடும் என உணர்ந்து அவளது கையை இறுகப் பிடித்திருந்தான் செல்வராசு.

செல்வராசு கழற்றி வைத்து விட்டு இருந்த காலணிகளும் தொலைந்து விட்டிருந்தன. அதனால் வெற்றுக் கால்களை கிறவல் தெருவின் கற்கள் பதம் பார்த்தன.

தலைக்கு மேலே வானத்தில் வேவு விமானமும் குண்டுவீச்சு விமானங்களும் அலைந்துகொண்டிருந்தன. நீண்ட நேரமாக குண்டுகளை வீசாமல் தாழ்வாகவும் வேகமாகவும் பறந்த குண்டுவீச்சு விமானங்கள் உளச் சமநிலையை குழப்பின.

கூட்டத்திற்குள் மாறுப்பட்டாலும் என்ற பயத்தில் ஒருவரை ஒருவர் கையில் பிடித்தபடி நகர்ந்தனர். இப்போது செல்வராசு ஒருகையில் பை ஒன்றையும் மற்றக்கையில் தமிழ்விழியையும் பிடித்தபடி நடந்தான்.

தமிழ்விழி தாயின் கையைப் பிடித்துக்கொண்டாள்.

வேறு சிலர் காயப்பட்டவர்களை சுமந்தபடியும், நடக்க இயலாதவர்களை சுமந்தபடியும், இழுத்தபடியும் நடந்தனர். ஒரு வயதான பெண்ணை சக்கர நாற்காலியில் வைத்து தள்ளியபடி வயதான ஒருவர் வந்தார். அவர்களை இடித்து நெருக்கியபடி சிலர் முன்னே போனார்கள்.

குழந்தைகள் பயத்திலும் பசியிலும் அழுதுகொண்டிருந்தன.

குண்டுவீச்சு அமளியிலும் மலங்கழிக்க இடமின்றி சிலர் தெரு ஓரத்தில் தங்கள் கண்களை மூடிக்கொண்டு; பலரும் பார்க்கவே மலங்கழித்தனர். அதன் பின்னர் கழுவுவதற்கு தண்ணீர் வசதிகூட இல்லை.

அவர்கள் நடந்துகொண்டிருந்தார்கள். குண்டுகளை வீசாமல் விமானங்கள் சென்றுவிட்டிருந்தன. ஒரு மரத்தின் கீழ் முதியவர் ஒருவரை

உட்கார வைத்துவிட்டு யாரோ சென்றுவிட்டிருந்தார்கள். தவற விடப்பட்டவர்களின் பெயர்களையும் தேடுபவர்களின் பெயர்களையும் புலிகளின்குரல் வானொலி அறிவித்துக் கொண்டிருந்தது. மக்களுக்கு தகவல் தரும் சாதனமாக அக்கணம் வானொலி மட்டுமே இயங்கிக் கொண்டிருந்தது. செய்தித் தாள்கள் எதுவும் வெளிவராது நிறுத்தப்பட்டுவிட்டன.

வானொலிக்கு செய்தித் தகவல் சேகரிக்கும் இளைஞன் ஒருவன் சனங்களுக்குள் வந்துகொண்டிருந்தான்.

அங்குலம் அங்குலமாக நகர்ந்து கொண்டிருந்தபோது விமானங்கள் மீண்டும் வந்தன... சிலர் ஓடினார்கள். இன்னும் சிலர் ஓட இடமின்றி நடந்தார்கள்.... தெரு குன்றும் குழியுமாக கிடந்தது. குழிகளில் மழைநீர் தேங்கி நின்றது.

தெரு ஓரத்தில் கிடந்த றெஞ்ச் என அழைக்கப்படும் சிறிய பதுங்கு குழிகளில் நெரிபட்டபடியே நிறையப்பேர் பதுங்கினார்கள்... நடந்து கொண்டிருந்தவர்களிடையே முறுகல்களும் முரண்பாடுகளும் தலைதூக்கின. நடக்கவே பலமில்லாத நிலையிலும் சிலர் வாய்ச்சண்டையிலும் ஈடுபட்டதை செல்வராசு கண்களாற் பார்த்தான்.

"ஏன் பொம்பிளையள் நிக்கிற இடத்திலை புகுந்தனீங்கள்.... விலத்தி அங்காலை போகலாம் தானே...." என இளைஞன் ஒருவன் இன்னொருவரை முறைத்தான்.

" ஏன்?... பொம்பிளையள் மட்டும்தான் இந்தப் பாதையாலை போகலாம் எண்டு சட்டம் இருக்கோ.... "

"என்ன கதைக்கிறீர்... தெரியுமோ..." என முதலில் கதைத்த இளைஞன் அவரின் சேட்டில் பிடித்தான்.

"தம்பி... நிப்பாட்டுங்கோ... இப்ப எங்களுக்குள்ளை அடிபடுற நேரமில்லை தம்பி.... அடிக்கிறவனை அடிக்கேலாம ஓடுறம்... அதுக்கிடையிலை... எங்களுக்கை ஏன் அடிபாடு.... என செல்வராசு அவர்களின் சண்டையை நிறுத்தினான்.

"அண்ணை... என்ன கஸ்டமெல்லாம் பட்டு ... எவ்வளவை இழந்து வாறம்... ஏதோ எங்களை பொம்பிளைப் பிரச்சினைகாரர் எண்ட மாதிரி கதைக்கிறார் அண்ணை.... அவர்..." மற்றைய இளைஞனின் கண்களில் நீர் திரையிட்டது.

"சரிசரி... அவசர நேரங்களிலை எல்லாருக்கும் மனக்குழப்பம்தான் தம்பி... கவலைப் படாதேயுங்கோ..." அவனை ஆறுதல் கூறிச் சமாளித்தான் செல்வராசு.

காலையில் சூரியன் உதித்த பொழுதில் புறப்பட்ட அவர்கள் சற்றே தொலைவிலுள்ள, சுகிக்கு தெரிந்த அந்த உறவினர் வீட்டுக்கு சென்றபோது சூரியன் சாயும் பொழுதாகி இருந்தது.

புதுக்குடியிருப்பை நோக்கிச் செல்லும் முதன்மைச் சாலையிலிருந்து தெற்குத் திசையாக சென்ற ஒழுங்கைக்குள் இறங்கினார்கள். பண்ணையாரின் இறுதி ஊர்வலத்தில் கூடிய கூட்டம்போல சனங்களின் வரிசை நீண்டுகொண்டிருந்தது. முன்னெப்போதும் செல்வராசு இவ்விடத்திற்கு வந்தவனல்ல.

வன்னிப்பெரு நிலத்தின் பேரழகை எல்லாம் முழுமையாகப் பார்க்க நினைக்காத தன்னை நொந்துகொண்டான் அவன். பேரரசன் ஒருவனுக்கு குடைபிடிப்பது போல ஒழுங்கைக்குள் பருத்துச் சடைத்து நின்றது ஒரு மருத மரம். மரத்தின் கீழ் சிறிது நேரம் அமர்ந்து காலாறினார்கள். மரத்தின் காய்ந்த சருகுகள் ஒழுங்கை முழுவதும் பரந்து கொட்டி செங்கம்பள விரிப்பாக உணரச் செய்தது.

ஆபத்துகள் நிறைந்த கணங்களில் தன்னுள்ளே எழும் இப்படியான விசித்திரமான உணர்வுகளை செல்வராசு விதந்து கொள்வானே தவிர யாருடனும் பகிர்ந்துகொள்வதில்லை.

ஒழுங்கையின் வளைவொன்றில் இருந்தது அவர்கள் தேடிவந்த வீடு. முள்ளுக்கம்பி வேலிக்குள்ளே சுற்றிவர வீட்டுத் தோட்டம் பச்சைப் பசேலென்று தெரிந்தது. நடுவில் அழகான சிறிய மண்வீடு. வளவு முழுவதும் தென்னைகளும் வாழைகளும் வெவ்வேறு செடிகளுமாக நின்றன. ஒரு புறத்தே மரவள்ளிச் செடிகள் மதாளித்து இளமையோடு நின்றன. சில செடிகள் பராமரிப்பற்றது போல காய்ந்துகொண்டிருந்தன. அந்த வீடு அமைந்திருந்த சூழல் அவனை வெகுவாக ஆட்கொண்டது. ஊரில் வெறுங்கட்டிடத் தொகுதிகளுக்குள் வாழ்ந்த அவனுக்கு அந்த அழகை ஆறஅமர இரசிக்கவேண்டும் போல இருந்தது.

வீட்டைவிடவும் சற்றுப் பெரிய பாதுகாப்பு அரண் அமைத்திருந்தார்கள். வீட்டின் ஒருபக்கச் சுவரோடு இறுக்கமான மண்மூடைகளை அடுக்கி பெரிய அறைபோல இருந்தது அது. கீழே தரையை மாட்டின் சாணத்தால் மெழுகியிருந்தார்கள்.

செல்வராசு கிணற்றை எட்டிப் பார்த்தான். ஆழம் குறைந்த மேல் கிணறு. கிணற்றின் முக்காற்பகுதிக்கு தண்ணீர் இருந்தது. பொதுவாக இக் காலப்பகுதியில் கிணற்றுநீர் கலங்கியே நிறம்மாறி இருக்கும். ஆனால் இது நல்ல ஊற்றுள்ள கிணறாக இருக்கும் என அவனுக்குப் பட்டது.

"இனி எப்ப குளிக்க சந்தர்ப்பம் கிடைக்குமோ தெரியாது... ஆராவது குளிக்கிறதெண்டால் குளியுங்கோ......" சொல்லியபடி முதலாவது ஆளாக குளிக்கத் தொடங்கினான் செல்வராசு. பல நாட்களுக்கு பிறகு உடம்பில் தண்ணீரை ஊற்றியபோது ஆனந்தமாக இருந்தது.

மற்றவர்களும் அவசர அவசரமாக பல் தேய்த்து குளித்தனர்.

"எத்தினை நாளைக்குப்பிறகு ஒரு சுகமான நீராடல்.... சுகி... உனக்குத்தானம்மா நாங்கள் நன்றி சொல்லவேணும்....." என்றான் சுகியிடம்.

சுகி மெதுவாக சிரித்தபடி தானும் குளிப்பதற்கு ஆயத்தமானாள்.

வீட்டுக்கார அக்கா ஆவிபறக்கும் தேநீரை கொண்டுவந்து வைத்தார். தேநீருடன் சேர்த்து அன்பையும் பரிமாறினார். சாப்பிட வெள்ளை மாவில தேங்காய்ப்பூ போட்டு சுட்ட ரொட்டியும் சேர்த்துவைத்தார்.

எல்லோரும் சத்தமிட்டும் சந்தோசமாகவும் சாப்பிட்டு முடித்தார்கள்.

"நாங்கள் புதுக்குடியிருப்பு பக்கம் போக யோசிக்கிறம்... நீங்கள் விரும்பினால் இந்த வீட்டில தங்கலாம்.. திறப்பை தந்திட்டு போறம்..... எங்களுக்கு பிரச்சினை இல்லை..." என்றார் வீட்டுக்கார அக்காவின் கணவர்.

வந்தவர்கள் அனைவரும் ஒருவரை ஒருவர் பார்த்தனர். செல்வராசுவின் மனம் உள்ளே சலனப்படத் தொடங்கியது.

பாய் ஒன்றை விரித்து பாதுகாப்பு அரணுக்கு அருகில் அனைவரும் காலாற உட்கார்ந்தனர். வீட்டுக்காரரை தவிர அங்குவேறு ஆட்களும் இல்லாமலிருந்தது.

வீட்டுச் சொந்தக்காரர் வீட்டுப் பொருட்களை மாட்டுவண்டிலில் ஏற்றிக் கொண்டிருந்தார். அவர்களும் வேறெங்கோ புறப்பட ஆயத்தமாகி விட்டிருப்பதை அவன் உணர்ந்துகொண்டு, அருகே போனான்.

"என்ன.... நீங்கள் வேற இடம் போறியளோ....." மனம் உடைந்து போனவனாகக் கேட்டான்.

"நீங்கள் வந்தவுடனும் நாங்கள் விட்டிட்டு ஓடுறம் எண்டு... குறை நினையாதேங்கோ.... பிள்ளையள் பயப்பிடுது.... இந்த இடமும் பாதுகாப்போ தெரியாது... காட்டுக்குள்ளால ஆமி இந்தப்பக்கம் வர கனநேரம் எடுக்காதெண்டு சொல்லுகினம்.... பயமாக்கிடக்கு... நாங்கள் போறம்... நீங்களும் உங்கட புத்திக்கு யோசிச்சு செய்யுங்கோவன்....." என்று சொல்லிவிட்டு அவர் பொருட்களை மளமளவென்று ஏற்றினார்.

"அண்ணை சுந்தரமண்ணை.... எனக்கு ஒண்டுமாக விளங்கேல்லை... என்ன செய்யிறது? ..."

"இன்றைய பொழுதை இஞ்சை கழிப்பம்... விடிய யோசிப்பம்...: என்ன சொல்லுறாய் செல்வராசு..." என்றார் சுந்தரமண்ணர்.

வீட்டுக்காரரே அச்சமடைந்து போக, தாங்கள் அவ்விடத்தில் தரித்திருப்பது நல்லதாக அவனுக்கு தோன்றவிவில்லை.

ஆதிலட்சுமி சிவகுமார் | 123

ஆனாலும் சுந்தரமண்ணர் சொல்வதைக் கேட்டுக்கொண்டு அனைவரும் எதுவும் பேசாதிருந்தனர். செல்வராசுவின் மனம் அமைதியிழந்தது. ஏதோ கடும் சிந்தனை வயப்பட்டவனாக கிடந்தான்.

'இப்பிடித்தானே கிட்லருடைய நாசிப் படையும் உலகத்திலை ஐந்துகோடி சனங்களைச் சாகடிச்சதாம்... காலத்துக்கு காலம் கிட்லர் மாதிரி ஆணவம் பிடிச்சவை தோன்றிக்கொண்டு தான் இருக்கினம்....' என அவன் மனம் நினைத்துக்கொண்டது.

அவர்கள் தங்கியிருந்த அந்த வீட்டுக்கு முன்னால் ஓர் ஒழுங்கை இருந்தது. அதனூடாகவும் மக்கள் சென்றபடியும் வந்தபடியும் இருந்தனர். செல்வராசு எதுவும்சொல்லாமல் சனங்களையே பார்த்துக் கொண்டிருந்தான். வாழ்க்கையின் எல்லாவற்றையும் தொலைத்து விட்டோமோ என்கின்ற அச்சம் சூழ்ந்து கொள்வது மாதிரி இருந்தது.

சிறிது நேரத்தில் படபடவென துப்பாக்கிகளால் சுடும் சத்தம் கேட்டது. ஆயிரம் துப்பாக்கிகள் ஒன்றாக முழங்குவது போல இருந்தது. அது எந்தப் பக்கத்தில் இருந்து கேட்கிறது என்பதை அனுமானிக்க முடியாதிருந்தது. என்ன நடந்தது என்றும் தெரியாமல் எல்லோரும் பதறினர். கொஞ்ச நேரத்தில் அவ்வழியாக சனங்கள் கத்திக் குழறியபடிக்கு கும்பல் கும்பலாக ஓடி வந்துகொண்டிருந்தனர்.

'வீட்டுக்கார அண்ணை சொன்னமாதிரி காட்டுக்கு மேலை ஏறிடாங்கள் போலை.. இப்ப நாங்கள் என்ன செய்யிறது?.....' சுகி பதைத்தாள்.

'தங்கச்சி... அவசரப்படாதேங்கோ.... ஓடிவாற சனத்திட்டை கேட்பம்.... வீணாகப் பதற்றப்பட்டால் மூச்சு நிண்டு செத்திடுவம்... பொறுங்கோ நான் ஆரிட்டையும் கேக்கிறன்....'

'ம்... பயத்திலை கத்திக்கொண்டு ஓடுற சனம் உங்களுக்கு நிண்டு பதில் சொல்லுமே.....' என்றாள் சோதி.

ஓடிவந்த ஒருவரை கையால் பிடித்து நிறுத்தி செல்வராசு நடந்தது என்னவென விசாரித்தான்.

'கும்பலா ஆமிக் கட்டுப்பாட்டுக்கை நுழையப்போன சனத்தை ஆமி சுட்டுக்கலைக்கிறான் அண்ணை... கன சனத்துக்கு காயம்..... கொஞ்சச்சனம் கிடந்து துடிக்குது.... தூக்க ஆருமில்லை....' என்றபடி ஒரு இளைஞன் ஓடினான். தொடர்ந்து பெண்களும் குழந்தைகளும் ஓடிவந்தனர்...

'போகவேண்டாம் போகவேண்டாம் எண்டு பெடியள் மறிக்கிறாங்களாம்.... இதுகள் ஏனப்பா அவன்ரை கையுக்குள்ளை போகுதுகள்.... கடவுளே... இதென்ன கொடுமை.... எத்தினை வளத்தாலை தமிழன் சாகவேண்டிக் கிடக்குது......'

"அவங்கள் என்ன செய்வாங்கள் தெரிஞ்சுதான் பெடியள் போகவேண்டாமெண்டு மறிக்கிறாங்கள்... ஏதோ பெடியளை பேசிப்போட்டு அவனிட்டை ஓடினால் இதுதானே நடக்கும்?....."

"சனங்கள் என்ன போராட்டத்தை வெறுத்தே போகுதுகள்.... செல்லடிக்குப் பயந்து போகுதுகள்.... என்னசெய்யிறது?... குழந்தை குட்டியளை பாதுகாத்தால் தானே அதுகளாவது நாளைக்கு எங்கடை மண்ணிலை வாழுங்கள்....."

"எனக்கெண்டால் எங்கடை குழந்தை குட்டியளிலை அவங்கள் இரக்கம் காட்டுவாங்கள் எண்ட நம்பிக்கை இல்லை.... அப்பிடி இரக்கமிருக்கிறவன் எண்டால் உவளவு செல்லையும் அடிக்கிறானேயப்பா...."

அவள் சொல்வதும் சரியெனத்தான் பட்டது செல்வராசுவுக்கு. அவன் மனதும் கடுமையாக குழம்பத் தொடங்கியது.

இப்போது தொடர்ந்தும் விட்டுவிட்டும் துப்பாக்கிகள் வெடித்துக் கொண்டிருந்தன. எந்த நேரமும் செல்கள் வரலாம் என்ற பயம். கூடவே இரவாகிக் கொண்டிருந்தது.

"இதில தொடர்ந்து இருக்கிறது நல்லதில்லை.. நாங்கள் கொஞ்சம் அங்காலை போவம்..... அது தான் நல்லது...." என்றார் சுந்தரமண்ணை.

"ஓம்... கிடந்திட்டு ஆமியள் இரவிலை உப்பிடி சுடத் தொடங்கினால் இந்த இடம் பாதுகாப்பில்லை... வேற எங்கையெண்டாலும் ..போவம்..." என்றார்கள் பெண்கள்.

"அப்பிடியெண்டால் வள்ளிபுனப்பக்கம் போவம்....." என்றான் செல்வராசு.

"அங்கை ஆர் இருக்கினம்.........."

"தெரிஞ்ச ஆரும் இல்லைதான்... ஆனா சனத்தோடை சனமா எங்கையாவது ஒரிடத்திலை இருக்கலாம் தானே... போவம்....."

"நல்ல ஐடியா.... வெளிக்கிடுங்கோ போவம்...." என்றான் பரமேசு.

சரியென்று எல்லோருமாக தத்தமது பைகளை தூக்கிக்கொண்டு நடந்தார்கள். சற்றுத்தூரம் நகர, தொண்டர் நிறுவனம் ஒன்றின் பெயர்ப்பலகை கண்களில் பட்டது. மரங்கள் சூழ்ந்த அடர்த்தியான இடம். அங்கு ஆட்களின் நடமாட்டமும் தெரிந்தது. எந்தவிதமான முடிவுமில்லாமல் அந்த வளவிற்குள் நுழைந்தார்கள்.

அந்த நிறுவனத்தின் பொறுப்பாளராக கத்தோலிக்க மதகுருவானவர் ஒருவர் இருந்தார். அங்கு அந்த மதகுருவானவரும் இன்னும் சிலரும் இருந்தனர். இவர்களைக் கண்டதும், "வாங்கோ.. வாங்கோ..." என வரவேற்றனர் அங்கிருந்த பணியாளர்கள்.

ஆதிலட்சுமி சிவகுமார் | 125

அங்கு சமையல்பணி தீவிரமாக நடைபெற்றுக்கொண்டிருந்தது. குழந்தைகளுக்கும் பெரியவர்களுக்கும் உடனடியாக பால்கலந்த தேநீர் தந்தார்கள்.

அங்கு நிலத்துக்கு மேலாக இறுக்கமான மண் மூட்டைகளாலும், மணல் நிரப்பப்பட்ட பரல் தகரங்களினாலும் அமைக்கப்பட்ட ஓரளவு நீளமான பாதுகாப்பு அரண் இருந்தது. துப்பாக்கி சன்னங்கள் இலக்கற்று வருவதால் பாதுகாப்பு அரணுக்குள்ளேயே எல்லோரையும் அமர்ந்திருக்குமாறு அங்கிருந்தோர் கேட்டுக்கொண்டனர்.

எல்லோரும் அந்த பாதுகாப்பு அரணுக்குள் நுழைந்து அமர்ந்தார்கள். அவன் பலதடவைகள் பல விழாக்களிலும், தொலைக்காட்சியிலும் பார்த்தவரும், நிறுவனத்தின் பொறுப்பாளருமான அந்த கிறிஸ்தவ அடிகளாரும் பாதுகாப்பு அரணுக்குள் இருந்தார்.

அவருக்கு உடல்நிலை சரியில்லாதிருந்தது. அவருடைய உதவியாளர் ஒருவர் மருந்துகொடுத்தும், அவரது தோள் மூட்டிற்கு தைலம் பூசியும் கவனித்துக் கொண்டிருந்தார். வேறும் சில அருட்தந்தையர்கள் இருந்தனர். அவர்களின் குடும்பத்தினரும் இருந்தனர்.

அவர் எல்லோரையும் அன்புடனும் கருணையுடனும் கனிவான குரலில் விசாரித்தார். அங்கு எல்லோருக்கும் சோறும் சாம்பாரும் பரிமாறப்பட்டது. அனைவரும் வயிறார உணவு உண்டனர். தூக்கம் கண்களை மொய்த்தது. எல்லோரும் பாதுகாப்பு அரண்களுக்குள் சாய்ந்தனர்.

வெளியே செல்சத்தங்கள் கேட்டபடி இருந்தாலும் தாங்கள் இருக்குமிடம் பாதுகாப்பானது என அவர்களின் மனம் எண்ணியது போன்று, அவர்கள் எல்லோரும் ஆழ்ந்து உறங்கினர்.

அவர்கள் உறக்கத்தில் ஆழ்ந்து அரைமணி நேரம் கூட ஆகியிருக்க முடியாது. பேயிரைச்சலுடன் கொட்டும் மழை போல் மீண்டும் துப்பாக்கிச் சன்னங்கள் சீறத்தொடங்கின. பல சன்னங்கள் பாதுகாப்பு அரண்களின் தகரங்களிலும் தைக்கும் சத்தம் கேட்டது. படபடவென மழையாக கொட்டிய அந்தச் சன்னங்களின் ஒலி எல்லோருக்குள்ளும் கிலியை ஏற்படுத்தியது.

'றவுண்ஸ் வருது... ஒருதரையும் வெளியிலை நடமாடவேண்டாம் எண்டு சொல்லுங்கோ....' என்றார் அடிகளார்.

அவர் கதைப்பதற்கு சிரமப்படுவது தெரிந்தது. அவருக்கு தொய்வு நோய் இருக்கும் என செல்வராசு நினைத்துக்கொண்டான். அவர் மூச்செடுத்து விடுவதற்கே சிரமப்பட்டுக் கொண்டிருந்தார். ஆனாலும் அவர் முகத்தின் கனிவு குறையாதிருந்தது. சாந்த சொரூபியாக புன்னகைத்தபடி படுத்திருந்தார்.

"வள்ளிபுனம் பள்ளிக்குடத்திலை அரசாங்க ஆஸ்பத்திரி இயங்கினதாம்.... அதின்ரை பாதுகாப்புக்காக அது இயங்குற இடத்தை சத்தியமூர்த்தி டொக்டர் அரசாங்கத்துக்கு அறிவிச்சவராம்... அந்த ஆஸபத்திரியிலை சனம் மட்டும் தான் இருக்கு...தாக்குதல் ஏதும் நடத்தவேண்டாம் எண்டும் கேட்டுக்கொண்டவராம்....அது ஆஸ்பத்திரி எண்டு தெரிஞ்சுகொண்டும் ஆமி செல் அடிச்சிருக்கிறாங்கள் பாருங்கோ.... கனசனத்துக்கு காயமாம்.... ஆஸ்பத்திரி வாகனங்களுமெல்லே எரிஞ்சுபோச்சுதாம்...."

"இப்ப மட்டுமே.... யாழ்ப்பாணம் ஆஸ்பத்திரிக்கு கூட முந்தி எத்தினை தடைவை குண்டு போட்டவன்கள்.... அந்த இந்தியன் ஆமி கூட ஆஸ்பத்திரிக்கை புகுந்து வருத்தமாக்கிடந்த சனத்தையெல்லாம் சுட்டுத் தள்ளினவங்கள் தானே.... அதுகும் அண்டைக்கு தீபாவளிநாள்.... இதெல்லாம் அவையின்ரை கையாலாகாத்தனம்...."

"உது கையாலாகாத்தனமில்லை அண்ணை..... உச்சக்கட்ட இனவெறி...." பதுங்கு குழிக்குள் உரையாடிக்கொண்டிருந்தனர் சிலர்.

"பள்ளிக்கூடம்... ஆசுப்பத்திரி... கோயில்கள்... முதியோர் இல்லங்கள்... எண்டு இப்பிடியான இடங்களை தாக்கக்கூடாது எண்டது பொது விதி... இதை ஆர் பாக்கினம்..."

"இப்ப சாணக்கியரும் இல்லை... மனுநீதியும் இல்லை.. பேசாம இருங்கோ....."

சமையற் கூடத்தில் வேலை தொடர்ந்து நடந்துகொண்டிருந்தது. பரபரப்பாக சிலர் நடமாடிக்கொண்டிருந்தனர். அடைக்கலமாக நுழைந்த எல்லோருக்கும் சலிக்காமலும் சினங் கொள்ளாமலும் தேநீரும் உணவும் வழங்கிக்கொண்டிருந்தார்கள் தொண்டர்கள்.

அந்த இக்கட்டான வேளையிலும் மூன்றுநான்கு அடுப்புகளில் சமையல் நடந்துகொண்டிருந்தது.

திடீரென அரணுக்கு வெளியே பலரும் அமளிபடும் சத்தம் கேட்டது. ஒருவேளை இராணுவத்தினர் அண்மித்துவிட்டார்களோ என செல்வராசு அஞ்சினான். என்னவோ என எட்டிப் பார்த்தபோது சமையலில் ஈடுபட்டுக்கொண்டிருந்த இளம் பெண் ஒருவருக்கு கையில் துப்பாக்கி சன்னம் தைத்துவிட்டிருந்தது.

காயமுற்ற பெண்ணை மருத்துவமனைக்கு உடனடியாக ஏற்றினர். மருத்துவமனைகளும் தாக்குதலுக்கு உள்ளாகி வந்ததால் வேறு சில வீடுகளில் வைத்துத்தான் மருத்துவமனைகள் இயங்கிக் கொண்டிருப் பதாக செல்வராசு கேள்விப்பட்டிருந்தான்.....

காயப்பட்ட அந்தப் பெண்ணை இரண்டுபேர் நடத்திக் கூட்டிச் சென்றனர். இந்தப்பெண் அவர்களுடன் சென்றுகொண்டிருந்தாள்.

இப்போது துப்பாக்கிச் சன்னங்களுடன் செல்களும் வரத் தொடங்கின. செல்கள் குத்தும் சத்தம் கேடகாமல் விழுந்து வெடிக்கும் சத்தம் மட்டுமே கேட்டது.

"அப்பா...உது அஞ்சிஞ்சி செல்.... அதுதான் சத்தம் கேளாமல் வருது....." என்றான் குமரன்.

"உனக்கு உதுகளைப்பற்றி என்ன தெரியும்... பேசாமல் இரு...." என மகனை அடக்கிக் கதைத்தாள் சோதி.

அருகே தாயுடன் படுத்திருந்த ஐந்துவயது மதிக்கத்தக்க குழந்தையொன்று குமரனைப் பார்த்து,

"அண்ணா.. அஞ்சிஞ்சி... படுபடு..." என தன் மழலைக் குரலால் கூறிவிட்டு, காதுகளைப் பொத்தியது.

"பாருங்கோவன்... இந்தப் பச்சைப் பிள்ளைக்கே என்ன செல் எண்டு விளங்குது....." என்றாள் சோதி.

இனிமேல் அங்கிருப்பது உசிதமானதல்ல என்றும் எல்லோரும் இடம் மாறுவது பாதுகாப்பாக இருக்கும் என்றும் அடிகளார் ஆலோசனை தெரிவித்தார். தாங்கள் இரணைப்பாலையில் உள்ள தேவாலயத்துக்கு செல்ல உள்ளதாகவும் அவர் கூறினார். தொண்டர்கள் எல்லாப் பொருட்களையும் வாகனமொன்றில் ஏற்றினர்.

இரணைப்பாலை புதுக்குடியிருப்பு பிரதேச செயலகப்பிரிவின் கீழான ஒரு கிராமம் என செல்வராசு அறிந்திருந்தான். அங்கு பெரும்பாலான மக்கள் விவசாயத் தொழிலை செய்துகொண்டிருப்பதாகவும் கேள்விப்பட்டிருந்தான்.

"அடிகளாரும் தொண்டர்களும் சொன்ன பிறகு... இனி இந்த இடத்திலும் இருக்கமுடியாது...." என செல்வராசு முடிவு செய்துகொண்டான்.

இன்னொரு இடத்திற்கு நகருமளவிற்கு உடலும் மனமும் இயங்க முடியாதபடிக்கு சோர்வுற்றிருந்தது. ஆனால், அவ்விடத்தை விட்டு வெளியேறியே ஆகவேண்டும் என்று உள்மனம் உறுத்தியது.

செல்களின் சத்தம் சற்றே குறைந்துகொண்டு போவதாக அவர்கள் உணர்ந்ததும் அவ்விடத்தை விட்டு வெளியேறி வேறிடம் செல்ல முடிவு செய்தனர்.

ஆனாலும் என்ன செய்வது? எங்கு போவது? என இவர்கள் குழம்பிக்கொண்டிருந்தபோது, அங்கிருந்த குடும்பத்தினர் ஒருவர் செல்வராசு உள்ளிட்ட குடும்பத்தினரையும் தம்முடன் அழைத்துச் செல்ல முன்வந்தார்.

முன்பின் பழக்கமற்றவர் எனினும் மிகவும் தெரிந்தவர் போல அவர் செல்வராசுவுடன் கதைத்தார். இக்கட்டான நேரங்களில் ஏதோ

ஒருவழியில் தனக்கு உதவி கிடைத்துவிடுவதற்காக அவன் மனம் இறைவனுக்கு நன்றி செலுத்தியது.

அவர்களிடம் ஒரு கையேஸ் வான் இருந்தது. ஆனால் அதை ஓட்டுவதற்கு ஓட்டுநர் இருக்கவில்லை தங்களின் வாகனத்தை ஓட்ட யாராவது இருக்கிறார்களா என செல்வராசுவிடம் அவர் கேட்டார்.

வேறு வாகன ஓட்டுநர்கள் இல்லை என்றதாலும் தனது குடும்பத்தையும் மற்றவர்களையும் நகர்த்தலாம் என்பதாலும் அவன் அந்த வாகனத்தை ஓட்டுவதற்கு சம்மதித்தான். இப்போது எல்லோருமாக அவர்கள் ஐந்து குடும்பமாகிவிட்டனர்.

வாகனம் சற்றுத் தொலைவில் வேறாரு இடத்தில் இருந்ததால் அங்கு நடந்து செல்லவேண்டியிருந்தது. இரவு வேளை என்பதால் ஆளை ஆள் தவறவிடாதிருக்க ஒருவரை ஒருவர் கண்காணித்துக் கொள்ளவும் பார்த்துக் கொள்ளவும் செல்வராசு அறிவுறுத்தினான்.

எல்லோருமாக கொஞ்சதூரம் நடந்திருப்பார்கள். இப்போது அவர்கள் நின்றிருந்த இடம் முல்லைத்தீவு மாவட்டத்தின் புதுக்குடியிருப்பு பிரதேசத்தில் உள்ள தேவிபுரம் கிராமத்தின் பகுதியாக இருந்தது.

யாரும் எதிர்பார்க்காத நிலையில் இராணுவத்தினர் சனங்கள் மீது திடீரென்று தமது செல்தாக்குதலை தொடங்கினர். சனங்கள் அல்லோல கல்லோலப்பட்டு திக்குத்திக்காக ஓடினார்கள். சிலர் நின்றநின்ற இடங்களில் விழுந்து படுத்தார்கள். குழந்தைகள் வீரிட்டு அவலமாக அலறின.

சோதியும் சுகியும் பிள்ளைகளும் அருகிலிருந்த பாதுகாப்பு அரணுக்குள் நுழைந்தார்கள். அதற்குள் ஏற்கனவே சனம் நிரம்பியிருந்தது. இவர்களும் அதற்குள் நெருக்கியபடி அமர்ந்தனர்.

"ஐயோ... என்னையும் ஒருக்கா இருக்க விடுங்கோ... எனக்கு ஒருதருமில்லை ...." என்றபடி ஒருபெண் தனது மகனையும் இழுத்தக்கொண்டு உள்ளே வந்து நெருக்கியபடி அமர்ந்தாள். அந்த சிறுவனின் கைகளில் பெரிய புண்கள் சீழ்ப்பிடித்து இருந்தன. தலையிலும் புண்கள் இருக்கவேண்டும். துர்மணம் வருவதை சோதி உணர்ந்தும் அமைதியாக இருந்தாள்.

உள்ளே பெரும் இருளாக இருந்தது. குறுகலான இடம் என்பதாலும், சனங்கள் அதிகம் என்பதாலும் அதீத அச்சம் ஏற்பட்டிருந்ததாலும் அவர்களுக்கு வியர்த்துக் கொட்டியது.

ஆட்டிலறி, மல்ரிபரல் உள்ளிட்ட எல்லாவிதமான குண்டுகளும் இடைவெளி விடாமல் ஏவப்பட்டுக் கொண்டிருந்தன. அழுகுரல்கள் எல்லாம் பயத்தில் ஒடுங்கி ஒருசத்தமும் இல்லாமல் எல்லோரும் உறைந்துபோய் இருந்தனர்.

காதுகளை இறுக பொத்தியபடி சிலர் முகம் குப்புற கிடந்தனர். அரணுக்குள் இருந்த குழந்தைகள் அழக்கூட முடியாமல் விறைத்துக் கிடந்தன. எந்த வினாடியும் பாதுகாப்பு அரணின் மேல் செல் விழலாம். உள்ளிருக்கும் எல்லோரும் அடையாளம் தெரியாதபடிக்கு சாகப்போகின்றனர் என சோதி மனதுக்குள் நினைத்தாள்.

"அக்கா...." தலையை நிமிர்த்தாமல் அழைத்தாள் சுகி.

தலையை நிமிர்த்தி சுகியைப் பார்த்தாள் சோதி.

"எங்கட இவரும் தேவிபுரத்திலை தான் லைனிலை நிக்கிறார் எண்டு கேள்விப்பட்டனான்.... இந்தச் செல்லுக்கை அவர் உயிரோடை தப்புவாரோ இல்லையோ ....." என்றாள் கவலையுடன். அவளின் குரலில் அழுகை தெரிந்தது.

"அப்பிடி ஒண்டும் நடக்கக்கூடாது எண்டு கடவுளை வேண்டிக் கொள்ளுங்கோ பிள்ளை...... இனி எங்கடை கையிலை ஒண்டுமில்லை... ஆண்டவரே.. எல்லாரையும் காப்பாத்தும்....." அவள் பதிலேதும் சொல்லாமல் மனதுக்குள் வேண்டிக்கொண்டாள்.

இராணுவத்திடமிருந்த அனைத்து வகையான ஆயுதங்களும் தங்களை குறிவைத்திருப்பதை அவர்கள் உணர்ந்துகொண்டு பேரச்சத்தில் உறைந்து கிடந்தார்கள்...

காற்று கந்தக நெடியை காவிக்கொண்டு வந்து அனைவரையும் சுவாசிக்கச் செய்தது.

"முந்தும் பிந்தும்... ஆனால் எல்லாரும் சாகத்தான் போறம்... எல்லாரையும் முடிக்காம அவன் அடங்கமாட்டான் போல... அந்தநேரம் செல்வநாயகத்தார் சொன்னவர், தமிழனை கடவுள்தான் காப்பாத்த வேணுமெண்டு..... ம்......" சோதி தனக்குள்ளாகச் சொல்லிக்கொண்டாள்.

குறிப்பிட்ட நேரத்துக்குள் பல ஆயிரக்கணக்கான குண்டுகள் ஏவப்பட்டபின் ஓர் அமைதி நிலவியது.... குண்டுச்சத்தம் ஓய்ந்ததும் சனங்கள் மீண்டும் ஆரவாரப்படத் தொடங்கினர்.

"எழும்புங்கோ பிள்ளையள்... எங்கடை உயிருகளோடை அவன்களுக்கு விளையாட்டாக் கிடக்கு...." தன் மொழியிற் திட்டியபடி பிள்ளைகளை அருட்டினாள் அவள்.

சற்று தூரத்தில வெறுமையாக நிறுத்தி வைக்கப்பட்டிருந்த பெரியதொரு வாகனத்தின் மீது செல் விழுந்ததில் அது தீப்பற்றி எரிந்து கொண்டிருந்தது.... அந்த நெருப்பின் அனல் சற்றுத் தொலைவிலிருந்த அவர்களையும் தாக்கியது.

"இலங்கையை எரிச்சுப்போட்டு குதிச்சு விளையாடின அனுமன்போல... எங்கடை நிலம் எரியிறதைப் பாத்து அவங்களும் இப்ப துள்ளிக் குதிப்பாங்கள்.... தண்ணியடிச்சு .... கொண்டாடுவாங்கள்....

புத்தருக்கு நன்றி செலுத்துறம் எண்டு பிக்குகளுக்கு காணிக்கை குடுப்பாங்கள்... காணிக்கையை வேண்டிப் பையை நிரப்பிக்கொண்டு, இது பௌத்த நாடு... தமிழர்களுக்கு அடியுங்கோ... அடிச்சுக் கலையுங்கோ எண்டு பிக்குமார் அவங்களை ஆசீர்வதிப்பாங்கள்.... ம்.... நாங்கள் என்னதான் செய்வம்...'

"அவங்கள் நல்லாகக் கொண்டாடட்டும்...... மரத்தை வெட்டலாம்.. வேரை புடுங்க உவையளாலை ஏலுமே......" என்ற செல்வராசுவின் மனம் பலவாறு அலைமோதியது.

புள்ளி – 10

'**1981** இல் யாழ்ப்பாண நூலகத்தையும் தமிழரின் கடைத் தொகுதிகளையும் ஈழநாடு பத்திரிகை அலுவலகத்தையும் கூட இப்படித்தான் எரித்து மகிழ்ந்திருப்பார்கள் அன்று' என நினைத்துக்கொண்ட அவனுக்கு அவர்கள் மேல் என்றுமில்லாத அளவு சினம் ஏற்பட்டது.

வாகனம் எரிந்து கொண்டிருந்த பெருநெருப்பு வெளிச்சத்தில் சனங்கள் கறுப்பு உருவங்களாக நடமாடினார்கள்...

"வாகனம் ஒண்டு கிடைச்சிருக்கு... எல்லாரும் வாங்கோ... சனமெல்லாம் புதுக்குடியிருப்பு பக்கம் போகுதுகள்.... இரணைப்பாலை எண்ட இடத்திலை தேவாலயம் ஒண்டிருக்காம்.. பாதர் ஆக்கள் அங்கதான் போகினம்... அது கொஞ்சம் பாதுகாப்பு எண்டுதான் அவை போகினம்.... நாங்களும் அங்க போவம்......." செல்வராசு பதற்றத்துடன் எல்லாரையும் பார்த்து கத்தினான்.

"ஆற்றை வாகனம்....."

"அது.... தர்மபுரத்து தர்மண்ணையின்ர கராச்சிலை நிண்டதாம்... ஆற்றை எண்டு தெரியாது... எடுத்துக்கொண்டு போகச் சொன்னவர்... அவையின்ர ஆக்கள் இரண்டு பேரையும் கொண்டுபோய் விடச்சொன்னவர்...."

"அப்ப ஆர் வாகனம் ஓடுறது....."

"நான்தான்..... விடுப்பு கேட்காம கெதியா வாங்கோ.... அடுத்த தரம் திருவிழாவை தொடங்கப் போறான் ஆமி..."

"என்னப்பா நீங்கள் வாகனம் ஓடப்போறன் எண்ணுறியள்..... எனக்கு பயமாக்கிடக்கு.... சிலவேளை வாகனத்துக்கு அடிச்சாளெண்டால்......."

"அடிச்சா சாகிறது... அடிக்காட்டி போய் சேருறது... நிண்டு கதைக்கேலாது.... நேரம் போகுது..... எப்ப என்ன நடக்குமோ தெரியாது... உனக்கு வரவிருப்பம் இல்லாட்டி நில்... மற்ற எல்லாரும் வாங்கோ போவம்........."

"செல்வராசு கடுங்கோவத்திலை நிக்குது சோதி... கதைக்காதை சோதி...." என்ற சுந்தரமண்ணர் நடக்க முதலாவதாக தொடங்கினார். எல்லோரும் அவர் பின்னால் அவசரமாக நடந்தனர்.

அந்த வாகனத்தினுள் சிலர் ஏற்கனவே இருந்தனர். இவர்களும் ஏறி நெரிபட்டு அமர்ந்தனர்... செல்வராசு வாகனத்தை திருப்பினான்.

"என்னப்பா... மெயின் றோட்டில எடுக்கிறியள்.... அவன் கைவேலி எண்ட இடத்திலை நிக்கிறானெண்டு சனம் சொல்லுதெல்லே....."

"அவன் றோட்டில நிக்கமாட்டான்... அங்கால தள்ளித்தான் உள்ளுக்கு நிப்பான்...." வாகனம் நகர்ந்தது.

"தள்ளி நிண்டாலும் வெளிக்கிள்ளாலை வாகனம் போற வெளிச்சத்தை கண்டிட்டு அடிக்கமாட்டானே.... எனக்கெண்டால் பயமாக்கிடக்கு... குழந்தை குஞ்சுகளும் வருதுகள்....."

"சும்மா நடுங்கி மற்றவையளையும் குழப்பாதை.... போனா போய்ச் சேருவம்... செத்தா எல்லாரும் தானே..... செத்துத் துலைவம்...."

"லைற்றை நிப்பாட்டிப்போட்டு ஓடுங்கோவனபப்பா... "

"செல்லடியிலை றோட்டு குண்டும் குழியுமாக் கிடக்கு.... வெளிச்சமில்லாம ஓடினா குப்புற கிடக்க வேண்டியதுதான்.... "

வழியில் உந்துருளி ஒன்று எரிந்து எலும்புக்கூடாக கிடப்பது வெளிச்சத்தில் தெரிந்தது.

"கடவுளே.. மோட்டார்சயிக்கிளுக்கே இந்தக்கதி எண்டால்.... இதிலை வந்ததுகள் என்னபாடோ......... "

வாகனம் கைவேலியை அண்மிக்க அண்மிக்க தன் வயிறு கலங்குவதாக அவள் உணர்ந்தாள். புயலடித்த பூமியாய்க்கிடந்தது நிலம். முன்னர் தமிழீழ காவல்துறையினரின் காவல் நிலை இருந்த இடம் எல்லாம் வெறிச்சோடிக் கிடந்தது.....

பின்னாலிருந்து அவர்களை விலத்தியபடி ஒரு உந்துருளியில் இருவர் சென்றுகொண்டிருந்தனர்....

"இவங்களும் பயமில்லாமப் போறாங்கள் தானே....."

"பயந்து பயந்து என்ன செய்யிறது.... நடக்கிறது நடக்கட்டும் எண்டு நினைச்சுப் போறாங்கள்...." என்றான் செல்வராசு.

"அவையள் இயக்கம் போலை...."

"ஏன் இயக்கமெண்டால் செல்லுக்கு பயமில்லையே... இயக்கமெண்டாலும் அவங்களும் மனுசர்தானே..... இயக்கமெண்டால் சாகலாம்... நாங்கள் சாகக கூடாதெண்ட மனப்பான்மையிலை தான் இண்டைக்கும் கனபேர் இருக்கிறம்....."

"நீ ரென்சனாகி வாகனத்தை பிரளவிட்டிடாதை.... சோதி கொஞ்சம் அமைதியா வாபிள்ளை... எல்லாருக்கும் பயம்தான்.... என்னசெய்யிறது....."

அமைதியாகிப்போன சோதி மனதுக்குள் எல்லாத் தெய்வங்களையும் வேண்டிக்கொண்டிருந்தாள்...

"சஸ்டியை நோக்க சரவணபவனார்......"

எல்லோருடைய வாய்த் தர்க்கத்தையும் நிறுத்துவது போல, முருகேசண்ணரின் மனைவி பவளமக்கா வாய்விட்டு கந்தசட்டி கவசத்தை பாடத்தொடங்கினள்.

"சரி.. சரி... இனி பயப்பிடாதேங்கோ... பயப்பிடவேண்டிய கட்டத்தை தாண்டியாச்சு..." என்று செல்வராசு சொன்னதும் அப்பாடா என எல்லோரும் பெருமூச்செறிந்தனர்...

"என்ரை தெய்வமே...." என வாய்விட்டு கூவினாள் சோதி.

அதன்பிறகு அவனருகில் இருந்தவர் வழிகாட்ட நிதானமாகச் சென்று இரணைப்பாலை தேவாலயத்தடியில் வாகனத்தை நிறுத்தினான் செல்வராசு. இரணைப்பாலை கிராமம் கடல்வழித் தொடர்புகள் ஏதுமற்றது என்றும், இங்குள்ள மக்களில் ஒருபகுதியினர் மாத்தளன் கடற்கரையில் மீன்பிடித்தொழிலில் ஈடுபட்டுவருவதாகவும் செல்வராசு அறிந்திருந்தான். ஒரு பகுதியினர் விவசாயமும் செய்வதாக முருகேசண்ணர் கூறினார்.

பல ஆயிரக்கணக்கான மக்களை அகதிகளாகத் தாங்க முடியாத அளவிற்கு சிறிய நிலப்பகுதியாக இருந்தது இரணைப்பாலை.

"எல்லாரும் உப்பிடியே இருங்கோ... நான் ஒருக்கா போய் பாத்திட்டு வாறன்...." என்று சொல்லி எல்லோரையும் நிறுத்திவிட்டு, செல்வராசு மட்டும் இறங்கிப் போனான்.

அவனுடன் வந்த குடும்பத்தினர் தாங்கள் உறவினர் வீட்டுக்கு போவதாக கூறி விடைபெற்று சென்றனர்.

வீதியால் சனங்கள் கூட்டம் கூட்டமாக வந்துகொண்டும் போய்க்கொண்டும் இருந்தார்கள்.... அனேகமாக அவர்கள் அனைவரும் இடம்தேடி அலைபவர்களாகவே இருப்பார்கள் என அவன் நினைத்துக் கொண்டான்...... எல்லோர் நடையிலும் சோர்வு. எல்லோர் முகங்களிலும் அலைச்சல்.

அவனுக்கு தாகமாக இருந்தது. ஆனால் தாகத்தை அடக்கிக் கொண்டு நடந்தான். நிலமெங்கும் இருளாகக் கிடந்தது. இருளை விலத்திக்கொண்டு அவன் வேகமாக நடந்தான்.

"முந்தி இரணைப்பாலையிலை இருந்து வந்த பெடியன் ஒருத்தன் இவரோடை வேலை செய்தவன்.... ஜெயபாலன் எண்டு சொல்லுறவர்.... எங்கை இருக்கினமோ தெரியாது.... ஒருக்கா அவன்ரை தமக்கையின்ரை கலியாணத்துக்கு இவர் வந்தவா. நான் அண்டைக்கு வரேல்லை......." சுகி சொன்னாள்.

"அதுகளும் இப்ப எங்கை இடம்பெயர்ந்து போய்ச்சுதுகளோ..... "

சிறிது நேரத்தில் செல்வராசு வேகமாக வந்தான். அந்த இருளிலும் அவனின் முகத்தில் சிறிய மகிழ்ச்சி தெரிந்தது. கதவைத் திறந்து வாகனத்துக்குள் ஏறினான்.

"என்னடாப்பா.... கண்டேன் சீதையை எண்டு அனுமார் வந்த மாதிரி துள்ளிக்கொண்டு வாறாய்.....?... "

"அண்ணோய்... அங்காலை கொஞ்சம் தூரத்திலை ஒரு ஆளின்ரை ஒருவீட்டில பெரிய தலைவாசல் கிடக்கு... அது அந்த வீட்டுக்காரர் நெல்லு காயப் போடிற இடமாம்... அதிலை வேணுமெண்டால் இருக்கலாம் எண்டு அவர் சொல்லுறார். ஓமெண்டு சொல்லிப்போட்டு வந்தனான்.... இப்போதைக்கு அதில தான் நாங்கள் எல்லாரும் தங்கவேணும்...."

"இடத்தைப்பற்றி பறவாயில்லை... எங்கள தங்கவிட்டாலே போதும்...... கால் கையெல்லாம் கெஞ்சி மன்றாடுது...."

"பொறுமையா எல்லாரும் ஒருக்கால் நான் சொல்லுறதைக் கேளுங்கோ.... நாங்கள் நாலைஞ்சு குடும்பம் சேர்ந்து இப்ப ஒரு பெரிய குடும்பமாயிட்டம்.... எங்களுக்குள்ளை சிலவேளை மனஸ்தாபங்கள் வரலாம். வராதெண்டில்லை. நான்பெரிசு... நீ பெரிசு எண்டில்லாமல்... ஏதோ எல்லாரும் ஒற்றுமையா அவையளுக்கு சிக்கல் ஏதும் குடுக்காமல் இருந்தமெண்டால் சரி..... இதைதான் எல்லாரிட்டையும் நான் மன்றாட்டமாக கேட்டுக்கொள்ளுறன்...."

அவன் சொன்னதை எல்லோரும் ஏற்றுக்கொண்டார்கள்.

வாகனத்தை தேவாலயத்தடியில் விட்டுவிட்டு, களைப்பையும் பொருட்படுத்தாது எடுத்துவந்த பொருட்களை இறக்கினார்கள். குழந்தைகள் தூங்கிவிட்டிருந்தன. ஒருவாறு அவர்களையும் இழுத்து இறக்கினார்கள்...

பொருட்களையும், சிணுங்கிய குழந்தைகளையும் இழுத்துக் கொண்டு அந்த வீட்டை நோக்கி போனார்கள்... இரவில் பாதை சரியாகத் தெரியவில்லை.

இப்போது செல்களின் சத்தம் கொஞ்சம் தூரவாகக் கேட்டவண்ணம் இருந்தது.

"முந்தியெடாப்பா ஒரு நாடகம் பாத்தனான்.. அரிச்சந்திரன்ரை மகன் லோகிதாஸ் வயலுக்கை செத்துக்கிடப்பான்... கும்மிருட்டிலை மின்னல் ஒளியிலைதான் பாதையை கண்டுபிடிச்சு... தாய் சந்திரமதி அவனைத்தேடி நடந்துபோவா..... மேடை இருட்டாக இருக்கும். இருளிலை விட்டுவிட்டு மெல்லிய வெளிச்சம் அடிக்கும்.... லோகிதாஸா... மகனே லோகிதாஸா எண்டு அழுதபடி சந்திரமதி ஓடி ஓடிப் போவா... பாத்துக்கொண்டிருக்கிற சனங்கள் அப்பிடியே கண்ணைத் துடைக்கும்..."

"அப்ப அந்த நாடகத்திலை வைரமுத்தர் அரிச்சந்திரனா வந்து தூள்கிளப்பியிருப்பார் ... செல்வம் அவருக்கு ஏற்றமாதிரி சந்திரமதி வேசம்போட்டு ஈடுகுடுத்து நடிப்பார்.... தெரியுமே..."

"இப்ப நாங்களும் செல்லின்ரை வெளிச்சத்திலைதான் நடக்கிறம்.... வட்டம் சுத்துது போலை......" என்றான் பரமேசு.

கதைத்தபடியே எல்லோரும் நடந்தார்கள்.

"இஞ்சை பெரிசா செல்சத்தம் ஒண்டும் கேக்கேல்லை.... நல்ல இடம்போலை கிடக்கு..." சோதி சந்தோசமாக நடந்தாள்.

அந்தவீடு பெரிதாக இருந்தது. வீட்டைச்சுற்றி காவலர்கள்போல தென்னை மரங்கள் அடர்த்தியாக நின்றன. வெவ்வேறு மரங்களும் நின்றன. பார்ப்பதற்கு அழகுமிக்க சோலைபோல இருந்தது அந்தச் சூழல்.

பெரிய விறாந்தையின் ஒரு பக்கமாக நெல்மூடைகள் அடுக்கப்பட்டிருந்தன. விறாந்தைக்கு குறுக்காக கிடந்த மொத்தமான தடியில் ஒருசிறு அரிக்கன்லாம்பு மின்னிக் கொண்டிருந்தது.

முருகேசண்ணரின் மனைவி உடனடியாக தனது சீலை ஒன்றை விரித்து எல்லாப் பிள்ளைகளையும் படுக்கவைத்தார்;.

"அப்ப சரி... நான் போய் வாகனத்தை பாதுகாப்பான ஒரு இடமா விட்டுட்டு வாறன்...." என்றான் செல்வராசு.

"நானும் வாறன்...செல்வராசு நில்.... புதுஇடம்.. நீமட்டும் தனியாப் போறது நல்லதில்லை...." என்றார் சுந்தரமண்ணர்.

"வேண்டாம் சுந்தரமண்ணை... நீங்கள் இவைக்கு உதவியா இருங்கோ... நான் டக்கெண்டு போய்வாகனத்தை நல்லதொரு இடமாப் பாத்து நிப்பாட்டிப்போட்டு ஓடிவாறன்...." சொல்லிவிட்டு அவசரமாக போனான் செல்வராசு.

"அண்ணை.... நான் தனிக்கட்டைதானே... பேச்சுத் துணையா உங்களோடை வாறன்...." என்று பரமேசுவும் அவனுடன் வந்தான்.

எல்லோரும் அப்படியே அந்தந்த இடத்தில் படுத்தார்கள். சோதி கண்ணயர்ந்து கொண்டிருந்தபோது செல்வராசுவும் பரமேசுவும் திரும்பி வந்தார்கள்....

"இப்பவாறன் எண்டுபோட்டு எங்கையப்பா போனனீங்கள்.... நெஞ்சுவெடிச்சே செத்திடுவன்போல கிடக்கு...." என்றாள் மனைவி...

"சரிசரி... சத்தம்போடாதை... சனக்கூட்டத்துக்குள்ளாலை நடந்துபோய் வர நேரம் போட்டுது... சனங்கள் நித்திரையாக கிடக்கு... தொந்தரவு குடுக்கக்கூடாது........" என்று அவனும் ஒரு தூண் ஓரமாகப்படுத்தான். அவனுக்கு அருகாக சுவரோடு அண்டி பரமேசு படுத்தான். தூக்கம் வராதவன் போல அவன் நெளிந்தும் திரும்பியும் புரண்டும் படுத்தான்......

தூரத்தூரவாக செல்கள் விழுந்து வெடிக்கும் சத்தம் கேட்டுக்கொண்டிருந்தது. அந்த வீடு அமைதியாகக் கிடந்தது. கொஞ்சம் தூரவாக குழந்தை ஒன்று அழுவது கேட்டது.

இனி என்ன நடக்கப்போகிறதோ என மனம் கிடந்து தவித்தது. இத்தனை வருட வாழ்க்கையில் அவன் நினைக்காத எல்லாம் நடந்துகொண்டிருப்பதை அவன் எண்ணித் துயருற்றான்......

சாவுகளும் காயங்களும் அழிவுகளும் அவனை வருத்தின. கையில் அணிந்திருந்த மணிக்கூட்டில் நேரம் பார்த்தான்.

இரண்டு மணி....

வீடு வாசலை விட்டுவந்த துயரம் திடீரென்று நெஞ்சைப் பிறாண்டியது... ஒவ்வொரு துளி வியர்வையையும் சிந்தி வாயையும் வயிற்றையும் இறுக்கி சிட்டுக் கட்டி சேர்த்த வீட்டுப் பொருட்கள் நினைவில் நிழலாடின....... சொந்த இடமான யாழ்ப்பாணத்தில் அனைத்தையும் விட்டு வந்தபோது கூட அவன் இவ்வளவுக்கு வருந்தியதில்லை. அக்கா குடும்பத்தினர் அங்கு இருந்ததால் தனக்கு அதை நினைத்து துயரம் ஏற்படவில்லை என நினைத்துக்கொண்டான்.

சுந்தரமண்ணையை பார்த்தான். ஒரு குழந்தையைப் போல அவர் உறங்கிக் கிடந்தார். அவரின் வயிற்றுபப்பகுதி ஏறி இறங்கிக் கொண்டிருந்தது. முகம் முழுவதும் வெள்ளைத்தாடி வளர்ந்து சுருண்டிருந்தது. அவர் அணிந்திருந்த வெள்ளைக்கதர் வேட்டி பழுப்பு நிறமாகக் கிடந்தது.

தன்னைவிட வயதில் மூத்தவர் என்றபோதும் தான் சொல்பவற்றை ஆமோதித்து அனுசரித்து நடப்பவர் அவர் என நினைத்தபோது, அவரது இன்றைய நிலைக்காக அவன் மிகுந்தகவலை கொண்டான்.

ஒழுங்கான உணவில்லாததாலும் அலைச்சலாலும் அவரின் உடல் மெலிந்து ஒடுங்கிப் போயிருந்தது. அவரின் மனைவி அவரைவிடவும் மென்மையான மனது கொண்டவர் என்பது செல்வராசுவின் கணிப்பு. சுந்தரமண்ணர் கைநிறைய உழைத்தபோதும் சரி, வேலையின்றி வருமானமின்றி தவித்தபோதும் சரி ஒரேமாதிரியான வாழ்க்கையை நடத்தும் பெண் அவ என அவன் நினைத்து மகிழ்ச்சியடைந்தான்.

சோதியும் வெறுந்தரையில் சுருண்டு கிடந்தாள். அவளுக்கு இப்போது இடப்பெயர்வு சற்றே பழக்கப்பட்டுவிட்டமாதிரி தோன்றியதவனுக்கு. இதுநாள்வரை அவனிடம் அவள் எதற்கும் சண்டை போட்டதில்லை என நினைத்துக்கொண்டான். அவள் தன்னில் பேரன்பும் உரிமையும் கொண்டிருப்பதற்காக அவன் மனம் நெகிழ்ந்தது.

"டுடும்...டுடும்.........டுடும்டுடும்....."

இரண்டு செல்கள் குத்தப்பட்ட ஓசை அவனை அருட்டியது. தலைக்கு மேலாக சரசரவென ஒலி எழுப்பியபடி அந்த செல்கள் கைவேலிப் பகுதியை இலக்குகொண்டு செல்வதை அவன் உணர்ந்தான்...

செல்களின் சத்தத்தை கூட உணராமல் எல்லோரும் தூங்கிக் கொண்டிருந்தனர்.

சிறிது இடைவெளியில் மீண்டும் இரண்டு செல்கள் குத்துகின்ற சத்தம்...

"அப்பா...." என்றாள் அவனின் மனைவி அரைத் தூக்கத்துடன்.

"செல் தூரத்தான் போகுது... நித்திரை கொள்ளுற சனத்தை எழுப்பாதை... பேசாமல் படுசோதி.... கிட்ட வந்தா நானே சொல்லுறன்..." என்று அவளை அமைதியாக்கினான்.

விட்டுவிட்டு செல்கள் இரைந்துகொண்டு சென்றன...

"தூரத்திலை தான் செல்கள் விழுது.... கொஞ்சநேரம் நித்திரை கொள்ளலாம் அண்ணை.... " என்றபடி பரமேசு கால்களை நீட்டிப் படுத்தான்.

"இப்ப செல் மற்றப்பக்கம் கேக்கிறமாதிரி கிடக்கு... உங்காலை எந்த இடமெண்டு தெரியேல்லை." அப்படியே செல்களை எண்ணியடி கிடந்த அவன் உறங்கிப்போனான்.

யாரோ கதைக்கும் சத்தம் கேட்டு அவன் கண்களை விழித்தபோது எதையும் நம்பமுடியாதிருந்தது.

அவர்களிருந்த வீட்டைச் சுற்றி அந்த வளவுமுழுவதும் சனக்கூட்டத்தால் நிறைந்திருந்தது. எழுந்து வாசலில் வந்துநின்று எல்லோரையும் பார்த்தான். அறிமுகமான முகங்களாக எதுவும் இருக்கவில்லை....

வெளியே எட்டிப்பார்த்தான். முற்றத்தில் ஆங்காங்கே அடுப்பு எரிந்தது. சிலர் புதிதாக கொட்டில்கள் அமைத்துக்கொண்டிருந்தனர். சிலர் பதுங்குகுழி அமைத்துக்கொண்டிருந்தனர்.

"அண்ணை... நான் உதிலை கொஞ்சத்தூரம்போய்.... எங்கடை கடன்களைக் கழிக்க ஏதும் பற்றையள் இருக்கோ எண்டு பாத்திட்டு வாறன்...." என்றபடி பரமேசு போனான்.

" தம்பி பரமேசு... புது இடம்... எங்கையாவது மாறிப்போயிடாதை..."

"இல்லையண்ணை..... கனதூரம் போகமாட்டன்..... "

அப்போது அந்த வீட்டுக்கு சொந்தக்காரரான தேவன் அண்ணரும் மனைவியும் அவர்களிடம் வந்தனர். தேவன் அண்ணை உயரமான உடல் கொண்டவராகவும் இளமையானவராகவும் தெரிந்தார்.

'வணக்கம் அண்ணை....' என்றான்.

பதிலுக்கு வணக்கம் தெரிவித்த அவர், படுத்துக் கிடந்த எல்லோரையும் இரக்கத்துடன் பார்த்தார். பிறகு அவனிடம்,

"நீங்கள் தானே... ராத்திரி வந்து வீடு கேட்டது... என்ன பெயர் சொன்னனீங்கள்? மறந்துபோனன்...." எனக் கேட்டார்.

"செல்வராசு அண்ணை...." என்றான்.

"ஏதும் தேவையெண்டால் சொல்லுங்கோ... நான் சில விடயங்களை முதலே சொல்லவேணும்.... என்ர மனுசி ஒரே ஒரு பொம்பிளப்பிள்ளை.... தாய் இல்லை... அவர்தான் தாயுமானவராக வளர்த்தவர்... அந்த மனுசன் மகளுக்குதான் இந்தவீடுவளவு எண்டு சொல்லியிருக்கிறார்... ஆனா தான் இல்லாத காலத்திலதான் வீடு மகளுக்கு எண்டதுதான் அவரின்ரை பேச்சு... இதை ஏன் சொல்லுறன் எண்டால் ஆக்கள் கூடக்கூட... அவர் ஏதும் குற்றங்குறை சொன்னால் தயவுசெய்து ஆரும் தப்பா மனசில எடுத்திடாதேங்கோ.... அவருக்கு எண்பது வயதாகிட்டுது... அவரை சமாளிச்சுக்கொள்ளுங்கோ....." என்றார்.

"அதில பிரச்சினை இல்லை அண்ணை..... நாங்கள் சமாளிச்சு நடப்பம்...." என்றான் அவன்.

தேவன் அண்ணர் வீட்டுக் கிணற்றடி தீர்த்தக் கேணிமாதிரி தோன்றியது. வாளிகள், பிளாஸ்ரிக் சட்டிகள், குடங்கள் என வரிசையாய் நிறைந்து கிடந்தன.

அந்தக் காலைநேர முகூர்த்தம் பார்த்து குண்டுவீச்சு விமானங்கள் இரையத் தொடங்கின.

"கடவுளே....இஞ்சையும் வந்து சுத்துறான்....." சோதி பதற்றமானாள்.

"கனநேரத்துக்கு பிறகு இப்பதான் வாறான்.... இவளவு நேரமாக மறந்துபோனானோ....." என்றார் சுந்தரமண்ணை....

"அவன் வேற இடங்களிலை போய் அடிச்சிருப்பான்..... எங்களுக்கு கேக்காமல் இருந்திருக்கும்...." என்றபடி செல்வராசு வெளியே வந்தான்.. யாரும் தெரிந்தவர்கள் இருக்கிறார்களா என்று தேடினான்.

அந்தப்பெரிய வளவில் ஒரு தொங்கற் புறத்தில் பரஞ்சோதி ரீச்சர் பல் விளக்கிக்கொண்டு நின்றா. ஒரு பழக்கமான முகமாக அவவைக் கண்டதும் அவனுக்கு மகிழ்ச்சி பொங்கியது.

பரஞ்சோதி ரீச்சர் கிளிநொச்சியில் உள்ள பாடசாலை ஒன்றின் ஓர் ஓய்வுபெற்ற தமிழ்ப்பாட ஆசிரியர். அவர்களுக்கு கிளிநொச்சியில் பெரிய வீடும் பரந்தவளவும் இருக்கிறது. பழையகாலத்து சுண்ணாம்புக்கற்களால் அமைந்த பெரிய வீடு அவர்களுடையது.

அவர்களுக்கு இரண்டு பெண்பிள்ளைகள் மட்டும். மூத்த பெண்பிள்ளை போராளியாக இருப்பதாக அவன் அறிந்திருக்கிறான். இரண்டாவது பெண்பிள்ளை வெளிநாட்டில் வசிக்கிறதாக ரீச்சரே அவனிடம் சொல்லியிருக்கிறா.

அவர்களின் கிளிநொச்சி வளவுக்குள் நிறைய தென்னை மரங்கள் உண்டு. தேங்காய்களை சேகரித்து ஆள்வைத்து உரித்து குவித்துவைப்பார்கள். தேங்காய்களை ஏற்றி அவர்கள்சொல்லும் இடங்களில் செல்வராசுதான் இறக்கிவிடுவான்.

பரஞ்சோதி ரீச்சருக்கும் அவனிடத்தில் நல்ல விருப்பம் இருந்தது. அவனிடம் அவனுடைய குடும்பத்தைப் பற்றியெல்லாம் அக்கறையோடு விசாரித்து அறிந்துகொள்வா. தேங்காய், கப்பல் வாழைப்பழம், மரக்கறி எல்லாம் பிள்ளைகளுக்கெனத் தந்து விடுவா. அவவைப் பார்த்தால் ஏனோ அவனுக்கு ஔவையாரை மனது நினைவூட்டும்.;.

விரைந்து ரீச்சர் அருகே போனான்... அவனைக் கண்டதும்,

"என்னடாப்பா.... இஞ்சயே நீங்களும் இருக்கிறியள்?..." என்றா பரஞ்சோதி ரீச்சர்.

"ஓம் ரீச்சர்... ராத்திரி தான் வந்தனாங்கள்... வரேக்குள்ளை இவ்வளவு சனம் இருந்தமாதிரித் தெரியேல்லை... "

"அப்பிடியே... நாங்களும் ஒரு ஒம்பது மணி போலதான் வந்தனாங்கள்.... அங்கால காதுகுடுத்து கேக்கேலாத சத்தம்.... கனக்க சனம் செத்திருக்கும் போல... நாசமாப்போனவங்களுக்கு கொஞ்சமும் இரக்கமில்லை.... ஒருகாலமும் தன்ரை குடிசனத்தை இப்படி அடிச்சுக் கொல்லுற அரசாங்கத்தை நான் அறிஞ்சதில்லை...." என்றா.

"எங்களுக்கும் ஒண்டும் தெரியேல்லை .... செல்லடிச்சத்தம் ஓய நாங்கள் வெளிக்கிட்டுட்டம்.... இஞ்சால கொஞ்சம் பரவாயில்லை போலகிடக்கு....." என்றான் அவன்.

"என்ன பரவாயில்லை... சனம் முழுக்க இஞ்சவர இஞ்சால அடிப்பான்... சனத்தை அழிக்கிறதுதானே அவன்ர திட்டம்..... அதுசரி... ஏதும் சாப்பிட்டியளோ...."

"இப்பதான் ரீச்சர் எழும்பினனாங்கள்.... முகம் கழுவ தண்ணி எடுக்கவேணும் கிணத்தடியில் சனமாக்கிடக்கு... என்ன செய்யிறதெண்டு விளங்கேல்லை...." என்றான்.

"பாத்துக்கொண்டு நிண்டு என்னசெய்யிறது?.... இந்தா வாளி.. நீயும் ஒரு பக்கத்தால போட்டு தண்ணிய அள்ளு...." என ஒருவாளியையும் கயிறையும் கொடுத்துவிட்டு, "அதோடை செல்வராசு.. இந்த வீட்டுக்கார மனுசன்.. அதுதான் அந்த கிழவன் கொஞ்சம் ஒருமாதிரி... நாங்கள் வந்திறங்கினவுடனையே.... கக்கூசு புதிசா செய்து பாவியுங்கோ எண்டு தன்ரை கக்கூசை பூட்டுப்போட்டு பூட்டியிட்டுது... இப்ப என்ரை மருமகன் தகரமும் கக்கூஸ் பேசினும் எடுத்துவர எண்டு இந்த செல்லடிக்குள்ளை விசுவமடுவுக்குப் போட்டார்.... அவர் வரும் மட்டும் எங்களுக்கு உயிரில்லை..." என்றா....

"விசுவமடுவுக்கு போட்டாரோ.... அதென்ன லேசுப்பட்ட விசயமே... காட்டுப்பக்கத்தாலை உள்ளை வந்திருப்பான்... உங்கடை மருமோனை ஏன் ரீச்சர் போக விட்டனீங்கள்...."

"அப்ப நாங்கள் எங்கை கக்கூசுக்கு போறது... பத்தை செத்தை எண்டு எல்லா இடமும் சனம்... வெக்கமில்லாம பொம்பிளையள் குந்த ஏலுமோடா..."

அவன் எதுவும் சொல்லவில்லை..

"உனக்கு தெரியுமோ செல்வராசு... மரியதாசுவை.... அந்த தெருவெளி நாடகக்காறரோடை திரியிறவன்.....உயரமான சிவலைப் பொடியன்... "

"ஓம் ரீச்சர்... அந்த முல்லைத்தீவுப் பெடியன்தானே.... நல்லாப்பாடுவான்......"

"அவன் ஆருக்கோ சாமான் ஏத்தப்போன இடத்திலை காயப்பட்டு செத்திட்டானாம்... தகப்பன்காரனை வழியிலை எங்கையோ கண்டதெண்டு மருமோன் சொன்னவர்.... இப்பிடி எத்தினை திறமையுள்ள ஆக்களெல்லாம் செத்துப் போச்சுதுகள்.... " என்றா பரஞ்சோதி.

அவன் எதுவும் சொல்லமுடியாமல் அந்த துடிப்பான இளைஞனை நினைத்தபடி, மனதின் கனத்துடன் வாளியையும் கயிற்றையும் வாங்கிக்கொண்டு போனான்.

சனங்கள் கொஞ்சம் தள்ளித் தள்ளிப்போய் சிறு பற்றைகளில் மலம் கழித்துவிட்டு வந்தனர்.... மலங்கழிப்பவர்களை தெருவில் செல்பவர்கள் பார்த்துக்கொண்டு போகுமளவுக்கு பற்றைகள் சிறியனவாக இருந்தன.

ஒவ்வொரு இடத்திலும் கொஞ்சம் கொஞ்சமாக பொருட்களை விட்டுவிட்டு வந்தபின் எல்லாப் பொருட்களும் எல்லோருக்கும் பொதுவாகிப் போயின.

"இனிமேல் தனித்தனியாக சமையல் வேண்டாம்... அது சரியான கஸ்டம்... ஆருக்கு என்ன கிடைக்குதோ எல்லாத்தையும் ஒன்றாக சமைச்சு ... எல்லாருமா சாப்பிடுவம்... பிடிக்காட்டி வெளிப்படையாக சொல்லுங்கோ.... பிறகு ஒருதருக்கொருத்தர் மூஞ்சையை நீட்டக் கூடாது....

"நல்ல முடிவடா செல்வராசு.... எல்லாருக்கும் சம்மதம்...."

ஒரு கிலோமீற்றர் தூரமளவில் இருந்த ஒரு சிறிய தற்காலிக சந்தையில் நூற்றம்பது ரூபாவுக்கு அரிசியும், தாளுடன் கூடிய வெங்காயமும் வாங்கிவந்தான் செல்வராசு....

சுகியிடம் மிளகாய்த்தூள் இருந்தது. தேவன் அண்ணர் தந்த பெரிய பானையில் சோறும், வெங்காயத்தாளில் தண்ணீர்விட்டு மிளகாய்தூள் போட்டு அவித்த குழம்பும் சமைத்துச் சாப்பிடும் போது மணி மூன்றரையை கடந்திருந்தது.

தூரத் தூரவாகத்தான் சத்தங்கள் கேட்டுக்கொண்டிருந்தன.....

"அக்கா... என்ரை பிள்ளைக்கு உடம்பு சுடுது.. ஒருக்கால் தொட்டுப் பாருங்கோ.... என்றாள் சுகி

"சுடுது தான்... ஆனா பயமில்லை...."என்றாள் சோதி.

சிறிது நேரங்கழித்து சுகியின் குழந்தை வாந்தியெடுக்கத் தொடங்கியது. பல தடைவைகள் வாந்தியெடுத்ததில் குழந்தை சோர்ந்து போனது.

சுகி குழந்தையை மடியில் வைத்திருந்தாள். அவளால் எதுவும் செய்ய முடியாதிருந்தது.

"ஆரிட்டையும் பனடோல் இருந்தால் நல்லது.... ஆரிட்டைக் கேக்கிறது?... எல்லாரும் எங்களை மாதிரித்தானே வந்திருக்குதுகள்...."

"பொறுங்கோ நான் பரமேசு ரீச்சரிட்டை கேட்டுக்கொண்டு வாறன்... என்று செல்வராசு போனான்.

யாரிடமும் பனடோல் கிடைக்கவில்லை.

புள்ளி – 11

புதிதாக சிவமக்கா குடும்பத்தினரும் அந்தவளவுக்குள் வந்திருந்தனர். சிவமக்கா யாழ்ப்பாணத்தில் இருந்து இடம்பெயர்ந்து வன்னிப் பகுதிக்கு வந்தபிறகு பல கஸ்டங்களை சந்தித்தவ. கடைசியாக வன்னியில் ஒரு பெண்பிள்ளை பிறந்தது. அந்தப்பிள்ளை பிறந்த பலன் தனக்கு நல்லது என சொல்வா சிவமக்கா. அதன்பிறகுதான் பசுமாடுகள் வாங்கி சிறிதாக ஒரு கடைபோட்டு நல்லாக வந்ததாக சொல்லுவா. நாள்தோறும் மாலையில் பிள்ளையார் கோயிலுக்கு விளக்கேற்றுவா.

அப்படி குடும்பத்தின் மகிழ்ச்சியாக இருந்த அவவின் பெண்பிள்ளை ஆறுவயதில் பாம்பு கடித்து இறந்துபோனது . அந்தத் துயரத்துடன் அவ மிகவும் குழம்பிப்போய் திரிந்தா. கோயிலுக்கு செல்வதையெல்லாம் தவிர்த்துவிட்டு திரிந்தார். பின்னர், அல்லெலூயாவின் சபையில் சேர்ந்து அவர்களுக்கு ஊழியம் செய்துகொண்டிருந்தார்.

இவனைக் கண்டதும் ஓவென்று கதறி அழுதா. அவவின் இரண்டாவது மகன் மதன் இயக்கத்தில் இணைந்துகொண்டதாகவும் கொஞ்சம் கவலையுடன் கூறினா.... அவவிடம் பிறிற்றோன் எனப்படும் திரவமருந்து இருந்தது. அதனை வாங்கிவந்து சுகியின் பிள்ளைக்கு கொடுத்தான்.

மனைவியிடம் சொல்லி சிவமக்கா குடும்பத்துக்கு தேநீர் வாங்கிச் சென்று கொடுத்தான். வேலிக்கரையாக ஒரு தறப்பாளை இழுத்துக்கட்டுவதில் அவவின் கணவன் நாகேந்திரம் அண்ணை ஈடுபட்டார். மூத்தமகளும் இன்னொரு மகனும் அவர்களுடன் வந்திருந்தார்கள்.... இவனும் கொஞ்சநேரம் நின்று அவர்களுக்கு உதவிசெய்தான்.

இன்னும் கொஞ்சம்தள்ளி பதுங்கு குழியின்மேல் தறப்பாளைகட்டி சுதர்சினி ரீச்சரும் கணவனும் அவர்களின் ஐந்து வயதுள்ள மகளும் இருந்தார்கள்.... சுதர்சினி ரீச்சர் வீட்டில் மாணவர்களைச் சேர்த்து பிரத்தியேக கல்வி கற்பித்துக்கொண்டிருந்தார். மாணவர்களிடமும் பெற்றோரிடமும் மிகவும் கண்டிப்பாக நடந்து கொள்பவர். அதனால் சிலருக்கு அவவின் கண்டிப்பு பிடிப்பதில்லை.

"எங்கட வீட்டை போவம் வாங்கோ..." என சுதர்சினி ரீச்சரின் மகள் அடம்பிடித்து அழுதுகொண்டிருந்தாள். சுதர்சினி ரீச்சரின் கணவர் முன்னர் இயக்கத்தின் நிறுவனம் ஒன்றில் பணியாளராக இருந்தவர். யாழ்ப்பாண இடப்பெயர்வின் பின் தனியாக தொழில் செய்துவந்தார்

என்று அவன் அறிந்திருந்தான். அவரும் நீண்ட நாட்களான தாடியுடன் மிகவும் களைத்துப்போய் அமர்ந்திருந்தார்.

"ரீச்சர்... மகள் என்னவாம்?..." என்று கேட்டான்..

"அவவுக்கு பங்கருக்கை இருக்க விருப்பமில்லையாம்.... எங்கடை வீட்டை போவம் வாங்கோ எண்டு அடம்பிடிக்கறா...." என்றா ரீச்சர்.

"பெரியாக்கள் பறவாயில்லை... சின்னப் பிள்ளையளுக்கு இடப்பெயர்வுச் சூழல் கஸ்டம்தானே.... பிள்ளையள் பாவங்கள்...." என்றான்.

"சுதந்திரபுரத்திலை செல்லில காயப்பட்டு செத்த ஒரு அம்மாவை....ஆரெண்டு அடையாளம் தெரியாததால மணக்குதெண்டு பங்கருக்குள்ளை போட்டு மூடினவை...அதை இவ பாத்தவ...அதுக்குபிறகு பங்கருக்குள்ளை இறங்க இவ பயப்பிடுறா அண்ணை...."

"ஓ... சின்னாக்களுக்கு இது பயங்கர அனுபவம்... இந்தச்சண்டையளும் இடப்பெயர்வுகளும் அவையின்ரை மனங்களிலை பதிஞ்சு... அவைக்கு தாக்கமா இருக்கப்போகுது....." என்றான் செல்வராசு.

அவர்கள் இருந்த தேவன் அண்ணரின் வீட்டுவளவிற்குள் முன்பகுதியில் ஒரு கடை இருந்தது. அந்தக்கடை பூட்டியிருந்தது. நீணடகாலம் பராமரிப்பின்றிக் கிடப்பதாக தெரிந்தது. கடையின் முன்பாக பக்கத்தில் தையல்மிசின் ஒன்றை வைத்து ஒரு இளைஞன் பழைய உடுப்புகளை சனங்களுக்கு தைத்து கொடுத்துகொண்டிருந்தான்....

சில ஆண்களும் பெண்களும் அந்த இளைஞனின் முன்னால் நிற்பதும் தெரிந்தது.

செல்வராசுவும் சுந்தரம் அண்ணருமாக அவ்விடத்தில் போய் நின்றனர். மாலைப்பொழுதில் ஓர் இளைஞன் உரப்பையில் சுடச்சுட பாண் கொண்டுவந்தான். கடை வாசலில் அதை விற்பனைக்கென வைத்தபோது... ஐந்து இறாத்தல் பாணை செல்வராசு வாங்கிக்கொண்டு உள்ளே போனான்.

அவன் பாண் வாங்கிவந்ததை பார்த்துவிட்டு பலரும் முண்டியடித்து கடையருகில் குவிந்தனர்... சில நிமிடங்களில் பாண் விற்றுத்தீர்ந்தது.

'நாளைக்கும் உயிரோடை இருந்தால் இதேநேரம் கொண்டு வருவன்...." என்றான் அந்த இளைஞன்.

இரவு பாணுக்கு பொருத்தமாக மிளகாய்த் தூளையும் தேங்காயையும் சேர்த்து சம்பலும் இடித்தார்கள்.... அந்தவளவில் தென்னைமரங்கள் நிறைய நின்றதால் தேங்காய் அவர்களிடமே வாங்கமுடிந்தது. தேவன் அண்ணரின் மாமனார் யாரும் தேங்காயை தன்னையறியாமல் எடுக்கக்கூடாதென்ற எண்ணத்துடன் அடிக்கடி வளவைச் சுற்றிவந்தார்.

இரவுபகலாக சனங்கள் இரணைப்பாலையை நோக்கி வந்துகொண்டிருந்தார்கள். எல்லா இடத்திலும் சனங்கள் நிரம்பத் தொடங்கினார்கள்... முன்னர் இருந்த இடங்களைவிட இரணைப்பாலை சற்று அமைதியாக இருப்பதாகத் தோன்றியது அவனுக்கு.

இரணைப்பாலைக்கு அவர்கள் வந்து ஒருநாள் கழிந்துவிட்டது. தேவன் அண்ணரின் மாமா என்ன நினைத்தாரோ அதிகாலையிலேயே கக்கூஸ் பூட்டை திறந்துவிட்டிருந்தார்.

"அங்கால ஆரொ பொம்பிளை அழுற மாதிரி கேட்குது.... ஆரெண்டு ஒருக்கால் பாருங்கோ..." சோதி செல்வராசுவை அவசரமாக எழுப்பினாள்... செல்வராசு எழுந்துவெளியில்வந்தான்....

"தேவண்ணையின்ர மூத்தவன் கடற்புலியிலை இருந்தவனாம்... இரண்டுமூண்டு நாளைக்குமுதல் கடலிலை சண்டை நடந்ததெல்லே... பெடியனை காணயில்ல எண்டு தகவலாம்... தாய்க்காறி அழுறா....." என்று பரஞ்சோதி ரீச்சர் சொன்னா.

"ஓம் ரீச்சர்... ஆயுதமேத்திக்கொண்டு வந்த இயக்கத்தின்ரை கப்பலை அடிச்சு முற்றாக கடலிலை மூழ்கடிச்சாச்சு எண்டு இலங்கைச் செய்தியிலை சொன்னதாம்..... அந்தச் சண்டையிலைதானோ தெரியேல்லை....." என்றான் மனவருத்தத்துடன்.

"போராளியளெல்லாம் சண்டையிலை செத்தும் காயப்பட்டும் போகுதுகள்... மற்றவளத்தாலை இயக்கத்துக்கு வாற கப்பலுகளை அவன் கடலிலை அடிக்கிறான்..... சனத்துக்கு அனுப்புற சாப்பாட்டுச் சாமான்களையும் அவன் நல்லாக் குறைச்சிட்டான்... என்னதான் நடக்கப்போகுதோ....." ரீச்சரும் கவலைப்பட்டுக் கூறினா.

கொஞ்சம் பொழுது விடிந்ததும் தவறாமல் எறிகணைகளின் சத்தம் தூரவாக கேட்கத் தொடங்கியது. இரவும் தூரத்தூரவாக தூக்கத்தில் எறிகணைச் சத்தங்கள் கேட்டுக்கொண்டுதான் இருந்தன.... ஆனால் அந்தச் சத்தம் அவனுடைய தூக்கத்தை கெடுக்கவில்லை. பலநாட்களின் அலைச்சலை அவன் நன்றாகத் தூங்கி தீர்த்துக்கொண்டான்.

இப்போது தேவன் அண்ணரின் துயரத்தை பகிர்ந்துகொள்ளலாம் என நினைத்து அங்கு போனான்.

தேவன் அண்ணை விறாந்தையில் வாடிய முகத்துடன் இருந்தார். இவர்களைக் கண்டதும் அவரின் கண்கள் கலங்கின. உள்ளே சில பெண்கள் அவரின் மனைவிக்கு அருகில் அமர்ந்திருந்தனர். அவர் எழுந்திருக்க முடியாமல் அழுதபடி படுத்திருந்தார்.

"என்ன தேவன் அண்ணை.... தவல் ஏதும் சொன்னவவையோ.... இல்லாட்டி....." என்றுகேட்டான் செல்வராசு.

"அவனோடை இயக்கத்திலை இருந்தபெடியன் ஒண்டு சொன்னவன்.... சம்பவம் நடந்து ரண்டுமூண்டு நாளாச்சாம்... இன்னும் உறுதிப் படுத்தேல்லையாம்... உறுதிப்படுத்தின பிறகுதானாம் இயக்கம் அறிவிக்கும்...."

சிறிது நேரம் அவர்கள் அவருடன் நின்றனர்... அவர் எதுவும் பேசாமல் அமைதியாக அமர்ந்திருந்தார்.

அவருக்கு ஆறதல்கூறிவிட்டு வந்தார்கள்.

"இஞ்சாலையும் எப்ப தொடங்குறானோ தெரியேல்லை.... சில சனங்கள் அங்கால ரெட்டைவாய்க்கால்.... வலைஞர்மடம் எண்டு போகுதுகள்...." என்றார் அங்கிருந்த வயதான ஒருவர்.

"ஓமண்ண... அமளியா அடிச்சா பாதுகாப்புமில்லை....." என்றான் செல்வராசு.

"செல்வராசு....."ஏதோநினைத்தவராக தேவன் அண்ணை அழைத்தார். இவன் மீண்டும் அவர்முன் நின்றான்.

"இஞ்சாலையும் அடிக்கமாட்டான் எண்டில்லை.. குழந்தைப் பிள்ளையளோடை இருக்கிறியள்... பாத்து ஒரு பங்கரை வெட்டுங்கோவன்.... மூடுறதுக்கு வேணுமெண்டால் தென்னை மரமொண்டு தரலாம்.. தறிச்சு எடுங்கோ...." என்றார்.

"ஓமண்ணை.... வெட்டுவம்...." என்று சொல்லிவிட்டு வந்தனர்.

சண்டை புதுக்குடியிருப்பை இலக்குவைத்து இன்னும் இன்னும் உக்கிரமடைந்துகொண்டிருந்தது. இரணைப்பாலையை நோக்கி சனங்கள் வந்துகொண்டிருந்தனர். இந்நிலையில் படையினர் தாக்குதல்களை இப்பகுதிக்கும் தீவரப்படுத்தலாம் என செல்வராசுவும் நினைத்தான்.

"இஞ்சைபார் செல்வராசு... நேற்றிரவு கடற்கரைப்பக்கம் எங்கையோ சூசையர் சனத்தோடை கதைச்சவராம்.... இஞ்சாலை புதுக்குடியிருப்புக்கு ஆமியை வரவிடமாட்டம்.... எங்களை நீங்கள் தான் பலப்படுத்தவேணும்...."எண்டு சொன்னவராம் எண்டு கதைக்கினம்.

"சனத்துக்காக போராடுற தளபதியளுக்கு தங்கடை சனம் இப்பிடிக் கஸ்டப்படுதுகள் எண்டு பெருங் கவலையாத்தானே இருக்கும்... எல்லாத்துக்கும் பெரியவர் ஒருதிட்டம் வைச்சிருப்பார்தானே.... பாப்பம்....."என்றான் அவன்.

"நாங்களும் ஒரு பங்கர்வெட்டுவமோ.... கிபிர்காறன் அடிக்கடி வாறானெல்லே... பிள்ளையள்எல்லாம் பயப்பிடுதுகள்...." என்றார் சுந்தரமண்ணர்.

"போற போக்கைப்பாத்தா இஞ்சயும் இருக்கேலாது போல..... பங்கரை வெட்டி என்னசெய்யிறது....." எனக்கேட்டார் அவர்.

"இருக்குமட்டும் குழந்தை குட்டியளுக்கு ஒரு பாதுகாப்பு தேவைதானே.... பங்கர் இல்லாமச் செத்தும் எண்ட பேர் வந்திடக்கூடாது.... நாங்களும் ஒண்டை வெட்டுவம்.." என முடிவெடுத்தனர்.

சிவமக்காவிடம் மண்வெட்டி இருந்தது. செல்வராசு அதை வாங்கி வந்தான். சுந்தரம் அண்ணர் தடியால் அளந்து கோடுகீறினார். இருவருமாகச் சேர்ந்து உடனடியாகவே வெட்டத்துவங்கினர்.

செல்வராசுவும் சுந்தரமண்ணையும் மாறிமாறி வெட்டிக்கொண்டிருக்க....

"அண்ணை... என்னட்டையும் ஒருகை தாங்கோ... நானும் உங்களோடை சேர்ந்து வெட்டுறன்...." என்றாள் சுகி...

"பகிடி விடுறியே பிள்ளை..... நீ பேசாம இரு... நாங்கள் ஆம்பிளையள் வெட்டுறம்...." என்றார் சுந்தரமண்ணை.

"அண்ணை.... எங்கட முறிப்பு வீட்டில நான்தான் தனிய பங்கர் வெட்டினனான்.... அவருக்கு வீட்டில வீட்டுவேலை செய்ய நேரமிராது.... எப்பாலும் வீட்டுக்கு வாறவரை கஸ்டப்படுத்தக் கூடாது எண்டு நான் தான் எல்லா வேலையும் செய்யிறனான்..... வேலைக்கெண்டு சின்ன மோட்டார்சயிக்கிள் ஒண்டு வைச்சிருந்தனான்...." என்றாள் சுகி.

"சரி பிள்ளை.... இப்ப அந்த வேலை ஒண்டும் வேண்டாம்... எங்களுக்கும் பொழுது போகத்தானே வேணும்... நாங்கள் வெட்டுறம்.... நாங்கள் களைச்சுப் போகேக்குள்ளை உன்னை கூப்பிடுறம்...." என்று சுந்தரம் அண்ணை அவளை திருப்பி அனுப்பினர்.

"பாத்தியளே அண்ணை.... அவங்கள் ஜீப்பில போறாங்கள்... பஜிரோவில போறாங்கள்... அவங்களுக்கு என்ன குறை எண்டு சிலபேர் கத்துவினம்... அவங்கட குடும்பம் படுறபாடு ஆருக்கண்ணை தெரியும்?......" என்றான் செல்வராசு.

"பாரன்ராப்பா.... எங்களோடை இந்தப்பிள்ளை இடம்பெயரத் துவங்கி ஒரு மாதமாகுது... இதுவரைக்கும் இந்தப் பிள்ளையின்ர புருசன் உயிரோடை இருக்கிறானோ இல்லையோ எண்டு பிள்ளைக்கு தெரியேல்லை... ஒரு தொடர்பு கூட இல்லையே..."

" போராளியளக் கலியாணங்கட்டின பொம்பிளப் பிள்ளையளின்ர வாழ்க்கை இப்பிடித் தானண்ணை.... எப்பவும் சாவு வரும் எண்டு அவங்கள் களத்திலை... எப்ப கணவன்மார் வருவினம் எண்டு இதுகள் வீட்டிலை.... ம்..... தங்கடை கையாலை தாங்களே தங்கட வேலையளை செய்யுதுகள்.... "

அதற்குள் சுடச்சுட தேநீருடன் வந்தாள் சுகி.

"இந்தாங்கோ அண்ணை.... இது என்ர சின்ன பங்களிப்பு..." என்றாள் சிரித்தபடி.

இருவரும் சந்தோசமாக தேநீரைப் பருகினர். இருவருக்கும் உடல் முழுவதும் வியர்வை வழிந்துகொண்டிருந்தது.

நேரத்தோடு புறப்பட்டுப் போயிருந்த பரமேசு திரும்பி வந்து சேர்ந்தான். அவனின் முகத்தில் எந்த மாற்றமும் இல்லை. மிகவும் களைத்துச் சோர்ந்துபோய் இருந்தான்.

"பிள்ளை சுகி.... குறை நினைக்காமல் இன்னுமொரு தேத்தண்ணி கொண்டு வா பிள்ளை... பரமேசு களைச்சுப் போய் வந்திருக்கிறான்..." என்றார் சுந்தரம் அண்ணை.

உடனடியாகவே சுகி தேநீருடன் வந்து வைத்துவிட்டுப் போனாள்.

பாதுகாப்பகழி வெட்டிக்கொண்டிருந்த மண்வெட்டியை கீழே வைத்துவிட்டு,

"என்னவாமடா பரமேசு செய்திகள்?.... ஆராவது செய்திக்காரரைக் கண்டியோ....."

"ஒருதரையும் காணேல்லை அண்ணை..... தெரிஞ்ச இயக்க அக்காக்களை கண்டனான்... அவையிட்டை என்ரை ஆளைப் பற்றிக் கேட்டனான்.... அவ இஞ்ச கிட்ட இல்லையாம்.... எண்டு சொல்லிச்சினம்... அதுக்கு மேலை விசயத்தை கிண்ட விருப்பமில்லாம வந்திட்டன்..... வாற வழியிலை தெரிஞ்ச ஒராளைக் கண்டனான்... சண்டை நிலைவரம் கொஞ்சம் சிக்கலாகத்தான் கிடக்குதுபோலை எண்டார்.... ஒருதரும் நல்ல செய்தி சொல்லுறமாதிரி தெரியேல்லை..." என்றான் பரமேசு.

"அதுசரி அண்ணை வீட்டுக்கு அருகா பங்கரை வெட்டுறியள்... பயமில்லையே..." என்று அச்சம் ஏற்படுத்தினான் பரமேசு.

"தூரத்திலை வெட்டிப்போட்டு அடிக்கடி ஓட ஏலுமே.... நாங்கள் ஓடி பங்கருக்குள்ளை இறங்குறதுக்குள்ளாக குண்டு விழுந்திடும்... இந்த ஐடியாதான் நல்லது..." என்றார் சுந்தரம் அண்ணை.

குமரனும் தமிழ்விழியும் சுந்தரமண்ணரின் மகளுமாக நிலத்தில் தாயக்கோடு கீறி விளையாடிக் கொண்டிருந்தனர். அக்கம் பக்கத்து பிள்ளைகள் ஒன்றிரண்டு பேரும் அவர்களுடன் இருந்தனர்.

"குமரன்... டேய்... அப்பாவும் சுந்தரம் மாமாவும் பாவமெல்லே... நீயும் ஒருகை பிடிச்சுவிடன்...." என்றாள் சோதி .

"பிள்ளையளுக்கு ஆன சாப்பாடும் இல்லை... அதுகள் பாவம்... விடு... விளையாடட்டும்..." என்றான் செல்வராசு.

பாதுகாப்பு குழிவெட்டியதால் அவனுக்கு கைகள் இரண்டும் வலியெடுத்துக் கொண்டிருந்தன. கைகளை உயர்த்தியும் மடக்கியும் அவன் பயிற்சி செய்துகொண்டிருந்தான்.

"அண்ணை... நேற்றிரவும் இயக்கத்தின்ரை கப்பல் ஒண்டு அடிவாங்கிட்டுதாம்... அவங்களின்ரை றேடியோவிலை சொல்லிக் கொண்டிருக்கிறானாம்..." என்றான் பரமேசு.

"உதெல்லாம் சனங்களின்ரை மனதைக் குழப்புறதுக்கு அரசாங்கத்தின்ரை உத்திகண்டியோ.... பேசாம உதெல்லாத்தையும் விடடா பரமேசு...."

பரமேசு செல்வராசுவுக்கு அருகாக படுத்திருந்தான்.

இரவும் செல்கள் சரமாரியாக அதிர்ந்தவண்ணம் இருந்தன. வெளிச்சக் குண்டுகள் வானத்தில் மிதந்து விளையாடிக்கொண்டிருந்தன.

"அண்ணை... உலகநாடுகள் போரிலை பயன்படுத்துறதுக்கு தடைவிதிச்ச குண்டுகளை அரசாங்கம் எங்கடை சனத்துக்கு அடிக்குதாம்.... புதுசாக காயப்படுற நிறையப்பேருக்கு எரிகாயமாம்... அதோடை ஒரு குண்டு பல குண்டுகளாக பரவி வெடிக்குதாம்... உப்பிடி நிறைய சொல்லுகினம்... பங்கர் வெட்டினது நல்லதண்ணை..."

அவர்கள் கதைத்துக் கொண்டிருக்கும்போது இரண்டு செல்கள் கைவேலிப் பக்கமாக இரைச்சலுடன் சென்றன. தெருவில் ஆட்கள் கதைத்துக்கொண்டு போய்க்கொண்டிருந்தார்கள்.

செல்வராசுவுக்கு உடல்முழுவதும் வலியெடுத்தது கண்களை இறுக மூடிக்கொண்டு மற்றப் பக்கமாக புரண்டு படுத்தான். 'நாளை பதுங்குபுழியை முழுமைப்படுத்திவிடவேண்டும்' என மனது நினைத்துக்கொண்டது.

இரண்டுநாட்களாக நேரகாலம் பாராமல் பதுங்குகுழியை தொடர்ந்து வெட்டி முடித்தார்கள். ஆயிரம் ரூபாய் பேசி, தேவன் அண்ணை காட்டிய வளைந்த, காய்களற்ற தென்னை மரத்தை தறிக்க இருவரை ஒழுங்கு செய்தனர்.

ஏழு குற்றிகள் கிடைத்தன. இன்னும் ஒரு ஆயிரம்ரூபாய் கூலி பேசி பதுங்குகுழியை மூடுவதற்கு ஒழுங்குசெய்தனர். அந்தப் பணத்தை தானே தருவதாக முருகேசண்ணர் அடம்பிடித்து தந்தார். பதுங்கு குழியின் மேல் மூடுவதற்காக நான்கைந்து பாய்களை சேகரித்தார்கள். அந்தப் பாய்களை சர்வதேச செஞ்சிலுவைச் சங்கம் அகதிகளுக்கான அன்பளிப்பாக முன்னர் வழங்கியிருந்தது.

"படுக்கிறதுக்கு இடமில்லை... பாய் என்னத்துக்கு?..... பாய்தாற தொண்டு நிறுவனக் காறங்கள் சனம் படுக்கிறதுக்கு இடமிருக்கோ எண்டும் எல்லோ யோசிக்கவேணும்?...." என சொல்லிக்கொண்டு, அந்தப் பாய்களை விரித்து அதற்கு மேல் தென்னைமரக் குற்றிகள் அடுக்கினார்கள்.

"தொண்டு நிறுவனங்கள் எங்களை விட்டு வெளியேறிப் போகேக்குள்ளை அவையை போக விட்டிருக்கக் கூடாது.... அவையை பாதுகாப்பாக போகவிட்டது சிங்கள அரசாங்கத்தக்கு வாய்ப்பாகப் போச்சுது... எங்களை இப்பிடி அடிக்கிறது வெளிநாடுகளுக்கு தெரியாதே...."

"அவங்கள் என்ன செய்யிறது.... வன்னிப்பகுதியிலை இருக்கிற தொண்டு நிறுவனங்கள் எல்லாத்தையும் உடனடியா வெளியேறச் சொல்லியும் அங்கை தொடர்ந்து இருந்தா அரசாங்கத்தாலை பாதுகாப்பு உத்தரவாதம் தரமுடியாது எண்டும் அரசாங்கம் அறிவிச்சது தானே....... அதோடை தொண்டு நிறுவனக்காரரங்கள் பயந்துபோய்... மூட்டை கட்டிக்கொண்டு போயிட்டாங்கள்....."

"ம்... உங்கடை கதையண்ணை... உந்த தொண்டு நிறுவனங்கள் எங்களோடை இருந்து என்னத்தை செய்தவை?.... சும்மா அரிசி பருப்பையும் பாய் தலகணியையும் தந்தால் சரியே... எங்கடை போராட்டத்தின்ரை நியாயம் தெரிஞ்சு அதை தங்கட நாட்டு அரசுகளுக்கு அவை தெரிவிச்சவையோ.... இல்லாட்டி ஏதும் தொழிற்சாலையளை கட்டி அபிவிருத்தி பணியளையாவது செய்தவையோ....சும்மா குறைகண்டு பிடிச்சு கதைக்கவெல்லோ திரிஞ்சவை...." என்றான் பரமேசு.

"அண்ணை .. அவை உப்பிடி சனங்களை அம்போ எண்டு விட்டிட்டு போயிருக்கக் கூடாதண்ணை... அரசாங்கத்திட்டையும் போராளியளிட்டையும் அனுமதி வாங்கித்தான் அவை இஞ்சை பணியாற்ற வந்தவை... அப்பிடி வந்துபோட்டு... அரசாங்கம் போ எண்டவுடனை போறதோ.... போராளியளிட்டையும் கேட்டல்லோ முடிவெடுத்திருக்க வேணும்... ம்...."

"அதுதானண்ணை... சனங்கள் காலங்காலமா வாழ்நத வீடு வாசல்களை விட்டிட்டு போய் எங்கையாவது தெரு வழிய இருங்கோ எண்டு சொல்ல எந்த அரசுக்கும் உரிமையில்லை... ஆனா இந்த அரசாங்கம் அதை செய்யுது... தொண்டு நிறுவனங்கள் இதை தட்டிக்கேட்டிருக்கவெல்லோ வேணும்...."

"சரிசரி.. அலுவலைப்பாருங்கோ... எங்கடை கைதான் எப்பவும் எங்களுக்கு உதவி... அவனை இவனை நம்பினால் குரங்கு அப்பம் பிரிச்ச கதைமாதிரி போயிடும்...." சோதி விவாதத்துக்கு முற்றுப்புள்ளி வைத்தாள்.

வெட்டிய பதுங்குகுழிக்கு மேல் பழைய பாய், உரப்பைகள் , துணிகளைப் போட்டு வெட்டிக் குவிக்கப்பட்டிருந்த மண்ணை பரப்பினார்கள்.

ஓரளவு பாதுகாப்பான பதுங்குகுழி அமைத்துவிட்டோம் என மன நிறைவு ஏற்பட்டது. செல்வராசு உள்ளே இறங்கி எல்லாவற்றையும் சரிபார்த்து உறுதிப்படுத்தினான்.

சுகியின் பிள்ளைகளும் செல்வராசுவின் மகளும் சுந்தரம் அண்ணையின் மகளுமாக அதற்குள் இறங்கி விளையாடினார்கள்.

'இனிப் பிள்ளையள் இதுக்குள்ளையே விளையாடுவினம்..... நாங்கள் பயப்பிடத் தேவையில்லை.......' என்றாள் சுகி.

'இண்டைக்கு வெள்ளோட்டத்துக்கு இறங்க வைக்கிறான்களோ தெரியேல்லை.....' என்றார் சுந்தரம் அண்ணை.. தலையை ஆட்டியபடியே, 'அவங்கள் அடிக்கிற செல்லுகளுக்கு பங்கர் தாங்குமோ தெரியாது... எதுக்கும் ஒரு மன ஆறுதலுக்குத்தான் இது....' என்றான் செல்வராசு.

ஊரில் ஒருமுறை பதுங்கு குழிக்கு அருகே செல்விழ, அது உடைந்து உள்ளே தான் மூடுப்பட்டதை செல்வராசுவின் மனம் நினைத்துக்கொண்டது. நினைத்தபோது நடுக்கமேற்பட... தலையை ஒருமுறை ஆட்டிக்கொண்டான்.

1995 இலும் இப்பிடித்தான் ஒருமுறை யாழ்ப்பாணத்தில் போர் அவர்களை தேடிவந்தது. முன்னேறிப் பாய்ச்சல் என்று பெயரிட்டு அளவெட்டி, அம்பனை பக்கமாக இராணுவம் முன் நகர்ந்தது. விமானங்கள் குண்டுகளை போட, பரவலாக எங்கும்செல்களை அடித்தபடி இராணுவம் முன்னேறியது. சனங்கள் அல்லோல கல்லோலப்பட்டு ஓட...... சனங்களற்ற இடங்களை மிகச் சுலபமாகப் பிடித்தபடி இராணுவம் ஊர்மனைகளுக்குள் வந்தது. வெற்றி மமதையோடு அன்று ஆட்சியிலிருந்த அரசு மார்தட்டியது.

அந்தக் காலப்பகுதியில் ஒருநாள் காலை. ஊரின்நிலைமை சற்று பயங்கரமாக தெரிந்ததால் செல்வராசு வீட்டைவிட்டு வெளியே செல்லாதிருந்தான். திடீரென வந்த விமானமொன்று சுற்றாமல், திடீரென்று குண்டுகளைக் கழற்றிவிட்டது. செல்வராசுவின் வீட்டருகிலும் ஒரு குண்டு விழுந்தது. அவனின் வீட்டருகில் விழுந்த குண்டில் ஆறேழுபேர் உயிரிழந்தார்கள். விமான சத்தம் கேட்டதும் வீட்டிலிருந்த பதுங்குகுழிக்குள் அவனும் தங்கையும் ஓடிப்போய் இருந்தார்கள்.

கண்ணிமைக்கும் பொழுதில் ஏற்பட்ட குண்டதிர்வில் பதுங்குகுழி உடைந்து விழுந்தது. அவனும் தங்கையும் அதற்குள் மூடுப்பட்டுவிட்டார்கள்.

பக்கத்துவீட்டு சுமதியக்கா தற்செயலாகப் பார்த்துவிட்டு சத்தமிட்டதில், இளைஞர்கள் சிலர் ஓடிவந்து மீட்டார்கள். இப்போதும் அதை நினைக்கையில் அவனின் நெஞ்சு நடுங்கியது. சுமதியக்காவுக்கு மனதுள்ளாக நன்றி கூறிக்கொண்டான்.

ஆதிலட்சுமி சிவகுமார்

'ஓ... புதுபங்கர் றெடிபோலை... எப்ப திறப்புவிழா.... எங்களுக்கும் அழைப்பிதழ் தருவியளோ?....' என்று வேடிக்கையாக கேட்ட குரலுக்குரியவரை திரும்பிப்பார்த்தான் செல்வராசு.

சுப்பிரமணியம் அண்ணை நின்றுகொண்டிருந்தார். சுப்பிரமணியம் அண்ணை ஒரு கவிஞர். மரபுக்கவிதைகள் எழுதுவதில் வல்லவர். அவரை அவன் பெர்னாட்சா என்று செல்லமாக அழைப்பான். அவரும் சிரித்தபடி தலையாட்டிவிட்டுச் செல்வார்.

'மணியண்ணை... நீங்களும் இஞ்சையோ இருக்கிறியள்?....'

'ஓமடாப்பா... சின்னவள் நேற்று பெரிசாயிட்டாள்.... அப்பிடியே வெளிக்கிட்டு வந்திட்டம்... மனுசி கவலைப்படுகுது இந்தநேரத்திலை பிள்ளை பெரிசாயிட்டாளே எண்டு.....'

'என்னண்ணை செய்யிறது... நாங்கள் பிறக்கிறதுக்கு முன்னம் துவங்கின பிரச்சினை எங்களை கடந்து எங்கடை பிள்ளையளின்ரை காலத்திலையும் தொடருது. இதுக்கெல்லாம் எப்பதான் முடிவோ?....' என்றான் செல்வராசு கவலையுடன்.

'...ம்... தமிழ்சனம் தங்கட தங்கட வீடுகளிலை நிம்மதியா வாழ வேணுமெண்டால் தனி நாடொண்டு தான் தீர்வு. இவ்வளவு செல்லுகளையும் ஈன இரக்கமில்லாம அடிக்கிறவனோடை எப்பிடியடாப்பா இணங்கி வாழுறது?.. ம்..இணங்கி வாழவேணும் எண்டு ஆரும் வாயாலை சொல்லலாம்... ஆனா அதுக்கு ஏற்றமாதிரி அரசாங்கமும் நடக்கவெல்லோ வேணும்.... அடிச்சுப் பிச்சைக்காறர் ஆக்கிப்போட்டு.. பிச்சைதாறம் எண்டால் சரியே.....'

'தனி நாடெண்ணுறது சும்மா வருமேயண்ணை?...... தமிழருக்கு தனிநாடு கிடைச்சா தங்களுக்கு ஆபத்தெண்டு நினைக்கிற நாடுகளும் இருக்கெல்லே... அந்த நாடுகள் எங்களுக்கு தனிநாடு கிடைக்க விடுமே அண்ணை.........'

'எல்லா நாடுகளும் இப்பிடித்தானடா... பிள்ளையையும் கிள்ளி தொட்டிலையும் ஆட்டும்..... ஏன் வெள்ளைக்காரனை கலைக்க இந்தியாவிலையும் இப்பிடி போராட்டம் நடத்தினவைதானே... அவையே இப்ப எங்களை சிங்கள ஆமி அடிக்க, வேடிக்கை பாத்துக்கெண்டிருக்கினம்....'

'வேண்டாம் அண்ணை... இப்ப அரசியல் கதைக்க வேண்டாம்.... எந்த நிமிசம் சாகப்போறமோ தெரியாது... கதைவளிப்பட்டு சாகாம. சந்தோசமா சாவம்....;

'உதென்ன விசர்க்கதை செல்வராசு... எந்த உயிரும் வாழுறதுக்காக நம்பிக்கையோடை போராட வேணும்... வெல்லவேணும்... வாழவேணும்...'

'அண்ணை.. நீங்கள் சொல்லுறது சித்தாந்தத்துக்கு சரி... ஆனா வாழ்க்கைக்கு சரிப்படாது போலை ....'

"நீ மனதாலை நல்லாப் பலமிழந்துகொண்டிருக்கிறாய் .... எல்லாரும் உன்னை மாதிரி பலவீனப்பட்டம் எண்டால் கட்டுறதுக்கு வேட்டியும் இருக்காது... ஓ....."என்றார் அவர்.

இருவரின் உரையாடலையும் குழப்புவது போல வானத்தைக் கிழித்தபடி விமானங்கள் திடீரென இரைந்தன... எல்லோரும் கத்தியபடியே பதுங்குகுழிக்குள் குதித்தார்கள்..... குதித்தார்கள் என்ன விழுந்தார்கள் என்றுதான் கூறவேண்டும். அவர்கள் குதிப்பதற்கிடையில் குண்டுகள் கும்கும் என்று விழுந்தன.

செல்வராசுவும் மணியண்ணரும் பங்கருக்குள் குதிப்பதற்குள் குண்டுகள் வெடித்துவிட்டதால் இருவரும் வெளியில் நின்றார்கள்...

குண்டுபோட்ட விமானங்களின் இரைச்சல் அடங்க செல்கள் விழத்தொடங்கின.

உடனடியாக பதுங்கு குழிக்குள் இருவரும் இறங்கினார்கள். பதுங்குகுழிக்குள் இடம் போதாமல் எல்லோரும் நெருங்கியபடி இருந்தனர்...

"பிளேனாலை கொட்டுற குண்டுகளை விட செல்தான் ஆபத்து கூடினது...." என செல்வராசு கூறி முடிப்பதற்குள்,

"ஐயோ... என்ரை பிள்ளை... என்ரை பிள்ளையை ஆரெண்டாலும் காப்பாத்துங்கோ... ஓடிவாங்கோ........."

என்ற குரல் எல்லோரையும் ஒருகணம் அதிரவைத்தது.

"தூரத்திலை தானே செல்விழுந்து சத்தம் கேட்டது... இஞ்சை ஏன் ஆரோ குளறுகினம்..." எனப் பதறியபடியே செல்வராசு வெளியே வந்தான்... குழந்தை ஒன்றை அணைத்தபடி ஓர் இளம்பெண் பெரிதாக அழுதபடி நின்றாள்.... அவளின் சட்டையில் இரத்தம் ஊறிக்கொண்டிருந்தது.

"என்ன தங்கச்சி?... ஏன் அழுறியள்..?" என்றான்.

"அண்ணை... என்ரபிள்ளை விளையாடிக்கொண்டு இருந்தது... தூரத்திலை தானே செல்லடிக்கிறான் எண்டு நானும் விட்டிட்டன்.... இருந்தாப்போலை பிள்ளை கீழை விழுந்திட்டுது... ஓடிப்போய் தூக்கினால் ரத்தம் ஒழுகுது.... தூக்கிக்கொண்டு ஓடிவாறன்.... பிள்ளை பேசாமக் கிடக்குதண்ணை.... பயமாக்கிடக்கு... இது மட்டும் தானண்ணை எனக்கு ஒரே பிள்ளை..... "

அவன் பிள்ளையை பார்த்தான்;..."பங்கருக்கு உள்ள கொண்டு வாங்கோ தங்கச்சி... திருப்பியும் செல்லடிக்க கூடும்....."

அவளை கூட்டிவந்து பதுங்குகுழிக்குள் விட்டான். குழந்தைக்கு உயிர் இருந்தது. ஆனால் அந்த உயிர் நிலைத்திருக்குமோ என்று அவனுக்கு சந்தேகமாக இருந்தது.

அவளும் மிகவும் களைத்திருந்தாள்.

"மருந்து கட்டேல்லையோ பிள்ளை....?..." என்றுகேட்டாள் செல்வராசுவின் மனைவி.

"எங்கையக்கா மருந்து கட்டுறது... ஆஸ்பத்திரி எங்கை இருக்குது எண்டே தெரியாது... குஞ்சுப்பரந்தனிலை இருந்து ஓடிஓடி வந்த எனக்கு இஞ்சாலை இடங்கள் தெரியாது.... "

தேவன் அண்ணை ஓடிவந்தார். செல்வராசு விசயத்தை சொன்னான்.

"என்னோடை வா பிள்ளை.... பெடியளுக்கு மருந்துகட்டிற இடமிருக்கு..." என்று அந்தப் பெண்ணையும் குழந்தையையும் அழைத்துப் போனார்.

"அண்டைக்கு செல்வநாயகத்தார் சொன்னமாதிரி இண்டைக்கு நானும் சொல்லுறன், தமிழ்சனத்தை இனி கடவுள்தான் காப்பாத்தவேணும்..... அந்த மனுசன் ஒரு தீர்க்கதரிசி தான்...." என்று விம்மினார் மணியம்.

அவர் மிகவும் பயந்தும் உணர்ச்சி வசப்பட்டும் காணப்பட்டார்.

மணியம் பழைய தமிழரசுக் கட்சியின் தீவிர ஆதரவாளராக இருந்தவர். எப்போதும் அவர் பழைய கட்சிக்காரரை விட்டுக்கொடுத்தது கிடையாது.

"அந்தநேரம் தமிழ்காங்கிரசின் தலைவராக இருந்த ஜி.ஜி. பொன்னம்பலம் மலையகத் தமிழர்களின்ரை குடியுரிமையை பறிச்ச அரசோடை ஒட்டி நிண்டதுக்காக அதிலை இருந்து விலத்தினவர்தான் செல்வநாயகம்... அப்பேர்ப்பட்ட அந்த மனுசன் இலங்கையின்ரை ஒற்றையாட்சிக் கொள்கையையும் எதிர்த்தவர்.... இப்ப இருக்கிறாங்களே.... எல்லாம் பச்சோந்தியள்..." என்று உறுமினார்.

யாரும் எதுவும் கதைக்க முடியாதளவுக்கு எல்லோரும் அமைதியாக இருந்தார்கள்..

"சரி... சத்தமெல்லாம் குறைஞ்சிட்டுது... நான் போட்டுவாறன்... எங்கையும் இடம் மாறுறதெண்டால் எனக்கும் சொல்லு செல்வராசு...." என்றபடி மணியண்ணர் வெளியே நடந்தார்.

"இந்த இடைவெளியோடை பாத்து சோறை சமைப்பம்..." என்றபடி சோதி நடக்க, மற்றவர்களும் பதுங்குகுழியைவிட்டு மேலேறிப் போனார்கள்.

செல்வராசு வாசலுக்கு வந்தான். அவனுக்கு சற்று தூரம் நடந்து விட்டுவந்தால் மனம் ஆறதலடையும்போல் இருந்தது. செருப்புகளை மாட்டினான்.

"எங்கையடாப்பா துலைக்கோ "....

"இல்லை சுந்தரமண்ணை.... உந்த தேவாலயம் இருக்கிற இடத்துக்கு போனா... என்னமாதிரி நிலைமை எண்டு அறியலாம்... எண்டு யோசிக்கிறன்.... வரப்போறியளோ...."

"நான் வெளிக்கிட மனுசி இப்ப கத்தும்... நீ போட்டு வந்து நிலைமையை சொல்லன்...." என்றார் சுந்தரமண்ணர். அவரும் அச்சமுற்றிருப்பதை அவன் புரிந்துகொண்டான்.

"சரியண்ணை...." என்றுவிட்டு செல்வராசு நடக்கத் தொடங்கினான்.

புள்ளி – 12

அவர்களுக்கு முன்னால் இளைஞன் ஒருவன் ஓர் இளம் பெண்ணுடன் வந்துகொண்டிருந்தான். அந்தப்பெண் நெற்றியில் குங்குமம் இட்டிருந்தாள். இருவரும் புதிதாக திருமணமணமான சோடி போல தெரிந்தார்கள். அவனை எங்கேயோ பார்த்த மாதிரி தோன்ற, உற்றுப்பார்த்தான்.

அந்த இளைஞனும் பெண்ணும் அவனை எதிர்கொள்ளத் தயங்குவது மாதிரி தெரிந்தது. இப்போது அந்த முகம் நினைவுக்கு வந்தது.

'ஓ... ஆலமரத்தடியிலை மண்ணெண்ணை விற்ற இரத்தினன்ணையின் மகன் கோபி...... டேய்.... என்னடா கோபி.... கலியாணங் கட்டிட்டியோ..... எப்ப.....'

செல்வராசுவின் கேள்விக்கு அவன் சற்று பயந்தவன் போல தெரிந்தான்.

'இல்லை மாமா.... இவ... இவ... என்னோடை படிச்சவ... இரண்டுபேரும் படிக்கேக்குள்ளை விரும்பி இருந்தனாங்கள்.... இப்ப நிலமை இறுகுது தானே... அதாலை இவவை துணைக்கு கூட்டிக்கொண்டு திரியிறன்....

'ஓ... அப்பிடியே... உன்ரை அம்மா அப்பாவுக்கு உந்தவிசயம் தெரியுமோடா....'

'ஓம் மாமா..... ஒரு பாதுகாப்பு வேணுமெண்டு அவையும் ஓமெண்டு சொல்லிட்டினம்..... ஒருநேரம் எல்லாரும் உயிர் தப்பினமெண்டால் கலியாணம் கட்டித் தரலாமெண்டு அம்மாவும் அப்பாவும் சொன்னவை......'

செல்வராசு அந்தப் பெண்ணின் முகத்தைப் பார்த்தான். எப்படிப் பார்த்தாலும் ஒரு இருபது வயதுக்குள்தான் இருக்கும் என தோன்றியது. அந்த பயங்கர சூழ்நிலையிலும், அவன் பார்த்ததை உணர்ந்து அந்தப்பெண் வெட்கப்பட்டாள்.

'எங்கை மாமா இருக்கிறியள்?............'

'இப்பதான் இந்தப் பக்கம் வந்து இடம் தேடுறன்... சரிசரி நீங்கள் நடவுங்கோ.... செல்அடிச்சாலும்.... கவனமாப் பாத்துப்போங்கோ....' என்று அவர்களை அனுப்பிவிட்டு, அந்த இளஞ்சோடிக்காக கடவுளை மன்றாடியபடி நடந்தான்.

'தங்கடை பிள்ளையள் இயக்கத்துக்கு போனால் செத்துப் போயிடுங்கள் எண்டு இப்ப பயப்பிடுற இந்தச்சனம்... ஒருநேரம்

தாங்களாக பிரச்சார மேடைவழிய பிள்ளையளை போராளியளிட்டை ஒப்படைச்சதும் நடந்தது தானே... போராடுற பிள்ளையளுக்கும் தாய்தகப்பன் இருக்கினம்... அந்தத் தாய்தகப்பனும் மடிக்குள்ளை நெருப்பை சுமந்துகொண்டு தானே இருக்குங்கள்... இனி பிள்ளையள் வீரச்சாவு அடைஞ்சால் தகவலும் கிட்டாமப் போயிடும்..... பாவங்கள்....'

வழி நெடுகிலும் சனம் நிரம்பி வழிந்தது. முன்னால் ஒரு லான்ட்மாஸ்ரர் சாமான்களுடன் சென்றுகொண்டிருந்தது. ஏராளமான சனங்கள் சயிக்கிளிலும் நடையாகவும் சென்றுகொண்டிருந்தனர்.

இரணைப்பாலை தேவாலயத்திலும் சனம் நிரம்பிவழிந்தது. தேவாலயத்தின் முற்றத்தில் வெறுந்தரையில் மழை ஈரத்துக்குள் சனங்கள் அமர்ந்திருந்தார்கள். அவர்களின் குழந்தைகளும் தரையில் இருந்தார்கள். அவர்கள் எல்லோரையும் பார்த்து அவனுக்கு ஏனோ கண்கள் கலங்கின...

"ஆண்டவரே.... எங்களுக்கு ஏனிந்தப்பாடு... நாங்கள் என்ன பாவம் செய்தோம்... எங்களை இரட்சிக்க யாரும் இல்லையோ....' என்று கலங்கினான்.

அங்கிருந்த முகங்கள் எதுவும் அவனுக்கு பழக்கமானதாக இருக்கவில்லை. சிறிது நேரம் அந்த பெரிய மரத்தடியில் நின்றான். அவனைக் கடந்து பலர் சென்றுகொண்டிருந்தனர்.

அவன் சற்று தூரம் நடந்தான். வீடுகள் வீதிகள் எல்லாமே சனங்களால் நிரம்பியிருந்தன. கைவிடப்பட்டவர்களாக அலைவுறும் மனிதர்களை அவன் இதயம் கலங்கப் பார்த்தபடி நின்றான். பின்னர் தொடர்ந்து நடந்தான்.

வயதான ஒரு பெண்ணும் கணவரும் பைநிறைந்த பொருட்களுடன் நடந்துவந்துகொண்டிருந்தனர். அவர்களைப் பார்த்தபோது ஊரிலிருக்கும் அம்மாவினது நினைப்பு வந்தது. அம்மாவும் இப்படித்தான் மூப்படைந்து தளர்வடைந்திருக்கக்கூடும் என நினைத்தான்.

"அம்மா எங்கை போறியள்?..." என்று அந்தப்பெண்ணிடம் கேட்டான்.

அந்தஅம்மா கதைக்கவே இயலாத நிலையில் கையை விரித்து, போகுமிடம் தெரியாதென்பதாக சைகை காட்டிவிட்டு நடந்தார். போகுமிடம் தெரியாமல் போகுமிடம் இல்லாமல் போகும் அவர்களுக்காக மனம் துயரப்பட்டது. வாழ்வின் எல்லைக்கோட்டில் இருக்கும் வயோதிபர்களின் துயரத்தை அவனால் நினைத்துப் பார்க்ககூட முடியாதிருந்தது. சிறு பருவத்திலும் முதுமைப் பருவத்திலும் இருப்பவர்கள் அமைதியாக வாழவேண்டும் என நினைப்பவன் அவன்.

'வயது போன சனங்கள் பிற்காலத்திலை ஆருமற்றவர்களாகிவிடக் கூடாது எண்டுதானே அறிவியல் நகரிலை மூதாளர் இல்லமொன்றை

ஆரம்பிச்சவர் அவர்.... அங்கை எவ்வளவு முதியவர்களை அன்பாகவும்... குறையில்லாமலும் பாக்க வைச்சவர்....' என நினைத்துக்கொண்டான்.

'ம்... எத்தினை கட்டமைப்புகளை உருவாக்கி ... ஒரு குடும்பத்தையே ஒற்றுமையாக பார்க்க ஏலாதெண்டு உலகம் சொல்லேக்கை... இவ்வளவு கட்டமைப்பையும் ஒன்றா நடத்திக் காட்டினவர்தானே.... மனந்தாங்க முடியாமத்தானே அவங்கள் சண்டையை தொடக்கினவங்கள்.... அதுக்கு எங்கடை மேதாவியள் கொஞ்சப்பேரும் சங்கூதினவை தானே..... இப்ப சனம் அழியுது... போராட்டத்தை குழப்பிக்கொண்டு ஆமியிட்டை குடும்பத்தோடை ஓடுறாங்கள்... தூ...'

'புத்தபெருமான் யுத்தத்தை வெறுத்துதானே துறவறம் போனவர்.... அந்தப் புத்தபெருமானின் பெயரால இப்படி சனங்களை அழிக்கிறார்களே...' என துயருற்றது அவனின் மனம்.

தொடர்ந்துநடக்க அவனுக்கு மிகுந்த களைப்பாகஇருந்தது. கால்கள் அவனையும்மீறிச் சோர்வனவாகத் தெரிந்தன. தலையை சொறிந்தபடியே திரும்பிநடந்தான்.

அவனுக்கு முன்னால் ஓர் இளைஞனும் மனைவியும் இரு குழந்தைகளுடன் நடந்து வந்துகொண்டிருந்தார்கள். அவன் இரண்டு குழந்தைகளையும் தோளிற் சுமந்துகொண்டு பயணப்பை ஒன்றையும் கையில் எடுத்து வர, அந்தப்பெண் தன்னுடைய தலையில் உடைமைகள் அடங்கிய உரப்பைமூடை ஒன்றை சுமந்து வந்துகொண்டிருந்தாள்.

ஊரற்று, நாடற்றுப்போன ஏதிலிகளாய் அலையும் அவர்களின் தோற்றத்தையும் அவர்களின் நிலையையும் பார்க்க அவனுக்கு கவலையாக இருந்தது. காலத்தை நொந்துகொண்டு, உடலும் உள்ளமும் சோர அவன் நடந்துகொண்டிருந்தான்.

வழியில் ஒருவீட்டின் வாசல்முன் நாற்காலி ஒன்றை வைத்து அதன்மீது ஒரு தட்டில் முட்டைகள் வைத்திருந்தார்கள். அதைப் பார்த்ததும் மணியண்ணையின் மகள் பெரிசாகியிருக்கிறாள். இந்நேரத்தில் அவளுக்கு முட்டைவேண்டும் என்ற நினைப்பு பொறியாக எழுந்தது. அந்த முட்டைகள் விற்பனைக்காக வைக்கப் பட்டிருக்கின்றனவா என யோசித்து பார்த்தான். வீட்டு வாசலில் யாரையும் காணவில்லை. ஆந்த வாசலருகே முட்டைகளுக்கு அண்மையாகப் போனான். உள்ளேயிருந்து சிறுமி ஒருத்தி ஓடிவந்தாள். அவளுக்கு பத்துவயதுக்குள் தான் இருக்கும் என நினைத்தபடி,

"முட்டை விக்கவே பிள்ளை? ..." என்று கேட்டான்.

"ஓம்..எங்கட கோழி இட்டதுதான்..."

"ஒருமுட்டை என்னவிலை ?...."

நாடியில் கையைவைத்து யோசித்தபடி," ஒருமுட்டை இருபது ரூபா..." என்றாள் அந்தச்சிறுமி.

"பெரியாக்கள் ஒருதரும் இல்லையோ... கூப்பிடும்..."

"பெரியாக்கள் வந்தாலும் இருபதுரூபா தான்...." என்றாள் அவள்.

அவளின் சுட்டித்தனத்தை ரசித்தபடியே, "உமக்கு என்ன பேர்பிள்ளை..." என்று கேட்டான்.

"எனக்கு பேர் தமிழரசி..." என்றாள்.

"ஓ நல்ல வடிவான பேர்..." என்றான்.

"நீங்கள் இப்பிடிப் புழுகினாலும் முட்டைவிலை குறைக்கமாட்டம்..." என்றாள் தலையை ஆட்டியபடியே . அவன் ஆச்சரியப்பட்டு நிற்க, வீட்டுக்குள்ளிருந்து ஒருவர் வந்தார். அந்தச் சிறுமியின் தாத்தாவாக இருக்கக்கூடும் எனத் தோன்றியது. நரைத்த தலைமுடியுடன் தளர்வாக நடந்து வந்தார். அவரிடம் கேட்க, அவரும் முட்டையை இருபது ரூபா என்று தான் கூறினார்.

அவன் இருநூறு ரூபாய் கொடுத்து பத்து முட்டைகளை வாங்கிக்கொண்டு,

"உங்கட பேத்தியோ...?... ஆள் நல்ல கெட்டிக்காரி...." எனச் சொல்லிவிட்டு நடந்தான்.

அப்படியே நடந்து வந்து மணியண்ணரின் கொட்டில் இருக்கும் இடத்துக்கு போனான்.

மரமொன்றின் கீழ் தறப்பாளை இழுத்து கட்டிவிட்டு இருந்தார்கள். உள்ளே அவரின் பெரிதான மகள் படுத்திருந்தாள்.

இவனைக் கண்டதும், "வாங்கோ..." என்றார் மணியண்ணையின் மனைவி.

"ஒரு வீட்டுவாசலிலை முட்டை வைச்சிருந்தவை அக்கா... கண்டிவடனை உங்கடை மகளின்ரை நினைப்புத்தான் வந்துது... உடனும் வாங்கிக்கொண்டு வாறன்... இந்தாங்கோ......." என அவரிடம் முட்டைகள் இருந்த பையை நீட்டினான்.

"நீங்கள் உங்கடை வீட்டுக்கு எண்டு வாங்கியிருப்பியள்... இந்த கஸ்டமான நேரத்திலை...ஏன் இஞ்சைதாறியள்... பிள்ளையளுக்கு கொண்டு போய் குடுங்கோவன்....."

"இல்லையக்கா... இப்ப உங்கடை மகளுக்குத்தான் இப்பிடியான சத்துணவு தேவை.... அவள் எங்களுக்கும் பிள்ளை மாதிரித்தான்..... பிடியுங்கோ....."

"அப்ப அரைவாசியத் தாங்கோ.... காணும்... மற்றதை உங்கடை வீட்டுக்கு கொண்டு போங்கோ...." என்றாள்.

"வேண்டாமக்கா.... அங்க வேறை காய்கறிச்சாமான்கள் இருக்கு.... பெரிசான பிள்ளையை கவனமாப் பாருங்கோ... பிறகு பின்னடிக்கு கஸ்டம்....." என்று அவன் சொல்ல,

"அதுவரைக்கும் உயிரோடை இருக்கப்போறமே......."என்றவரின் கையில் முட்டைப் பையை வற்புறுத்தி கொடுத்துவிட்டு நிற்க,

"கூடிழந்த குருவிகள் இரண்டு....

குஞ்சுடனே வாழுது இங்கு....

தேடிவந்து பார்த்திடவே

யாருமின்றி வாடுது இங்கு...." என சோகமாக பாடிக்கொண்டு மணியண்ணை பின்பக்கமிருந்து வந்தார்.

"என்ன உது...." என்றார் மனைவியிடம்.

"செல்வராசு... மகளுக்கு முட்டை வாங்கிக் கொண்டுவந்திருக்கு..... "

"எங்கையடாப்பா முட்டை தண்டினனி......"என்றவர்,

"என்னடா செல்வராசு.... எங்கட ஆக்கள் திருப்பி அடிக்கிற மாதிரி தெரியேல்லை.... நாங்களும் இடைவெளி இல்லாமல் ஓடிக்கொண்டிருக்கிறம்......." என்றார் மணியண்ணை.

"அண்ணை.... நாங்கள் கிட்டத்தட்ட மூண்டுலச்சம் பேர் ஓடிக்கொண்டிருக்கிறம்... திருப்பி அடிக்கிறதுக்கு ஆயிரக்கணக்கான பெடியள் பிள்ளையள் தான் நிக்கினம்.... அவனோ எல்லா நாடுகளிட்டையும் ஆயுதங்களை பிச்சை எடுத்து எங்கள கலைக்கிறான்.... பெடியள் அடிக்கட்டும் எண்டு.. ஆற்றையோ பிள்ளையளை முன்னுக்கு தள்ளிப்போட்டு .... நாங்கள் பிள்ளையளை கொண்டு ஓடுறம்.... ஓடுற கொஞ்சப்பேர் பெடியளோடை சேர்ந்து நிண்டு அடிச்சால் என்ன?.... சிங்கள ஆமி திரும்பி ஓடாதோ....?

"உது நடக்கிற கதையோடா... மற்றவைக்காக உயிரக் குடுக்கிறதுக்கும் ஒரு இது வேணும்.... அது எல்லாராலையும் முடியாது...... இப்ப சனம் இருக்கிற மனநிலையிலை போராட வாங்கோ எண்டு அழைக்க ஏலுமோ....?"

"ஏன் நடக்காதண்ணை... முல்லைத்தீவு முகாம் அடிக்கேக்கை... ஆனையிறவு முகாம் அடிக்கேக்கை பெடியளோடை சேர்ந்து தோள் கொடுத்தமோ இல்லையோ... இப்பமட்டும் ஏன் ஓடுறம்...... ஆபத்து நேரத்திலை பேசாம இருந்திட்டு வெற்றி குவியிற நேரம் கொடிபிடிக்க வேணுமோ....யோசிச்சுப் பாருங்கோ........."

"அது தானடா எனக்கும் விளங்கேல்லை...... நான் நினைக்கிறன் பெடியளின்ரை கை ஓங்கியிருந்தால் ஒருவேளை தோள்குடுக்க கனபேர் முன்னுக்கு நிப்பினம்........"

"அந்தநேரம் முன்னுக்குநிண்ட கனபேர் இப்ப இயக்கத்துக்கு எதிரான நிலைப்பாடெடுத்து கதைக்கிறமாதிரி தெரியுதடா செல்வராசு...."

"ஆர்மாறினாலும் மாறட்டுமண்ணை... அந்தாள் மாறமாட்டார்.... அவர்ஆரையும் நம்பி போராட்டத்தை தொடக்கவுமில்லை... நடத்தவுமில்லை.... ஓ............ "

"இந்த சமாதானம் பேச்சுவார்த்தை எண்டது வந்திருக்க கூடாதடா செல்வராசு...அது வந்ததாலை சனங்களின்ரை போர்க்குணம் தேய்ஞ்சிட்டுதடா...."

"நடக்கிற சூழ்நிலை அப்பிடி உங்களை நினைக்க வைக்குதண்ணை... அவன் சனத்துக்கு அடிக்கிறதே போராளியளோடை சேர்ந்து நிக்கினம் எண்ட ஆத்திரத்திலை தானே.........."

இருவரின் பேச்சையும் குழப்புவது போல கிபிர் விமானங்கள் வானத்தில் நுழைந்தன... திடீரென நுழைந்த விமானங்களின் பேரொலியால் சனங்கள் பதட்டப்பட்டனர்.

"எட செல்வராசு.... பாரடா பிளேன்காரன் எங்கை போறானெண்டு......"

அதற்குள்ளாக புதுக்குடியிருப்புப் பக்கமாக குண்டுகள் போடப்பட்டு அவை வெடிக்கும் சத்தம் கேட்டது. காதுகள் சில வினாடிகள் கிண்ணென்றன. இதயத்தின் துடிப்பு அவனையும் மீறி வேகமானது.

"பாதுகாப்பா இருங்கோ... நான் வாறன் அண்ணை... பிறகு சந்திப்பம்..."

செல்வராசு மனைவி பிள்ளைகள் இருக்கும் இடத்தை நோக்கி நடந்து கொண்டிருந்தான்.... தன் உடலிலும் வலிமை குறைந்து சோர்வு ஏற்படுவதை அவனால் உணர முடிந்தது.

தலையை தடவிக்கொண்டு நடந்து கொண்டிருந்தபோது, முன்னால் நடந்து வந்துகொண்டிருந்த ஒருவன் செல்வராசுவைக் கண்டு சிரித்தான்.

"ஆராக இருக்கும்....." யோசிப்பதற்கு இடையில்,

"நான்தான் அண்ணை சுதா.... மறந்து போனியளே..."

"எட சுதா... ஆளையே அடையாளம் தெரியேல்லை...... என்ன கோலமடா உது...."

சுதா முன்னர் பொருண்மிய மேம்பாட்டு நிறுவனத்தில் வேலை செய்துகொண்டிருந்தான். திருகோணமலையின் பாட்டாளிபுரத்தை சேர்ந்த அவனுடைய தம்பி ஒருவன் ஆனையிறவுச் சண்டையில் வீரச்சாவு அடைந்திருந்தான்.

அதன்பிறகு, எழுத்துத் துறையில் ஆர்வம் கொண்டிருந்த சுதா கிளிநொச்சியில் இருந்த பத்திரிகை நிறுவனம் ஒன்றில் வேலை செய்து கொண்டிருந்தான். சமாதான காலத்தில் சிங்கள தமிழ்மக்களின் புரிந்துணர்வை பேசும் நூல் ஒன்றை வெளியிட்டிருந்தான்.

இப்போது இடப்பெயர்வால் அவன் பணிபுரிந்த அந்தப் பத்திரிகை வெளிவருவது நின்றுபோயிருந்தது. ஆனாலும் அவன் வெளிநாட்டு ஊடகங்கள் சிலவற்றிற்கு போருக்குள் வாழும் தமிழ்மக்கள் பற்றிய செய்திகளை வழங்கிக் கொண்டிருக்கிறான் என செல்வராசு அறிந்திருந்தான்.

"ஓ.... சுதா..... எங்க இருக்கிறியள்?..........."

"இஞ்ச...பக்கத்திலை தானண்ணை.... உந்த ஒழுங்கைக்குள்ளை.... நாலாவதோ அஞ்சாவதோ வீடு...... நான் இண்டைக்குத் தான் வீட்டை போறன்.....மகள் என்னைத் தேடுறாவாம் எண்டு வீட்டுக்காரி தகவல் சொல்லி அனுப்பினவ..............."

"என்ன மாதிரியாமெடா சுதா... நிலைமை கொஞ்சம் கடுமை போலை கிடக்குது.... ஏதும் அறிஞ்சனியோ...."

"அண்ணை.. எங்களை அழிக்கிறதுக்கு அவங்கள் ஒண்டா நிக்கிறாங்கள் அண்ணை.... அவங்களுக்கு உள்ளை ஏதும் கருத்து முரண்பாடு வந்தால்... எங்களுக்கு அது வெற்றி.... அதை ஏற்படுத்துறதுக்கு உரிய வளம் வேணும் அண்ணை.... "

"என்னடா சொல்லுறாய் சுதா நீ.... "

"எங்கடை தமிழ்ச் சனங்கள் ஓடஓட அவைக்கு ஒரு வெற்றி மமதை வரும் அண்ணை.... அப்ப நானோ நீயோ எண்டு அவைக்குள்ளை பிளவு வரும்... அதை நாங்கள் சரியாகப் பயன்படுத்திக் கொள்ள வேணும்... இது என்ரை தனிப்பட்ட கருத்துதான் அண்ணை.... "

"சரிசரி.... செலவுக்கு என்னடாப்பா செய்யிறாய்?... பிள்ளைக்கு சாப்பாட்டுக்கு என்ன செய்யிறியள்?" என அவனிடம் கேட்டான் செல்வராசு.

"என்னத்தை செய்யிறது.... எனக்கு வீட்டு நிலைப்பாடு ஒண்டும் தெரியாது அண்ணை... ஏதோ என்ரை மனுசி எப்பிடியோ சமாளிக்கிறா... எனக்கு என்ரை எழுத்து வேலை மட்டும் தானண்ணை தெரியும்.... அதோடை காசிருந்தா கூட இப்ப ஒண்டும் வேண்டேலாமக் கிடக்கு.... எங்களுக்கு இல்லாட்டியும் பறவாயில்லை... குழந்தையள் பாவமண்ணை.. அதுகளைப் பெத்திருக்க வேண்டாமோ எண்டு நினைக்க வேண்டிக் கிடக்குது...." என்றான்.

"என்ன செய்யிறது... கடையளிலை கிடந்த சாமானன்கள் எல்லாத்தையும் கடைகாரர் ஏத்தினவங்கள் தானே... அதுகளை ஏன் வெளியிலை சனங்களுக்கு விடேல்லை எண்டு தெரியேல்லை..... வேற என்னடாப்பா.... சும்மா உப்பிடி நடக்கிறன்...."

"அண்ணை... இது உலாத்துற நேரமில்லை..... கண்ட மாதிரி செல்வருது.... கவனமாப் போய்ச் சேருங்கோ... ஆருக்கு எப்ப என்ன நடக்கும் எண்டு சொல்லேலாது..........."

அவனுக்கு கையசைத்துவிட்டு செல்வராசு நடந்தான்...

தேவன் அண்ணையின் வளவுக்குள் சனம் குவிந்துவிட்டது. சோதி சோறு ஆக்கி, மிளகாய்த் தூளையும் போட்டு தேங்காய்ச் சம்பல் செய்திருந்தாள்.

'பிள்ளையளுக்கு என்ன சாப்பாடு?....'

'அதுகளும் இதைத் தான் சாப்பிட்டுட்டு பங்கருக்கை இருந்து விளையாடுதுகள்.....'

'மற்றப்பிள்ளை... சுகி... சுந்தரம் அண்ணையாக்கள் சாப்பிட்டினமே.....'

'ஓ.... எல்லாரும் சேர்ந்து தானே சமையல் செய்தனாங்கள்.........'

அதன் பிறகு மனைவி கொடுத்த சோற்றை அவன் சாப்பிடத் தொடங்கினான்.. சோறு தொண்டைக்குள்ளால் இறங்க மறுத்தது.

'இந்தாங்கோ தண்ணி... தண்ணியைக் குடிச்சுகுடிச்சு சாப்பிடுங்கோ......நல்லாத் தொண்டை காய்ஞ்சு போச்சுது............'

மனைவி தந்த சுடுதண்ணீரை குடித்தபடியே சாப்பிட்டுக் கொண்டிருக்க,

'செல்வராசு.... டேய் செல்வராசு.....' சுந்தரம் அண்ணை பதற்றமாக அழைத்தபடி வந்தார். அது ஏதோ வில்லங்கமான அழைப்பு என்பதை அவன் புரிந்துகொண்டு எழுந்தான்.

'என்னண்ணை....'

'ஆ.... சாப்பிடுறியே..... சாப்பிட்டு வா......'

'ஏனண்ணை..... ஏதும் அவசரமோ.................'

'இல்லையடா......... அந்த பேப்பரிலை வேலைசெய்த பெடியன் சுதா... உனக்கு நல்ல பழக்கமெல்லே.....'

'ஓமண்ணை..... இப்ப வரேக்குள்ளை வழியிலை கண்டு கதைச்சுப் போட்டு வாறன்.... என்னை கவனமாப் போங்கோ எண்டவன்...'

' ம்...... அந்தப் பெடியன் செத்திட்டானாம்...........'

'என்னண்ணை சொல்லுறியள்... இப்ப கண்டனான்.... பத்து நிமிசம் கூட ஆகியிருக்காது.... என்னை செல்வருது கவனம் எண்டிட்டு போனவன்... அதுக்கிடையிலை... உதென்ன கதை... ஆர் சொன்னது.............' சோற்றுக் கோப்பையை கீழே வைத்தான்.

'ஓமடா....இப்ப தேவன் தான் சொன்னது.....'

கையை உதறிக்கொண்டு எழுந்தான்.

'ஓமடாப்பா......... வெளியிலை போட்டு வந்த சுதா..... வீட்டுக்கு கிட்ட போகேக்குள்ளை எங்கையோ இருந்து வந்த துவக்குச்சன்னம் கழுத்திலை கொளுவிட்டுதாம்....... அந்த இடத்திலையே ஆள் சரியாம்.........'

"இப்ப பொடி எங்கை வைச்சிருக்கினம்............"

"எங்கை வைக்கிறது.... மரத்தடியிலை கொட்டில்லை தான் வைச்சருக்கினமாம்..."

"அவனுக்கு ஒரு குழந்தையும் இருக்கு... ரண்டோ மூண்டோ வயதுதான் இருக்கும்... இப்பவும் பிள்ளையைப் பற்றிக் கதைச்சிட்டுத் தான் போனவன்... பாவம் இப்ப தொடக்கம்.... பிள்ளைக்கு அப்பா இல்லை........"

"ம்..... உப்பிடி எத்தினை குழந்தையள்?..... இதுகளின்ர எதிர்காலத்தை நினைக்க நினைக்க பெருந் துன்பமா கிடக்கு..........."

மரக்குற்றியில் அவன் இடிந்து போனவனாக அமர்ந்திருந்தான். சுதாவைப் பற்றிய நினைவுகள் அவனை ஆட்கொண்டன.

கிளிநொச்சியில் இருந்தபோது, ஒரு பத்திரிகையில் வேலை கிடைத்தது சுதாவுக்கு. தங்கியிருந்து வேலை செய்ய இடம் தேடித்திரிந்த அவனை சில மாதங்கள் தன்னுடைய வீட்டில் தங்க வைத்ததை நினைத்துப் பார்த்தான். வேலை வேலை என்று எப்போதும் தன் வேலையில் குறியாக இருந்த அவனை செல்வராசுவுக்கு மிகவும் பிடித்திருந்தது.

திருமணம் கூட எளிமையாக உறவுக்காரர் வீட்டில்தான் நடந்தது என்பதை நினைத்துப் பார்த்தான்.

"சோதி... நானொருக்கால் சுதான்ரை பொடியைப் பாத்திட்டு வாறன்..." என்று வேகமாக நடந்தான். தெரு நெரிசலாக இருந்தது. ஒருவாறு சனங்களை விலத்தி வேகமாக நடந்துசென்று, சுதாவின் இருப்பிடத்தை கண்டறிந்தான்.

தறப்பால் கொட்டிலினுள்ளே பாடசாலை வாங்கொன்றின் மீது வெள்ளைத் துணியால் மூடப்பட்டுக் கிடந்தது அவனுடல்.

சுதாவின் உடலுக்கருகாக தலைமாட்டில் முகத்தைப் பொத்திக் கொண்டு அமர்ந்திருந்த சுதாவின் மனைவி அவனைக் கண்டதும் பெருஞ் சத்தத்துடன் அழுதாள்.

செல்வராசுவும் தாங்கமுடியாமல் பெரிதாக அழுதான்.

"தான் இருக்க இடமில்லாம அலையேக்குள்ளை நீங்கள் தான் உங்கடை வீட்டிலை இருக்கிறதுக்கு இடம் தந்தனீங்கள் எண்டு அடிக்கடி சொல்லுறவர் அண்ணை...." என அழுகைக்குள் சொன்னாள்.

"எப்ப தம்பி அடக்கம் செய்யிறது...." என அருகில் நின்ற உறவுக்காரரைக் கேட்டான் செல்வராசு.

"செல்லடிக்குள்ளை வைச்சிருக்கிறது கஸ்டம் தானே.... இரவுக்கு அடக்க நிகழ்வு நடக்கும்... தெரிஞ்ச போராளியளிட்டையும் சொல்லியிருக்கிறம்....."

"அப்ப தம்பி.. நான் வீட்டை போட்டு பின்னேரம் வாறன்...." எனச் சொல்லிவிட்டு வந்தான்.

வீட்டுக்கு வந்தவன் மனது தாங்கமுடியாமல் மரக்குற்றி ஒன்றின் மீது அமர்ந்திருந்தான். சுதாவின் மனைவியின் அழுகுரலும் அப்பா இறந்துவிட்டார் என்பதைப் புரிந்துகொள்ள முடியாத பிள்ளையின் முகமும் அவனை வருத்தி எடுத்தன.

"நானும் ஒருக்கால் உங்களோடை பின்னேரம் அங்கை வரட்டோ அப்பா....."

"வேண்டாம் சோதி திடீரெண்டு செல்லடிச்சால் கஸ்டம்.... ஓராள் போனால் காணும்..." என்றான். சோதியிடம் .

மனம் ஒருநிலைப்பட மறுத்தது. மீண்டும் சுதாவின் வீட்டடிக்குப் போனான். சனங்கள் வந்துவந்து சுதாவின் உடலைப் பார்த்துக்கொண்டு போனார்கள். அவனுடன் பணியாற்றிய சில இளைஞர்களும் கவலை தோய்ந்த முகத்துடன் நின்றார்கள். இப்போது அவனுடைய உடலுக்கு பட்டுவேட்டியும் சால்வையும் அணிவித்திருந்தார்கள். மனைவியின் திருமணக் கூறைச் சேலையால் அவனை இடுப்புவரை போர்த்தியிருந்தார்கள்.

இறுதி வணக்கக் கூட்டம் நடக்க இருப்பதாக அங்கிருந்த நண்பன் ஒருவன் தெரிவித்தான்.

செல்வராசு காத்திருந்தான்.

கூட்டம் ஆரம்பமானபோது மாலைப் பொழுதாகிவிட்டது. செல்வீச்சின் மத்தியிலும் சுதாவிற்கு அறிமுகமான பலர் வந்து கூடினார்கள். வயதான பாட்டி ஒருவர் அவனுடைய கால்மாட்டில் நின்று ஒப்பாரி வைத்து அழுதாள். ஒவ்வொரு நண்பர்களும் வரும்போது சுதாவின் மனைவி ஓவென்று கத்தி அழுதாள்.

மிகவும் எளிமையான முறையில் சுதாவின் இறுதிவணக்க கூட்டம் நடந்தது. பின்னர் நண்பர்கள் அவனுடலை தகனதத்துக்காக எடுத்துச் சென்றனர்.

செல்வராசு திரும்பி வீட்டுக்கு வந்தான்.

"அண்ணை... செல்வராசண்ணை..........."

என அழைத்தபடியே சுகி பதற்றத்துடன் ஓடிவந்தாள். அவன் அவளை நிமிர்ந்து பார்த்தான்.

"அண்ணை... இவருக்கு முந்தநாள் நடந்த சண்டையிலை காயமாம்.... எனக்கு என்னவோ செய்யுது அண்ணை...... பயமாக் கிடக்கு.. இவருக்கு ஏதுமெண்டால் நான் உயிரோடை இருக்கமாட்டன்... என்ரை பிள்ளையை நீங்களும் அக்காவும் தான் பாத்துக்கொள்ள வேணும்........" என அழுதாள் அவள்.

செல்வராசுவுக்கு இதயம் திடீரென பலமாக அடிக்கத் தொடங்கியது. தன் சொந்தச் சகோதரி அழுவதைப் போன்ற உணர்வு உடலெங்கும் பரவியது.

"அவசரப்படாதேங்கோ தங்கச்சி......... நிறைய வதந்தியளும் உலாவுது... உங்களுக்கிப்ப இயக்கம் ஏதும் அறிவிச்சதோ........."

"இல்லையண்ண.... இவரோட பழக்கமான இன்னொரு தம்பியை கண்டனான்... அவன்தான் சொன்னவன்..... "

"அவருக்கு ஆர் சொன்னதாம்?... நேரிலை கண்டவராமோ?...."

"இல்லை அண்ணை .. அவனுக்கும் ஆரோதானாம் சொன்னது...."

"எங்கை வைச்சிருக்கினமாம்........."

"எங்கையெண்டு தெரியேல்லையாம்.... ஆஸ்பத்திரியளுக்குமெல்லே மேலால வந்து அடிக்கிறான்.... எனக்கு பயமாக்கிடக்கு அண்ணை...... இஞ்சை கூட்டி வந்தாலும் நான் வைச்சுப் பாப்பன்... இந்த அலைச்சலுக்கை போய்ப் போய் வரேலாது.........." என அழுதாள் சுகி.

"அவசரப்படாதேங்கோ தங்கச்சி.... நான் போய் ஆரிட்டையாவது விசாரிக்கிறன்... முதலிலை அழுறதை நிறுத்துங்கோ... பிள்ளை பயப்பிடப் போகுது..."

"................."

"இப்ப இருக்கிற நிலைமையிலை காயப்பட்ட போராளியளை வைச்சிருக்கிற இடத்தை சொல்ல மாட்டினம் எண்டு நினைக்கிறன்... நாங்களும் அதை விசாரிக்கிறது நல்லதில்லை........."

"பிள்ளையைப் பாத்துக் கொள்ளுறியளோ... நான் ஆரையாவது கண்டு விசாரிச்சுகொண்டு வாறன்..........."

"பிள்ளை... கண்டபடி செல்லும் அடிக்கிறான்........ குண்டும் போடுறான்... நீங்கள் இப்ப பிள்ளையளை விட்டுட்டு போகக் கூடாதம்மா.........."

"அப்ப என்னண்ணை செய்யச் சொல்லுறியள்........"

" நீங்கள் அவசரப்பட வேண்டாம்.......... நான் ஆரிட்டையும் விசாரிக்கிறன்........."

தேவாலயத்தை நோக்கி நடந்தான். காலை நேரத்தை விடவும் இப்போது சனக்கூட்டம் அதிகமாக இருந்தது.

முகம் தெரிந்தவர்கள் யாரும் கண்ணிற் படவில்லை. கால் போன போக்கில் நடந்தான். போராளிகள் கூட ஒருவரையும் கண்ணிற் காணவில்லை.

"எல்லோரும் சண்டையில் நிற்பார்கள்......" என நினைத்துக் கொண்டான்.

மனது கனக்க தேவாலய வாசலில் வெறுந்தரையில் அமர்ந்தான். ஒட்டிய வயிற்றுடன் தோளிற் சிலுவையை சுமந்தபடியும் முள்முடி தரித்தபடியும் யேசுநாதரின் ஓவியம்..... பின்னால் சாட்டையை ஓங்கியபடி ஒருவன்.... சாந்தமும் பெருந்துயரும் சுமந்து கைகளை கூப்பியபடி வேதனையுடன் கண்ணீர் கோடாக வழிந்த நிலையில் மாதா.... தேவாலயவளவில் வரிசையாக நின்ற தேமா மரங்களில் ஏராளமாய் வெள்ளைப் பூக்கள் பூத்துக் கிடந்தன.

"ஆண்டவரே.... நீர் எப்பிடித்தான் இந்தப் பாரச் சிலுவையை சுமந்தீரோ..... நாங்கள் சுமக்க முடியாமல் சுமக்கிறம் அய்யனே....." என நினைத்தவனை அறியாமலே கண்ணீர் வடிந்தது. அவன் எல்லாச் சுமைகளையும் கரைப்பவன் போல ஆண்டவரைப் பார்த்தபடியே அழுதுகொண்டிருந்தான்.

அப்போது திடீரென செல்கள் கூவத்தொடங்கின. அவை தலைக்கு மேலால் சீறிக்கொண்டு தூரவாகப் போய் வெடிக்கும் சத்தம் கேட்டது. சிலர் ஓடினார்கள். இன்னுஞ் சிலர் குப்புற விழுந்து படுத்தார்கள். சிலபேர் செல்களையும் பொருட்படுத்தாமல் நடந்துகொண்டிருந்தார்கள். அவர்களைப் போலவே செல்வராசுவும் வீச்சாக நடந்தான்.

முன்னால் பாலேசு வந்து கொண்டிருந்ததை அவன் பார்க்கவில்லை. பாலேசு தான் எட்டிச் செல்வராசுவின் கையில் பிடித்தான்.

" செல்வராசண்ணை... எங்கபோறியள்?............"

"சும்மா இப்பிடி வாறன்.... எங்க போறாய் நீ?..............."

"அதை ஏன் கேக்கிறியளன்னை..... இயக்கத்திலை இருந்த என்ரை மூத்தவள் காயப்பட்டிட்டாள்...... ஒரு வீட்டிலை வைச்சிருக்கினம்..... பாத்திட்டு வாறன்........"

"காயப்பட்ட ஆம்பிளப் போராளியளையும் வைச்சிருக்கினமோ?..........."

"தெரியேல்லை... ஏன் அண்ணை.........."

"இல்லையடா.... எனக்கு தெரிஞ்ச போராளி ஒருதருக்கு காயம் எண்டு அறிஞ்சனாங்கள் ... எங்கை வைச்சிருக்கினம் எண்டு தெரியேல்லை.... பெஞ்சாதி அழுதுகொண்டிருக்குது... பாவமாக கிடக்கு........"

"உது உங்களுக்கு தேவையில்லாத பிரச்சினை அண்ணை........ பேசாம உங்கடஇடத்துக்கு போங்கோ..........."

"ஏனடா.... அந்தப் பிள்ளையை பாக்க பாவமாக் கிடக்கு.........."

"பாவ புண்ணியம் பாக்கிற நேரமே அண்ணை இப்ப ... நீங்கள் போராளியளின்ரை மருத்துவம் பாக்கிற இடத்தை விசாரிக்க... அது அவங்களுக்கு வேற மாதிரியான சந்தேகத்தை தான் ஏற்படுத்தும்... ஏனெண்டா.. நிலைமை இப்ப அப்பிடித்தான் போகுது.... அவங்களையும் குறை சொல்ல ஏலாதண்ணை...."

"............."

" சேச் வளவுக்குள்ளை தான் மனுசியும் பிள்ளையளும் இருக்குதுகள்.........."

"சரி அப்ப நீ போட்டு வா........."

செல்வராசு அவ்விடத்திலேயே நின்று யோசித்தான். பாலேஸ் கூறுவதும் சரியெனவே அவனுக்குத் தோன்றியது. பின்னர் திரும்பி நடந்தான்.

காயப்பட்ட அந்தப் போராளி பற்றி தகவல் ஏதும் இல்லாதிருந்தது. சுகி தாங்க முடியாத துயரத்தில் கிடந்தாள். அவனும் சுந்தரம் அண்ணரும் என்ன செய்வதென தவித்துக் கொண்டிருந்தனர்.

அப்போதுதான் அங்கு கனகரத்தினம் என்ற வயதான போராளி வந்தார். அவருக்கு அவனைவிட வயது அதிகம். ஒருதடவை தருமபுரத்தில் இருந்த அவர் கிளிநொச்சிக்கு வீடு மாறியபோது தன்னுடைய உழவுயந்திரத்தில் தான் வீட்டுச்சாமான்கள் ஏற்றிக்கொடுத்தான்.

அவரின் அந்தக் கோலத்தை காண அவனால் சகிக்க முடியாமல் இருந்தது. தாடி வளர்ந்து கண்கள் உள்ளிழுத்து....

"அண்ணை எங்கை நிண்டு வாறியள்?...." என்றான் பரிவோடு.

"நான் தேவிபுரம் லைனிலை நிண்டு ஒரு மாதத்துக்கு பிறகு வாறனடா தம்பி.... என்ரை மனுசியும் பிள்ளையும் எங்கையெண்டு தெரியேல்லை.... மூண்டு நாள் லீவிலை பின்னுக்கு வந்தனான்... அதுகளை தேடிப்பிடிச்சு பாத்துவிட்டு போகவேணும்.. என்ரை மனுசி பிள்ளையை பாக்காம நான் செத்துப் போயிடக் கூடாது.." என்ற அவரின் கண்கள் நீரில் ஊறின...

"அண்ணை கவலைப்படாதேங்கோ... உங்கட வீட்டாக்களுக்கு ஒண்டும் நடவாது... வாங்கோ... பக்கத்திலை எங்கட வீட்டாக்கள் இருக்கினம்...... களைப்பு தீர ஏதும் குடிச்சிட்டுப் போகலாம் "

அவரை தான் இருந்த இடத்துக்கு அழைத்துப் போனான் செல்வராசு. சோதி எல்லோருக்குமாக வெள்ளைமாவில் தேங்காயும் உப்பும் சேர்த்து ரொட்டி சுட்டு வைத்திருந்தாள்.

கனகரத்தினம் முதலில் சாப்பிட மறுத்தார். செல்வராசு விடவில்லை. பின்னர் இரண்டு ரொட்டியும் தேநீரும் எடுத்துக்கொண்டார்.

அப்போது அவரிடம் சுகியின் துணைவரைப்பற்றி கூறினான் செல்வராசு. அவர் அந்தப் போராளியின் இயக்கப் பெயரைக் கேட்க, சுகியை அழைத்து அவரிடம் அறிமுகம் செய்தான்.

அவர் சுகியிடம் விபரத்தை கேட்டுவிட்டு, அந்தப் போராளி காயப்படவில்லை என்றும், சில நாட்களுக்கு முன் உணவு வழங்க வந்தபோது அவரைக் கண்டு கதைத்ததாகவும் அவர் தெரிவித்தார்.

இப்போது சுகி இயல்பு நிலைக்கு வந்துவிட்டிருந்தாள்.

களையாறிய கனகரத்தினம் அவர்களுக்கு நன்றி கூறிவிட்டு, மனைவி மக்களை தேடி விடைபெற்றார். கனகரத்தினத்தின் மனைவியும் பிள்ளையும் அவருடன் இணைந்திடவேண்டும் என்று அவன் கடவுளிடம் இரந்தான்.

இரவு முழுவதும் கற்பனைகூட பண்ண முடியாத அளவுக்கு செல்வீச்சு நடந்து கொண்டிருந்தது.

'செல் மழை மாதிரி கொட்டுது... இதுக்குள்ளை எங்கட பிள்ளையள் நிண்டு பிடிக்கிற தெண்டால் என்ன செய்யிறது..... காயப்பட்டவையை காப்பாத்த முடியாமல் ஆஸ்பத்திரியளுக்கும் அடிக்கிறான்.... டொக்டர்மாருக்கும் காயமாம்... காயப்பட்ட சனத்துக்கு மருந்து கட்டிக்கொண்டிருந்த நேர்ஸ்பிள்ளை ஒண்டுக்கு நெஞ்சில காயமாம்.... தகப்பன்காரன் பிள்ளையை பாக்கிறதுக்கு ஓட... அவருக்கும் காயமாம்.......'

புள்ளி – 13

சோதி நீளமாக ஒரு பெருமூச்சு விட்டாள். அந்தப் பெருமூச்சில் இருந்து மனதின் உள்ளே கனன்று கொண்டிருந்த வெப்பத்தின் காற்று வெளியேறியது.

"நாங்கள் எல்லாரும் சேர்ந்து அவங்களுக்கு வாக்குப்போட்டு அவையளை நாடாளுமன்றத்துக்கு அனுப்பினம்.... அந்தப் பாழாப்போவார்... பெடியளை ஏவி விட்டுப்போட்டு தாங்கள் கொழும்பிலை சொகுசு வாழ்க்கை வாழுறாங்கள்... எங்கட குருத்துகள் எல்லாம் அழியுதுகள்...." என சுந்தரம் அண்ணர் தமிழ் அரசியல்வாதிகளை திட்டினார்.

"பேச்சுவார்த்தை பேச்சுவார்த்தை எண்டு ஏமாத்தி அரசாங்கம் எக்கச்சக்கமா ஆயுதங்களை வாங்கிக் குவிச்சுப்போட்டுது....." சோதி சொன்னாள்.

"எங்கடை ஆளும் சும்மாவே இருந்திருப்பார்.... வாங்கின எல்லாத்தையும் அரசாங்கம் வரவிடாம கடலுக்கை வைச்சு அடிச்சிட்டுதெல்லே.... சாமான் வாற வழியை ஆரோ சொல்லிக் குடுக்கிறாங்கள்..... "

தவில் கச்சேரி மாதிரி துப்பாக்கிச் சூடுகள் கேட்டன. செல்வராசுவால் எதையும் நிதானிக்க முடியவில்லை. நடைப் பிணமாக கிடந்தான்.

விடியும் வரை செல்களும் வெடிக்க யாரும் தூங்கவில்லை. பதுங்கு குழிக்கு வெளியே பேச்சுக் குரல்கள் கேட்டன.

"செல்வராசண்ணை... இங்கையும் கிட்டவா செல்கள் விழ துவங்கிட்டுது.... நாங்கள் தங்கச்சி குடும்பத்தோடை சேர்ந்து வேற எங்கையாலும் போகப்போறம்.... நீங்களும் ஏதோ யோசியுங்கோ....." வெளியே நின்று தேவன் அண்ணை திடமாகச் சொல்லிவிட்டார்.

"இனி எங்கை அண்ணை போறது?....." என்றான்.

"சனங்கள் வலைஞர்மடப் பக்கம் போகுது.... இப்போதைக்கு அந்த இடம் தான் போறதுக்கு ஏற்ற இடமாகத் தெரியுது......."

சொல்லிவிட்டுப் போன கையோடு உழவுயந்திரத்தில் அவர்களின் வீட்டுப் பொருட்களை ஏற்றினார்கள். அவரின் காணிக்குள் இருந்தவர்கள் அப்படியே இருக்க, தேவன் அண்ணை; குடும்பத்தினர் புறப்பட்டனர்.

"செல்வராசு... நாங்கள் என்னடா செய்வம்?........" மனக் குழப்பத்தோடு கேட்டார் சுந்தரம் அண்ணர்.

"இனி என்னத்தை செய்யிறதண்ணை .... நாடோடி வாழ்க்கையாய்ப் போச்சுது..... இருக்கிற சாமான்களில முக்கியமானதுகளை தூக்கிக்கொண்டு நாங்களும் நகரவேண்டியது தான்..." என்றான்.

எல்லோரும் எதுவும் செய்ய முடியாதவர்களாய் கையைப் பிசைந்துகொண்டிருந்தனர். கையறு நிலையில் மனம் பேதலித்தது மாதிரி உட்கார்ந்திருந்தனர்.

அன்று சமையல்கூட இடம்பெறவில்லை. குழந்தைகள் மட்டும் ஏதோ இருந்ததை உண்டு பசியாறின.

தேவன் அண்ணையின் வளவில் ஒழுங்கைக்கரை ஓரமாக ஒரு குடும்பம் இருந்தது. அவர்களுடன் செல்வராசுவுக்கு பழக்கம் எதுவும் கிடையாது. அந்தக் குடும்பத்தின் தலைவர் கிணற்றடிப்பக்கமாக வந்தபோது, இவனைக் கண்டார். கண்டதும் அருகே வந்தார்.

"எல்லாச்சனங்களும் போகுது தம்பி .... நீங்கள் எங்கையும் போறமாதிரி இல்லையோ...." என்று கேட்டார்.

"எங்களுக்கு இனிப்போறதுக்கு இடங்களும் தெரியாது..... பாதையும் தெரியாது... இடமும் இல்லை..." என்றான்.

"அப்ப என்ன செய்யிறதா உத்தேசம்?........."

"என்னத்தை அண்ணை செய்யிறது.... ஏதோ உயிர் போகுமட்டும் இதிலை இருப்பம்... பங்கர் கிடக்கு தானே...." என்றான் சலிப்புடன்.

அவர் கொஞ்சம் கிட்டவாக வந்தார்.

"தம்பி.... இனி எங்கட பெடியளாலை தாக்குப்பிடிக்க ஏலாது போலை கிடக்கு .... ஆமி பலமாயிட்டான்.... முடிஞ்சளவுக்கு எங்கட உயிருகளை நாங்கள் தான் இனிக் காப்பாற்றவேணும்.........."

"உந்த விசர்க்கதையை மட்டும் விடுங்கோ அண்ணை... தலைவர் இருக்கிறார்..... அவர் எல்லாத்துக்கும் ஏதொவொரு திட்டம் வைச்சிருப்பர்..... அவர் இனி என்னாலை ஏலாது.... மக்களெல்லாம் ஏதாவது முடிவெடுங்கோ எண்டு அறிவிச்சா பாப்பம்....."

"தம்பி.... எனக்கு பெடியளிலையோ போராட்டத்திலையோ வெறுப்பில்லை ராசா.... என்ர பொம்பிளைப்பிள்ளை ஒண்டு கடற்புலி போராளி.... பெடியன் ஒண்டு இப்பவும் சண்டையிலை நிக்குது.... மற்றப்பெடியனும் இயக்கத்துக்கு போற பிளானிலை இருக்க... மனுசிக்காறி இழுத்துப்பிடிச்சு வைச்சிருக்கிறா.... இயக்கத்திலை உறுப்பினராக இல்லாட்டியும் அவனும் அவையளோடைதான் நிக்கிறான்.... ஆளைக் கண்டு மூண்டுநாலு மாதமாகுது....."

செல்வராசு அவரை நிமிர்ந்து பார்த்தான்.

"உண்மை தம்பி... அதைவிடுங்கோ... நாங்கள் வலைஞர்மடப் பக்கம் போக முயற்சிக்கிறம்... என்னட்டை ஒரு வான் நிக்குது... ஓட்டுறதுக்கு றைவர் இல்லை.... எனக்கு வான் ஓடின பெடியன் தன்னாலை ஏலாதெண்டு விட்டிட்டு குடும்பத்தோடை போட்டான்.... அவன் இப்ப எங்கை எண்டும் எனக்குத் தெரியாது.... ஆராவது றைவர் கிடைச்சால் நீங்களும் எங்களோடை வரலாம்....."

"எனக்கு வான் ஓட்டத் தெரியும் அண்ணை......" என்றான் அவசரமாக.

"அப்ப பிறகென்ன........ நீங்களும் நாங்களுமாகப் போவம்......"

"அண்ணை குறை நினைக்ககூடாது... எங்களோடை வேற ரண்டு குடும்பங்களும் இருக்கு.. அவையளை தனிக்க விட்டுட்டு நான் என்ர பிள்ளையளை மட்டும் பாதுகாக்கிறதுகக்காகக் கூட்டிக்கொண்டு வரமாட்டன்...."

"அது சரியில்லதானே.... அவைளையும் கூட்டிவாரும்.... பத்துப்பேர் போறவானிலை அவசரத்துக்கு இருபதுபேர் போறது தவறில்லைத்தானே....." என்றார் அவர்.

இப்போது செல்வராசு கொஞ்சம் சுறுசுறுப்பானான். சுந்தரமண்ணருக்கும் தன்னோடு தங்கியிருந்த போராளியின் குடும்பத்துக்கும் விசயத்தை சொன்னான். எல்லாப் பொருட்களையும் கட்டிக்காவாமல், தூக்கக்கூடிய அளவில் சிறியபையில் பொருட்களை எடுத்துக்கொள்ளும்படி அறிவுறுத்தினான்.

சுகி தன் போராளிக் கணவனை நினைத்து அழுதுகொண்டே இருந்தாள். அவளை ஆற்றுப்படுத்துவது பெருஞ்சிரமமாகவே இருந்தது அவர்களுக்கு.

அவனை அந்தப் பெரியவர் வான் காட்டுவதற்கு அழைத்துப் போனார். அவன் ஓட்டவேண்டிய வானை பார்த்து நல்லநிலையில் உள்ளதா என அவன் சரிபார்த்ததும், இரவு புறப்படுவதாக முடிவெடுத்தார்கள்.

அவர் குரலைச் செருமிக்கொண்டு இவனைப்பார்த்த பார்வை வித்தியாசமா தெரிந்தது இவனுக்கு.

"தம்பி.... இஞ்சாலை உமக்கு இடங்கள் தெரியுமோ?............."

"இல்லையண்ணை....... புதுக்குடியிருப்பு வரைக்கும் கொஞ்சம் நல்லாத்தெரியும்.... அங்காலை வற்றாப்பளைக்கு ஒன்றிரண்டு தடவை அம்மன் கோயிலடிக்கு போயிருக்கிறன்.... வேற போறவேலையள் ஒண்டுமில்லை... ஒருக்கா முல்லைத்தீவு முகாமை அடிச்ச நேரம் சாமான்கள் ஏத்தகூப்பிட்டவை.... ரைக்டர் கொண்டு நாலைஞ்சுநாள் போனனான் ...அவ்வளவும்தான்.........." என்றான்.

"தம்பி... விசயத்தை சொல்லாம உங்கள் எல்லாரையும் கூட்டிக்கொண்டு போய் கஸ்டகாலத்துக்கு ஒண்டு நடந்தால் எனக்கு பழி..... அதாலை உமக்கு எல்லாம் தெரிஞ்சிருக்கவேணும்............"

"சொல்லுங்கோ...."

"வலைஞர்மடம் ஒரு கடற்பிரதேசம் தம்பி... அங்கை கடற்புலியளின்ரை கை ஓங்கியிருக்கு... ஆனா இனி நேவியும் கடலிலை வந்து சனத்துக்கு அடிக்கக்கூடும்.... என்னசெய்யிறது... தெரிஞ்சுகொண்டும் சனங்கள் அங்கைதான் போகுதுகள்... நாங்களும் போவம்..."

"என்ன செய்யிறது.... இவையளுக்கு சொன்னால் வரமாட்டினம்... சொல்லாம போவமண்ணை..." என்றான்.

"நாங்கள் போகேக்குள்ளை... இரட்டைவாய்க்கால் எண்ட இடத்தை தாண்டி போகவேணும்.... அது சரியான ஆபத்தான இடமாக இப்ப இருக்குது.... றோட்டுக்கு அங்காலை மண்ணிலை பெரிய பண்ட் அடிச்சு ஆமியும்... றோட்டுக்கு இஞ்சாலை எங்கட பெடியளும் நிக்கினம். நாங்கள் போற அசுமாத்தம் கண்டால் பெடியளின்ர வாகனம் போகுதெண்டு நினைச்சு ஆமி செல்லாலை தாக்கலாம்.... இதுக்கு நீங்கள் எல்லாரும் தயாரோ....."

"நீங்கள் தயாராத்தானே இருக்கிறியள் அண்ணை............" எனக் கேட்டான் செல்வராசு.

"ஓம்.. ஏதோ எங்களுக்கு நடக்கவேணும் எண்டால் நடக்கும்... மனதை திடப்படுத்திக்கொண்டு போவம்...." என்றார் அவர்.

"உங்கட நிலைப்பாடு தான் அண்ணை எனக்கும்.... இது உயிருக்கான போராட்டம். கடைசி வரையும் சளைக்காமல் போராடுவம்...." என்றான்.

"போகேக்குள்ளை சிலவேளை அவன் சுட்டால் பொம்பிளையள் கத்திக் குளறப்பாப்பினம்.... அதைக்கண்டு வாகனத்தை ஓட்டுற நீர் பதட்டப்படக் கூடாது..... நான் உமக்கு பக்கத்திலை சீற்றிலை இருப்பன்.... நீர் தைரியமாக ஓடவேணும்...."

"பிரச்சினை இல்லை அண்ணை............" என்றான்.

இப்போது இருவரும் திரும்பி நடந்தார்கள்.

வழியில் இருபது வயது மதிக்கதக்க பெண்பிள்ளையை சுமந்தபடி ஒரு முதியவர் வந்துகொண்டிருந்தார்.

"ஐயோ... என்ரபிள்ளை காயப்பட்டுட்டுது... எங்கைகொண்டு போறதெண்டு தெரியேல்லை.... ஐயோ... என்ரை ஐயோ........" என்றபடி வந்த அவரைப் பார்த்து நிலைகுலைந்து போனான் செல்வராசு.

"தம்பி... எங்கையெண்டாலும் ஆசுப்பத்திரி இருக்கே.... என்ர பிள்ளையை காப்பாத்தவேணும்...." என்று கதறினார்.

அந்தப் பெண்பிள்ளை அவரின் தோளில் பேச்சுமூச்சற்று தொங்கியபடி கிடந்தாள். பெரியவரின் நெஞ்சாலும் முதுகாலும் கருஞ்சிவப்பு நிறத்தில் இரத்தம் வழிந்துகொண்டிருந்தது.

அதற்கிடையில் பின்னாலிருந்து வந்த இரண்டு இளைஞர்கள் அந்தப் பிள்ளையை பெரியவரிடமிருந்து மாற்றி தாங்கள் தூக்கிக்கொண்டு போக, அவர்களின் பின்னே, "ஐயோ.....ஐயோ...." என்றபடி அவர் நடந்தார்.

இவனை முதுகில் தட்டி,'பாரும்தம்பி... எங்கட சனத்தின்ர அவலத்தை... இதுகளையெல்லாம் பாக்காம ஒருசெல்லிலை நாங்கள் போயிடுறது நல்லதா தெரியுது........' என்றார் அவர்.

"அண்ணை.... உங்கட பேரென்ன?..............' என்றான் தூக்கத்திலிருந்து விழித்தவனாக.

'என்ர பேரோ.... என்ரை பேர் முருகேசு....'ஏன்றார். அவன் அவரை நிமிர்ந்து பார்த்தான். பழைய சினிமா நடிகர் நடிகர் மேஜர் சுந்தரராஜனை பார்த்தமாதிரி இருந்தது.

இருவரும் நடந்தபடியே வீட்டுக்கு வந்தார்கள். சனங்கள் இடைவெளியற்று நடந்துகொண்டேயிருந்தார்கள்.

அந்திசாயத் தொடங்கியது...

செல்வராசு சுந்தரமண்ணரிடமும் சோதியிடமும் வலைஞர்மடம் போகவிருப்பதை கூறி அவர்களின் விருப்பத்தைக் கேட்டான்.

'எங்களுக்கு தனியா ஒண்டும் செய்யேலாது... நீதான் எங்களையும் பாதுகாக்க வேணும்...' என்றார் அவர்.

ஏதோ முடிவுக்கு வந்துவிட்ட மாதிரி இரண்டு மூன்று செல்கள் கூவத்தொடங்கின. சடசடவென எல்லோரும் பதுங்குகுழிக்குள் குதித்தார்கள்.

செல்வராசுவின் மனைவி பயணத்துக்கென வாய்ப்பன்கள் சுட்டுவைத்திருந்தாள். வாய்ப்பன்கள் நிறைந்த பையையும் தூக்கிக்கொண்டு அவள் பதுங்குகுழிக்குள் ஓடிவந்தாள்.

'நாங்கள் வெளிக்கிடுற நேரம் பாத்து தொடங்குறானப்பா....' என்றாள் இவனைப்பார்த்து.

'நடக்கிறது எல்லாம் நல்லதுக்கு தான்...........'

தலைக்கு மேலே ஏதோ உழவூர்தி இரைவதுபோல இரைந்துகொண்டு போவது போலக் கேட்டது.

'இதென்னப்பா புதுச்சத்தமாக் கிடக்குது...........'

'தம்பி.. செல்வராசு.........' என்றபடி முருகேசர் வர, அவரின் பின்னால் அவரின் மனைவியும்; ஓடிவந்தார்.

"இஞ்சை வாங்கோ.... நாங்கள் பங்கருக்கை இருக்கிறம்.........." ஏன்று சோதி கத்திச்சொல்ல, அவர்கள் பங்கருக்குள் வந்தனர்.

"செல்வராசு... மேலாலை போன சத்தத்தை அவதானிச்சனீரே.... உது பெடியளின்ரை பிளேன்சத்தம்... பெடியள் தங்கடை பிளேனை கிளப்பிக்கொண்டு போறாங்கள்..... எங்கையோ நல்ல அடி விழப்போகுது...... ஆத்திரத்திலை ஆமி திருப்பி சனத்துக்கு அடிக்கப்போறான்.... சரி உங்களோடை வந்து எல்லாரும் ஒண்டா இருப்பம் எண்டு வாறம்......" என்றார் முருகேசர்.

பங்கருக்குள் இடப்பற்றாக்குறை. சனநெருக்கத்தால் ஏற்பட்ட வெப்பத்தில் வியர்வை வழிந்தது. ...... ஒருவரை ஒருவர் நெருக்கியபடி எல்லோரும் அமர்ந்தனர்.

"பெடியள் உப்பிடியே போய் அங்காலை கொழும்புப் பக்கத்திலை ரெண்டுமூண்டு குண்டைப் போடவேணும்....... போட்டு அவையளிலையும் செத்தால்தான் அவையள் வளத்திலை வருவினம்...." என்று சோதி சொன்னாள்.

இந்ததடைவை அவளுக்கு எதுவும் பதில் சொல்லாமல் செல்வராசு மௌனம் காத்தான்.

"இது உண்மையாவே கடைசிப் போர்தான் தம்பி.... ஒண்டில் நாங்கள் அழிவம்... இல்லாட்டில் ஆமியள் அழிவாங்கள்........" என்றார் முருகேசர்.

"நான் படிச்சுபடிச்சு சொன்னனான்....... எப்பிடியெண்டாலும் வவுனியாக்குள்ளை போவம் எண்டு.... இவர் சம்மதிக்கெல்ல... இப்ப கிடந்து அனுபவிக்கிறம்...." என்றாள் சுந்தரமண்ணரின் மனைவி.

"அங்க போய் சீவியத்துக்கு என்ன செய்யிறது?.... வெளிநாட்டிலை இருக்கிற தம்பி எத்தினை நாளைக்கு காசு தருவான்?.... இஞ்ச எங்கட கையைகால அடிச்சு உழைச்சு சீவிக்கிறம்.... அங்கை அப்பிடி வருமே..." என்றார் சுந்தரமண்ணர்.

"சரி... இனி உதுகளை யோசிச்சு என்ன செய்யிறது? விடுங்கோ..." என்ற சோதி,"பிள்ளையள் பசிச்சால் சொல்லுங்கோ.... வாய்ப்பன் கிடக்கு... ஆளுக்கு ரெண்டு தரலாம்...." என்றாள்.

"சரியான வெக்கையாக் கிடக்குதப்பா.... வெளியிலை போவம்....." என்றபடி சுந்தரம் அண்ணர் எழும்ப.... சொல்லி வைத்த மாதிரி செல்கள் கூவத் தொடங்கின.

"பெடியள் எங்கையோ பிளேனாலை அடிச்சிட்டாங்கள் போலை... அவை தொடங்கீட்டினம்..." என்றபடி அமர்ந்தார் சுந்தரம் அண்ணர்.

எல்லாப் பக்கங்களில் இருந்தும் செல்கள் வரத்தொடங்கின. ஏதோ அசம்பாவிதம் நடக்கப்போகின்றதோ என அஞ்சியபடி அமர்ந்திருந்தான்

செல்வராசு. சுந்தரமண்ணரின் மனைவி கொஞ்சம் பெரிதாக இராகத்துடன் தேவாரங்களை படிக்கத் தொடங்கினாள்.

பிள்ளைகள் தாய்மாரின் மடிகளில் தூங்கிக்கொண்டிருந்தனர். அது தூக்கமல்ல மனச் சோர்வு என அவன் நினைத்துக்கொண்டான்.

எந்தக்கணமும் தங்களின் பதுங்குகுழிக்கு செல்விழலாம் என்று செல்வராசுவின் மனம் எச்சரித்தது. ஏதோ ஓர் அச்ச உணர்வு அந்த இடத்தில் முழுவதுமாக நிறைந்து கிடந்தது.

இரண்டாம் உலகப்போர் நடந்த காலத்தில் இலங்கையிலும் குண்டுவீசப்படலாம் என்று நம்பியதாகவும், விமானச் சத்தம் கேட்டால் கோயில் மணி ஒலிக்கும். அப்படி கோயில்மணி ஒலித்தால் வாய்க்கு குறுக்காக குச்சித்தடியை வைத்துக்கொண்டு எல்லோரும் முகம்குப்புற படுத்திருப்பதாகவும் அப்பு சொன்ன பழையகதை ஏனோ செல்வராசுவுக்கு நினைவில் வந்தது.

இஸ்க்...இஸ்க்.... என தலைக்குமேல் செல்கள் இரைந்துகொண்டு சென்றன... சில செல்கள் மனதுக்கு கலக்கத்தை ஏற்படுத்தின... இரவுமுழுவதும் உணவுமின்றி தூக்கமும் அற்றுக்கழிந்தது.

செல்சத்தம் ஓய்ந்தும் கூட வெளியேவராமல் பதுங்குகுழியின் உள்ளே இருந்தார்கள். சாகக்கூடாது என கடவுளிடம் மன்றாடிய நாட்கள்போய், இப்போ விரைவாக சாகவிடு என்று மன்றாடும் நிலைக்கு தான் வந்திருப்பதை செல்வராசு உணர்ந்தான்.

தேவன் அண்ணரின் காணிக்குள் இப்போது நான்கைந்து குடும்பங்கள் மட்டுமே இருந்தன.

செல்வராசு வெளியே வந்தான். கிணற்றடியில் யாரோ தண்ணீர் அள்ளுவது தெரிந்தது. அவன் மெதுவாக முருகேசு அண்ணரின் கொட்டிலைப் பார்த்தான். ஆட்கள் இருப்பதற்கான அறிகுறி தென்படவில்லை.

அவன் யோசித்துக்கொண்டு நிற்கையில், தெருவிலிருந்து உந்துருளி ஒன்று உள்ளே வந்தது. அதில் வந்த இளைஞனை செல்வராசுவுக்கு யாரென்று தெரியவில்லை.

அந்த இளைஞன் சிரித்தபடி செல்வராசுவிடம் வந்தபோது, அவனுடைய ஒருகால் பொய்க்கால் என்பதை அவன் கவனித்தான்.

"அண்ணை.... இந்தவீட்டுக்காரர் எங்கைபோட்டினம்?......." என்று தேவன் அண்ணர் குடும்பத்தைப் பற்றிக் கேட்டான்.

"அவையள் நேற்று வெளிக்கிட்டு போயிட்டினம் தம்பி.... அங்காலை கடற்கரைப்பக்கம் போறதாச் சொன்னவை..."

"என்ரை மச்சான் தான் தேவண்ணை.... என்ர அக்காவதான் அவர் கட்டியிருக்கிறார்......." என்றவன்,"அதுசரி..நீங்கள் ஏன் அங்காலை போகேல்லையோ....." என்றுகேட்டான்.

"நாங்கள் இதிலை ஒரு நாலைந்து குடும்பம் இருக்கிறம் தம்பி.... எங்கைபோறதெண்டு தெரியேல்லை..........."

"அண்ணை... நீங்கள் எல்லாரும் அங்காலை வலைஞர்மடப்பக்கம் போறது நல்லதெண்டு நினைக்கிறன்... பிறகு பாதை இறுகினால் போய்க்கொள்ளமாட்டியள்... இப்பவே வெளிக்கிடுங்கோ அண்ணை...."

"இப்ப உடனை போறது கஸ்டம் தம்பி............."

"அண்ணை.... உங்களுக்கு விளங்காது.... இராத்திரி எங்கட ஆக்கள் கொழும்பிலை விமானத்தாக்குதல் செய்திருக்கினம்.... அவன் கையாலாகத்தனத்திலை எங்கட சனத்தைதான் அடிப்பான்... பேசாம பொழுதுபடுறதுக்குள்ளை அங்காலை போகப்பாருங்கோ.........." என்றுவிட்டு அவன் போய்விட்டான்.

சுந்தரமண்ணை பதுங்குகுழிக் குள்ளிருந்து வெளியே வந்தார்.

"அண்ணை..... இண்டைக்கு எப்பிடியும் வெளிக்கிட்டிடவேணும்..........." என்றான் பதற்றமாக செல்வராசு அவரிடம்.

"ஓ... அதுக்கென்ன... வெளிக்கிடுவம்...." என்றார் அவர்.

அவர்கள் கதைத்துக்கொண்டு நின்றபோது, முருகேசு அண்ணர் வெற்றுடம்பில் துவாயைப் பார்த்தியபடி வந்தார்.

"முருகேசண்ணை.... இண்டைக்கு எப்பிடியும் வெளிக்கிடவேணும்... பிறகு பாதை இறுகிட்டா துன்பமாப் போயிடும்..........." என்றான்.

பகல் முழுவதும் பதுங்குகுழியைவிட்டு தலைகாட்ட முடியாமல் தாக்குதல்கள் நடந்தன. வானத்தில் கிபீர் விமானங்கள் கொத்துக் கொத்தாய் வெறிகொண்டு அலைந்தன. அவை ஏற்படுத்திய மிகையொலி எல்லாச் சனங்களையும் கிலிகொண்டு உறையச் செய்தது.

இவ்வளவு நெருக்கடியான உயிராபத்தான சூழலிலும் தெருவில் சனங்களின் நடமாட்டம் இருந்தது. குழந்தைகளையும் சுமந்துகொண்டு குடும்பம் குடும்பமாய் அலைந்துகொண்டிருந்தவர்களை பார்க்க அவனுக்கு தாங்கமுடியாத துயரம் பீறிட்டது.

காத்திருந்து பின்மாலைப் பொழுதில், எல்லோரும் இரட்டை வாய்க்கால் என்ற இடத்தை தாண்டி புறப்பட ஆயத்தமானார்கள். இரட்டைவாய்க்காலில் பெரிய மண்அரண் இருப்பதாகவும் ஒருபுறம் இராணுவத்தினரும் மறுபுறம் போராளிகளும் நிற்பதாகவும் சனங்கள்மத்தியில் கதை இருந்தது. அதனால் அதனைத் தாண்டுவதில் உயிரச்சம் அதிகம்என அவன் நினைத்துக்கொண்டான். அதை தன்னோடிருந்த யாருக்கும் அவன் தெரிவிக்கவுமில்லை.

வான் இருக்கும் இடம்வரை கால்நடையாகச் சென்று சேர்ந்தார்கள். சுந்தரமண்ணரின் மனைவியின் கைகளில் தேவாரப்புத்தகம் இருந்தது.

வானுக்குள் ஒவ்வொருவரும் கொண்டுவந்த பைகளை ஏற்றிவிட்டு, "எல்லாரும் கேட்டுக்கொள்ளுங்கோ... நாங்கள் கடக்கப்போறது ஆபத்து நிறைஞ்ச பாதை... சிலவேளை குறிப்பிட்ட இடத்தை கடக்கேக்குள்ளை ஆமி கண்டால் அடிப்பான்... அப்பிடி அடிச்சால் நீங்கள் கத்திக் குளறாமல் வானுக்குள்ளை படுத்திருங்கோ.... எனக்கு அடி கொளுவாதவரைக்கும் நான் வானை ஓட்டுவன்.... எனக்கு நீங்கள் இடைஞ்சல் தரக்கூடாது...... எல்லாற்றை வாழ்வும் சாவும் இனி எங்கடை கையிலை இல்லை...."

என்று செல்வராசு எல்லோருக்கும் நிலைமையை விளக்கிச் சொன்னான்.

"நீர் ஒண்டுக்கும் யோசியாதேம் தம்பி.... நாங்கள் நல்லதையே நினைச்சுக்கொண்டு போவம்.... எல்லாம் நல்லதா நடக்கும்......" என்றார் முருகேசு அண்ணர்.

செல்வராசுவுக்கு அருகில் வந்த அவனின் மனைவி சோதி நெற்றியில் திருநீறு பூசிவிட்டாள். எல்லோரும் வானுக்குள் ஏறிய பிறகு, வானைச் சுற்றிப் பார்த்துவிட்டு அவன் ஓட்டுநர் இருக்கையில் ஏறி அமர்ந்தான்.

கண்களை மூடி ஒருதரம் பிரார்த்தித்துவிட்டு அவன் வானை மெதுவாக அசைத்தான். வானுக்குள் அச்சமூட்டும் அமைதி நிலவிக்கொண்டிருந்தது. யாரோ பலமாக மூச்சை இழுத்துவிடும் ஒலி அவனுக்குத் தெளிவாகக் கேட்டது.

"ஒருத்தரும் பயப்பிடத் தேவையில்லை.... கண்ணைத் திறந்து வடிவாக பாத்துக்கொண்டு இருங்கோ.... பெரியாக்கள் பயந்தால் குழந்தையள் ஏங்கிப் போயிடும்... அதுகளின்ரை மனதிலை பயத்தை நாங்கள் விதைக்கக் கூடாது....."

அவர்களுக்கு முன்னால் இன்னொரு வாகனமும் மற்றும் உந்துருளி ஒன்றும் சென்றுகொண்டிருந்தன. தூரத்தூரவாக வெடிச் சத்தங்களும் கேட்டவண்ணம் இருந்தன.

வானத்தில் மிதந்துகொண்டிருந்த வெளிச்சக் குண்டுகளின் ஒளியில் இடையிடையே ஆட்களற்ற சிறிய குடிசைகள் கண்களுக்குத் தெரிந்தன.

இரட்டைவாய்க்கால் ஊடாக வலைஞர்மடத்தை நோக்கிச் செல்லும் அந்தக் கிறவல் பாதை சூனியமாய் மிரட்டிக் கொண்டிருந்தது. ஒருபோதும் இல்லாத ஏதோவோர் உணர்வு அவனைக் கௌவிப் பிடித்திருந்தது. மனதைச் சஞ்சலப்பட விடாது அவன் வாகனத்தை ஓட்டிக்கொண்டிருந்தான்.

முன்னால் ஒரு உந்துருளி பொருட்கள் நிரம்பிய பைகளின் பாரத்துடன் சென்றுகொண்டிருந்தது.

"ஆரோ எங்களைப் போலை துணிஞ்ச ஒருத்தன் தனியாகப் போறான்... பாருங்கோ....." என்றார் முருகேசண்ணர்.

மனம் திக் திக்கென அடித்துக் கொண்டிருந்தது. எந்தவித அசம்பாவிதமும் நிகழவில்லை. அமைதியும் மனப் போராட்டமும் அச்சமுமாய் இரட்டைவாய்க்காலை கடந்துவிட்டார்கள்.

"ஒருத்தரும் இனிப் பயப்பிடாதேங்கோ..... ஆபத்தான இடத்தை கடந்திட்டம்;... எல்லாரும் நிமிர்ந்து இருங்கோ.........." என்றார் முருகேசர்.

பாதையில் உழவுயந்திரம் ஒன்று வீட்டுப்பொருட்களை நிறைத்தபடி சென்றுகொண்டிருந்தது.

கொஞ்சப்பேர் கால்நடையாகவும் போய்க்கொண்டிருந்தனர்.

"அந்தக் காலத்திலை தமிழாராய்ச்சி மாநாடு ஒண்டு யாழ்ப்பணம் முத்தவெளியிலை நடந்தது... அதுக்கு இப்பிடித்தான் சனம் பொடி நடையாப் போனது... அந்தமாதிரிக் கிடக்கு இப்ப இது....." என்றார் முருகேசண்ணை.

"அதுக்கு நானும் சின்னப் பெடியனாகப் போனனான்.... அந்த தமிழாராய்ச்சி மாநாட்டு விழாவிலையும் எங்கட சனத்தை சாகடிச்சவங்கள் தானே.........."

"ஓ..... அந்தக் கடைசி நாள்.... நாங்கள் இளவட்டங்கள் கொஞ்சம் முசுப்பாத்தியா சேர்ந்து போனனாங்கள்... இந்தியாவிலை இருந்துவந்த ஒரு தமிழ்ப்பெராசிரியர் மேடையிலை நல்லதா பேசிக்கொண்டிருந்தவர்..... அந்தநேரம் பார்த்து பொலிசுக்காரங்கள் சிலபேருக்கும் பெடியளுக்கும் எங்கயோ முட்டுப்பட்டுட்டுது போலை..... பொலிசுக்காறங்கள் கறண்ட்வயரை அறுத்து விழுத்தினாங்கள்... கண்ணீர்ப்புகை அடிச்சாங்கள்.... துவக்காலை சுட்டான்கள்... சனங்கள் விழுந்தடிச்சு ஓட.... அதுக்குள்ளையிருந்து உயிரைப் பாதுகாத்துக்கொண்டு நாங்கள் வீட்டைவரப்பட்ட பாடு......" என்றார் சுந்தரமண்ணை.

"அந்த விழாவைக் குழப்பி.. குழப்பத்தை செய்து... சனத்தை சாகவைச்சது யாழ்ப்பாண மேயராயிருந்த துரையப்பா தானாம்...."

"ஏனண்ணை... அந்தாள் அப்பிடிச் செய்தது?........."

"ம்...... அவர் சிறீமா அம்மாவின்ரை விசுவாசியான கட்சி அமைப்பாளர்.... சிறிமாவுக்கு யாழ்ப்பாணத்திலை தமிழாராய்ச்சி மாநாடு நடக்கிறது விருப்பமில்லை.... தமிழரான துரையப்பாவை ஏவி தமிழரை அழிச்சா..."

"துரையப்பா மட்டுமே... குமாரசூரியர்... அருளம்பலம்... தியாகராசா... எம்.சி. சுப்பிரமணியம் எண்டு கனபேர் அம்மாவின்ரை கையாட்களாக இருந்து தமிழருக்கு எதிரா நடந்தவை...."

"அந்தக் காலத்திலை சிங்கள இனவாதியளின்ரை அடாவடித்தனங்களுக்கு எதிராக தனியாக நிண்டு பாடுபட்ட உரும்பிராய் சிவகுமாரன் சிறீலங்கா சுதந்திரக்கட்சிக்கு விசுவாசங்காட்டின ஒரு குமாரசூரியராலை அழிஞ்சான்..... உப்பிடி ஒவ்வொரு சிங்கள கட்சியளுக்கும் விசுவாசம் காட்டுறவையளாலை தானே தமிழ் உணர்வுள்ள ஒவ்வொருதனும் அழிஞ்சு அழிஞ்சு.... இண்டைக்கு இந்த நிலைமை எங்களுக்கு... ம்....: யாரொடு நோவோம் யார்க்கெடுத்துரைப்போம்...." சுந்தரம் அண்ணர் வருத்தத்துடன் கூறினார்.

"சிவகுமாரனைப் பிடிக்க சிஐடிப் பொலிசுகள் யாழ்ப்பாணம் முழுக்கத் திரிஞ்சவங்களாம்.... அவன் பொம்பிளைமாதிரி வேசம் போட்டு ஊருக்குள்ளையே பயமில்லாமத் திரிஞ்சவனாம் எண்டு அப்புஆக்கள் சொல்லுறவை ... அவனைப் பிடிக்க ஏலுமே.... பிறகு குமாரசூரியர்தானாமே பொலிசுக்கு தகவல் குடுத்தது...."

"கடைசியாக் காயப்பட்டு.... நஞ்சைத்திண்டு.... அவங்களிட்டைப் பிடிபட்டு... நல்லவேளையா உயிர்தப்பேல்லை....."

"எத்தினைதரம் சிறையிலை இருந்தவனுக்கு... சாகாமல் உயிரோடை பிடிபட்டால் என்ன நடக்கும் எண்டு தெரியும் தானே..... அது தான் நஞ்சைக் குடிச்சவன்...."

"அந்த நேரம் அவனுக்கு கொஞ்சச் சனம் ஆதரவு காட்டியிருந்தால் சிவகுமாரனை காப்பாற்றியிருக்கலாம்... போராட்டத்துக்கு கொஞ்சம் வலுவாக இருந்திருக்கும்... "

"ஏன் திருகோணமலை சீலனை மீசாலையிலை காட்டிக்குடுத்ததும் தமிழ்ப் பொலிசுதானே.... பிறகு அந்தப் பொலிசுக்காரனுக்கு இயக்கம் தண்டனை குடுத்திட்டுது... அதுக்கு முந்தி எழுபதுகளிலை பஸ்தியாம்பிள்ளை எண்டு ஒரு சி.ஐ.டி தமிழ்ப் பெடியளை படுத்தின பாடு... எத்தினை பெடியளை தன்ரை இனம் எண்டும் பாராம சித்திரவதை செய்தவர்.... இளம்பெடியள் வீடுகளிலை படுக்க முடியாம அலைஞ்சு திரியவேண்டியிருந்துது... கடைசியா முருங்கனிலை வைச்சு பெடியள் அவரை போட்டுட்டாங்கள்... "

"இப்பிடிச் சில பேர் காட்டிக் குடுத்தாலும் ... தங்கடை இனத்துக்காக தங்கடை உயிருகளை இந்தப்பிள்ளையள் தொடர்ந்து கொடுக்குதுகளே...."

"சரியப்பா... கதையோடையே போறியள்... எங்கை போறதெண்டு முடிவு எடுத்திட்டியளோ...... பிறகு அவனுகளுக்கு கிட்டபோயிடுவியள்...." சுந்தரமண்ணரின் மனைவி பவளமக்கா கேட்டா.

"ஆருக்குத்தான் தெரியும் எங்க போறமெண்டு?..... போவம்..." என்றார் சுந்தரமண்ணர்.

"அக்கா... அவன் ஏதோ பக்கத்திலை நிக்கறமாதிரி கதைக்கிறியள்.... தூர நிண்டுகொண்டு செல்லாலை தானே அவங்களின்ரை வீரம்... "

ஒரு நாற்சந்தியில் வாகனத்தை நிறுத்திவிட்டு செல்வராசு இறங்கினான். எங்கும் மனிதத் தலைகளாகவே தெரிந்தன. சுற்றும் முற்றும் நோட்டம் விட்டபடியே,

"எல்லாரும் ஒருக்கால் இதிலை இறங்கி காலாறுங்கோவன்.....:" என்றான்.

"காலாறுறதுக்கு என்ன சுற்றுலாவே இது.... நாங்கள் காலாற எண்டு இறங்கி நிக்க செல்வந்தா என்ன நிலை?.... ம்...... "

"இப்ப எங்கட கையிலை ஒண்டுமில்லை... விதி பலமாய் இருந்தால் தப்புவம்... இல்லாட்டிக்கு ... அவ்வளவுதான்................"

"குழந்தையள் எல்லாம் நித்திரை... பாவம்.. அதுகளும் தண்ணி சாப்பாடு இல்லாம அலையுதுகள்..........." என்றாள் சுகி.

"பிள்ளையள் எல்லாரையும் எழுப்புங்கோ... வாய்ப்பன் கிடக்கு... சாப்பிடட்டும்.." என்ற செல்வராசுவின் மனைவியிடம்,

"ஏன் சோதி.... எங்களுக்கு வாயில்லையே... ஆளுக்கு பாதி வாய்ப்பன் எண்டாலும் தாங்கோவன்..... வயிறு கெஞ்சுது...." என்றார் சுந்தரமண்ணை..

சோதி கீழே இறங்க.. குழந்தைகளையும் எழுப்பிக்கொண்டு மற்றவர்களும் இறங்கினார்கள். சிறுநீரின் நாற்றமும் காய்ந்த மலத்தின் நாற்றமும் அவர்களை வரவேற்றது.

ஓரமாக வெறும் நிலத்தில் அமர்ந்து வாய்ப்பனையும் தின்று தண்ணீரையும் குடித்தார்கள். வயிறு நிறைந்தமாதிரி இருந்தது.

"இந்தமாதிரி சனமாக்கிடக்கு... நாங்கள் இதுக்குள்ளை எங்கையப்பா இடம் தேடி இருக்கிறது...." என்றா பவளமக்கா.

"எல்லாரும்.... இந்த இடத்தை விட்டு அசையாமல் நில்லுங்கோ... நானும் முருகேசண்ணையுமா... தங்கிறதுக்கு இடந்தேடிக்கொண்டு வாறம்.... செல் அடிச்சானெண்டால் ஓடிடாதேங்கோ.... சாமான்கள் போயிடும்....."

"ஓமப்பா... கெதியாப் போட்டுவாங்கோ....."

சிறுவர்கள் மீண்டும் வானுக்குள் ஏறிப்படுத்தார்கள்... பெண்களும் சுந்தரமண்ணரும் நிலத்தில் அமர்ந்திருந்தார்கள்..

"அண்ணை... இது எந்த இடம்?........"

"கடல் அடிக்கிற சத்தம் கேட்குது... வலைஞர்மடம் எண்டு ஒரு கடற்கரைக்கிராமம் இருக்கெண்டு செல்வராசு சொன்னது... ஆனபடியா

இது வலைஞர்மடமாக இருக்கும் எண்டு நினைக்கிறன்... எனக்கும் சரியாத் தெரியேல்லை... ஒருக்காலும் இந்தப்பக்கம் நான் வரேல்லை......."

"ஒரு மாதத்துக்கை எத்தினை ஊரைப் பாத்திட்டம்... நாங்கள் ரூர் எண்டு வெளிக்கிட்டா இப்பிடி நிறைய ஊர்களை பாக்க ஏலுமே..." என்றார் முருகேசண்ணரின் மனைவி.

"சனம் படுறபாட்டுக்கை உங்களுக்கு பகிடியாக்கிடக்கு என்ன....." என்றார் சுந்தரமண்ணர்.

நேரம் நகர்ந்து கொண்டிருந்தது. இடம் தேடிப் போன செல்வராசுவும் முருகேசு அண்ணரும் திரும்பி வந்தனர்.

"என்னப்பா... ஏதும் சரிவந்துதே......"

"ம்... கடவுள் எங்களைக் கைவிடேல்லை..... எனக்கு தெரிஞ்ச ஒருத்தர் இஞ்சை அவருக்கு தெரிஞ்ச ஒரு வீட்டிலை இருக்கிறார்.... அந்த வீட்டிலை இடமில்லை.... ஆனா வீட்டச் சுத்தியிருக்கிற வெளியிலை சனங்கள் ரெண்ட் அடிச்சு இருக்குதுகள்.... வேணுமெண்டால் எங்களையும் ஒரு ரெண்டை அடிச்சுப்போட்டு இருக்கலாம் எண்டு அவர் சொன்னார்..."

"................."

"இந்த இடத்திலை எங்களுக்கு ஆரையும் தெரியாது... ஏதோ கிடைச்ச இடத்திலை தங்குறது நல்லதெண்டு நினைக்கிறன்....."

"நீ சொல்லுறதுதான் சரி செல்வராசு...... நடவுங்கோ எல்லாரும் போவம்........"

"அங்கை வாகனம் ஒண்டும் விடேலாது.... இதிலை இருந்து நடந்து தான் போகவேணும்........ ஆளுக்கொரு பையை தூக்கிக்கொண்டு நடவுங்கோ....."

"எவ்வளவு தூரம் நடக்கவேணும்.........." சலிப்போடு கேட்டான் குமரன்.

"கொஞ்சத்தூரம் தான்.. ஆனா இந்தச் சனத்துக்குள்ளாலை நடக்கிற தெண்டால் கொஞ்சம் நேரம் எடுக்குமெண்டு நினைக்கிறன் ... றோட்டுக் கரைதான்.... பரபரப்பான இடம்......"

புள்ளி - 14

எல்லோருமாக நடக்க தொடங்கினார்கள். சிறிய பிள்ளைகள் தொடர்ந்து நடப்பதற்கு சிரமப்பட்டு சிணுங்கினார்கள். அவர்களையும் இழுத்தபடி பெரியவர்கள் நடந்தார்கள்... நிறையப்பேர் முன்னும் பின்னும் நடந்துகொண்டிருந்தார்கள். புதுஇடம். இரவு நேரம். சனங்களின் இரைச்சல் எல்லாவற்றுடனும் நடந்தார்கள்.

நின்றும் குனிந்தும் வளைந்தும் நடந்து ஒருவாறு இடத்தை அடைந்தார்கள். கோயில் திருவிழாக்கால வீதி போல இருந்தது அந்த இடம். தூர்ந்துபோன ஒரு பங்கருக்கு அருகில் வேலிக்கரை ஓரமாக கிடந்த இடத்தில் பொருட்களை வைக்கும்படி செல்வராசு அறிவுறுத்தினான். அவர்கள் கைப்பொருட்களை வெறுந் தரையில் வைத்தார்கள்....

முருகேசண்ணையின் முகம் தெரிந்த அந்த மனிதர் வந்து அவர்களுடன் கதைத்தார். தன்னை பாலமயூரன் என அறிமுகம் செய்துகொண்டார். பார்ப்பதற்கு அந்த மனிதர் எழுத்தாளர் ஜெயகாந்தனின் சாயலில் இருப்பதாக செல்வராசு தனக்குள் நினைத்துக்கொண்டான்.

"இந்த இடமாவது உங்களுக்கு கிடைச்சிருக்கு முருகேசு .... நல்ல விசயம்.... சனங்கள் கூடவாக இருக்கிறதாலை இஞ்சையும் கக்கூசுப் பிரச்சினை இருக்கு.... உங்களிட்டை கக்கூசு பேசின் இருந்தால் ஒருகிடங்கை வெட்டி அதை வைக்கலாம்... இல்லையெண்டால் மற்றச் சனங்களைப் போலை கடற்கரைக்குத்தான் போகவேணும்..... வீட்டுக்கார அம்மா கொஞ்சம் தெரியும் தானே... அப்பிடி இப்பிடி ஏதும் சொன்னாலும் நீங்கள் காதில விழுத்தக்கூடாது... இப்ப எங்கட பிரச்சனை உயிரை பாதுகாக்கிறது தான்... மற்றதெல்லாம் அடுத்த பட்சம்... ஆர் என்ன சொன்னாலும் காதிலை போடாதேங்கோ.. ஏனெண்டால் எல்லாரும் ஏதோவொரு விதத்திலை பாதிக்கப்பட்டிருக்கிறம்...." என்றார் பாலமயூரன்.

எல்லோர் மனங்களும் சோர்ந்துவிட்ட மாதிரி நின்றார்கள்.

"நான் என்ர மனுசியிட்டை சொல்லி இப்ப தேத்தண்ணி தாறன்..... குடிச்சிட்டு படுங்கோ... எல்லாம் விடிய யோசிப்பம் ...." என்றார் அவர் தொடர்ந்து.

"உங்களுக்கேன் அண்ணை... சிரமத்தை... எங்களுக்கு தேத்தண்ணி வேண்டாம்...... தங்கிற இடம் கிடைச்சதே பெரியவிசயம்...."

'எங்களுக்கும் நாளைக்கு என்ன நிலமையோ... இருக்கேக்கை செய்வம்...... களைச்சுப்போய் வந்திருப்பியள் தானே..... ஒருமுறை தேத்தண்ணி கொண்டுவந்து தாறனே........'

செல்வராசுவும் முருகேசண்ணருமாக வேலிக்கரை ஓரமாக தறப்பாளை விரித்தார்கள்.

' வேலிப்பக்கம்... விரிக்கிறியள்... பாம்பு பூச்சி ஏதும் கிடந்து... பிள்ளையளைக் கடிச்சாலும்....' என்றாள் சோதி.

'பாம்பு பூச்சி இருக்கிற இடமெல்லாத்தையும் பிடிச்சு நாங்கள் இருக்கிறம்... அதுகள் எங்கேயாவது ஓடியிருக்குங்கள்.....'

சிறு பிள்ளைகளை அதில் படுக்கவைத்தார்கள். பெரியவர்கள் கால்நீட்டி அமர்ந்தார்கள். யாரும் யாரோடும் பேசவில்லை.

பெரிய ஜக்கில் தேநீர் வந்தது. ஒரு பேப்பரில் சுற்றி சீனி தனியாக வந்தது.

சோதி தேநீரை குவளைகளில் ஊற்றினாள்.

'சின்னாக்களை எழுப்புங்கோ.. தேத்தண்ணி குடிக்கட்டும்.......'

சிணுங்கியபடி எழுந்த சிறுவர்களுக்கு தேநீர் கொடுத்து, பெரியாட்களுக்கும் தேநீரை பரிமாறினாள் சோதி.

'இவ்வளவு சனத்தையும் பாக்க கொஞ்சம் பயம் குறையிற மாதிரி கிடக்கு....' என்றார் சுந்தரமண்ணை.

சனங்களின் இரைச்சலையும் மீறி கடலின் இரைச்சல் கேட்டது.

'அப்பா... பக்கத்திலை கடல்சத்தம் கேக்குது... அப்ப கடலாலை வந்து நேவிக்காறனும் அடிப்பான் போல...' என்றான் குமரன்.

'அடிக்கிறவன் எல்லாரும் அடிக்கட்டும்.... எல்லாத்துக்கும் அவர் இருக்கிறார்... நாங்கள் ஏன் மண்டையைப்போட்டு குழப்பவேணும்....' என்றார் சுந்தரம்.

'உப்பிடி எங்களுக்கென்ன எங்களுக்கென்ன எண்டு ஆற்றயன் பிள்ளையளை ஏவிவிட்டு நாங்கள் நித்திரை கெண்டதின்ர பலன்தானே இப்பிடி திரியிறம்....' என்றார் முருகேசண்ணை.

'திருகோணமலை மாவிலாறில சமாதானத்தை குழப்ப விரும்பின அரசாங்கம் விமானத்தாலை குண்டுவீசித் தொடக்கின சண்டை ... இப்ப மூண்டுவரிசமா நடக்குது.... கடலாலை பெடியளுக்குவாற ஆயுதங்களையும் கடலுக்கை அவங்கள் அடிச்சு தாக்கிறாங்கள்..... மூண்டுநாலு கப்பல் அப்பிடி அடிபட்டுட்டுது எண்டு கதை உலாவுது....... தொடர்ந்து அடிக்கிறதுக்கு பெடியளிட்டையும் ஆயுதம் இருக்கவேணுமே... ஆயுதமும் குறைஞ்சு ஆள்வலுவும் குறைஞ்சுகொண்டு போகுது.....'

" எங்கடை ஆக்களுக்கும் உது தேவையில்லாத சோலி... இவையளும் தண்ணியைப் பூட்டியிருக்க்கூடாது தானே... ஏன் அவங்களுக்கு போற தண்ணியை இவை மறிச்சவை...."

"இஞ்சை சோதி... வேணுமெண்டு கதைக்கிற படிச்சவை மாதிரி நீயும் கதைக்காதை.... சமாதான பேச்சுவார்த்தை முறிய முன்னமே திருகோணமலையிலை எங்கடை சனத்தை சந்திக்கப்போன கண்காணிப்புக் குழுவுக்கே செல்லாலை அடிச்சது சிங்கள ஆமி.... அதோடை எங்கடை சனமிருந்த பகுதியளுக்கு கிபிராலை அடிச்சது அவை... இப்பிடியிருக்க எங்கடை பிள்ளையள் ஒரு அடையாள எதிர்ப்பைத் தெரிவிக்கத்தான் மாவிலாறைப் பூட்டினதுகள்.... அதை சண்டையை துவக்கிறதுக்கு ஒரு நல்ல வாய்ப்பாக அரசாங்கம் எடுத்திட்டுது... "

"மாவிலாறு தண்ணியை பூட்டின உடனை கண்காணிப்புக்குழு இயக்கத்தோடை கதைச்சது... சமாதான காலத்திலை அரசாங்கம் நடத்துற பாகுபாடுகளை எடுத்துச் சொல்லிப்போட்டு... மனிதாபிமான அடிப்படையிலை தண்ணியை திறக்க இயக்கம் ஓமெண்டிட்டுது.... அதுக்கும் பிறகுதானே அதைச் சாட்டாக வைச்சுக்கொண்டு அரசாங்கம் சண்டையைத் தொடக்கினது.... "

" தண்ணியை திறக்க ஓமெண்டாப்பிறகு ஏன் சிங்கள ஆமி சண்டையை தொடக்கினவங்கள்? ...... "

" நீங்கள் விசயத்தை வடிவாக ஆராய்ஞ்சு பாக்கவேணும்... திருகோணமலை தமிழற்றை தலைநகர்... இயற்கைத் துறைமுகத்தோடை அதுக்கு கேந்திர முக்கியத்துவம் இருக்கு.... இதிலை பல நாடுகளுக்கு கண்..... ஒரு காலமும் இயக்கம் திருகோணமலையை அவையளுக்கு தாரைவார்க்க விரும்பாது.... இயக்கத்தை அழிச்சால் திருகோணமலையை சிங்கள அரசாங்கத்திட்டை இருந்து லேசாக பெற்றுக்கொள்ளலாம் எண்டு தான் அந்தந்த நாடுகள் நினைக்குது.... ஆனா இயக்கம்தான்... எங்கடை தலைவர்தான் முழு இலங்கையையும் பாதுகாக்கிறார்... இயக்கம் அழிஞ்சால் முழு இலங்கையுமே மற்றமற்ற நாடுகளுக்கு அடிமையாயிடும்... எல்லா நாட்டுக்காரங்களும் இலங்கையிலை வந்து குதிப்பாங்கள்... இலங்கை மற்றமற்ற நாடுகளின்ரை தரமற்ற பொருட்களின்ரை விற்பனை நிலையமா மாறிவிடும்.... இது இப்ப அவைக்கு விளங்காது..."

"தலைவரும்தான் என்ன செய்யிறது.... இந்தப் போராட்டத்தை அழிக்கிறதெண்டு எல்லா நாட்டுக்காரரும் முடிவெடுத்திட்டாங்கள் போலை கிடக்கு.... சிரிச்சு சிரிச்சு பேச்சுக்குளெண்டு வந்தவனெல்லாம் நஞ்சைச் சுமந்துகொண்டு தான் வந்தாங்கள் எண்டது இப்பதானே தெரியுது....."

" நிழல் அரசாங்கத்தையே உப்பிடித் திறமாக நடத்துறாங்கள் ... அவங்களுக்கெண்டு ஒரு நாடு அமைஞ்சா சும்மா இருப்பாங்களோ... கெதியிலை வல்லரசாகி... உலக நாடுகளுக்கு சவாலாகி விடுவாங்கள் எண்டு பயந்திருப்பாங்கள்..... "

"எப்பவும் இயக்கத்தை பலவீனப்படுத்ததான் அவங்கள் நினைப்பாங்கள்.... என்ன இருந்தாலும் இயக்கம் பேச்சுவார்த்தைக்கு போயிருக்கக்கூடாது.... போனதாலை சமாதானம் வந்து.... எல்லாக்குழப்பமும் ஏற்பட்டது.... அதுதான் இப்பிடி எல்லா அழிவுக்கும் காரணமாப் போச்சு... "

"அண்ணை சூடாகாதேங்கோ.... மாறிக்கொண்டு போற உலக ஒழுங்குக்கு ஏத்த மாதிரி போராட்டத்தை நகர்த்த நாங்கள் தயார் எண்டு காட்டத்தான் அவர் பேச ஓமெண்டவர்... மற்றும்படி அவருக்கும் எல்லாம் விளங்கும்... விளங்குதே... "

"பேச்சு வார்த்தைக்கு போகாம விட்டிருந்தாலும் பயங்கரவாதியள்... பிரிவினைவாதியள் எண்டு ஏதோ சொல்லி அடிச்சிருப்பாங்கள் தானே......."

"சரிசரி... எல்லாரும் படுப்பம்.. விடிய என்ன செய்யிறதெண்டு யோசிப்பம்..." என்றான் செல்வராசு.

சனங்கள் நடமாடிக்கொண்டும் கதைத்துக்கொண்டும் இருந்தார்கள். சனங்கள் பெரும்பாலும் எலும்புக் கூடுகள் போலவே தெரிந்தார்கள். பலர் மிகவும் களைத்துப்போனதால் உறங்கிவிட்டார்கள்.

செல்வராசுவும் மெதுவாக சரிந்தான். உறக்கம் வர மறுத்தது.

சாமத்தில் முகத்தில் ஏதோ ஊர்வதுபோல் உணர்ந்து திடுக்கிட்டு விழித்தான் செல்வராசு. மழைத்துளிகள் அவன் முகத்தில் ஒன்றிரண்டாய் விழுந்து கொண்டிருப்பதை அவன் உணர்ந்துகொண்டான்.

"ஆண்டவரே.. இயற்கை கூட எங்களை நல்லாச் சோதிக்குது...." எனப் புலம்பியவனாக பொருட்களை மூடுவதற்காக எழுந்தான்.

"என்னப்பா... மழையே..... எங்கதான் போறியள்...... நனைஞ்சபடி கிடக்க வேண்டியதுதான்........" என்றாள் சோதி.

மழைத்துளிகள் கொஞ்சம் அதிகமாக விழத்தொடங்கின. அக்கம் பக்கத்தில் படுத்திருந்த சனங்களும் எழும்பி ஆரவாரப்படத் தொடங்கினார்கள். செல்வராசு அணிந்திருந்த சேர்ட் ஓரளவு நனைந்துவிட்டது. எத்தனையோ நாட்கள் வேலை காரணமாக மழையில் தெப்பலாக நனைபவன் தான் அவன் என்ற போதும் இப்போது கையறு நிலையில் மழையில் நனைவது அவனுக்கு மனதில் பெரும் வலியை தருவதை அவன் உணர்ந்தான்.

எப்போது மழைவிட்டதோ தெரியாது. காலையில் அவன் கண்விழித்தபோது மழை நின்றிருந்தது. உடல் நன்றாக காய்ந்துவிட்டிருந்தது.

எல்லோரும் விழித்தெழுந்து அப்படியே அமர்ந்திருந்தார்கள். சில குடிசைக்கருகில் அடுப்புகள் எரிந்தன. றொட்டி வாசனையும் வந்தது.

முருகேசண்ணை செல்வராசுவையும் கூட்டிக்கொண்டு போனார்.

"நான் அவரிட்டை கேக்கிறன்... நாங்கள் என்ன செய்யலாம் எண்டு...." என்றார் அவர்.

முருகேசண்ணைக்கு பழக்கமான மயூரன் அங்குநின்றார்.

"என்னமாதிரி அண்ணை.... இரவு நித்திரை கொண்டீங்களோ....?" என்றவர்,

"கஸ்டம்தான் என்ன செய்யிறது... நீங்கள் முதலே வந்திருந்தால் நல்லதா ஒரு இடத்தை பாத்து இருந்திருக்கலாம்.... சரி.... அங்காலை கிணறு கிடக்கு.. தண்ணி எடுக்கலாம்... பொம்பிளையளை இந்தவீட்டு கக்கூசை இப்போதைக்கு பாவிக்கச் சொல்லுங்கோ... ஆம்பிளையள் கடற்கரைக்குதான் போகவேணும்.... சமையல் சாமான் வைச்சிருந்தால் சமையுங்கோ... றோட்டிலை கொஞ்சதூரம் போனால் பெரிய சந்தை ஒண்டு நடக்குது... அதிலை பாத்து மீன் வாங்கலாம்.... ஆனா விலை கட்டுப்படியாகாது..... வேறை ஏதும் உதவி தேவையெண்டால் சொல்லுங்கோ... என்னாலை முடிஞ்சதை செய்து தருவன்.... எனக்கும் இந்த இடம் புதிசுதான்.. ஆனா மனுசருக்கு மனிசர் உதவவேணும்.... அதுவும் முருகேசண்ணைக்கு நான் உதவ கடமைப்பட்டிருக்கிறன்........" என்றார் அவர்.

செல்வராசு அந்த மனிதரை நன்றி உணர்வோடு பார்த்தான். கறுத்த உயரமான தடித்த உருவத்தைக் கொண்ட அவர் தெய்வமாகத் தோன்றினார் அவனுக்கு. அவர் போனதும்,

அவர்கள் கிணற்றடியை எட்டிப்பார்த்தார்கள். பெண்கள் கூட்டமாக இருந்தது. சிலர் குழந்தைகளை குளிப்பாட்டிக் கொண்டிருந்தார்கள். சிலர் தாம் குளித்துக் கொண்டிருந்தார்கள். அவர்களுக்கு மத்தியில் ஒன்றிரண்டு ஆண்களும் தண்ணீர் அள்ளிக்கொண்டிருந்தார்கள்.

பெண்கள் குளிப்பதற்கென கிணற்றைசுற்றி வேலி அடைக்கும் தனது ஊர்ப் பண்பாட்டை அவன் மனம் நினைத்துக்கொண்டது.

திரும்பி இருப்பிடத்துக்கு வந்தார்கள். பெண்களிடம் விடயத்தை கூறி, கழிப்பறை செல்லலாம் என்றும் கால்முகம் கழுவவசதி உள்ளது என்றும் தெரிவித்து விட்டு சந்தையை பார்க்க புறப்பட்டார்கள். அவர்கள் குளிப்பதென்பது அருகிக்கொண்டு வந்தது.

சற்று தள்ளி ஓர் இளம் பெண் அழுதுகொண்டிருந்தாள்.

"ஏனம்மா அழுகிறாய்..." கேட்டான். அவள் பதில் எதுவும் சொல்லவில்லை.

"பிள்ளைக்கு மாத சுகவீனம் வந்திட்டுது தம்பி... உடுப்புமாத்த இடமில்லை... எல்லா இடங்களிலையும் ஆம்பிளையள் இருக்கினம்... ஆம்பிளையளுக்கு முன்னாலை எப்பிடித் தம்பி உடுப்பு மாத்தேலும்... அதுதான் எங்கடை கையாலாகாத நிலைமையை நினைச்சு பிள்ளை அழுது......" என்று அந்தப் பெண்ணுடன் இருந்த வயதான பெண் சொன்னார். அது அந்த இளம்பெண்ணின் தாயாக இருக்கக்கூடும் என நினைத்தான். எல்லாவற்றையும் பார்க்க அவன் மனம் சோர்வுற்றுத் தளர்வடைவதை அவன் உணர்ந்துகொண்டான்.

"பாத்தியளே அண்ணை.... எங்கடை நிலைமையை....." என்று முருகேசண்ணரை கேட்டவன்,

சுகியை அழைத்து, நிலைமையை சுருக்கமாக கூறி அந்தப் பிள்ளைக்கு உடைமாற்ற உதவும்படி கூறினான்.

"இப்பிடி ஒருவிதி தமிழற்றை தலையிலை எழுதப்பட்டிருக்கோ..... உலகம் நாகரிகமடைய நாகரிகமடைய மனிசத்தன்மை கெட்டுக்கொண்டு போகுது..... மனிதாபிமானம் கதைக்கிற எந்த நாடும் எந்த மனித இனமும் எங்களை ஏறெடுத்தும் பாக்கேல்லையே....." கிட்டத்தட்ட அவர் புலம்பினார்.

வீதியில் சனம் கூட்டம் கூட்டமாக நிரம்பி வழிந்தது. போன சனத்துடன் சேர்ந்து நடந்தார்கள். திடீரென பேயிரைச்சல். வானத்தில் கிபிர் விமானங்கள் தாழ்வாகப் பறந்து எகிறின. அவை குத்துப்பாடாக வந்து பின்னர் மறுவளமாகப் பிரண்டு உருண்டு சென்றன. சிலர் விமானத்துக்கு பயந்து ஓடினார்கள். சின்னஞ் சிறுசுகள் வீரிட்டு அலறின.

அதற்குள் புதுக்குடியிருப்பு பக்கமாய் குண்டுகள் விழுந்து வெடிக்கும் சத்தம் கேட்டது. எரிமலைக்குழம்பாய் புகைமண்டலம் எழுவது தெரிந்தது. ஒரே தடைவையில் பல விமானங்கள் எண்ணுக்கணக்கற்ற குண்டுகளைக் கொட்டின.

விமானக்குண்டுகள் விழுந்து முடிய அதே பகுதிக்கு செல்களும் சென்று விழுந்து வெடித்தன.

"கடவுளே.... புதுக்குடியிருப்பு பக்கமா நொருக்கிறான்..... என்ர பொம்பிளைப் பிள்ளையும் புதுக்குடியிருப்பு பக்கம் தான் சண்டையிலை நிக்குதெண்டு கேள்விப்பட்டனான்...." ஓர் அம்மா பதறியபடி வானத்தைப்பார்த்தார்.

"என்னம்மா செய்யிறது?.... எங்கட பிள்ளையள் கடைசிவரையும் எங்களைக் காப்பாத்த எண்டு எல்லா இடமும் நிக்குதுகள்..."

188 | புள்ளிகள் கரைந்தபொழுது

இந்த நெருக்கடி மிகுந்த நிலைமையிலும் வீதியின் ஓரங்களில் விற்பதற்காக சிலபொருட்களை வைத்து ஆங்காங்கே சிலர் அச்சத்துடன் உட்கார்ந்திருந்தனர். அனேகமாக எல்லாமே பாவித்த பொருட்கள்தான். ஒரு பெண் கொஞ்சம் வெங்காயதாள் கட்டுக்களை வைத்திருந்தார்.

ஒரு கட்டு நூற்றைம்பது ரூபாய் என அவர் சொன்னபோது அவனுக்கு தலைசுற்றியது. விட்டால் இதுவும் கிடைக்காது என்ற நிலையில் அதை வாங்கினார்கள்.

"இஞ்ச செல்வராசு.... எல்லாரும் எத்தினை நாளைக்கு உயிரோடை இருக்கப்போறமோ தெரியாது... தனித்தனியா அடுப்பெரிக்கிறதும் கஸ்டம்... பேசாம இனி கிடைக்கிறதை போட்டு ஒண்டா சமைப்பம்..... எல்லாரும் பகிர்ந்து சாப்பிடுவம்...." என்றார் முருகேசண்ணர்.

வெங்காயத்தாளை வாங்கிக்கொண்டு நடக்க கூட்டம் நெரித்தது. எட்டிப்பார்த்தால் மீன் குவியல். நீண்டநாளைக்கு பின்னர் மீனைப்பார்க்க அவர்களுக்கு சந்தோசமாக இருந்தது. ஆனால், மீன் விற்றவர் ஓரளவான மீன் ஒன்றை ஆயிரத்து ஐநூறு ரூபாய் சொன்னபோது, மனம் உடைந்துபோனது.

இன்னும் சற்று தள்ளி நடந்தார்கள். சிலர் மீன் விற்றுக்கொண்டிருந்தார்கள். அங்கு சின்ன மீன்கள் எல்லாம் கலந்து கூறுகூறாக இருந்தன.

அவன் முருகேசண்ணரைப் பார்த்தான்.

"காசிருக்கு.... வேண்டுவம்..." என்றார் அவர். அந்த மீன்கூறுக்கு ஆயிரம் ரூபாய் சொன்னார்கள். அடுத்தவிலை இல்லை. அவர்கள் பார்த்திருக்கவே மீன் விலைப்பட்டுக்கொண்டிருந்தது.

இரண்டு கூறு மீனை வாங்கினார்கள். செல்வராசு காசை எடுக்குமுன்னர் முருகேசண்ணர் காசைக்கொடுத்தார். அவன் ஆயிரம் ரூபாயை அவரிடம் நீட்ட,

"வைச்சிரு ....நாளைக்கு ஏதும் வாங்குவம்...." என்று அந்தக்காசை அவனிடம் வாங்கமறுத்தார் அவர்.

பணம் இல்லாத சிலர் தங்களிடமிருந்த சில பொருட்களை பண்டமாற்றாக கொடுத்தும் மீன்களை வாங்கிச் சென்றனர்.

மீன் சந்தைக்கு அருகிலேயே சிலர் தாங்கள் பயன்படுத்திய சட்டிகள், வெற்றுத் தண்ணீர்ப் போத்தல்கள், பாய்கள், சேலைகள் என்று ஏராளமான பொருட்களை விற்பதற்காக பரப்பி வைத்துவிட்டு இருந்தனர்.

வலைஞர்மடத்தில் அவர்கள் தங்கியிருந்த பகுதிக்கு அண்மையாக கத்தோலிக்க தேவாலயம் இருந்தது. அங்கே தான் வன்னியின்

கத்தோலிக்க குருமார்கள் பலர் தங்கியிருந்தனர். தேவாலயத்திலும் அதன் சுற்றுப்பகுதிகளிலும் சனங்கள் நெருக்கமாக இருந்தனர்.

செல்கள் இரைந்துகொண்டு வரும்போதும் அவை பேரொலியுடன் வெடித்து சிதறும் போதும் சனங்கள் பெரிதாக கதறி அழுதார்கள்.

அப்பொழுதெல்லாம் சனங்களை அழவேண்டாம் என்றும், செபமாலைகளை கையில் எடுத்து பிரார்த்திக்குமாறும் குருமார்கள் அறிவுறுத்தினார்கள். சனங்கள் பிரார்த்தனையில் தம்மை ஈடுபடுத்திக் கொண்டிருந்தார்கள்.

மீன் வாங்கிக்கொண்டு திரும்ப வலைஞர்மட தேவாலயத்தின் முன் ஒருகரையாக கர்ப்பிணிப் பெண் ஒருவர் கைகளை இடுப்பில் வைத்தபடி களைத்துப்போய் நின்றார். அந்தப் பெண்ணின் அருகில் பையில் ஏதோ பொருட்கள் கிடந்தன.

சற்று நடக்க, கிளிநொச்சி அறிவியல்நகரில் மூதாளர்பேணலகத்தில் சமையற்பணி செய்துவந்த ராசகிளி மிதிவண்டி ஒன்றை உருட்டியபடி வந்தான். செல்வராசுவைக்கண்டதும்,

"அண்ணை இஞ்சையோ இருக்கிறியள்?...." எனக் கேட்டான். அவனுடைய கண்களில் நீர் ஊறுவதை செல்வராசு கண்டான்.

"என்னடாப்பா... செலவுக்கு ஏதும் பிரச்சினையோ.....? "

அவன் சுற்றும் முற்றும் பார்த்தான். பிறகு,

"இல்லையண்ணை.... மகளை.... இயக்கத்துக்கு கட்டாயப்படுத்தி கொண்டு போகினமாம்.... " என அவன் சொன்ன விடயம் அவனுக்கு மனதை ஏதோ செய்தது.

"ராசகிளி.... உப்பிடி இயக்கம் செய்யாது... உது இயக்கத்தின்ரை நல்லபேரைக் கெடுக்கிறதுக்கு ஆரோ செய்யிற வேலையாக தான் இருக்கும்...."

"கண்ணாலை கண்டசனம் தானண்ணை சொன்னது.... இயக்கம்தான் பிடிச்சதாம்..."

"ஐயோ ராசகிளி.... நீ சொல்லுறது உண்மையெண்டால்..... முப்பது வருசத்துக்கு மேலை சனத்துககாகவும் நிலத்துக்காகவும் சுயநலமில்லாம போராடுற தலைவரையும் போராளியளையும் சனத்திட்டை இருந்து பிரிக்கிறதுக்காக திட்டமிட்டு ஆரோ செய்யிற சூழ்ச்சியாகத்தான் அது இருக்கும்... எங்கடை போராட்டத்துக்குள்ளை புல்லுருவியளை ஆரோ விதைச்சிட்டாங்கள்...." என செல்வராசு பதறினான்.

"இருக்கலாம் அண்ணை... ஆரும் பெரியாக்களை சந்திச்சு ... எங்கடை நிலைமையை சொல்லி கதைச்சுப் பாப்பம் எண்டு போறன் அண்ணை...." என்று சொல்லிவிட்டு ராசகிளி சென்றான்.

சிறிதுநேரம் எதுவும் கதைக்க முடியாத மன இறுக்கத்தோடு செல்வராசு நடந்தான்.

"ஒருகாலத்திலை போராடுறதுக்கு தேசப்பற்றுக்கொண்ட போராளியள தான் அண்ணை...இயக்கம் உள்வாங்கினது... பிறகு போராட்டம் விரிவடைஞ்ச காலத்திலை... போராடவெண்டு வந்த எல்லாரையும் ஆளணி எண்ட பேரோடை இயக்கம் உள்ள எடுத்துது... இதைப் பயன்படுத்தி... இயக்கத்தை அழிக்க விரும்பின சக்தியள் திட்டமிட்டு இயக்கத்தின்ரை பேரைக்கெடுக்க எண்டு கொஞ்சப்பேரை ஆளணி எண்ட போர்வையிலை உள்ள அனுப்பிவிட்டுது... இதுதான் நடந்திருக்கும் எண்டு நான் நம்புறன் அண்ணை .... இப்ப அப்பிடி நுழைஞ்ச அவங்கள் இயக்கம் எண்ட பேரிலை... இயக்கத்துக்கு கெட்டபேரை ஏற்படுத்துற நடவடிக்கைகளை செய்யிறாங்கள்.... சனங்களின்ரை பலம் இருக்கிறவரைக்கும் இயக்கத்தை அழிக்கேலாது எண்டு அவங்களுக்கு தெரிஞ்சிட்டுது.... அதாலை இயக்கத்திலை வெறுப்பை ஏற்படுத்த இப்பிடி நடக்குது....." என்றான் கூடவந்த முருகேசு அண்ணரிடம்.

"இப்ப உள்ள சூழ்நிலையிலை கூட்டம்போட்டு விளக்கம் சொல்லவோ... இல்லாட்டி நோட்டீஸ் அடிச்சு விடவோ ஏலாது... இப்ப ஆமியை கலைக்கவேணும் எண்டதுதான் இயக்கத்தின்ரை நிலைப்பாடு... சனத்துக்கு மாறாக சூழ்ச்சி செய்யிற கிருமியளின்ரை சுயரூபம் ஒருகாலத்திலை எங்கடை சனத்துக்கு தெரியவரும்... அதுக்கு கொஞ்சக் காலம் எடுக்கும்... ஏனெண்டால் வரலாறு சரியாகத்தான் நகரும்... அது தன்ரை கடமையை செய்யும்.... இதை நாங்கள் மனசிலை நிறுத்துவம்... நீ குழம்பாதை...." என்றார் முருகேசண்ணர்.

"நான் குழம்பேல்லை அண்ணை... என்னால இந்த கதையளை தாங்கமுடியேல்லை... கொஞ்சக்காலத்துக்கு முன்னாலை.... எங்கடை காட்டுப்பகுதியளுக்குள்ளை இயக்க உடுப்பை போட்டுக்கொண்டு பதுங்கிக் கிடந்து இயக்கப் போராளியளின்ரை வாகனங்களுக்கு கிளைமோர் வைச்சாங்கள்... அப்பவும் போராளியளுக்குள்ளை பிரிவினை வந்திட்டுது எண்டு குழப்பியடிச்சு கத்தினாங்கள்... பிறகுபாத்தால் அது அரசாங்கத்தின்ரை கூலிப்படையிலை இருந்த ஆக்கள் செய்தவேலை எண்டு நிரூபணமாகிச்சுது.... அப்பிடித்தான் இப்பவும் இது நடக்குது...." என்றான் செல்வராசு.

"சனங்களும் மன அழுத்தத்திலை இருக்கேக்குள்ளை இதுகளை யோசிக்காதுகள் தானே.... காதிலை விழுற கதையளை நம்புதுகள்...." என்றார் முருகேசண்ணர்.

வீட்டுக்கு செல்லும் வழி பெரிய தூரம் என்றில்லா விட்டாலும் சன நெரிசலில் நடப்பதற்கு நேரமெடுத்தது. நடக்கும் வழியில் காணும் சனங்கள்,

"அண்ணை மீன் எங்க விக்குது?..." என்றும் "அண்ணை மீன் என்னவிலை?" என்றும் கேட்கப்பட்ட கேள்விகளுக்கு பதில்சொல்லி அலுத்தது.

சோதி சோறு வடித்துவிட்டு பார்த்துக்கொண்டிருந்தாள்.

மீனைக்கண்டதும் அக்கம்பக்கத்தில் இருந்தவர்களும் மீன்வாங்கிய இடத்தை விசரித்தார்கள். சிலர் பொலித்தீன் பைகளை தூக்கிக்கொண்டு வேகமாகப் போனார்கள்.

"புளி கிளி ஒண்டுமில்லையப்பா.... என்னெண்டு இந்த மீனைச் சமைக்கிறது..." என்று கேட்டாள் சோதி.

அந்தக் கேள்வி அவனிருந்த மனநிலையில் அவனை எரிச்சலடைய வைத்தது.

"இப்ப ருசி பாக்கிற நேரமில்லை சோதி.... ஏதோ இருக்கிறதைப் போட்டு வை... இன்னும் கொஞ்சநாளைக்கு சண்டை தொடர்ந்தால் சமைக்காம பச்சையாக தவளை பாம்பையும் நாங்கள் தின்னவேண்டிய நிலைமை வரும்...." என்றான் அவன் சோதியிடம.;

மீன்குழம்பும் சோறும் தயாரானது. முதலில் பிள்ளைகளுக்கு உணவைக் கொடுத்தார்கள். பின்னர் பெரியவர்கள் எல்லோரும் சாப்பிட்டார்கள். இரவுக்கென கொஞ்சம் மீன்குழம்பை சோதி எடுத்து மறைத்து வைத்தாள்.

வெறும் தறப்பாளில் சற்று சரிந்த செல்வராசு கண்ணயர்ந்து போனான். விழித்தபோது மாலைப்பொழுதாகிவிட்டிருந்தது. அருகே குமரனும் சுருண்டபடி கிடந்தான்.

செல்வராசு குமரனைப் பார்த்தான். அடுத்தமாதம் அவனுக்கு பதினெட்டு வயது தொடங்குகிறது என நினைத்துப்பார்த்தான். கிட்டத்தட்ட அவன் தன்னுடைய சாயல் என்பதில் செல்வராசுவுக்கு நிறைந்த பெருமிதம்.

" வளர வளர இவன் உங்களை மாதிரியே வாறான்... தகப்பனும் பிள்ளையும் ஒரேமாதிரி இருக்கக் கூடாதாம் எண்டு சொல்லுறவை... எனக்கு பயமாக்கிடக்கு....." என்பாள் சிலவேளைகளில் சோதி.

" உந்த மோட்டுக் கதையளை நம்பக்கூடாது சோதி.... என்ரை பிள்ளை என்னைமாதிரி தானே இருப்பான்....." என அவளிடம் தர்க்கிப்பான் செல்வராசு.

மூக்கின் கீழே மேலுதட்டின் மீது கரிக்கோடாய் குமரனுக்கு மீசை அரும்பியிருந்தது.

செல்வராசு தன்னுடைய பதின்ம வயதுக் காலத்தை நினைத்துப் பார்த்தான். தனக்கு மீசை அரும்பிய காலத்தில் இரகசியமாக

கண்ணாடியில் ஒளிந்து ஒளிந்து மீசையை தடவிப் பார்த்ததை இப்போது நினைக்க சிரிப்பாக இருந்தது.

குமரனின் முதுகை மெதுவாக தடவி விட்டான். குமரன் கூச்சப்பட்டு சிணுங்கியபடியே திரும்பிப் படுத்தான். அவனுடைய பாதங்களில் சேற்றுப்படிவு தெரிந்தது. உடுப்புத் துவைக்கும் கல்லில் சவர்க்காரத்தை பூசி அதிலே குதிக்கால்களைத் தேய்த்து வெள்ளையாக்கும் குமரனின், இப்போதைய கால்களின் நிலை செல்வராசுவின் மனதை ஈரப்படுத்தியது.

சோதி தேநீருக்கான தண்ணீரைக் கொதிக்க வைத்துவிட்டு எல்லோரையும் கூப்பிட்டாள். முருகேசண்ணரின் மனைவி கையில் சீனிப் போத்தலுடன் வந்து, "இதை எல்லாருக்கும் போட்டு ஆத்துங்கோ..." என்றாள்.

எல்லோரும் ஒன்றாக அமர்ந்து தேநீர் அருந்தினார்கள். பக்கத்து கொட்டிலிலில்இருந்த பெண்குழந்தை ஒன்று அவர்களை நோக்கி வந்துநின்று சிரித்தது. அதன்கையில் ஒரு பிஸ்கற் துண்டைக்கொடுத்தாள் சோதி.

குழந்தையை தேடிவந்த தாய் குழந்தை பிஸ்கற் சாப்பிடுவதை பார்த்ததும், புன்னகைத்தாள்.

"கால் முளைச்சிட்டுது... இப்ப ஒருஇடத்திலை இருக்கிறாளில்லை...." என்று தெரிவித்தாள்.

அந்தப் பெண்ணையும் தேநீர் பருக கூப்பிட்டார்கள். முதலில் மறுத்து பின் சோதியின் வற்புறுத்தலால் அப்பெண் அமர்ந்தாள்.

தேனீர் குடித்தபின் விசாரித்தபோது, அந்தப்பெண் திருமணம் செய்து ஒன்றரை வருடங்கள் என்றும், அவளின் கணவன் இரண்டு மாதங்களுக்கு முன்னர் விமானத் தாக்குதலில் இறந்ததும் தெரியவந்தது.

அவர்கள் அனைவரும் மனமுடைந்து போனார்கள். அவளை தங்களுடன் சேர்ந்திருக்கும்படி கேட்டார்கள். தனது தம்பி ஒருவன் போராளியாக களமுனையில் நிற்பதாகவும் தெரிவித்தாள் அவள்.

"என்ன தேவை எண்டாலும் கேளுங்கோ பிள்ளை.... எங்களாலை முடிஞ்சளவுக்கு உதவிசெய்வம்....."

"ஓமண்ணை.... மிக்க நன்றி..."

அவள் குழந்தையை தூக்கிக்கொண்டு சென்றபின், சுந்தரமண்ணரும் செல்வராசுவும் காலாற நடக்க புறப்பட்டனர்.

எங்கிருந்து வந்ததென்று தெரியாமல் இரண்டு செல்கள் வெடிக்கும் சத்தம் கேட்டது.

"பக்கத்திலை தேவாலயம் இருக்கு... இஞ்ச அடிக்கமாட்டான் எண்டாங்கள்... இப்ப இஞ்சயும் அடிக்கிறாங்கள்..." என்றார் சுந்தரமண்ணர்.

"அவன் எல்லாரையும் அழிக்க முடிவெடுத்திட்டான்... இனி எல்லா இடமும் அடிப்பான்.... தேவாலயம் என்ன ... கோயிலென்ன.... ஆர் செத்தாலும் தமிழன் தானே சாவான் எண்டு அவங்களுக்குத் தெரியும்......."

இருவரும் நடந்துகொண்டிருக்க இன்னொரு செல் தலையை உரசுமாப் போல் சென்று விழுந்து வெடித்தது. மணல் அவர்கள் மேல் மழைபோல சொரிந்தது. இருவரும் தொப்பென நிலத்தில் விழுந்து படுத்தார்கள்.

சனங்கள் கூக்குரலிட்டபடி சிதறி ஓடினர். கத்தல்களும் கதறல்களும் அவனின் காதுகளைத் துளைத்தன. சிலர் நிலத்தில் விழுந்து படுத்தனர்.

"ஐயோ செல்வராசு.... வீட்டை போவம்...." முகத்தசையும் கால்களும் நடுங்க சுந்தரம் சொன்னார். அவனுக்கும் பயம் தொற்றிக்கொள்வதை உணர்ந்தான்.

"அண்ணை கொஞ்சம் இடைவெளி விட்டு மற்றது அடிப்பான்... பாத்திட்டு போவம்... நிலத்திலை படுத்திருங்கோ...

கொஞ்சநேரம் இருவரும் வீதியில் கிடந்தார்கள். இவர்களைக் கடந்து பெண்களும் குழந்தைகளும் கத்திக் குழறியபடி ஓடினார்கள்.

"எழும்புங்கோ அண்ணை போவம்...."

சுந்தரமண்ணை உடலில் ஒட்டிக்கிடந்த மணலைத் துடைத்தபடி எழுந்தார். எதுவும் பேசாமல் நடந்தார்கள்.

"செல்லடிக்கிறான்... எங்கைதிரியிறியள் அண்ணை... "

குரலுக்குரியவனை நிமிர்ந்துபார்த்தான் செல்வராசு. முகத்தில் தாடியுடனும் சாரம் சேட்டுடனும் ஜெயகரன்.....

ஜெயகரனின் தோற்றம் அவனுக்கு ஏதோமாதிரி இருந்தது.

ஜெயகரன் ஓர் இளங்கவிஞன். மிகவும் பண்பானவன். அதிர்ந்து பேசாதவன். ஆனால் அவனின் கவிதைகள் பலரைச் சுடுவதுண்டு. செல்வராசுவும் படிக்கின்ற காலத்தில் கவிதை எழுத முயன்றவன் தான்.

"ஜெயா.... என்ன உங்கடை தோற்றம்...." எனக்கேட்டான் செல்வராசு துயரம் தோய்ந்த குரலில்.

"அண்ணை... யுத்தகாலம் எண்டால் இப்பிடித் தானண்ணை..... எல்லாத்தையும் எதிர்கொள்ளத்தான் வேணும்... வேலிக்கு அடிபட்டு.. வெட்டுப்படேக்கையே உயிருகள் போறது.... நாட்டுக்காக அடிபடேக்கை இழப்பு கொஞ்சம் கூடவாகத்தான் இருக்கும்... என்ன செய்யிறது... அதுசரி.... சண்டை நல்லா இறுகிட்டுது... சிங்களக் கட்சிக்காரங்கள்

எல்லாரும் ஒண்டுசேர்ந்து நிக்கிறாங்கள்.... இயக்கம் கடைசி ஆள் இருக்கிறவரையும் திருப்பி அடிக்கும்.... எங்களை நாங்கள் தான் பாதுகாத்துக் கொள்ளவேணும்..... "

'என்ன ஜெயா வெருட்டுறியள்.....'

'வெருட்டேல்லை அண்ணை... உண்மை இப்ப இதுதான்... நடுவிலை இருக்கிறது சனம்தானே... எங்களை நாங்கள் தான் பாதுகாத்துக் கொள்ளவேணும்......'

கையில் பிடித்து அழுத்தமாக சொல்லிவிட்டு செல்லும் ஜெயகரனை பார்த்தபடி நின்றான் செல்வராசு.

'நட செல்வராசு... தேடப்போகுதுகள்.....'

இவர்களைக்கண்டதும் அழாத குறையாய்,

"எங்கையப்பா போனனீங்கள்.... ஒவ்வொருக்காலும் ஈரல்குலை நடுங்குது....." என்றாள் சோதி.

'இனி அடுத்தது இந்த இடம் தான்... '

இரவு விளக்குவசதி ஏதும் இல்லாததால் பின்னேரமே மீன் குழம்பையும் சோற்றையும் போட்டு பிரட்டினாள் சோதி.

அப்படியே எல்லோரும் கையில் வாங்கி உண்டனர். ஆளாளுக்கு ஒரு பெரிய கவளமும் சிறிய கவளமும் கிடைத்தன.

புள்ளி – 15

மழை இலேசாகத் தூறத்தொடங்கியது. வழமையாக மென்மையான மழைத்துளிகளை தன் முகத்தில் ஏந்துவது அவனைப் பரவசப் படுத்தும். ஆனால் இன்று அவனின் முகத்தில் விழுந்த மழைத்துளிகள் சடப்பொருளின் மேல் வீழ்ந்தவையாகத் தோன்றின. எல்லாப் பிள்ளைகளையும் சோதி பதுங்கு குழிக்குள் அனுப்பினாள். பெரியவர்கள் மரத்தின் அடியில் இருந்தார்கள். நிலைமை மோசமாகிக் கொண்டு போவதை நினைத்து தனக்குள்ளாக கவலைப்பட்டுக்கொண்டான் செல்வராசு.

அரசாங்கம் முல்லைத்தீவு மாவட்டத்தின் மாத்தளன் மருத்துவமனை உள்ளிட்ட சுற்றுப் பகுதியை பாதுகாப்பு வலயமாக அறிவித்திருந்ததாக கூறி சனங்கள் அங்கும் சென்று இருந்தார்கள்.

நிலம் விடியாத அதிகாலையில் உறுமிக்கொண்டு வந்த செல்கள் உறக்கத்தை கலைத்தன. புதுக்குடியிருப்பு, மாத்தளன், அம்பலவன்பொக்கணை, இரணைப்பாலை என எல்லாப் பகுதிகளும் இராணுவத்தினரின் செல் தாக்குதலில் கதிகலங்கின.

மாத்தளன் மருத்துவமனைச் சுற்றயலில் இருந்த சனங்களில் தங்களால் இயன்றவர்கள் உயிர்தப்பி வலைஞர்மடம் பகுதிக்கு ஓடிவந்திருந்தார்கள்.

அப்படி ஓடி நளாயினியும் வந்திருந்தாள். அவளின் முகம் வியர்த்திருந்தது. கண்களின் கீழ்ப்பகுதி கருமையாக தெரிந்தது.

"மாமா... அம்மாக்கள் எங்கை இருக்கினம் எண்டு தெரியுமே...." சிங்கத்திடமிருந்து தப்பியோடி வந்த மான்குட்டியாய் அவளுடல் நடுங்கிக் கொண்டிருந்தது.

செல்கள் எல்லாம் செறிந்திருந்த மக்கள் மத்தியில் வந்து விழுந்து ஆயிரக் கணக்கான சனங்கள் இறந்து கிடப்பதாக நளாயினி சொன்னபோது அவளின் கண்களில் மிரட்சி தெரிந்தது.

அவளை ஆசுவாசப்படுத்தி அவளுக்கு கொஞ்சம் தண்ணீர் குடிக்க கொடுத்தான் செல்வராசு.

"முதலிலை அம்மாக்களை கண்டு பிடிக்கவேணும் மாமா... இனி என்னாலை இஞ்சை நிக்க முடியாது... அம்மாக்களோடை சேரவேணும்... எனக்கு பயமாக் கிடக்கு மாமா...." நளாயினியின் உதடுகள் விம்மின.

"அழாதைபிள்ளை... எப்பிடியும் உம்மை அம்மாக்களோடை சேர்க்கிறது என்ரை பொறுப்பு... சரியோ..."

நளாயினி தலையை ஆட்டினாள்.

இறந்தவர்களையோ காயமுற்றவர்களையோ மீட்பதற்காக தாங்கள் நின்றால் தாமும் இறக்கக்கூடும் என்ற அச்சத்தில் ஓடிவந்ததாக ஒருவர் கூறிக்கொண்டார். காயப்பட்டவர்கள் தங்களை காப்பாற்றுமாறு கதறுவதாகவும் அவர் தெரிவித்தார்.

இவ்வாறாக அங்கிருந்து தப்பி ஓடிவந்தவர்களின் கதைகள் கலக்கத்தை ஏற்படுத்தின. வேறு வழி ஏதும் இல்லாமல் இராணுவத்தினரின் அரண்களை நோக்கியும் அவலக்குரல் எழுப்பியபடியும் கைகளை உயர்த்தியபடியும் சனங்கள் ஓடியதைக் கண்டதாகவும் கூறினார்கள்.

எல்லாவற்றையும் கேட்க செல்வராசுவுக்கு மண்டை விறைத்தது.

"ச்சீ... இந்தப்பிள்ளை நம்பிக்கை இல்லாம வெளிக்கிட்டுப் போட்டுதே... பாவம்... எங்கை போய் நிண்டு கஸ்டப்படுகுதோ....

காலையில் எழுந்து பார்த்தபோது நளாயினியைக் காணவில்லை. அவன் துடித்துப் போனான்.

மனம் வலித்துப் போனது.

மாத்தளனில் அடைக்கலம் கோரி ஓடிப்போன சனங்கள் மீதும் படையினர் சுட்டதால்.... சதுப்புவெளியில் செத்த உடல்களும், காயப்பட்ட சனங்களும் ஆங்காங்கே கிடப்பதாகவும் பேச்சு அடிபட்டது.

ஆவேசங்கொண்டு படையினர் மாத்தளன் மருத்துவமனைப் பகுதிகளுக்கும் செல்களை ஏவினார்கள் என்றனர் ஓடிவந்தவர்கள்.

மருத்துவமனையில் கிடந்த காயப்பட்ட சனங்களும் செல்லில் கொல்லப்பட்டதாகவும் குவியல் குவியலாக மனித தசைகள் கிடப்பதாகவும் பெண் ஒருவர் சொன்னார். அவர் அணிந்திருந்த ஆடை குருதியில் நனைந்து காய்ந்திருந்தது.

ஆரம்ப சுகாதார நிலையத்தில் குழந்தைகளுக்கான பால்மா வழங்கப்படுவதாக அறிந்து, தனது குழந்தையை தாயிடம் கொடுத்துவிட்டு..... பதிவு அட்டையுடன் சென்ற தாய் ஒருவர் எறிகணைத் தாக்குதலில் உடல் சிதறிவிட்டதாக யாரோ சொன்னார்கள்.

"இவ்வளவு சனத்தையும் செல்லடிச்சு கொன்று போட்டு.... பாதுகாப்பு வலயப் பகுதியிலை இருக்கிற சனத்தை பாதுகாப்பாக படையினர் மீட்கினம் எண்டு உலகத்துக்கு பொய் சொல்லுது அரசாங்கம்..... ஒரு வெளிநாட்டுப் பிரதிநிதி எண்டாலும் இரக்கப்பட்டு இஞ்சை வந்து பார்த்திட்டு போய் எங்கட நிலமையை உலகத்துக்கு சொல்லுங்கோவன்ரா....." வயதான தாய் ஒருவர் கதறிக் கொண்டிருந்தார்.

"காயப்பட்ட ஆக்கள் கொஞ்சப்பேர் மாத்தளன் ஆஸ்பத்திரியிலை இருக்கினம் எண்டு கேள்விப்பட்டு.... என்ரை இவரும் இருக்கிறாரோ

எண்டு தேடிப்பாக்கலாம் எண்டு போனனான்..... அந்த இடத்த கண்ணாலை பாக்க ஏலுமே...... அதுக்கிடையிலை செல்லடி தொடங்கிவிட்டுது.... ஏதோ.... தப்பி வந்திட்டன்....' என்றார் ஓர் இளம்பெண்.

அவர்கள் இருந்த வலைஞர்மடம் தேவாலயத்தை சூழ்ந்த பகுதிகளிலும் அதிகாலையில் இருந்து இராணுவம் ஏவிய செல்கள் விழுந்தன. இடைவிடாது நடத்தப்பட்ட அந்த தாக்குதலில் பலர் உயிரிழந்துவிட்டதாக சனங்கள் தகவல்கள் பரிமாறிக்கொண்டிருந்தார்கள்.

மாத்தளன் பகுதி பாதுகாப்பானது என்ற அரசின் அறிவித்தலால் அங்கு நிறையப்பேர் பாதுகாப்புத் தேடிப் போனதாக அவன் அறிந்திருந்தான். மக்கள் செறிந்திருந்த அந்த மருத்துவமனையைச் சுற்றியுள்ள பகுதிகளில் விழுந்த செல்களால், அந்தச் சனங்கள் பலர் செத்துவிட்டதை அறிந்ததில் இருந்து அவனுக்கு நிம்மதி இல்லை. மருத்துவமனை மீது கூட ஈவிரக்கமின்றி தாக்குதல் நடத்துகின்ற அரசின் வெறியாட்டம் அவனுக்கு ஆத்திரத்தை ஏற்படுத்தியது.

மாத்தளனில் இருந்து உடுத்தியிருந்த உடையுடன் தனது இரண்டுவயதுக் குழந்தையை மட்டும் கொண்டு ஓடிவந்திருந்தாள் ஒருபெண். அவளின் அழுகையும் அச்சமும் பேரவலமாக தெரிந்தது.

அவர்களின் கூடாரத்துக்கு அப்பால் சிறிது தூரத்தில் ஒரு வயதான கணவனும் மனைவியும் இருந்தனர். அவர்கள் களத்தில் நிற்கும் தங்கள் மகன் குடும்பத்தின் இரண்டு வயதுக்குழந்தையை வைத்திருந்தார்கள்.

அந்த வயதான அம்மா எந்நேரமும் குழந்தையுடன் இருந்தார். வயதான ஐயா தண்ணீர் எடுப்பது முதல் அனைத்து வேலைகளையும் செய்தார். குழந்தை நித்திரையாகும் நேரங்களில் அந்த அம்மா குளிப்பதுடன் சமையலையும் செய்தார். ஏல்லாவற்றையும் நினைத்துப்பார்க்க அவனுக்கு தாளாத துயராக இருந்தது.

வழமைக்கு மாறாக நேரத்துடன் இருள்பரவத் தொடங்கியது. வானத்தில் நான்கு பக்கமிருந்தும் இராணுவத்தினர் ஏவிய வெளிச்சக்குண்டுகள் வானவெளியில் மிதந்தன. டுப் என்ற சிறிய சத்தத்துடன் மேலெழும் அவை ஒளிர்வதையும் பின்னர் அணைவதையும் வேடிக்கை பார்த்தபடி இருந்தான் செல்வராசு.

செல்வராசுவின் மனதில் பல்வேறு விதமான எண்ணங்கள் எழுந்தன. அவனுடைய அப்பா ஒருகாலத்தில் தமிழரசுக்கட்சியின் தீவிரமான ஆதரவாளராக இருந்தவர் என்பதையும் அக்கட்சியின் பல சத்தியாக்கிரக போராட்டங்களில் பங்கெடுத்தவர் என்பதையும் அவன் நினைத்துப்பார்த்தான்.

சத்தியாக்கிரகிகளின் மீதுகூட அன்று இலங்கை அரசின் காடையர்கள் ஆயதங்களால் தாக்கியதை அவன் அறிந்திருக்கிறான்.

யாழ்ப்பாணக் கச்சேரிமுன்பாகவும் அந்தக்காலத்தில் அறவழிப் போராட்டத்தை தமிழரசுக்கட்சி நடத்தியபோது, அதில் கலந்துகொண்ட அப்பாவுக்கும் ஒருமுறை பொலிசார் அடித்திருக்கிறார்கள்.

இன்று அடுத்த தலைமுறையான தானும் தனக்கு அடுத்ததலைமுறையான தன் பிள்ளைகளும்கூட தாக்குதல்களுக் குள்ளாகிவருவதை அவன் வேதனையோடு நினைத்துப்பார்த்தான்.

"இந்தப் போராட்டம் வெல்லவேணும்... வெண்டாத்தான் எங்கட அடுத்ததலை முறையாவது அடிவேண்டாம வாழும்....' என நினைத்துக்கொண்டான்.

இந்தப்போராட்டம் வெல்லவேணும் எண்டு நினைக்கிறநான் போருக்கு என்னபங்களிப்பு செய்தனான்?.... என்றும் நினைத்துப்பார்த்தான்.

"ஒருவேளை எல்லாரும் பங்களிச்சா இந்தப்போராட்டம் கட்டாயம் வெல்லுமோ..."என்று நினைத்துப்பார்த்தான்.

அவனது மனதில் பலவாறான சிந்தனைகள் ஓடிக்கொண்டிருந்தன.

"என்னடாப்பா யோசிக்கிறாய்..."என்றபடி சுந்தரமண்ணை வந்து அவனருகில் அமர்ந்தார்.

"அம்பதுவருசமா எங்களை அவங்கள் அடிச்சுக் கொண்டிருக்கிறாங்கள்...இதுக்கொரு முடிவுவராதோ எண்டு யோசிக்கிறன் அண்ணை....."என்றான்.

"டேய் செல்வராசு... முடிவுவாறதெண்டா இப்ப இந்த தலைவற்ற காலத்திலை தான்ரா வரும்.... செல்வநாயகத்தாருக்கு பிறகு ஒரு தலைவனும் எங்களுக்காக சிந்திக்கேல்லை... தங்களுக்காக தான்ரா சிந்திச்சவங்கள்..... அவங்கள் விட்ட பிழையாலதான் இண்டைக்கு எங்கடபிள்ளையள் இப்பிடி சாகுதுகள்...... "

"எப்பவும் அவையை இவையை குற்றம் சாட்டுறதை விட்டுட்டு நாங்கள் என்ன செய்தம் எண்டு யோசிப்பமண்ணை... எவ்வளவு பிள்ளையள் இந்தபோராட்டத்திலை இணைஞ்சு போராடிச் சாகுதுகள்.... இதுகள் என்ரையோ உங்கடையோ பிள்ளையள் இல்லை... ஆரோபெத்த பிள்ளையள்... இதுகள் உயிரைக்குடுத்து எங்களையும் எங்கடை குடும்ப உறுப்பினர்களையும் பாதுகாக்கவேணும் எண்டு நாங்கள் நினைக்கிறது எங்கடை சுயநலமில்லையோ அண்ணை........... "

"........................... "

"அண்ணை ஆமிக்காறன் ஒவ்வொரு செல் அடிக்கேக்கையும் நாங்கள் விட்டபிழை உறைக்குது....... இப்பிடி பயந்து மனுசி பிள்ளைகுட்டியள் எண்டு ஒதுங்கி இருக்கவே வெக்கமாக்

கிடக்கண்ணை..... ஆனாலும் ஒண்டுஞ்செய்ய விடாத சுயநலமும் விடுகுதில்லையே......"

"இஞ்சபார் செல்வராசு.... காலம் கடந்திட்டுது எண்டு நான் நினைக்கிறன்... இவளவுநாளும் நடந்த சண்டைமாதிரி இல்ல இது எண்டு நினைக்கிறன்.... தமிழரை அழிக்க அவன் நினைச்சிட்டான்... அழிக்கிறான்.... ஆரும் ஏனெண்டு கேக்கப் போறதில்லை......."

"..................................."

"மாத்தளனிலை உவ்வளவு செல்லும் கொட்டி சனத்தை கொண்டிட்டான்... எந்தநாடு வாய்திறந்தது.... எல்லாரும் அழியட்டும் எண்டு பாத்துக் கொண்டிருக்கிறாங்கள்.... ஓ..."

"ஓமண்ணை இப்பிடி நாளும் பொழுதுமாச் சாகிறதை விட..... ஒரேயடியா கிரோசிமாவிலை அமெரிக்கா போட்மாதிரி ஒரு அணு குண்டைப் போட்டாங்களெண்டால் நல்லது....... எல்லாரும் ஒருதடவையிலை செத்திடலாம்..."

"டேய்... நாங்கள் அழியக்கூடாதடா.... எங்கட இனம் அழியக்கூடாதடா..... எங்கட அடுத்த தலைமுறை நல்லா இருக்கவேணுமடா...... நல்லா இருந்து காட்டவேணுமடா.... இது தமிழன்ரை நிலமடா... இதை இழக்கக்கூடாதடா நாங்கள்......"

சுந்தரமண்ணை கண்கள் கலங்க குரல் கம்ம பெரிதாக சத்தமிட்டு நெஞ்சில் தட்டிச் சொன்னார்.

"இதென்ன அண்ணை.... அழிஞ்சுபோக எனக்கு விருப்பமே..... அப்பிடி அழிஞ்சுகொண்டிருக்கிறமே எண்டதை தாங்கமுடியாமத்தான் சொன்னனான் அண்ணை.........."

செல்வராசு அவரின் கைகளைப் பிடித்து கூறியபோது அவனின் கண்கள் கலங்கின.

மீண்டும் செல்கள் இரைந்துவந்து விழுந்து வெடிக்கத் தொடங்கின. மழைவேறு தூறத்தொடங்கியது. குளிர் காற்றும் மெதுவாக சேர்ந்துகொண்டது.

செல்வராசு வானத்தில் மிதக்கும் வெளிச்சக் குண்டுகளையே பார்த்துக் கொண்டிருந்தான். சிறுவயதில் துரை மாமாவிடம் கேட்ட பேய்க்கதைகள் நினைவுக்கு வந்தன.

இந்த வெளிச்சக் குண்டுகள் போலத் தான் அன்றைய கொள்ளிவால் பேய்கள் இருந்திருக்கும் என நினைத்தான்.

"செல்வராசு.... இதிலையும் இருக்கேலாட்டி... எங்கையடா இனிப் போகேலும்.... நாங்களும் ஓடஓட அவனும் துரத்தித் துரத்திக் கொண்டு வாறான்...."

"கொஞ்ச சனம் கரையா முள்ளிவாய்க்கால் எண்ட இடத்துக்கு போகுதெண்டு கேள்வி... அங்கையும் சனம் நிம்பி வழியுதெண்டு சனம் கதைக்குதுகள்... எனக்கு தெரிஞ்ச பாதர் தங்கட சிறுவர் இல்ல பிள்ளையளை அங்கை வைச்சிருக்கிறார் எண்டும் அறிஞ்சனான்.... நான் அவையளுக்கு நிறைய தரம் சாமானுகள் ஏத்தி இறக்கியிருக்கிறன் அண்ணை.... ஏதும் சிக்கல் எண்டால் அவரிட்ட போவம்........"

"ஒருக்கால் போய் அவரோட கதைச்சால் என்ன....."

"அங்கை போய் திரும்பி வரேலாதண்ணை... போறதெண்டால் ஒரேயடியா போறதுதான் நல்லது...... பாப்பம்..........."

அவர்கள் கதைத்துக் கொண்டிருக்கும் போதும் செல்கள் விழுந்து கொண்டிருந்தன.

அப்போது ஏற்கனவே காயப்பட்டு கைத்தடியின் உதவியுடன் நடமாடிக் கொண்டிருந்த மயூரன் அண்ணை வந்தார்.

"எட செல்வராசு... நீயும் இஞ்சையே இருக்கிறாய்......" என்றார்.

"ஓமண்ணை... நீங்கள்................"

"நாங்கள் இப்ப பின்னேரம்போல வந்தனாங்கள்....விசயம் தெரியுமே.............."

"சொல்லுங்கோ அண்ணை.......:"

அவர் கிட்ட வந்தார்.

"செல்வராசு...... ஆனந்தபுரத்திலை ஒரு ஊடறுப்புச் சண்டையை நடத்த இயக்கம் பிளான் பண்ணினதாம்... அந்த விசயம் முதலே ஆமிகக்கு தெரிஞ்சு... தாக்குதல் திட்டத்தோடை போன எங்கட எல்லாத் தளபதிமாரையும் போராளியளையும் சுத்தி ஆமி பொக்ஸ் அடிச்சு வைச்சிருக்கிறான் எண்டு நம்பிக்கையாக அறிஞ்சனான்..... அவை உடைச்சு வெளிய வந்தால்தான் எங்கட பக்கம் நிமிரலாம்... இல்லாட்டி........ எங்கடை பக்கம் சொல்லேலாது.........."

"ஆராராம் அண்ணை................."

"கிட்டத்தட்ட எல்லாரையும் தான்....... விதுசா... துர்க்கா..... தீபன்... கடாபி..... எண்டு பெரியவையள் எல்லாரும் தான்.................."

"அண்ணை... உதைவிட பெரிய பொக்ஸ் எல்லாத்தையும் உடைச்சு வெளியிலை வந்தவங்கள் அண்ணை.... எங்கடை தளபதிமார்... தீபனுக்கு உது பெரிய விசயமில்லை அண்ணை... அவங்கள் எப்பிடியும் உடைச்சுக்கொண்டு வருவாங்கள்....."

"இல்லையடா...... எனக்கு ஏதோ பயமாக்கிடக்கு.... சண்டை போற போக்கு நல்லதாப் படேல்லையடா..... இயக்கமும் சரியாக கஸ்டப்படுகுது.....

காயப்பட்ட சனத்தையும் காப்பாற்ற முடியேல்ல..... போராளியளும் செத்துக் கொண்டிருக்கினம்.... சாப்பாடில்லை.... மருந்தில்லை....."

"அண்ணை நீங்கள் கடுமையாக யோசிக்காதேங்கோ... தலைவர் ஏதோ ஒரு திட்டம் வைச்சிருப்பர்தானே...."

"அந்தாளின்ர தலையிலை சுமையை ஏத்திப்போட்டு நாங்கள் குளிர்காயிறமோ எண்டு எனக்கு பயமாக்கிடக்கு..... அவருக்கு ஏதும் எண்டால்.... நான் சொல்லுறன் கடவுளாலையும் எங்கட சனத்தை வாழவைக்க ஏலாது......"

அவன் மனமும் சஞ்சலமுற்றது. செல்வராசு அமைதியாக இருந்தான்.

இரவு நீண்டுகொண்டு போனது.

'ஏதோ ஒரு முடிவு வரத்தான் போகிறது... நல்லதோ கெட்டதோ அதை ஏற்றுக்கொண்டு தான் ஆகவேண்டும் என்று மனம் சொன்னது............'

அவனையும் அறியாமல் கண்கள் கலங்கின. போராட்டத்தின் ஒவ்வொரு அங்குல வளர்ச்சியையும் பார்த்திருந்த தனது கண்கள் காணக்கூடாத காட்சிகளையும் காதுகள் கேட்கக் கூடாத வார்த்தைகளையும் காண்பதையும் கேட்பதையும் எண்ணி அவன்மனம் துடித்தது.

வானம் வெளிச்சத்தாலும் புகையாலும் சூழப்பட்டுக் கிடந்தது. வெடிமருந்தின் மணம் நாசிகளுக்குள் புகுந்து வயிற்றைப்பிரட்டியது.

இருந்தாற் போல் ஐயோ என்றகுரல் அனைவரையும் திடுக்கிடவைத்தது. அது முருகேசண்ணரின் மனைவியின் குரல் என புரிந்தது.

'என்னப்பா.... என்ன...... ஏனிப்ப கத்துறாய்?......'

முருகேசண்ணர் பதறினார்.

"ஐயோ..... என்ர தோள் மூட்டில ஏதோ கடிச்சிட்டுது...."

ஓடிப்போனார்கள். அவவின் முதுகுவழியாக இரத்தம் வழிந்தது.

"அண்ண.. ரவுண்ஸ் கொழுவிட்டுது... உடனை ஆஸ்பத்திரிக்கு கொண்டு போகவேணும்............."

"ஆஸபத்திரி ஒண்டும் இப்ப இல்லை.... இருந்தாலும் எங்கை தேடுறது......"

"அண்ணை.... உந்த ஆலடிக்கு பக்கத்தால திரும்ப ஒரு இடத்திலை மருந்து கட்டுறாங்கள்... கொண்டுபோங்கோ...." என்றார் ஒருவர்.

முருகேசண்ணரின் மனைவியை மெல்ல எழுப்பி நடத்தி கூட்டிக்கொண்டு போனார்கள்.

முந்நூறுமீற்றர் தூரத்திலிருந்த அந்த இடத்தை அடைய ஒன்றரை மணிநேரம் பிடித்தது. அங்கு காயக்காரர்கள் நிறைந்திருந்தனர். அழுகையும் கண்ணீருமாகத் தெரிந்தது. பல குழந்தைகளையும் காயப்பட்ட நிலையில் கொண்டு வந்திருந்தனர்.

நீண்ட காத்திருப்புக்குப் பின்னர் முருகேசண்ணரின் மனைவியின் தோட்பட்டையில் கொழுவிய துப்பாக்கிக் குண்டை அகற்றி மருந்திட்டனர். நித்திரையின்றி போதிய உணவுமின்றி பாதுகாப்பற்ற சூழலில் பம்பரமாக இயங்கிக் கொண்டிருந்தனர் மருத்துவ போராளிகள்.

அதிகாலையளவில் அவர்கள் மீண்டும் தாமிருந்த மரத்தடிக்கு வந்தனர். இப்போது காற்றில் நுழைந்துகொண்டிருந்த துப்பாக்கிக் குண்டுகள் அதிகளவில் சனங்களை காயப்படுத்திக்கொண்டிருந்தது.

"இன்று இரவுக்கு மேல் இங்கேயும் இருக்கமுடியாது......" என செல்வராசு நினைத்துக்கொண்டான்.

கடல் பெருஞ்சத்தத்துடன் இரைந்துகொண்டிருந்தது. சனங்கள் நித்திரையின்றி அலைந்துகொண்டே இருந்தார்கள். பத்து நிமிடத்துக்கு ஒருதடைவையாவது காயப்பட்டவர்களின் அலறல் குரல் கேட்டுக்கொண்டிருந்தது.

இதனிடையே அவர்கள் தங்கியிருந்த வளவுக்கார ஐயா வந்தார்.

"தம்பியவை எல்லாம் போச்சு.... இனி அவரவை செய்ய நினைக்கிறதை செய்யுங்கோ........" என்றார்.

செல்வராசு அவரைப்பார்த்தான். அவனுக்கு ஏதும் புரிந்தமாதிரி இல்லை.

"ஆனந்தபுரத்திலை சுத்திவளைச்சு வைச்சிருந்த எல்லாப் போராளியளையும் ஆமிக்காரன் நச்சுப் புகையடிச்சு சாக்கொண்டுபோட்டாங்களாம்..........."

செல்வராசுவுக்கு உடம்பு முழுவதும் மின்சாரம் பாய்ச்சியமாதிரி இருந்தது. உடனடியாக உடலை நிமிர்த்தி எழுந்தான்.

"ஆர் சொன்னது?............"

"அங்காலை சுனாமிவீட்டிலை இயக்கப்பிள்ளையள் கொஞ்சப்பேர் காயப்பட்டவை வந்திருக்கினம்........ அந்த கொட்டிலிலை விதுசா துர்க்காவின்ரை படம் வைச்சு அஞ்சலி நடக்குதாம்......."

அவன் சுனாமி வீட்டடிக்கு நகர்ந்தான். போராளிப் பிள்ளைகள் நின்றார்கள். அவனை மேலும் கீழுமாகப் பார்த்தார்கள்.

"பிள்ளையள் தவறா நினைக்காதேங்கோ... ஜானகியக்காவுக்கு என்னை நல்லாத் தெரியும்.... அவவிட்டை மிசின் வைச்சிருக்கிற செல்வராசு எண்டு கேட்டால் அவவுக்கு விளங்கும்.... அவ இப்ப

எங்கையெண்டு தெரியாது... நான் மாவீரரின்ரை படத்துக்கு அஞ்சலி செய்யலாமோ..." எனக் கேட்டான்.

அவனது குரல் கேட்டோ என்னவோ உள்ளேயிருந்து இன்னொரு போராளி எட்டிப் பார்த்தாள்.

"அக்கா... இவர் மாவீரருக்கு வணக்கம் செலுத்த வேணுமாம்.... "

"இந்தச் சண்டைக்குள்ளையும் எங்களோடை நிக்கிற ஆக்களை நாங்கள் சந்தேகப்படக்கூடாது...... அவைக்கும் போராட்ட உணர்வு இருக்கும்... போராளியளிலை பற்று இருக்கும் தானே..." என்ற அந்தப் போராளிப்பெண் செல்வராசுவை உள்ளே அழைத்துப் போனாள்.

உள்ளே சிறிய வாங்கு ஒன்றில் தளபதி தீபன், கடாபி மாஸ்ரர், விதுசா, துர்க்கா, தமிழ்ச்செல்வி எனப் பல மாவீரர்களின் உருவப் படங்கள் இருந்தன. எல்லாப் படங்களின் முன்னாலும் மண் சுட்டியிலான தீபங்கள் எரிந்துகொண்டிருந்தன.

அவன் கண்களை மூடி தன் மெய்யுருக நின்றான். அவனையும் அறியாமல் கண்கள் நீரை உகுத்தன.

கண்களைத் துடைத்துக்கொண்டு, போராளிகளுக்கு கையசைத்து விட்டு வந்தான். அவன் மனம் என்றும் இல்லாதவாறு துவண்டு தொங்கியது.

"டேய் செல்வராசு..........மாமரம் நிக்கிற வளவுக்குள்ளை கோப்பிறட்டிக்காறங்கள் உருளைக்கிழங்கு குடுக்கிறாங்களாம்.......... ஒருகாட்டுக்கு அரைக் கிலோவாம்...... சனம் அதுக்கிடையிலை குவிஞ்சிட்டுது பாரன்........." என்றார் முருகேசண்ணர்.

"எல்லாற்றை காட்டையும் கொண்டுபோனால் ரண்டு கிலோவரும்........... "

"ம்........... சனங் கூடுற இடத்தை மேலாலை பாத்துப்போட்டு அவன் செல்லடிப்பான்..... வீணாகச் சாகவேணும்... உது தேவையோ.......... "

செல்வராசு மரத்தடியில் அசையாமற் படுத்துக்கிடந்தான். மழைக்காலம் என்பதால் குளிர்காற்று வீசிக்கொண்டிருந்தது. சனங்களின் ஆரவாரம் கேட்டபடி இருந்தது. அவர்கள் இருந்த இடத்திலிருந்து சற்றுத் தள்ளி சிறுவர் இல்லத்தை சேர்ந்த சிறுவர்கள் இருந்தனர். அவர்கள் தமக்குள் சிறிய விளையாட்டுகளில் மூழ்கியிருந்தனர். கிறிஸ்தவ பாதிரியார் ஒருவர் அவர்களை பொறுப்பில் வைத்திருந்தார்.

அங்கு இரவில் சுடும் றொட்டிவாசனை காற்றில் ஏறி வந்தது. அவன் குமரனை நினைத்தான். குமரனுக்கு எப்போதும் றொட்டி என்றால் விருப்பம். இப்போது அவன் எதுவும் கேட்பதில்லை. கொடுப்பதை தின்று தூங்கிவிடுவான் என நினைத்தபோது மனதுவலித்தது.

இரவு பெண்கள் மூவரும் சேர்ந்து சோறும் பருப்பில் பாலில்லாத குழம்பும் வைத்தார்கள். ஒவ்வொருவருக்கும் அளவுச்சாப்பாடுதான். மழைக் குளிருக்கு அந்த உணவு அமிர்தமாக இருந்தது.

மரத்தின் கீழ் நீளமாக விரித்த தறப்பாளில் வரிசையாக எல்லோரும் படுத்தார்கள். நட்சத்திரங்களுக்கு பதிலாக வானத்தில் வெளிச்சக்குண்டுகள் மிதந்து அலைந்தன.

அவன் கண்களை வெறுமனே மூடிக்கொண்டு படுத்திருந்தான். தூக்கம் வர மறுத்தது. அடுத்த மரத்தின்கீழ் கொட்டில் அமைத்து இருந்தவர்கள் அமளிதுமளிப்பட்டார்கள். விசாரித்தபோது, அவர்கள் அடுத்த இடத்துக்கு நகரப்போவதாக தெரிந்தது.

சனங்கள் போவதும் வருவதுமாக இருந்தார்கள். பெண்களினதும் குழந்தைகளினதும் குரல்கள்தான் அதிகமாக கேட்டுக்கொண்டிருந்தன. அருகே முருகேசண்ணரின் குறட்டையொலியும் கேட்கத்துவங்கியது.

அருகே இறங்கிவிடுவதுபோல விமானங்கள் எழுப்பிய ஊளையில் அவன் திடுக்குற்று எழுந்தான். அம்புபோல நான்கைந்து போர்விமானங்கள் குறுக்கு மறுக்காக சுற்றிக்கொண்டிருந்தன.

"அந்தா போகுது.... ஆ....இந்தா... இந்தா..... எங்கையோ சாத்தப்போறான்.....அந்தா பதியிறான்....பதியிறான்......மற்றது போகுது....அந்தா............ "

சில இளைஞர்கள் விமானங்களின் நடமாட்டத்தை நேரடிஅஞ்சல் செய்துகொண்டிருந்தனர். சிறிதுநேரம் சுற்றிய விமானங்களை நோக்கி கீழிருந்து தாக்குதல்களும் நடந்தன. அப்போது அவை மேலெழுவதும் பின்னர் குத்திப்பதிவதுமாக இருந்து கடைசியில் கொண்டுவந்த குண்டுகளை கொட்டின.

குண்டுகள்வீழும் ஒவ்வொருதடைவையும் இதயமும் மூளையும் கலங்கிவிடுவதை அவன் உணர்ந்துகொள்வான். குழந்தைகள்சில மூச்சடக்கிதாய்மாரின் தோள்களில் சுருண்டுகொண்டதை அவன் பார்த்தான். மனது வெந்தது.

விமானங்கள் குண்டுபோட்ட திசையிலிருந்து கரும்புகைமண்டலம் வானத்தைநோக்கி எழுந்துகொண்டிருந்தது. அன்றையபகல் வித்தியாசமாக இருந்தது. விமானங்களின் தாக்குதல்கள் அதிகரித்திருந்தன. அனேகமாக புதுக்குடியிருப்பு, மந்துவில் பகுதிகள் தாக்குதல்களுக்கு உள்ளாகியிருப்பதாக அவன் மனம் கணித்துக்கொண்டது.

பகல்முழுவதும் நடைபெற்ற தாக்குதல்களை அடுத்து இரவு எல்லோரும் முள்ளிவாய்க்கால் பக்கம் போவதென முடிவெடுத்தனர். அதன்படி மாலைநேரமே உணவைமுடித்துக்கொண்டு நகரத் தயார்ப்பட்டனர்.

அப்போது ஒருவன் ஓடிவந்தான்.

"அண்ணை.... என்ரை மனுசிக்கு அந்தா அந்தக் கொட்டிலுக்குள்ளை குழந்தை பிறந்திட்டுது... என்ன செய்யிறதெண்டு தெரியேல்லை.........." பதட்டத்துடன் நின்றான்.

"எங்களுக்கு குழந்தைப்பேறு பாக்கத்தெரியாது.... ஆரும் அனுபவமான ஆக்களைத்தான் தேடிக் கண்டுபிடிக்கவேணும்..... "

"ஐயோ...அப்பிடிச் சொல்லாதேங்கோ...உதவிசெய்யுங்கோ...." காலில் விழாத குறையாக அவன் கெஞ்சினான்.

அவனுக்கு எதுவும் உதவமுடியாமல், பக்கத்து கூடாரத்திலிருந்த வயதான பெண்ணை உதவிக்கு ஏற்பாடு செய்து கொடுத்துவிட்டு, புறப்பட்டார்கள்.

நகர்வு முன்னையநகர்வுகள் போல சுகமானதாக இருக்கவில்லை. எல்லோரும் கால்நடையாகவே நகர்ந்தார்கள். செம்மண்புழுதியும் கிரவற்கற்களும் நிறைந்த பாதை. சிலர் மாட்டுவண்டிகளிலும் சயிக்கிள்களிலும் நகர்ந்தார்கள். கொண்டுவந்த பொதிகளை சுமப்பது கடினமாக இருந்தது. போதியளவு தண்ணீர் எடுத்துவந்ததால் களைப்பு ஏற்படும்போது தண்ணீரை குடித்தபடியே நகர்ந்தார்கள்.

முருகேசண்ணர் மெதுவாக கூத்துப்பாடல் ஒன்றைப் பாடியபடியே வந்தார். அவர் ஒரு கூத்துக் கலைஞனாக இருக்கலாம் என செல்வராசு நினைத்தான்.

சுந்தரமண்ணர் வாயே திறக்காமல் வந்துகொண்டிருந்தார். ஒருகாலத்தில் காட்டுவழியே கதிர்காமத்துக்கு கால்நடையாக செல்லும் அடியார்கள் காட்டுவிலங்குகளுக்கும், கொள்ளைக்காரர்களுக்கும் அஞ்சி, இப்படி பெரிதாக பாடிக்கொண்டு செல்வதாக அவன் கேள்விப்பபட்டிருக்கிறான். இப்போது அந்த நினைப்பு வந்தது.

கூடவே, நட்டநடுச்சாமத்தில் இப்படி அகதிப்பயணம் செய்யும் அவலத்தை நினைத்து கண்கள் கலங்கின. அவன் நடந்துகொண்டிருந்தான்.

இப்படித்தான் ஓர் இரவில் அவன் பிறந்து வளர்ந்த யாழ்ப்பாணத்தையும் விட்டு கையில் எதுவும் எடுக்காமல் வெளியேறினான். அது 1995 இல். விமானக்குண்டுகளும் செல்களும் துரத்த, நல்லூர், அரியாலை, செம்மணி, கைதடி, நாவற்குழி, மட்டுவில், சாவகச்சேரி... பிறகு உயிரைப்பணயம் வைத்து மீன்பிடிப்படகில் கிளாலியூடாக, கிளிநொச்சி வரை அவன் நகர்ந்தான்.

கிளிநொச்சியிலும் சண்டை தீவிரமடைய முரசுமோட்டை விசுவமடு உடையார்கட்டு என நகர்ந்தான்.

இப்போது மீண்டும் அவன் பேரவலத்துக்கு உள்ளாகியிருப்பதை உணர்ந்து துயரடைந்தான்.

அவனுடைய அப்பா கொழும்பில் உத்தியோகம் பார்த்தவர். ஊரில் விவசாயமும் செய்தவர். அம்மா பிள்ளைகளையும் விவசாயத்தையும் பார்த்துக்கொண்டு ஊரில் இருந்தார். குடும்பத்தை கொழும்புக்கு அழைத்துவைத்துக்கொண்டு செலவுகளை சமாளிக்கமுடியாமல் திண்டாடும் பல உத்தியோகத்தர்களைப்பார்த்து அப்பா இவர்களை ஊரிலேயே வாழும்படிவிட்டார்.

வருடப்பிறப்பு, தீபாவளி, தைப்பொங்கல், நத்தார் விடுமுறை காலங்களில் அப்பா வீட்டுக்கு வருவார். அப்பா வரும்போது கொண்டுவரும் தென்னிலங்கையின் பழவகைகள், இனிப்புவகைகள் இப்போதும் அவன் நாவில் இனித்தன.

எண்பத்து மூன்றில் திருநெல்வேலியில் இராணுவத்தினர்மீது இயக்கம் நடத்திய தாக்குதல் ஒன்றை காரணமாக கூறி, சிங்கள சனங்களிடம் நஞ்சை விதைத்து, இலங்கையின் தெற்கில், தமிழர்கள்மீது தாக்குதல்களை அப்போதைய ஜனாதிபதி ஜெயவர்த்தன ஏவிவிட்டதாக அவனுக்கு தெரியும்.

ஜெயவர்த்தனா போன்ற இனவாதிகளால் தான் அழகும், வளமும் நிறைந்த இலங்கை எப்போதும் அமைதியற்று தவிப்பதாக அவன் உணர்ந்திருக்கிறான்.

வெள்ளவத்தையில் நண்பர்களுடன் ஒரே அறையில் இருந்த அப்பா தன் உயிரைக் காப்பாற்ற பட்டபாட்டை பல தடைவைகள் சொல்லியிருக்கிறார். அத்தோடு தனக்கு உத்தியோகமே வேண்டாம் என அரசுத் தொழிலை உதறிவிட்டார் அவர்.

அண்ணன்கள் இருவரும் உத்தியோகத்தில் இருந்தபோதும், தனக்கு அரச உத்தியோகத்தில் நாட்டமேற்படாததற்கு அப்பாவின் அனுபவங்களும் காரணம் என அவன் நினைத்துக்கொண்டான்.

"செல்வராசு.... என்னடாப்பா இன்னுங் கனதூரம் நடக்கவேணுமே........"

அவன் பழைய நினைவுகளிலிருந்து கலைந்தான்.

"அண்ணை எங்கை போறதெண்டே தெரியேல்லை....நடவுங்கோ பாப்பம்......"

நடந்தார்கள்.

அவனருகே உந்துருளி ஒன்று வந்து வேகம் குறைந்தது.

"ஐயா....எங்கை போறியள்...?...."

"எங்கைபோறதெண்டு தெரியெல்லை தம்பி... .கால்போற திசையில போறம்...."

"கவலைப்படாதேங்கோ...... கொஞ்சதூரம் போங்கோ.... சனங்கள் இருக்கிற இடம் வரும்... பாத்து ஒரு இடத்திலை இருங்கோ.......... "

".....தம்பி நீங்கள்................. "

"நானும் உங்கள மாதிரிதான்....... போறன்.... வாறன்.... அந்த இளைஞன் புறப்பட்டான்.

"செல்ராசு... ஆரடாப்பா.... அது........"

"ஆரெண்டு தெரியேல்லை அண்ணை.... போராளிபோலை கிடக்கு..... அவங்களுக்கு தான் எங்களை இப்பிடிப்பபாக்க கவலையாயிருக்கும்......" என்றான்

தொடந்து நடந்தார்கள். குவியலாகச் சனம் முன்னாலும் போய்க்கொண்டிருந்தது. நீண்டநேரமாக நடப்பது சலிப்பை ஏற்படுத்துவதாக இருந்தது. பக்கவாட்டில் மணல் ஒழுங்கை ஒன்று செல்வது தெரிந்தது. அதற்குள் இறங்கினால் வேகமாக போய்விடலாமோ என்று நினைத்த மனம், பரிசோதனை முயற்சிக்கு தடைவிதித்தது.

உடம்பின் பலம்குறைந்து சோர்வு ஏற்படுவதை அவன் உணர்ந்தான். பிஞ்சுப்பாதங்கள் வலிக்க வலிக்க நடக்கும் எண்ணற்ற குழந்தைகளை எண்ணி அவன்மனம் கசிந்தது.

நீண்டநடை. நள்ளிரவாகியிருந்தபோதிலும் தெருக்களில் சனநடமாட்டமிருந்தது. சனங்களை தூங்கவிடாமல் விமானங்களும் செல்களும் துரத்திக்கொண்டிருந்தன.

ஒரு வளவினுள் சனங்கள் அங்கங்கே கூடி நின்றார்கள்.

அப்படி நின்ற ஓர் இளைஞனைப் பார்த்து,

"தம்பி... இது எந்த இடம்?.........." என்று கேட்டான்.

"இது.... முள்ளிவாய்க்காலின்ரை ஒரு பக்கமாம்... வெள்ளா முள்ளிவாய்க்கால் எண்டு சொல்லினம்.... எங்களுக்கும் விபரம் தெரியாமக் கிடக்குது.... நாங்களும் புதுசுதான்... நீங்கள் எங்கை போகவேணும்?......... "

"எங்களுக்கு போறதுக்கு எண்டு இனி இடம்தெரியாது தம்பி........ கால்நடையாக வாறம்.... எங்கையாவது போவம் எண்டு வந்தம்... ஆனா எங்கை போறது தங்கிறது எண்டு தெரியேல்லை............." என்றான்.

"அப்பிடியே..... எங்கட நிலைமையும் அப்பிடித்தான் அண்ணை...... இதுக்குள்ளை நிறைய சனம் இருக்கு... நீங்களும் விருப்பமெண்டால் பாத்து ஒரு இடத்திலை இருக்கலாம்.... ஒருதரும் ஒண்டும் சொல்லமாட்டினம்... எல்லாருமே இடம் விட்டுட்டு வந்தாக்கள் தான்... உங்களுக்கு விருப்பமெண்டால் வந்துபாருங்கோ..... "

செல்வராசுவுக்கும் இனி நடக்க இயலாதென்ற நிலை. தன் பின்னால் நடந்து வந்துகொண்டிருப்பவர்களுக்காக காத்திருந்தான்.

முதலில் முருகேசண்ணர்தான் வந்தார். பெண்களும் குழந்தைகளும் கடைசியாக வந்துகொண்டிருந்தனர்.

"அண்ணை.... இனியும் நடக்கேலாது.... இங்க பாத்து இருப்பமே... எங்களைப்போலை வந்த சனம்தான் இருக்குதாம்......" என்று கேட்டான்.

"ஓமடாப்பா.... எல்லாரும் களைச்சுப்போனம்...... இங்கினை இருந்துகொண்டு பிறகு யோசிப்பம்....." என்றார் அவர்.

எல்லோரும் ஒன்றானதும் அந்த இளைஞனின் உதவியோடு உள்ளே போனார்கள்.

சன இரைச்சல் காதுகளைப் பிளந்தது.

சனங்கள் நெருக்கியடித்து அமர்ந்திருந்தார்கள். கூடாரங்களிலும் மரங்களின் கீழும் வெட்டை வெளியிலும் சனங்கள் இருந்தார்கள்.

ஓரளவு சிறிய வெளியிடத்தில் அவர்கள் இடம்பிடித்தார்கள். தறப்பாள் ஒன்றை விரித்துவிட்டு கையில் கொண்டுவந்த பைகளை வைத்து விட்டு அமர்ந்தார்கள். அந்த இளைஞன் சிறிது நேரத்தில் தேநீருடன் வந்தான்.

"இனிப்பு கொஞ்சம் குறைவாக இருக்கும்... சமாளிச்சு குடியுங்கோ...." என்றான்.

அனைவரும் நடந்த களைக்கு தேநீரைக் குடித்துவிட்டு தரையில் சரிந்தார்கள். எல்லோருமே அடித்துப்போட்ட பிணங்களாய் அவ்விடத்திலேயே உறங்கினார்கள். இரவுச் செல்சத்தங்கள் கூட அவர்களின் காதுகளில் விழவில்லை.

காலையில் எழும்பிப் பார்த்தபோது திருவிழாக்கால கோயில்வீதி மாதிரி தோன்றியது அவ்விடம்.

காலையிலும் அந்த இளைஞன் தேநீர் கொண்டுவந்து தந்தான். அது மனதுக்கு அந்தரமாக இருந்தது.

"தம்பி..... இடம் பிடிச்சு தந்ததும் பத்தாம ஏன் இந்த சிரமம்?..... "

"இதிலை என்ன சிரமம் அண்ணை.... இருக்கும் வரை எல்லாரும் பகிர்ந்து கொள்ளுவம்..." என்றபடி அவன் போனான். அவனை பார்த்தபடியே செல்வராசு இருந்தான்.

ஒவ்வொருவாக எழுந்துவந்து பல் விளக்காமலேயே தேநீரைப் பருகினார்கள். காலச் சூழ்நிலை என்பது மனிதர்களை எப்படியெல்லாம் மாற்றிவிடுகிறது என நினைத்துப் பார்த்தபடியே அவனும் தேநீரை பருகினான்.

சோதி அவனருகே அமர்ந்தாள்.

"இப்பிடியே போய்க்கொண்டிருந்தால் என்ன முடிவப்பா... பிள்ளையளும் பாவம்....எத்தினை நாளைக்கு இன்னும் எத்தினை இடத்துக்கு அலையப்போறம்...." என்றாள்.

"நாங்கள் மட்டுமே.... இவளவு சனமும் இயக்கத்தை தலைவரை நம்பித்தானே இருக்கு..... எல்லாருக்கும் என்னநடக்குதோ அதுதானே எங்களுக்கும்.... பாப்பம்....." என்றான்.

அவள் முழங்கால்களைக் கட்டிக்கொண்டு அவனருகே அமர்ந்தாள்.... எப்போதும் குளித்து சுத்தமாகவும், சுறுசுறுப்பாகவும் இருக்கும் அவள் கன்னங்கள் குழி விழுந்து மூப்படைந்தவளாகத் தெரிந்தாள்.

அந்த வளவினுள்ளே சிறுவர் இல்லப்பிள்ளைகளும் இருந்தார்கள். அவர்கள் மன்னாரைச் சேர்ந்தவர்கள் எனவும், யுத்தத்தின் பின் இடம் பெயர்ந்துகொண்டிருக்கிறார்கள் என்றும் அவன் அறிந்தான். அந்த இல்லத்தின் பிள்ளைகள் அனைவருமே ஆண்பிள்ளைகள் தான்.

அந்தப்பிள்ளைகளுக்காக சுடப்பட்டுக்கொண்டிருந்த றொட்டி மிகுந்த வாசனையாக இருந்தது.

"பிள்ளையள் எல்லாத்துக்கும் பசியப்பா.... நிலைமை தெரிஞ்சு பேசாம படுத்திருக்குதுகள்.... பாவம்... என்ன செய்யிறது...." என்றாள் சோதி கவலையுடன்.

"ஏன் பையிலை ஒண்டுமில்லையே..... "

"கொஞ்ச மாவும் ஒரு தேங்காய் பாதியும் கொண்டுவந்தனான்.... றொட்டி சுடலாம்.... எங்கை சுடுறது..... "

"ம்.... இஞ்சதான் ஒரு இடம் தேடவேணும்....." என்றபடி செல்வராசு எழுந்தான்.

"எங்க செல்வராசு வெளிக்கிட்டிட்டாய்............" என்றார் படுத்துக்கிடந்தபடியே சுந்தரமண்ணர்.

"எல்லாற்றை பிள்ளையளுக்கும் பசியண்ணை... அதுதான் அடுப்புமூட்ட இடம் கிடைக்குமோ எண்டு பாக்கப்போறன்.......... "

"பாத்துட்டு வா...." என்றபடி அவர் திரும்பிப்படுத்தார்.

புள்ளி – 16

எங்கேயோ குண்டுவிழுந்த சத்தம் கேட்டது. அதையும் விடப்பெரிதாக சனங்களின் இரைச்சல் இருந்ததால் எதையும் அவனால் அனுமானிக்க இயலவில்லை.

"அப்பா கிபிரப்பா....."என்று வாரிச் சுருட்டிக்கொண்டு குமரன் எழுந்தான்.

"அது எங்கையோ போட்டுட்டு வருது.... நீ பேசாமலிரு..." சோதி அவனை ஆறுதற்படுத்தினாள்.

செல்வராசு தங்களுக்கு இடம் எடுத்து தந்த அந்த இளைஞனை கண்டுபிடித்து, எங்கே அடுப்பு பற்றவைக்கலாம் என கேட்டான்.

"அண்ணை... ஒண்டுக்கும் பயப்பிடாதேங்கோ..... உங்கட இடத்திலையே பக்கத்திலை மூட்டுங்கோ.... எத்தினை நாளைக்குதான் இந்த இடமும் நிரந்தரமோ ஆருக்கும் தெரியாது அண்ணை..... இருக்கும் வரைக்கும் உயிரை இழுத்துப் பிடிப்பம்..." என்றான்.

செல்வராசு திரும்பிவந்தபோது, தேங்காய் துருவ முடியாததால் வெறும் மாவையே உப்புத் தண்ணீர்விட்டு குழைத்து முடித்து காத்திருந்தாள் சோதி.

அருகில் கிடந்த ஈரமணலை கிளறிவிட்டு சிறிய கற்களை வைத்து அடுப்பாக்கினான் செல்வராசு. ஒழுங்கையில் விழுந்து கிடந்த சுள்ளித் தடிகளை குமரன் பொறுக்கி வந்தான். அந்தத் தடிகளும் ஈரமாகவே இருந்தன.

பைக்குள் கிடந்த பழைய கடுதாசிகளை எல்லாம் போட்டு அடுப்பை பற்றவைத்தார்கள். அலுமீனிய சட்டியை அடுப்பில் வைத்து சோதியும் சுந்தரமண்ணரின் மனைவியுமாக ரொட்டிகளை சுட்டெடுத்தனர். கருக்கலாகவும் வெள்ளையாகவும் கிடந்த ரொட்டிகளை அவர்களுடன் இருந்த எல்லாக் குழந்தைகளும் விரும்பிச் சாப்பிட்டனர்.

பெரியவர்களுக்கும் பாதிபாதி ரொட்டி கிடைத்தது. தொண்டைக்குள் இறங்கமறுத்த ரொட்டித்துண்டை மிகுந்த சிரமத்துடன் விழுங்கினான் அவன்.

அந்த இளைஞன் மீண்டும் வந்தான்.

"அண்ணை மதியம் என்ன சமைக்கப் போறியள்?......"

செல்வராசு பதில் சொல்லத்தெரியாமல் மனைவியைப் பார்த்தான். அவள் பேசாமல் இருந்தாள்.

"அண்ணை ஒரு மீன்ரின்னும் ரெண்டு கிலோ அரிசியும் கிடக்கு... வேணுமெண்டால் சொல்லுங்கோ... ஆனா விலைதான் கூட......"

"என்ன விலை?......."

"மீன்ரின் முந்நூறு..... அரிசி ஐநூறு............"

சோதி அவனை பார்த்தாள்.

"காசிருக்கு கொண்டுவரச்சொல்லு.... எங்களுக்கே வயிறு எத்தினை நாளாப் புகையுது...... பிள்ளையள் எவ்வளவு பாவம்..."

"கொண்டுவாரும் தம்பி.... வேற என்ன இருக்கு?..........."

"உங்களுக்கு என்னவேணும்?............"

"எங்களிட்டை ஒண்டும் இல்லதம்பி... கொண்டு வந்ததெல்லாம் முடிஞ்சும் போச்சு... சிலதை காவ முடியாம விட்டுட்டும் வந்திட்டடம்......"

"சரி... நான் இருக்கிறதிலை கொண்டுவாறன்.. வேற ஆருக்கும் சொல்லாதேங்கோ... பிறகு எல்லாரும் கரைச்சல் பிடிப்பினம்...."

போனவன் பத்து நிமிடத்தில் திரும்பி வந்தான்.

அவன் தந்த பைக்குள், மீன்ரின்கள் இரண்டு, அரிசி, மிளகாய்தூள் பைக்கற், வெங்காயப்பூ, தேங்காய்ப்பூ பவுடர் என்பன இருந்தன.

"எல்லாம் எவளவு காசுதம்பி....."

"அண்ணை எல்லாத்துக்கும் சேர்த்து ஆயிரத்தி எண்நூறு தாங்கோ...."

"இந்தா..... ஆயிரம் கிடக்கு.... மிச்சத்தை நீ போட்டு குடு...." என்றார் சுந்தரம்.

பொருட்களை பார்த்து பரவசமான சோதி உடனேயே சமையலுக்கு ஆயத்தமானாள்.

"அண்ணை சமைக்க விறகுவேணுமெண்டால் சொல்லுங்கோ ரெண்டு கொள்ளி இப்ப தாறன்...ஒராள் விறகு கொண்டுவந்து விக்கிறவர்...சொன்னா கொண்டுவந்து தருவார்.... விலைதான் கொஞ்சம் கூடவாயிருக்கும்...."

அந்த இளைஞன் இரண்டுமூன்று விறகு கட்டைகளும் தந்தான். நல்ல முதிரைவிறகு. காய்ந்து கிடந்தது.

"எங்கடை வயலிலை விளைஞ்ச நெல்லை.... வீட்டிலை அடுக்கி வைச்சு... சமைச்சு திண்ட எங்களுக்கு இப்ப இந்த விலைக்கு அரிசி வாங்கிற நிலைமை வந்திட்டுது... பாத்தியே செல்வராசு...." என்றார் சுந்தரம் அண்ணர்.

சோதியுடன் மற்றவர்களும் சேர்ந்து சமைத்தார்கள். குழந்தைகள் ஏதோ விளையாட்டில் ஈடுபட்டிருந்தனர்.

செல்வராசுவின் மகள் அவன் காதருகேவந்து, "அப்பா.... கக்கா போகவேணும்..." என்றாள்.

"ம்.... எங்கை போறது...." என்று யோசித்துவிட்டு, மகளையும் அழைத்துக்கொண்டு மெல்ல நடந்தான்.

சற்றுதொலைவில் ஒரு பற்றை தென்பட்டது. திரும்பி வந்து மகளுடன் மற்றும் சிறுவர்களையும் அழைத்துப்போய் அந்தப் பற்றைக்குள் காலைக் கடன் கழிக்கவிட்டான்.

பெரியவர்கள் சிலரும் அதற்குள் காலைக் கடன் கழிப்பதை பார்த்தான்.

பிள்ளைகளை கூட்டிவந்த போது சமையல் முடிந்திருந்தது.

"அப்பா அதிலை ஒரு கிணத்தடி இருக்கு... நாலைஞ்சுபேர் குளிக்கினம்... நாங்களும் ஒருக்கா குளிக்கப்போறம்......."

"வீட்டுக்காரரர் ஓமாமோ......."

"கேட்டனாங்கள்... பிரச்சினை இல்லை எண்டு சொன்னவை..."

"ஓ... அப்ப போட்டுவாங்கோ.........."

பெண்கள் நால்வரும் குளிக்கப்போனார்கள்.

"எங்கட சீவியத்தை பாத்தியோ செல்வராசு....." என்று சுந்தரமண்ணை கேட்டார்.

"அண்ணை... தலைக்கு மேலை போட்டுது... இனி எவ்வளவு ஏறினாத்தான் என்ன?... ம்... பாப்பம்.."

"இதுக்குள்ளை ஏதோ சூழ்ச்சி இருக்கெண்டு நான் நினைக்கிறன்.... ஏனெண்டால் எங்களுக்கு அடிக்கிறதைப் பற்றி எந்த நாடும் இது வரைக்கும் வாய் திறக்கேல்லையே... பாத்தியோ....."

"சமாதானப் பேச்சு வார்த்தையை நடத்தி ஒருபுறம் தமிழரை பேக்காட்டிக் கொண்டு... மற்றப் பக்கத்தாலை வெளிநாடுகளோடை பேரம்பேசி எங்களை அழிக்க திட்டம் போட்டிருப்பாங்கள்..... வெளிநாட்டுக்காரனும் அவங்களுக்கு ஏதும் நன்மை கிடைக்கும் எண்டால் பெரீசாக் கத்துவாங்கள்...... இப்பவும் என்ன நாங்கள் அழிஞ்சா தங்களுக்கு நன்மை ஏதோ வரும் எண்டுதான் பேசாம இருக்கிறாங்கள்......"

"ஒருக்காலும் மற்றவையை நம்பியிருக்கக் கூடாது... அவனவன் தனக்கு ஏதும் பதவிகிடைக்கும் இல்லாட்டி காசுபணம் வரும் எண்டாத்தானே எங்களுக்காக கத்துவாங்கள்.... அவங்களை விடுங்கோ... எங்கட கைதான் எங்களுக்கு பாதுகாப்பு.... அதைத்தானே அவரும் சொல்லுறவர்......."

அவர்கள் குளித்துவிட்டு வந்ததும் அனைவரும் சாப்பிட்டார்கள். இடம்பெயர்ந்த இத்தனை நாட்களில் ஓர் அருமையான உணவென செல்வராசு நினைத்துக்கொண்டான்.

குழந்தைகளும் ஆரவாரப்பட்டு சாப்பிட்டனர்.

"அண்ணை நான் இப்பிடி சாப்பிடுறன்... என்ர இவர் எங்கை நிக்கிறாரோ.... கடைசி உயிரோடை இருக்கிறாரோ எண்டுகூடத் தெரியேல்லை.... அவருக்கு ஏதும் நடந்தால் நான் இந்த பச்சைப் பிள்ளையோடை என்ன செய்வனோ.... கடவுளே....." செல்வராசு குடும்பத்துடன் வந்த சுகி கண் கலங்கினாள்.

"பிள்ளை எப்பவும் நல்லதை நினைக்க வேணும்.... ஆராருக்கு என்ன நடக்குமெண்டு ஆருக்கும் தெரியாது... நடக்கிறதை பாப்பம்.... கவலைப்படாதை....." என்னு அவளுக்கு ஆறுதல் கூறினான் செல்வராசு.

"வசதியெண்டால் நாங்களும் ஒருக்கால் குளிப்பமோ செல்வராசு......."

"எல்லாரும் குளிக்கப்போறம் எண்டு சொல்ல வீட்டுக்காரர் என்ன சொல்லுகினமோ.... நிலைமையை ஒருக்கால் பாத்துவருவம்....."

இருவருமாக கிணற்றடிக்கு நடந்து போனார்கள்.

கிணற்றடியில் நாலைந்து ஆண்கள்தான் குளித்துக் கொண்டிருந்தார்கள். சக்கர நாற்காலியில் இருந்த ஓர் இளைஞனுக்கு அவனுடைய மனைவி குளிக்க உதவிசெய்துகொண்டிருந்தாள்.

"பிள்ளை.... விடுங்கோவன் நான் தண்ணி நிரப்பிவிடுறன்...." செல்வராசு பரபரத்தான்.

"அண்ணை... இவ தண்ணி அள்ளுவா அண்ணை... இவ இல்லையெண்டால் நான் எப்பவோ செத்திருப்பன்... அவ்வளவுக்கு என்னை இவ கவனிச்சுக கொள்ளுறா .... "

"தம்பி கேக்கிறன் எண்டு கோவியாதேங்கோ.... நீங்கள் அமைப்பிலை இருந்தோ காயப்பட்டனீங்கள்?..........."

"இருந்தனானோ..... இப்பவும் இருக்கிறன்.... ஜெயசிக்குறு சண்டையில தீபன் அண்ணையோடை நிண்டனான்........ அந்தச் சண்டையிலை தான் காயப்பட்டனான்..... இப்பவும் றைபிள் வைச்சிருக்கிறன்..... இப்பவும் சண்டைக்கு போக நான் தயாராத்தான் இருக்கிறன். அவர் தான் விடுறாரில்லை.. படி படி எண்டு நவம் அறிவுக்கூடத்திலை படிக்க விட்டிருக்கிறார்......."

"அங்கை என்ன படிக்கிறியள் தம்பி...."

"அங்கை நிறையப் படிப்பிக்கினம்... நான் இலத்திரனியல் படிக்கிறன்... இப்ப இடப்பெயர்வுதானே.... "

கதைத்தபடியே அந்தப் போராளி குளித்து முடிக்க,

"விடுங்கோ தங்கச்சி நான் உடுப்பு மாத்த உதவி செய்யிறன்....."

அவளிடமிருந்து உடுப்புகளை வாங்கி அவனுக்கு மாற்றிவிட்டான் செல்வராசு. இடுப்புக்கு கீழே அவனுடைய உடல் செயலற்றிருந்தது.

"அண்ணை உங்கட வீட்டிலையும் ஆரும் போராளி இருக்கினமோ.........."

"இல்ல தம்பி... நியாயமா பாத்தா நான் தான் போராளியாகி இருக்கவேணும்.. ஆனால் ஏதோ என்னால அது முடியாமப் போச்சு.... நாங்கள் வாழுற மண்ணுக்கு ஏதோ... எங்களாலை முடிஞ்சதை இப்பவாவது செய்ய வேணுமெண்டு விரும்புறன்..........."

"இயக்கத்துக்கு ஆக்கள் காணாதண்ணை..... ஒருநாளைக்கு எவ்வளவு போராளியள் சாகினம்..... அவங்கடை இழப்பை இட்டு நிரப்புறதுக்கு ஆக்களில்லை..... நாங்கள் எல்லாரும் போராடவேணும்..... மற்றவையின்ரை தியாகத்திலை குளிர் காயக்கூடாது அண்ணை... குறையாக நினைச்சுப் போடாதேங்கோ.... எல்லாருக்கும் பொதுவாச் சொல்லுறன்..........."

"இதிலை என்ன தம்பி குறை?... உங்களையெல்லாம் பாக்க கவலையாக்கிடக்கு... நாங்கள் விட்ட பிழையாலை நீங்கள் கஸ்டப்படுறியள்...."

"எங்களை பாத்து கவலைப்படாதேங்கோ.... எங்களைப் பாக்கிறவை ஐயோபாவம் எண்டு நினைக்கக்கூடாது எண்டுதான் எங்களுக்காக அவர் நவம் அறிவுக்கூடமெண்டு ஒரு பள்ளிக்கூடத்தை தொடக்கினவர்... நாங்கள் எப்பவும் மன உறுதியோடை தான் வாழுவம் அண்ணை..."

"உண்மைதான் தம்பி.... ஆமியோடை சண்டையை மட்டும் பிடிக்கிற ஆளா மட்டும் அவரில்லை... அவர் எல்லாரைப்பற்றியும் சிந்திச்சு.... எல்லாத்தையும் செய்யிறார்.... இதை நாங்கள் எல்லாரும் விளங்கிக்கொள்ளவேணும்....."

"நன்றி அண்ணை.... வாறம்... கெதியாக்குளியுங்கோ..... செல் வந்தாலும்.........."

என்றபடி அவர்கள் போனார்கள். மணற்பாங்கான நிலத்தில் சக்கர நாற்காலி உருள்வதற்குச் சிரமப்பட்டது. கொஞ்சத்தூரம் அதனை உருட்டிதள்ளி அவர்கள் செல்வதற்கு உதவி செய்த செல்வராசுவின் மனம் குற்ற உணர்வில் தவித்தது.

'எத்தினை பேர் இந்த தியாகங்களை விளங்கிக்கொள்ளாமல் இருக்கினம்.... ம்... தாங்களும் போராடாம போராடுற இவங்களையும் குற்றம் சொல்லிக்கொண்டு..... இந்தப்பிள்ளையள் ஆருக்காக இப்பிடிச்சிலுவை சுமக்குதுகள்... ஆண்டவரே.......' அவன் மனது பொருமியது.

மனச் சோர்வோடு குளித்துவிட்டு, அவனும் சுந்தரமண்ணருமாக வந்து மீண்டும் மரத்தடியில் அமர்ந்தார்கள்.

சுந்தரமண்ணை ஈரமான சாரத்தையே உடுத்தியிருந்தார். அவரைப்பார்க்க அவனுக்கு கவலையாக இருந்தது. எப்போதும் தோய்த்து உலர்ந்த வெள்ளை வேட்டியும் சேட்டுமாகத் திரிபவர் அவர். அணிற்பிள்ளையின் முதுகில் இருப்பதுபோல, அவரின் நெற்றியிலும் மூன்று திருநீற்றுக்குறிகள் இருக்கும்.

'இந்த மனுசனும் எத்தினை தொழிலைச் செய்தவர்... பாவம்... வஞ்சகம் சூழ்ச்சி தெரியாத மனுசன்..... ஆக அப்பாவியாக இருந்தாலும் வாழ்க்கையிலை முன்னேற ஏலாது எண்டதுக்கு இந்தாள் நல்ல உதாரணம்....' என தனக்குள் நினைத்துக் கொண்டான். பின்னர்,

"அண்ணை உங்கட வீட்டிலை போராளி இருக்கோ.... எண்டு அந்த தம்பி கேட்ட நேரம் தொடக்கம் குற்ற உணர்வாக கிடக்கு.... இப்ப எண்டாலும் நான் போராட்டத்திலை இணையலாம் போல இருக்கு..........." என்றான் சுந்தரமண்ணரிடம்.

"காலம் கடந்து போச்சு செல்வராசு...... கொஞ்சக் காலத்துக்கு முதலே போயிருந்தால் ஆமியோடை சண்டையாவது பிடிச்சிருக்கலாம்.... இனிப் போய் என்னதான் சாதிக்கப் போறாய்...... செல்லிலை தான் சாகவேணும்...."

"சண்டைக்கு போகாம இந்த மரத்துக்கு கீழை இருந்தாலும் இனி உயிருக்கு உத்தரவாதமில்லை தானே அண்ணை...... முழுத் தமிழரையும் பயங்கரவாதியள் எண்டு முடிவு கட்டித்தானே அரசாங்கம் ஆமியை வைச்சு எங்களைக் கொல்லுறான்.... கேட்க நாதியில்லாம கிடந்து கொத்துக் கொத்தாச் சாகிறம்..... பக்கத்திலை இருக்கிற இந்தியா நினைச்சாக்கூட உடனை சண்டையை நிறுத்தலாம்...." செல்வராசு ஆதங்கத்தோடு கூறினான்.

"ஆர் தான் கேக்கப் போறான் செல்வராசு.... அவனவனுக்கு தன்ர நாட்டு நலன்தான் முக்கியமாக கிடக்கு.... நாங்கள் தமிழர்கள் செத்தா அவனுக்கென்ன?.... ம்... எங்கட உயிரை நாங்கதான் பாதுகாக்கவேணும்.... உவ்வளவு சனமும் சாகிறது உலகத்தின்ரை கண்ணுக்கு தெரியாதே.... தெரிஞ்சுகொண்டு தான் பேசாம இருக்கிறான்கள்... இருந்துபார் தமிழ்ச்சனம் முழுக்கச் செத்து முடிய ஆளாளுக்கு நிவாரணத்தோடை வெளிக்கிடுவாங்கள்....."

அவர் சொல்வதிலும் நியாயம் இருப்பதாக அவனுக்கு தோன்றியது. இருள் கவியத் தொடங்கிவிட்டிருந்தது.

வானத்தில் மிதந்த வெளிச்சக் குண்டுகளுடன் அரைவட்ட நிலாவும் தெரிந்தது. இப்படிப் பாதி நிலாவைப் பார்க்கிறபோதெல்லாம் சின்னவயதில் அவனுடைய மகள் அவனிடம், "அப்பா நிலா ஏன்

பிஞ்சுபோய் இருக்கு?...." என்று கேட்டு அடம் பிடிப்பது இப்போதும் நினைவுக்கு வந்தது.

இந்தநிலாவைப் பார்த்தபடியே கண்ணதாசனின் காதற் பாட்டுகளைக் கேட்டு மகிழ்ந்த பழையநாட்களை அவன் நினைவில் ஏற்றிப் பார்த்தான். இனி ஒருபோதும் அந்த வாழ்க்கை திரும்பப்போவதில்லை எனவும் திடமாக நினைத்துக்கொண்டான்.

தலைக்கு உயரமாக உடுப்புபையை வைத்துக்கொண்டு செல்வராசு வானத்தைப் பார்த்தபடி கிடந்தான். அவன் அருகே சுந்தரம் அண்ணர். அதற்கும் அப்பால் முருகேசு அண்ணர். மற்றப் பக்கமாக பெண்களும் குழந்தைகளும் படுத்துக் கிடந்தனர்.

வெண்பஞ்சாக நரைத்த தாடியுடன் ஒடுங்கிய தோள்களைக் குடக்கி, சுந்தரம் அண்ணர் படுத்திருக்கும் காட்சி மனதை துயரப்படுத்தியது.

'பாவம் சண்டை தொடங்கிறதுக்கு ஒன்றிரண்டு மாதத்துக்கு முன்னம்தான் மில்லிலை வேலை கிடைச்சது... அதுக்கிடையிலை சண்டை தொடங்கீட்டுது..... மூத்தவனை நம்பியிருந்தார்... இருபது வயதிலை அவன் காதலிச்சு தடம் புரண்டுபோனான்...ம்... பாவம் இந்த மனுசன்...... ஒரு பொம்பிளைப் பிள்ளையையும் கொண்டு அலையுது.... நான் இந்த அவலத்திலை சாகாம தப்பினால்... அவருக்கு நிறைய உதவி செய்யவேணும்....' என அவரைப்பற்றியே நினைத்தான்.

அலைச்சலோடு குளிர்தண்ணீரில் குளித்ததாலோ என்னவோ கண்களை சுழற்றியபடி உறக்கம் வந்தது அவனுக்கு. தரையில் சரிந்த அடுத்தகணமே சுந்தரமண்ணர் குறட்டை இழுக்கத் தொடங்கிவிட்டார். உச்சஸ்தாயியில் அவரது குறட்டைஒலி கேட்டுக்கொண்டிருந்தது.

திடீரென துப்பாக்கி சத்தங்கள் அமளியாக கேட்கத் தொடங்கின. உறக்கத்திலிருந்து திடீரென்று விழித்த அவனுக்கு திக்குத் திசை தெரியவில்லை. அவனுடைய செவிகளில் அந்த ஒலி பெரிதாக விழுந்தது.

'பெடியள் எங்கையோ இறங்கீட்டாங்கள் போலை.........' நினைத்துக்கொண்டான்.

துப்பாக்கிச் சத்தங்கள் வரவர கடுமையாக கேட்டன.

"அப்பா... என்னப்பா நித்திரையே..... பெடியளுக்கும் ஆமிக்கும் சண்டை தொடங்கீட்டுது போலை..... அவன் ஆத்திரத்திலை சனத்துக்கு செல்லடிக்கப் போறான்....."

சற்றே தள்ளிப் படுத்திருந்த சோதி அவசரமாய்க் கத்தினாள்.

"நல்லாப் பயப்பிடுறாய் சோதி.... பேசாம படு.... கிட்ட விழுந்தால் யோசிப்பம்... நீ சத்தம் போட்டால் பிள்ளைகுட்டியள் பயப்பிடுங்கள்..."

"செல் குத்தப்போறான்.... கடவுளே பங்கருமில்லை.... பிள்ளையளைக் கொண்டு எங்கை போறது?....." சற்றே குழந்தையை சுமந்தபடி தள்ளி நின்ற யாரோ ஒரு பெண் பெரிதாக அலறினாள்.

"இஞ்சையப்பா..... குமரன் இதிலை படுத்திருந்தவன்... அவனைக் காணேல்லை....." செல்லைவிடவும் பெரிய குண்டொன்று தன்மேல் விழுந்தது போல் சோதி அலறினாள்.

"ஏனப்பா கத்திறாய்.... உங்கால ஒண்டுக்கு போயிருப்பான்.. வருவான் தானே......"

துப்பாக்கிச் சத்தங்களை அடுத்து சனங்கள் அமளிப்படத் தொடங்கிவிட்டார்கள். வெட்டைகளிற் படுத்திருந்த சிலர் பாதுகாப்பு தேடத் தொடங்கினார்கள்.

மழை வேறு தூறத் தொடங்கியது. செல் சத்தத்துக்கு பேசாமலிருந்த சனங்கள் மழை விழத் தொடங்கியதும் எழுந்து ஆரவாரப்படத் தொடங்கிவிட்டனர்.

அந்தக் கொடும் இரவின் முதலாவது செல் குத்துகின்ற ஒலி கேட்டது. தொடர்ந்து தலைக்குமேலே இரைந்துகொண்டு செல்லும் அந்த செல்லின் வேகம் அச்சத்தை ஏற்படுத்தியது.

"இஞ்சையப்பா.... ஆமி செல்லும் அடிக்கத் தொடங்கிட்டான்.... குமரனை இவ்வளவு நேரமாகியும் காணேல்லை... இவளவு நேரமும் ஒண்டுக்கு போறானே பிள்ளை....." சோதி மீண்டும் அழுவாரைப் போல சத்தமிட்டாள்.

அவனுக்கும் மனதுக்குள் ஒருமாதிரி உணர்வு ஏற்பட்டது. அதற்குள் பல விதமான செல்கள் வெவ்வேறு ஒலிகளை எழுப்பியபடி விழத்தொடங்கின.

"அண்ணை.. கொத்துக் குண்டு அடிக்கிறான்... எல்லாரும் கவனம்..." என்றான் முன்னால் அமர்ந்திருந்த இளைஞன் ஒருவன்.

"அதென்ன தம்பி கொத்துக் குண்டென்று சொல்லுறீர்... விளங்கேல்லை..."

"அது அண்ணை... புதுசா ஏதோ ஒரு நாடு குடுத்திருக்காம்... ஒரு குண்டு அடிச்சால் அது பத்தாகி... பிறகு பல நூறாகி ஆக்களைத் தாக்குமாம்...."

"ஒரு நாளும் கேள்விப்படாத குண்டாக்கிடக்கு... எதுக்கும் நீர் சொன்னது நல்லது தம்பி... குழந்தையளும் இருக்கினம்.... பாதுகாப்பாக வைச்சிருக்க வேணும்....." என அவர்கள் கதைத்தபடி இருக்க,

"அண்ணை நாங்கள் முதலிருந்த இடத்திலை கொத்துக் குண்டு அடிச்சவங்கள்... எங்களோடை இருந்த ஒராளுக்கு காயம்... அதுக்குப் பிறகுதான் இஞ்சாலை ஓடி வந்தனாங்கள்....." என்றார் ஒரு பெண்.

அந்தப் பெண் சொல்லி முடிக்க, ஒரு செல் பெரும் ஓசையுடன் வந்தது. அது தங்களை கடந்து செல்லும் என அவன் நினைத்தான். ஆனால் அது சற்று கிட்டவாக விழுந்து வெடித்தது. அதன் விசையில் அவர்களுக்கு மேல் மணல் அள்ளிக் கொட்டியது. தொடர்ந்து கூக்குரல்கள் கேட்டன.

"ஐயோ.... சிறுவர் இல்ல பங்கருக்கு மேல செல் விழுந்திட்டுது.... பிள்ளையள் காயப்பட்டிட்டுது..." என யாரோ பெருங்குரலில் கத்தினார்கள்.

" ஆண்டவரே.... ஆருமில்லை எண்டு உம்மட திருவடிகளிலை அடைக்கலமான குழந்தையளுக்குகூட பாதுகாப்பில்லையோ..... ஆண்டவரே.... அழைத்தால் வருவேன் என்றீரே..... எத்தினை பேர் கத்திக் கத்தி கூப்பிடுறம்... எங்களைப் பாதுகாக்க ஏன் இறங்கி வராமலிருக்கிறீர்...." ஒரு வயதான அம்மா கதறிக்கொண்டிருந்தார்.

வெடிமருந்து மணம் மூக்கின் வழி நுழைந்து வயிற்றைக் குமட்டியது.

கூக்குரல்களும் ஆரவாரக் குரல்களும் ஒருவிதமான அச்சத்தை ஏற்படுத்துவனவாக இருந்தன அவனுக்குள்.

" இந்தமுறை சாகத்தான் போறம்... இனித் தப்ப ஏலாது..... " என அவன் தனக்குள்ளாக நினைத்துக்கொண்டான். வாழ்க்கை மீதான நம்பிக்கை பொய்த்து, சாவின்மீதான அச்சம் அவனை ஆட்கொண்டது.

"ஐயோப்பா.... எனக்கு பயமாக்கிடக்கு.... எழும்பி வேற இடத்துக்கு ஓடுவம்......" சோதி கதறினாள்.

'காயப்பட்டவையை தூக்க எப்பிடியும் ஆக்கள் வருவினம்.. அப்பிடிவாற ஆக்களும் சாகட்டுமெண்டு அடுத்தடுத்து செல் அடிப்பான்... பொறு.... இப்ப அவசரப்படக் கூடாது..... கொஞ்ச நேரம் அமைதியா இருப்பம்...... ' எழும்பி ஓட முயன்ற சோதியை இழுத்து தன்னருகே இருத்தினான்.

அவள் காதுகளைப் பொத்தியபடி நடுங்கிக்கொண்டிருந்தாள். தமிழ்விழி தாயின் அருகே எதுவித உணர்வுமின்றி இருப்பதை அவன் பார்த்தான். அவளை கையில் பிடித்து இழுத்து தன்னுடன் அணைத்துக்கொண்டான்.

"அக்கா ... என்னக்கா... எனக்கென்னவோ பயமாக்கிடக்குது.... சாவுக்குள்ளை வந்திட்டம் போலை.... " சுகி சோதியுடன் நெருங்கி உட்கார்ந்தாள்.

"கடவுளே.... கடவுளே....." யாரோ அழைத்தார்கள். அவனுக்கு இப்போ கடவுள் மீதும் சினம் எழுந்தது.

நாங்கள் இனி எங்கை போறது?...... இரக்கமில்லாம அடிக்கிறானே.... .கடவுளே.... உலகத்திலை ஒருதருக்கும் இரக்கமில்லையோ... இப்பிடிக் கிடந்து சாகிறமே......"

கிட்டத்தட்ட எல்லோரும் புலம்பத் தொடங்கிவிட்டார்கள்.

"ஒரு பங்கருக்குள்ளை தாயும் ரெண்டு பொம்பிளைப் பிள்ளையளும் இருந்தவை.... அதிலை... அம்மாவும் அவவின்ரை ஒரு பொம்பிளப் பிள்ளையும் இன்னொரு ஆளும் செத்திட்டினம்... மற்றப்பிள்ளைக்கும் காயம்... தப்புமோ தெரியாது... அந்த ஆளை இன்னும் அடையாளம் தெரியேல்லை... தலை சிதறிட்டுது.... வேறையும் நாலைஞ்சு பேருக்கு காயம்....." என்று யாரோ தங்களுக்குள் பேசுவது செல்வராசுவுக்கு கேட்டது.

"கன சனத்துக்கு காயமப்பா... எல்லாம் துடிக்குதுகள்... எங்கை கொண்டு போறதெண்டு தெரியாம எல்லாஞ் சேர்ந்து கத்துதுகள்.... இது என்ன மனித அவலமெண்டு தெரியேல்லை.... எங்களுக்கு மட்டும் இந்த விதியை ஏன் எழுதினாங்கள்:...."

அதற்கிடையில் எட்டிப் பார்த்துவிட்டு வந்து ஒருவன் தகவல் சொன்னான். மனது ஏதோ ஒருவித உணர்வில் தவித்தது. செல்வராசுவின் கண்கள் கலங்கின. ஓவென்று கதறி அழவேண்டும் போலிருந்தது.

"உவங்கள் சனத்தை பாதுகாப்பாங்களே... தங்கடை பாதுகாப்புக்கு சனத்தை ஓடவிடாம வைச்சிருக்கிறாங்கள்... இஞ்சை கொஞ்சப்பேர் உவங்களை நம்பிக்கொண்டிருக்கினம்... அவையளுக்கு முதலிலை போடவேணும்..."

அவலப்பட்டக் கொண்டிருக்கும் சனங்களுக்கு நடுவே வித்தியாசமான தொனியாக ஒரு குரல் கேட்கிறதே... என நினைத்துக் கொண்டவனாக அந்தக் குரலுக்கு உரியவனை பார்த்தான் செல்வராசு. கழுத்தில் வெள்ளிச் சங்கிலியுடன், மண்ணிறப் பற்றிக் சாரமும் நீலநிற ரீ சேர்ட்டும் அணிந்திருந்தான் அந்தக் குரலுக்கு உரியவன். தலை முடி சுருண்டு முன்னால் தொங்கிக் கொண்டிருந்தது.

"அண்ணை.... உவனை எனக்குத் தெரியும் அண்ணை.... இவனை சுகு எண்டு சொல்லுறவை ... இவன் முந்தி கட்டார் நாட்டிலை ரெண்டு மூண்டு வருசம் நிண்டிட்டு வந்தவன்... கொஞ்சக் காசு உழைச்சுக்கொண்டு வந்து, இஞ்சை தண்ணியடிச்சுப் போட்டு பொம்பிளையளோடை சேட்டை. அதோடை சண்டித்தனமும் விடுறார் எண்டு சனம் காவல்துறையிலை முறைப்பாடு செய்தது.... காவல்துறை கொண்டு போய் இவரை விசாரிச்சு... தண்டிச்சது........ அந்த ஆத்திரத்திலை இயக்கத்தை இவனுக்கு பிடிக்காது... இப்ப சந்தர்ப்பத்தை பயன்படுத்தி இயக்கத்துக்கு எதிரா கதைக்கிறார்...... " என்றாள் ஒரு பெண்.

"நீங்கள் ஆரம்மா.... உங்களுக்கு உதிலை கதைக்கிறவரைத் தெரியுமோ......"

"நானும் உந்தப் பெடியன்ரை ஊர்தான்... அதுதான் தம்பி துணிஞ்சு சொல்லுறன்... தேப்பன் காரனுக்கும் இவனைக் கண்டிக்கப் பயம்.... தாய்மனுசி பாவம்... போன வரிசம் தான் செத்தது...."

"அதுதானே பாத்தன்.... உங்கை போராளியளையும் போராட்டத்தையும் திட்டிக்கொண்டும் வசை பாடிக்கொண்டும் திரியிறவை கனபேர் உந்த மாதிரியான ஆக்கள் தான்.... சமுகத்துக்கு விரோதமா நடக்கிறது.... இயக்கம் தட்டிக்கேட்டால் இயக்கத்தை பிழையாக விமர்சனம் செய்துகொண்டு திரியிறது..." என்றான் செல்வராசு.

"தாங்கள் பிழை விடேல்லை .... காவல்துறையோ போராளியளோ பிழைவிடுகினம் எண்டு நினைச்சால் ஆதாரத்தோடை தலைவருக்கு கடிதம் போடலாம்... அவர் கட்டாயம் விசாரிச்சு நீதி வழங்குவார்.... ஆனா ... இவை தங்கடை கேடுகெட்ட குணத்தை மறைச்சு.... தங்களை சுத்தமான ஆக்களா காட்டிக்கொள்ளுறதுக்காக அவரையும் போராட்டத்தையும் எல்லோ வசை பாடுகினம்... இதெல்லாம் இவையின்ரை நேர்மையில்லாத தன்மை தானே.... " என்றான் பரமேசு.

"உவங்கடை பரிசு கெட்ட கதையை விடு தம்பி... காலம் இந்த எங்கடை போராட்டத்தின்ரை நியாயத்தை எண்டைக்கோ ஒருநாள் உவையளுக்கு உணர்த்தும்......" என்றான் செல்வராசு.

தொடர்ந்து சண்டை நடப்பதற்கு அறிகுறியாக துப்பாக்கிச் சத்தங்கள் கேட்ட வண்ணமே இருந்தன. செல்களும் வெவ்வேறு திசைகளில் விழுந்து வெடிக்கும் சத்தமும் கேட்டது.

'வெளிநாடுகள் அரசாங்கத்துக்கு ஆயுதங்களை அள்ளி அள்ளிக் குடுத்து.... தங்கடை தயாரிப்புகள் எப்பிடி வேலை செய்யுது எண்டு எங்கட சனத்திலை பரிசோதிக்கிறாங்கள்.....'என்று செல்வராசு தனக்குள் எண்ணிக்கொண்டிருக்க,

"அப்பா....குமரன் இன்னும் வரேல்லையப்பா...." திடீரென்று மீண்டும் சோதி அலறினாள். நீண்ட நேரத்துக்கு முன் அவனை காணவில்லை என்று அவள் சொன்னது நினைவில் வந்தது.

"இந்த நேரத்திலை... எங்கை போட்டான்?... ம்...... சொல்லாம ஒரு இடமும் போகமாட்டானே......"

"ஐயோப்பா.... என்ரபிள்ளை இல்லாட்டி நான் உயிரோடை இருக்க மாட்டன்... எனக்கு என்ர பிள்ளை வேணுமப்பா... என்ர பிள்ளையை தேடுங்கோப்பா......."

மனைவியின் கதறலில் அவனுக்கு தேகம் நடுங்கியது. பல ஆயிரம் தாய்மார்கள் தன்னை சூழ்ந்து நின்று கதறுவதாய் மனப் பிரம்மை தோன்றியது.

"பொறப்பா... எங்கையும் போய், வர இடம் தெரியாம நிக்கிறானோ தெரியாது... விடியட்டும்... வந்திடுவான்...."

"உப்பிடி செல்லடிக்கிறான்..... என்ரபிள்ளை எங்கை நிக்குதோ.. என்னபாடு படுகுதோ... ஆமிக்காரன் எங்கையாலும் பிடிச்சுப் போட்டானோ.... இல்லாட்டி காயப்பட்டு ஆருக்கும் தெரியாம எங்காலும் விழுந்து கிடக்குதோ.... கடவுளே........"

"ஆமி என்ன பக்கத்திலேயே நிக்கிறான் குமரனை எட்டிப் பிடிக்கிறதுக்கு? அவனுக்கு ஓரளவுக்கு புத்தி இருக்கு சோதி... எப்பிடியாலும் வந்திடுவான்... அழாதே சோதி...." சுந்தரம் அண்ணரின் மனைவி சோதியை தடவித் தடவி ஆறுதல் கூறினாள்.

யார் என்ன சொன்னாலும் சோதியால் அழுகையைக் கட்டுப்படுத்த முடியவில்லை. தொடர்ந்து அழுதபடியே இருந்தாள். தாய் அழுவதைப் பார்த்து தமிழ்விழியும் கண்களைக் கசக்கிக் கொண்டு அழத் தொடங்கிவிட்டாள்.

"அழாதை சோதி.. நீ அழ பிள்ளையுமெல்லே அழுது...." என்றார் சுந்தரம் அண்ணர். சோதி அழுதுகொண்டே இருந்தாள்.

புள்ளி – 17

குண்டுவெடிப்புகளின் ஒலியுடன் நீண்ட சூனியமாகத் தொடர்ந்த இரவு மெது மெதுவாக விடிந்துகொண்டிருந்தது. சூரியனின் பிரசன்னம் இல்லாமலே பகற்பொழுதுகள் வந்து போய்க்கொண்டு இருந்தன.

பெரியதொரு தாக்குதலுக்கான முத்தாய்ப்பு போன்று அமைதி தெரிந்தது. காலையில் துப்பாக்கிச் சத்தங்களும் செல் சத்தமும் சற்று ஓய்ந்த மாதிரி தெரிந்தன. அது பேரழிவு ஒன்றுக்கான முன் அமைதியாக இருக்குமோ என செல்வராசு அச்சப்பட்டான். அவனால் நடக்கின்ற எதையும் நம்ப முடியாதிருந்தது.

செல்வராசு முழங்கால்களை கட்டிக்கொண்டு நிலத்தில் அமர்ந்திருந்தான். இரவிரவாக அழுதுகொண்டிருந்த சோதி தன்னை மறந்து உறங்கிப்போயிருந்தாள். அவளின் முகத்தைப் பார்கக்கூடிய தைரியமற்றவனாக செல்வராசு வேறெங்கோ பார்த்தபடி இருந்தான்.

அவன் மனதுக்குள்ளும் குமரனுக்கு என்ன நடந்திருக்கும் என்கின்ற கேள்வியே ஓடிக்கொண்டு இருந்தது. யாராவது நண்பர்களுடன் சேர்ந்து சென்று ஏதாவது வரமுடியாத சூழ்நிலையில் சிக்கிவிட்டானோ எனவும் மனம் அச்சமுற்றது.

முருகேசு அண்ணர் யோசனையில் ஆழ்ந்திருந்த செல்வராசுவை சைகைகாட்டி அழைத்தார். அவன் எழுந்து அவரிடம் போனான்.

"செல்வராசு.... மனதை திடப்படுத்திக் கொள்... உன்ர மகன் இயக்கத்துக்கு தான் போட்டான் எண்டு நான் நினைக்கிறன்......"

"என்னண்டு உறுதியாகச் சொல்லுறியள் அண்ணை...... இப்பிடி அமளிச் சண்டை நடக்குது.... அவன் சரியான பயந்தாங் கொள்ளி அண்ணை..... ஒருவேளை கட்டாயம் வரோணும் எண்டு சொல்லிக் கூட்டிக்கொண்டு போயிருப்பாங்களோ ..."

"அவனை ஆரும் பிடிச்சு இழுத்துக்கொண்டு போகத் தேவையில்லை செல்வராசு.... என்ர மனம் சொல்லுது........... அவன் தானாகவே போகக் கூடிய ஆள்தான்... ஏனெண்டால் அவனுக்கு இப்ப சிலநாளாக அந்த யோசினை தான் ஓடிக்கொண்டிருந்தது....."

இன்னும் பல விடயங்களை முருகேசு அண்ணர் சொன்னார். செல்வராசுவுக்கும் மனம் பலவிதமாக மனம் குழம்பித் தவித்தது. புதுக்குடியிருப்பு பக்கமாக எங்கோ கிபிர் விமானங்கள் குண்டுபோட்டதில் நூற்றுக்கணக்கான இளம் பிள்ளைகள் உடல் சிதறியதாகவும் யாரோ சொன்னார்கள். அதில் குமரனும் அகப்பட்டிருப்பானோ என நினைத்தான்.

யாரோடும் எதையும் கலந்து ஆலோசித்து பேசக்கூடிய நிலையில் தன்மனம் இல்லை என அவனுக்குப் புரிந்தது. தான் தளர்ந்து போனால் தன்னை நம்பி வந்தவர்களும் துவண்டு போவார்கள் அவனுக்கு தெரிந்திருந்தது.

சோதி தூக்கம் கலைந்தும் எழும்பாமல் படுத்துக் கிடந்தாள். அவளைப் போலத்தானே இத்தனை போராளிகளின் தாய்மாரும் கலங்குவார்கள் என நினைத்தது அவனது மனம்.

சமையல் எதுவும் நடக்கவில்லை. அதில் யாரும் அக்கறைப்படவும் இல்லை. தங்களால் தங்களுடன் வந்தவர்களும் பட்டினி கிடக்கிறார்களே என அவன் மனம் குற்ற உணர்வில் தவித்தது.

சுகி தேநீர் வைத்து சிறுவர்களுக்கு கொடுத்தாள். பெரியவர்கள் மறுத்துவிட்டு உட்கார்ந்து இருந்தார்கள்.

புதிதாக ஒருகுடும்பத்தினர் அப்போதுதான் வந்தனர். அவர்களும் மிகவும் களைத்துப்போய் வந்திருப்பதை உணர முடிந்தது.

அவர்கள் இரட்டைவாய்க்கால் பகுதியில் தெரிந்தவர்கள் வீட்டில் இருந்ததாகவும், இரவுமுழுவதும் செல்கள் கிட்டக்கிட்ட வீழ்ந்ததால் இடம் பெயர்ந்து வந்துவிட்டதாகவும் கூறினார்கள். தாங்கள் வரும் வழிகளில் போராளிகளின் நடமாட்டம் அதிகமாக இருந்ததாக அவர்கள் கூறினார்கள்.

அன்று முழுவதும் அழுகையும் துயரமுமாக பொழுது கழிந்தது. இரவு முழுவதும் காதுகளாற் கேட்டுணர முடியாதளவுக்கு செல்கள் முழங்கின. இரவு இடம்பெற்ற செல் தாக்குதல்களுடன் காலையில் பல குடும்பங்கள் வேறு இடத்துக்கு போய்விட்டன. அவர்கள் இருந்த இடம் சற்று வெளித்த மாதிரி இருந்தது.

ஒரு குடும்பம் வெளியேறிப் போன இடத்தில் பதுங்குகுழி இருந்தது. அந்த இடத்தில் இவர்கள் போய் அமர்ந்தார்கள். அந்தக் குடும்பத்தில் ஒரு பெண்பிள்ளை இளம் போராளியாக இருந்தாள். சண்டைக் களத்தில் அவளுக்கு ஏனோ அச்சம் ஏற்பட்டு, யாருக்கும் சொல்லாமல் பின்வாங்கி ஓடி வந்துவிட்டாள் என அவன் அறிந்திருந்தான். அந்தப் பிள்ளையை சிலர் தேடிவந்ததால் அவளைப் பாதுகாக்க அவர்கள் இடம்மாறியிருக்கலாம் என அவன் நினைத்துக்கொண்டான்.

இரவு பக்கத்தில் இருந்த ஒரு குடும்பத்தினர் எங்கோ ரொட்டிகள் வாங்கி வந்தனர். இவர்களுக்கும் சில ரொட்டிகளைத் தந்தனர். காலையில் இருந்து எதுவும் சாப்பிடாமற் கிடந்த பிள்ளைகள் ரொட்டியை விருப்புடன் உண்டனர்.

"சோதி... குமரனைக் காணேல்லை எண்டது கவலைதான்... ஆனா எங்களுக்காக எல்லாரும் பட்டினி கிடக்கினம்... எழும்பி ஏதாவது செய் சோதி... பாவம் அவர்கள்...." என செல்வராசு மனைவியை அருட்டினான்.

"அண்ணை... பிள்ளையள் சாப்பிட்டு ரெண்டு ரொட்டி மிச்சம் கிடக்கு... ஆளுக்கு ஒருதுண்டு சாப்பிடலாம்... தேத்தண்ணியும் போடுவம்..." என்றாள் சுகி.

சோதி எழுந்து அமர்ந்தாள். அவளின் தோற்றம் மனதைக் கலங்கடித்தது அவனுக்கு.

சுகி தேநீர் தயாரித்து ரொட்டிகளையும் கையாற் பிய்த்து ஒவ்வொருவருக்கும் தந்தாள். எல்லோரும் அதனையே உணவாக உண்டனர். புதிதாக வந்த குடும்பத்தினருக்கும் சோதி தேநீர் கொண்டு சென்று கொடுத்தாள்.

ஒவ்வொரு இரவும் கடுமையான செல் தாக்குதல் தொடர்ந்து நடந்தது. ஆனால் அது வேறுதிசைகளை இலக்குவைத்து ஏவப்பட்டதாக இருந்தது. ஆனாலும் எப்பொழுதும் எக்கணத்திலும் தங்கள் இருப்பிடத்துக்கும் செல்வரலாம் என்ற எதிர்பார்ப்புடன் தான் அவர்களது ஒவ்வொரு இரவுப் பொழுதும் கழிந்தது.

செல்வராசுவிற்கும் இரவுகள் முழுவதும் உறங்கமுடியாமல் போயிற்று. மகனைப் பிரிந்திருக்கும் இரவுகள் மிகுந்த துயரளித்தன. அவனையும் மீறி உள்மனம் துடித்துக் கொண்டிருந்தது. சுயநலமாக தன் மகன் வந்து சேர்ந்துவிட வேண்டும் என மனதுக்குள் மன்றாடினான்.

பொழுது புலர்ந்து வெகு நேரமாகிவிட்டது. இதுவரை குமரன் பற்றிய எந்த தகவலும் கிடைக்கவில்லை. அவன் போகும்போது போகுமிடத்தை தெரிவித்துச் சென்றிருக்கலாம் என நினைத்துக்கொண்டான் செல்வராசு.

"அப்பா.... எங்கையாவது போய் என்ரை பிள்ளையை தேடுங்கோவன்...... இப்பிடியே இருந்து என்ன செய்யிறது...... அவன் இல்லாமல் என்னாலை உயிர் வாழ ஏலாது.... அவனுக்காகத் தானே... என்ரை ஊர் உறவுகளை எல்லாம் விட்டுட்டு உங்களுக்கு பின்னாலை வந்தனான்.... ஐயோ... என்ர சகோதரங்களுக்கு என்ன பதிலை நான் சொல்லுவேன்.... கடவுளே.... என்னையும் கொண்டு போ...."

"இந்தச் சனக் கடலுக்கை எங்கை எண்டப்பா அவனைத் தேடுறது?....... ஐயோ..... என்ர பிள்ளை எங்கை போனானோ...." அவள் தலையில் அடித்து அழத்தொடங்கினாள். தாய் அழுவதைப் பொறுக்காமல் மகள் தமிழ்விழியும் அழுதாள். சுற்றியிருந்தவர்கள் அவளைப் பார்த்தார்கள்.

இப்படி தன் மனைவி கலங்கி அழுததை ஒருபோதும் பார்க்காத அவனும் மனம் கலங்கினான். அவனுக்கு தலை வலித்தது. எங்காவது தானும் ஓடிப்போய் விடலாமா என்கின்ற எண்ணம் கூட எழுந்தது. பின்னர் தன்னை நிலை நிறுத்தியவனாக,

சற்றே விலகிப்போனால் தான் மனதுக்கு அமைதி கிடைக்கும் என உணர்ந்தவனாக,

"அழாதை... எங்கையெண்டாலும் பாத்துக்கொண்டு வாறன்........." என்றபடி எழுந்தான்.

" நானும் வாறன் செல்வராசு......." முருகேசு அண்ணரும் அவனுடன் இணைந்தார்.

இருவருமாக நடந்தார்கள். கூட்டங் கூட்டமாக சனங்கள் இடம் பெயர்ந்து வந்து கொண்டிருந்தார்கள். நடந்த களையுடனும் போக்கிடம் தெரியாத நிலையிலும் வரும் அவர்களைப் பார்க்க மனது வலித்துக் கொண்டது.

"செல்வராசு.... நீ என்ன நினைக்கிறாய்?......."

"எதைப் பற்றி அண்ணை?.........."

"குமரன் எங்கை எண்டதைப்பற்றி தான்......."

"எனக்கு ஒண்டும் நினைக்க முடியேல்லை அண்ணை...."

"அவன் இயக்கத்துக்குத் தான் போட்டான் எண்டு நினைக்கிறன்......."

"என்னெண்டண்ணை சொல்லுறியள்..............."

"என்னவோ..... என்ரமனம் அப்பிடித்தான் சொல்லுது.... அவன்ரை போக்குகள் அப்பிடித்தான் நினைக்க வைக்குது.... தான் அநியாயமா செல்லடியிலை சாககூடாது எண்டு எனக்கு சொல்லிக் கொண்டிருந்தவன்.... அவன்ரை சினேகிதப்பெடியன் ஒண்டு வீரச்சாவாம்... அதுகும் அவனுக்கு பெரிய மனத்தாக்கம்... "

ஆட்சேர்ப்பில் நின்ற பெண் போராளிகள் சிலரிடம் பெயர் விபரம் சொல்லி கேட்டார்கள். அவர்களும் தமக்கு ஏதும் தெரியவில்லை என சொன்னார்கள். வேறு எவரிடமும் விசாரிக்ககூடிய சூழ்நிலையும் காணப்படவில்லை.

"அண்ணை.. அவன் இயக்கத்துக்கு போனாக் கூடப்பறவாயில்லை... வேற ஏதாவது நடந்திருந்தால்......"

"மொக்குத்தனமா கற்பனை பண்ணாதை செல்வராசு.... அப்பிடி ஒண்டும் நடந்திருக்காது....."

ஒருசில மணிநேரம் நடந்து களைத்து இருந்த இடத்துக்கு திரும்பி வந்தார்கள். மனைவி மீண்டும் அழத் தொடங்கினாள். கிட்டத்தட்ட ஒரு சாவீடுபோலவே அவனுக்குத் தோன்றியது. வாய் விட்டு அழக்கூட அவளிடம் பலமில்லாதிருந்தது.

ஈனக்குரலில் அவள் அழுவதைபார்க்க அவனுக்கு மனம் இன்னும் வலித்தது. அவளை அணைத்து ஆறுதல் கூறக்கூட அவனுக்கு இயலாத சூழலாக இருந்தது.

பொங்கி வந்த அழுகையை அடக்கிக் கொண்டு நின்றான்.

அப்போது தான் ஓர் இளைஞன் வந்து அவனை அழைத்தான். அவனும் குடும்பத்தினருடன் சற்று தள்ளி இதே இடத்தில் தான் ஒரு தறப்பால் கொட்டிலுக்குள் அமர்ந்திருந்தான்.

"அண்ணை.... மகனை தேடி அலையாதேங்கோ..... அவன் இயக்கத்துக்கு தான் போட்டான்.... எங்களுக்கு தெரிஞ்ச ஓராள்தான் கூட்டிப்போனவர்... நான் கண்டனான்..... "

" நீங்கள் ஆர் தம்பி........."

"அண்ணை... சொல்லக்கூடாது.... ஆனாலும்... நாங்கள் பிள்ளைபிடிகாரர் இல்லை.... நாங்களும் மனுசர் தானே.... எங்கடை சனங்களுக்காக தானே நாங்கள் இப்பிடி நிக்கிறம்....... உங்கட நிலைமையை பார்த்துவிட்டு இதை சொல்லுறன்..... அதுக்காக தயவுசெய்து.... என்னை ஆரெண்டு ஆராயாதேங்கோ........ அதுதான் உங்களுக்கும் நல்லது..... எனக்கும் நல்லது....."

"தம்பி.... இஞ்சை என்ன நடக்குதெண்டே எனக்கு விளங்குதில்லை.... திடீரெண்டு எல்லாம் தலைகீழாப் போகுது.... ஆனா.. எனக்கு இன்னும் நம்பிக்கை இருக்கு.... நாங்கள் கைவிடப்படேல்லை.... என்ன சொல்லுறீங்கள் தம்பி...... சொல்லுங்கோ....."

அவன் செல்வராசுவை உற்றுப்பார்த்தான்.

"அண்ணை.... நான் கனகாலமா போராட்டத்திலை இருக்கிறன்..... எங்கடை சனங்களின்ரை மனநிலை எனக்கு தெரியும்..... இப்பிடி சனங்கள் கஸ்டப்படுறதை பாக்க எங்களாலேயும் முடியேல்லை..... ஏதோ ஒரு நிலைப்பாடு வரும் ...... நான் அழியலாம்... ஆனா நாங்கள் அழியமாட்டம்.... ஏனெண்டால் அண்ணை எங்களை நேசிக்கிற... எங்களை நம்புற... உங்களைப்போலை ஆக்கள் நிறையப்பேர் இருக்கினம்... இதைத்தான் அண்ணை உங்களுக்கு இப்ப சொல்ல ஏலும்........."

"சரி தம்பி.... கேக்கிறன் எண்டு குறையா நினச்சிடாதேங்கோ... உங்களைவிட இளையவை எல்லாரும் சண்டையிலை நிக்கினம்... நீங்கள் எப்பிடி இஞ்சை சும்மா நிக்கிறியள்? ...."

"அண்ணை.... சண்டைப் பிடிக்கிறது மட்டும்தான் போராளியளுக்கு கடமையில்லை அண்ணை..... சனங்களுக்கு உள்ளையும் எங்களுக்கு தலைமையாலை கடமையள் தரப்பட்டிருக்கு...... அதைச் செய்யிறதுக்காக என்னைப் போலை கனபேர் சனங்களோடை சனமாக நிக்கினம்... எங்களைப் பாத்தா உங்களுக்கு இப்ப கோவம் வரும் தான்... அதுக்காக உங்களுக்கு விளக்கம் சொல்லிக்கொண்டிருக்க கூடாது.... இதுக்கு மேலை ஒண்டும் கேக்காதேங்கோ...."

"இல்லைத் தம்பி.... எங்கட சனம் சிலபேருக்கு இதுகள் விளங்கிறேல்லை.... எல்லாரும் சண்டையிலை நிக்க... ஒன்றிரண்டு பேர் மனுசி பிள்ளையளோடை சொகுசா இருக்கினம்... உவங்கள் எல்லாம் உண்மையான போராளியளோ.... எண்டமாதிரி கதைக்கினம் தம்பி......"

"எங்கடை சனங்கள் பாவமண்ணை.... தாங்கள் கஸ்டப்படேக்கை... நான் இப்பிடி இருந்தா அவைக்கு எங்களிலை சினம் வரும்தான்... ஆனா.. எங்கடை நடவடிக்கையள் எல்லாத்தையும் வெளியிலை அவைக்கு தெரியப்படுத்த ஏலாது தானே..... எல்லாத்தையும் வெளியிலை சொல்லுற ஒருநேரம் வரும்... அப்ப எல்லாம் அவைக்கு விளங்கும்... இப்ப கதைக்கிறதை கதைக்கட்டும்...."

செல்வராசுவுக்கு சற்று நிம்மதி ஏற்பட்ட மாதிரி இருந்தது. திரும்பி வந்தான். தன் மனைவிக்கு அருகே அமர்ந்தான். தன்னை ஆசுவாசப் படுத்திக்கொண்டு மனைவியிடம் விடயத்தை கூறினான். அவள் சாவீட்டில் அழுவது போல கேவிக் கேவி அழுதாள். பின்னர் ஏதோ நினைத்தவளாக கண்களை துடைத்தாள். பின்னர் இவனைப் பார்த்து,

"காலமை துவக்கம் ஒண்டும் சாப்பிடாம திரியிறியள்.... குடிக்க தேத்தண்ணி ஏதும் ஊத்தி தரட்டே" என்றாள்.........

"ஒருதரும் இன்னும் தேத்தண்ணி கூட இல்லாம தான் இருக்கினம்... நீ மனதை திடப்படுத்திக்கொண்டு தேத்தண்ணியை வை.... எல்லாரும் குடிப்பம்....."

அவள் எழுந்து அடுப்புக்கு கிட்ட போவதை கண்ட சுந்தரம் அண்ணரின் மனைவி,

"என்ன சோதி...." என்றார்.

"தேத்தண்ணி... வைப்பம் அக்கா..... என்னால நீங்கள் ஒருதரும் தண்ணி கூட குடிக்காம இருக்கிறியள்...."

"நீ... இரு... நான் வைக்கிறன்......"

சுந்தரம் அண்ணரின் மனைவி அடுப்பைப் பற்ற வைக்க, மற்றவர்களும் இயங்கத் தொடங்கினார்கள்.

அவன் சுந்தரம் அண்ணரின் மனைவியைப் பார்த்தான். ஒடுங்கி உள்வளைந்த தோற்றம். வெண்மையும் கருமையும் கலந்த தலைமுடி. எதற்கும் இலகுவில் பதற்றப்பட்டு விடுகின்ற இயல்பு. யாரையும் நோகடிக்க எண்ணாமற் பேசுகின்ற பண்பு. அவ கிட்டத்தட்ட தன்னுடைய அம்மாவை நினைவு படுத்துவதாக எண்ணிக் கொண்டான்.

"கையோடை சோற்றையும் சமையுங்கோ....." என்றார் சுந்தரம் அண்ணர்.

'குண்டு விழுந்தாலும் செல் விழுந்தாலும் பரவாயில்லை... இது எவ்வளவு மகிழ்ச்சியான வாழ்க்கை... ம்.... துன்பங்களும் துயரங்களும்

தான் எல்லாவற்றையும் மறக்க வைத்து மனுசரை ஒன்றாக்குது போலை.... 'என செல்வராசு தனக்குள் நினைத்துக் கொண்டான்.

பெண்கள் நால்வரும் சமையல் செய்ய ஆயத்தமாகினர். சுந்தரம் அண்ணரும் செல்வராசுவும் விறகுகள் சேகரித்து வந்து கொடுத்தனர். சுடச்சுடத் தேநீர் கிடைத்தது. அந்தத் தேநீரின் மூலம் உடலில் சற்று தெம்பு ஏற்பட்ட மாதிரி இருந்ததை செல்வராசு உணர்ந்தான்.

சமையலுக்கு முன்னதாக பிள்ளைகளுக்கு தேநீருடன் இரண்டு சிறிய பிஸ்கற்றுகளும் கொடுத்தார்கள். அந்த காலாவதியான பிஸ்கட்டுகளை கூட பிள்ளைகள் மறுக்காது உண்ணும் அவலத்தைக் கண்ணுற்றபோது செல்வராசுவின் மனதுக்குள் வருத்தம் மேலிட்டது.

காலையிலிருந்து இரவுவரை ஓய்வு ஒழிச்சலின்றி பாடுபடும் தனது பொழுதுகள் இப்படி விரயப்படுவதை அவனால் தாங்கிக்கொள்ள முடியாதிருந்தது. எத்தனை இலட்சம் மனித வலு வீணாகிக் கொண்டிருக்கிறது என அவன் மனம் எல்லோருக்காகவும் பச்சாதாபப்பட்டது.

சோறு சாப்பிடும்போது மாலைப் பொழுதாகிவிட்டது. சோற்றுக்கு பருப்பும் சோயா மீற்றும் ஒன்றாகப் போட்டு தண்ணியாக ஒரு குழம்பு வைத்திருந்தார்கள். சுந்தரம் அண்ணரின் மனைவி எல்லோருக்குமான உணவைப் பங்கிட்டு வழங்கிக் கொண்டிருந்தார்.

செல்களின் முழக்கங்களின் மத்தியிலும் சிலர் தம்மைமறந்த உரையாடல்களில் ஈடுபட்டிருந்தனர். முன்பின் அறிமுகம் இல்லாதவர்கள் கூட நேரத்தை கடத்துவதற்கான அருகில் உள்ளவர்களுடன் கதைத்துக்கொண்டனர்.

சிறுவர்கள் மாறிமாறி அங்கும் இங்குமாக அலைந்து கொண்டிருந்தனர். தமிழ்விழியும் சுந்தரம் அண்ணரின் மகளும் தனித்திருந்து ஏதோ விளையாடிக்கொண்டிருந்தனர். சுகி மகளை மடியில்வைத்து ஏதோ யோசனையில் ஆழ்ந்திருந்தாள்.

அவளைப் பார்க்க செல்வராசுவுக்கு பெருங் கவலையாக இருந்தது. இக்கட்டு நிறைந்த வாழ்க்கையின் நொடிகளில் அவளின் துணைவன் அவளோடு இல்லாத கவலை அவள் முகத்தில் தெரிந்தது. வயதாகாமலே மூப்படைந்தவள் போல சுகியின் தோற்றம் இருந்ததை செல்வராசு அவதானித்தான்.

இரவு மீண்டும் செல் தாக்குதல்களும் பல்குழல் பீரங்கித் தாக்குதல்களும் தொடங்கின. ஒரே நேரத்தில் ஐம்பது நூறு செல்கள் விழுந்து கொண்டிருப்பதை சத்தங்களின் மூலம் அவனால் உணரமுடிந்தது.

இப்படியான சண்டைச் சத்தத்தையோ அவலத்தையோ சினிமாவில் கூட அவன் பார்த்ததில்லை என நினைத்துக்கொண்டான். சனங்கள்

சலனப்பட்டு அந்தரப்பட்டார்கள். அந்த நேரத்தில் கூட சில குடும்பங்கள் வேறு பகுதிக்கு இடம் பெயர்ந்து போகத் தொடங்கின.

அப்படிப்போகும் பலரும் பல ஊர்களின் பெயர்களை உச்சரித்துச் சென்றார்கள். சண்டைகளுக்கு தலைமை தாங்கிய பல திறமைகள் கொண்ட முன்னணி வீரர்களின் இழப்பு சனங்களை குழப்பிக் கொண்டிருந்தது. உள ரீதியாக பெரும்பாலானவர்கள் தாக்கமுற்றிருந்தார்கள்.

இங்கேயும் இருக்கமுடியாது போனால் அடுத்து எங்கே பெயர்ந்து போகலாம் என்றுகூட செல்வராசுவின் மனம் சிந்திக்கத் தொடங்கியது. நடுக்கமூட்டும் பயங்கரமான கற்பனைகள் அவன் மனதில் முளைத்து அவஸ்தைப்படுத்தின. ஒருவேளை செல் ஒன்றில் தான் இறந்துவிட்டால் தனது மனைவி பிள்ளைகள் என்ன செய்வார்களோ என அவன் மனம் நினைத்து கலங்கியது.

பின்னர் அப்படியான துர்நினைவு ஏதும் தனக்குள் உருவாகக் கூடாது என்றும், பயந்தால் தான் பலவீனனாகிவிடக் கூடும் எனவும் நினைத்தான்.

பரமேசுவும் திரும்பி வருவதாகச் சொல்லிவிட்டு... எங்கோ சென்றிருந்தான். அவனுக்கான மதிய உணவை பக்குவமாக எடுத்து சோதி மூடி வைத்திருந்தாள்.

வர வர செல்கள் ஏவப்படும் நேர இடைவெளி குறையத் தொடங்கியது. தொடர்ந்து செல்கள் மழைத் துளிகளாய் விழத் தொடங்கின. பாதுகாப்பு குழிக்குள் எல்லோரும் நெருக்கியடித்து அமர்ந்தார்கள். அதற்கு உள்ளே வியர்த்து வழிந்தது. ஒவ்வொரு செல்விழும்போதும் பதுங்குகுழி குலுங்கியது. பெரு மணற் பருக்கைகள் அவர்கள்மேல் விழுந்தன. யாரும் யாரோடும் பேசாமல் அமர்ந்திருந்தார்கள். அந்தச் சூழ்நிலையே மனதுக்குள் பேரச்சமூட்டுவதாக இருந்தது.

திடீரென்று ஒரு செல் அவர்களுக்கு சற்று தொலைவில் விழுந்த மாதிரி இருந்தது. தொடர்ந்து வெடிச் சத்தம் கேட்கத் தொடங்கியது. அந்த வெடிப்புச் சத்தம் வரவர அதிகமாகிக்கொண்டிருந்தது. என்ன நடக்கிறது என்று அனுமானிக்க முடியாமல் நாலாபுறங்களிலும் வெடிச்சத்தங்கள் கேட்டன.

சில நொடிகளில் சனங்கள் கத்தியபடி கும்பலாக ஓடுவது போல தெரிந்தது.

'ஓடுங்கோ... எல்லாரும் ஓடுங்கோ... ஆமி கிட்ட வந்திட்டான்... கடக்கரைச் சனம் ஓடி வருகுது..... கன பேருக்கு காயம்... போராளியளுக்கும் காயம்.. காயப்பட்ட போராளியள் குப்பிகடிக்கிறம் எண்டு கத்துற சத்தம் கேக்குது.... வழியெங்கும் உடலுகள் கிடக்குது... ஓடுங்கோ......'

"ஏன்... இயக்கம் அடிக்காம நிக்குது... அவனை வரவிட்டால் அவைக்கும் ஆபத்தெல்லோ.....?...." யாரோ கேட்டார்கள்.

"பனந்தோப்புக்குள்ளை பொஸ்பரஸ் குண்டு அடிச்சிட்டான் போலை ..... ஐயோ..... பஸ் ஒண்டுக்கு மேலை அது விழுந்திட்டுது... அதுக்கு கீழை பாதுகாப்புக்காக படுத்திருந்த சனங்கள் கொஞ்சம் செத்திட்டுதுகளாம்....... பாவங்கள்... பஸ் எரியுது... ஆரும் கிட்டப் போகேலாமல் வெக்கையாக் கிடக்காம்..... என்ன கொடுமை இது..." யாரோ பெரிதாக கத்திக்கொண்டு ஓடுவது கேட்டது.

பின்னால் களமுனையில் பார்வையிழந்த போராளி ஒருவரைக் கையிற் பிடித்தபடி அவரின் மனைவி ஓடி வந்துகொண்டிருந்தாள். வேறும் சில காயப்பட்ட போராளிகள் அவசரமாக போய்க்கொண்டிருந்தனர். அவர்களின் கைகள், நெற்றி, முதுகு பகுதிகளில் இரத்தம் ஊறிக்கிடந்தது. அவர்களிற் சிலரை அவனுக்கு அடையாளம் தெரிந்தது.

செல்வராசு எட்டிப்பார்த்தான். அவனுக்குப் பின்னால் பனங்கூடல் எரிந்துகொண்டிருந்தது. காற்று வேறு வீசிக்கொண்டிருந்ததால் நெருப்புப் பொறிகள் புற்றீசல்களாக காற்றில் பறந்து வந்துகொண்டிருந்தன.

குடும்பம் குடும்பமாக சனங்கள் கத்தியபடியும் அழுதபடியும் ஓடிக்கொண்டே இருந்தார்கள். பெற்றோரின் பின்னே நடக்கமாட்டாமற் குழந்தைகளும் அழுதபடி நகர்ந்தன.

"ஐயோ.... என்ரை நகை வைச்சிருந்த பை தவறிவிட்டுது..." பெண் ஒருவர் கத்தினார்.

"திரும்பிப் போகேலாது... செல்விழுது.... றவுண்ஸ் வருது.... ஆமியும் வாறான் எண்டு சொல்லுகினம்... ஓடுங்கோ.... நகை போனால் போகட்டும்... இனி ஒண்டுஞ் செய்ய ஏலாது... உயிர் முக்கியம்....."

"அப்பா...... நாங்கள் என்ன செய்வம்?...... இப்பிடியே எல்லாரும் சாகப்போறமா?....." சோதி அச்சம் கலந்த குரலில் கேட்டாள்.

"செல் அடிச்சுக் கொண்டிருகேக்குள்ளை ஓடுறது தான் ஆபத்து. பேசாம இதுக்குள்ளை இருப்பம். நடக்கிறது நடக்கட்டும்.... விடிய என்ன செய்யலாம் எண்டு யோசிப்பம்......" என்று அவளை அமைதிப் படுத்தினான். அவள் மழையில் நனைந்த கோழி போல வெடவெடத்து நடுங்குவது தெரிந்தது.

" ஆமி வாறானாமெல்லே..."

"செல் கிட்ட விழ ... ஆமி வந்திட்டான் எண்டு நினைச்சு சனம் ஓடுது... ஆமி கிட்ட நிண்டால் செல் அடிக்க மாட்டான்கள் தெரியுமே ... அடிச்சால் அவைக்கும் பாதுகாப்பில்லையெல்லே..." என செல்வராசு பதில் சொன்னான் மனைவிக்கு.

"கடவுளே.... என்ரை மனுசனும் எங்கை நிக்கிறாரோ தெரியேல்லை.. இந்தக் குழந்தையோடை நானும் ஒவ்வொரு இடமாக அலைஞ்சு கொண்டிருக்கிறன்........ கலியாணம் கட்டி நாங்கள் சேர்ந்து வாழ்ந்த காலம் குறைவு.... எப்ப பாத்தாலும் கடமை கடமை எண்டு போயிடுவார்.... நாட்டுக்காகத் தானே பாடுபடுறார் எண்டு என்ரை ஆசையளை எல்லாம் தியாகம் செய்தன்..... எங்கடை வாழ்க்கையைப் பறிச்சுப்போடாதை...... எங்களை வாழவிடு கடவுளே.... அவற்றை முகத்தை ஒருதடைவை உயிரோடை பாக்க விட்டிடு...." சுகி தன் போராளிக் கணவனை எண்ணிப் புலம்பிக்கொண்டிருந்தாள்.

அவளின் கன்னங்களில் கண்ணீர் பெருகிக் கொண்டிருந்தது. நடக்க இயலாத களைப்புற்ற நிலையிலும் அவள் தன் மகளைத் தூக்கிக்கொண்டு திரிந்தாள்.

அந்த செல் மழையிலும் துணியில் சுற்றிய குழந்தை ஒன்றை அணைத்தபடி ஓரமாக இளைஞன் ஒருவர் இருந்தார். அவரது மனைவி அருகே நோயாளி போல அமர்ந்திருந்தாள். முகமெல்லாம் மஞ்சளாகித் தெரிந்தது.

"என்ன தம்பி.... வருத்தமோ?...." எனக் கேட்டான் செல்வராசு.

"இல்லை அண்ணை... முந்தநாள் பின்னேரம் தான் குழந்தை பிறந்தது.... பொம்பிளைப் பிள்ளை.... போனவருசம் தான் கலியாணம் செய்தனாங்கள்..... குழந்தை பிறந்த அந்த நேரம் தொடக்கம் இவவுக்கு சாப்பாடு ஒண்டுமில்லை.... நடக்க ஏலாம இருக்கு எண்டு சொல்லுறா...... உடம்பும் ஏலாம கிடக்காம் எண்டு சொல்லுறா.... குடிக்கிறதுக்கு தண்ணிகூட இல்லாம இருக்குதண்ணை....."

அவன் சுற்றியிருந்த துணியை விலக்கி குழந்தையின் முகத்தைக் காட்டினான்.

நல்ல சிவப்பாய் சுருண்ட தலைமுடியுடன் கண்களை மூடி உறங்கிக் கொண்டிருந்தது குழந்தை .

"ஏன் தம்பி பெரியாக்கள் ஒருதரும் உங்களோடை இல்லையோ...."

"இல்லை அண்ணை... நாங்கள் விரும்பித்தான் கலியாணம் கட்டினனாங்கள்... அதாலை சொந்தபந்தம் ஒண்டும் சேர்க்கிறதில்லை...."

"கவலைப்படாதையுங்கோ தம்பி... இப்பிடி ஒரு பிரளயமான நேரத்திலை தான் அதிசயமான பிறப்புகள் நிகழும்... இது கடவுளின்ரை அனுக்கிரகம் தம்பி... நீங்கள் ரெண்டுபேரும் நல்லாயிருப்பியள்... கைவிட்ட சனமெல்லாம் தேடிவரும்... வாழ்ந்துகாட்டுங்கோ... கவலைப்படாதேங்கோ... ஒருகுறையும் வராது..." ஏதோ பிரம்ம ஞானி போல அந்த இளைஞனிடம் செல்வராசு ஆரூடம் சொன்னான்.

சோதி தனது கைப் பையைக் கிளறினாள். அதற்குள் அற்புதமான செயலாக ஒரு சிறிய உப்பு பிஸ்கற் பைக்கற் இருந்தது. அதை குழந்தை பெற்ற பெண்ணிடம் கொடுத்தாள்.

அருகிலிருந்த முதியவரின் கையில் தண்ணீர்ப் போத்தல் ஒன்று இருப்பதைக் கண்டு,

"ஐயா... அவசர நோயாளிக்கு... ஒருதுளி தண்ணி தாங்கோ...."

அந்த முதியவரிடம் இரந்து பெற்ற தண்ணீரை அந்தக் குழந்தை பெற்ற பெண்ணிடம் நீட்டினாள் சோதி.

அந்தப்பெண் நான்கைந்து தடைவை அந்த தண்ணீரைக் குடித்து தாகம் நீங்கினாள்.

தொடர்ந்து பெரிய பெரிய வெடிச் சத்தங்கள் கேட்டவண்ணம் இருந்தன. சிறிதாகவும் பெரிதாகவும் சத்தங்கள் கேட்டவண்ணமே இருந்தன. தொடர்ந்து அந்தச் சத்தங்களை கேட்டுக் கொண்டிருக்க தலைக்குள் பாரம் ஏற்றிய மாதிரியான உணர்வு ஏற்பட்டது.....

"விடிஞ்சவுடனை முதல் வேலை நாங்கள் இஞ்சயிருந்து வேற இடத்துக்கு மாறுறது தான்............" முருகேசு அண்ணர் உறுதியாக சொன்னார். எல்லோரும் சம்மதம் என்ற மாதிரி அமைதியாக இருந்தார்கள்.

"அந்தப் பக்கமா ஏதோ தொடர்ச்சியாக வெடிச்சுக் கொண்டிருக்குது..... என்னெண்டு தெரியேல்லை... ஏதோ பெரிசா வெடிக்கிற மாதிரியும் கிடக்கு...."

"செல் விழுந்து ஆயுதங்கள் வெடிக்குது எண்டு சொல்லுறாங்கள்.... இப்ப எதையும் நம்பேலாமக் கிடக்குது.... ஏதோ நேரிலை தெரிஞ்சமாதிரி கதைக்கிறாங்கள்... உறுதிப்படுத்தாம எதையும் நம்பக்கூடாது. .... "

"அதையும் ஆரோ காட்டிக் குடுத்திட்டான்கள் போல...."

"ஏனண்ணை ஆரன் காட்டிக் குடுக்கவேணும்?... மேல தான் இருபத்துநாலு மணி நேரமும் ஆளில்லாத விமானம் சுத்துதே.....எத்தினையோ ஆயிரம் அடி உயரத்திலை நிக்கிற விமானத்துக்கு கோழக்குஞ்சு மேயிறதே தெளிவாக காட்டுமாம்.... அப்ப அது எல்லாத்தையும் காட்டிக் குடுக்கும் தானே....."

"அதுகும் சரிதான்....... வெளிநாடுகள் அரசாங்கத்துக்கு எல்லாவிதமான உதவியளையும் செய்து குடுக்குது போலை... ஆரிட்டை கையேந்தி எண்டாலும் தமிழரை அழிச்சால் காணுமெண்டு அரசாங்கம் நினைக்குது......"

"கல்லுக்குள்ளை கிடக்கிற தேரைக்கும் கருப்பையிலை கிடக்கிற குழந்தைக்கும் பாதுகாப்பு குடுக்கிற கடவுள்... பதுங்கு குழிக்குள்ளை

கிடக்கிற எங்களைப் பாதுகாக்க மாட்டாரே... ஒருதரும் பயப்பிடாதேங்கோ......" சுந்தரம் அண்ணர் உண்மையாகவே சொல்கிறாரா ஏளனமாக சொல்கிறாரா என அவனுக்குப் புரியாமலிருந்தது.

"அண்ணை... கடவுள் எங்கடை பிரச்சினையிலை இனி தலையிட மாட்டார்போலை... ஏனெண்டால் நல்ல பல சந்தர்ப்பங்களை நாங்கள் தவறவிட்டுட்டம்..."

"மாகாணசபையையும் மாவட்ட அதிகாரத்தையும் நல்ல சந்தர்ப்பம் எண்டு சொல்லுறியளோ.... தமிழருக்கு ஒரு துளி உரிமை கிடைக்கிறதைக் கூட இனவாதியள் விரும்ப மாட்டாங்கள்.... "

செல் ஒன்று பெரிதாக சீற்றத்துடன் அவர்களைக் கடந்து போனது.

"வற்றாப்பளை அம்மாளாச்சி..... இவ்வளவு சனமும் உன்ரை கண்ணுக்கு முன்னாலை இப்படி அவலப்படுது... இப்ப நீ எல்லாரையும் பாதுகாக்காமல் விட்டால் நாளைக்கு உன்ரை மடியிலை தான் இவளவு பேரும் செத்தினம் எண்ட பழி உனக்கு வந்திடும் அம்மா....." பவளமக்கா பெரிதாக அழுதார்.

பவளமக்காவுக்கு களத்தில் நிற்கும் பிள்ளைகளின் நினைவு வேறு வருத்தியது. ஒரு பிள்ளைகூட அவர் அருகில் இல்லை என்பது அவரது கவலையாக இருந்தது.

ஒருவர் கூடத் தூங்கவில்லை. குழந்தைகள் மட்டுமே தூங்கினார்கள். பதுங்கு குழிக்குள் உறக்கமற்று இரவு முழுவதும் கழிந்தது. துப்பாக்கிச் சத்தங்கள் மட்டும் கேட்டுக்கொண்டிருந்தன.

புள்ளி – 18

நிலம் வெளுக்கத் தொடங்கியது. குளிர்மை அதிகரித்த காலத்து முகிற்கூட்டம் கீழிறங்கி ஓடுவதுபோல வெடிமருந்துப் புகை எங்கும் நிறைந்திருந்தது. வானம் முழுவதும் வெடிமருந்துப் புகையுடன் மழை மேகமும் சேர்ந்து கறுப்பாக இருந்தது.

வெளியே எட்டிப் பார்த்தார் அவர்களுக்கு முன்னரே பல குடும்பங்கள் இடம்பெயர்ந்து போய்விட்டிருந்தது தெரிந்தது.

"செல்வராசு நாங்கள் எங்கையடா போவம்?..........."

"அதுதான் எனக்கும் தெரியேல்லை.... போறசனம் எங்கையோ போகுதுகள் தானே... அதுகளோடை சேர்ந்து போவம்.... வசதியாக அம்பிடுற இடத்திலை இருப்பம்... பிறகும் போகவேணும் எண்டால் போவம்..... இது தான் இனி வாழ்க்கை எண்டு ஆகியாச்சு...."

எல்லோரும் பதுங்கு குழியின் அருகே அமர்ந்திருந்தார்கள். எல்லோர் முகத்திலும் மரணக்களை அப்பிக்கிடப்பது மாதிரி இருந்தது.

"சரி... சாமானுகள் எல்லாத்தையும் கட்டுங்கோவன்.... நான் உதிலை ஆரோடையும் கதைச்சு விசயத்தை அறிஞ்சுகொண்டு வாறன்...." என்று சொல்லிவிட்டு,

செல்வராசு இரவு கதைச்ச போராளியை தேடிப்போனான். மரமொன்றின் கீழ் அவன் அமர்ந்திருந்தான். இவனைக் கண்டதும்,"வாங்கோ அண்ணை..." என்று எழுந்து நின்றான். அப்போது தான் அவனின் ஒற்றைக்கால் பொய்க்கால் என்பது தெரிந்தது.

"தம்பி... நிலைமை என்னமாதிரி? இஞ்சை இனியும் இருக்கலாமோ........."

"என்னத்தை அண்ணை சொல்லுறது?... ம்.... நீங்கள் இந்த இடத்த விட்டு போறது நல்லதெண்டு தான் நினைக்கிறன்... எங்காலும் வெளிக்கிடுங்கோ....."

"எங்க தான் தம்பி போறது...... எங்களுக்கு இஞ்சால இடமும் தெரியாது.... ஒரு ஆக்களையும் தெரியாது......."

"அண்ணை..... போற சனமெல்லாத்துக்கும் இடந்தெரிஞ்சு தான் போகினம் எண்டில்லை... எல்லாரும் உந்தப்பக்கம் தான் போகினம் ..... நீங்களும் பாத்து எங்கையாவது போங்கோ... உயிரைக் காப்பாற்றினால் தான் அடுத்த கட்டம் சிந்திக்கலாம்...."

" அங்காலை போனால் பயமில்லையோ தம்பி........"

"அது எனக்கு தெரியாது அண்ணை.... சனங்கள் கூடுதலாக அங்கை தான் போகுதுகள்..... இப்போதைக்கு அதைத் தவிர வேற வழியில்லை......"

மிகவும் மனம் உடைந்து போனவனாக பெருமூச்சோடு செல்வராசு திரும்பி வந்தான்.

"சரி..... எல்லாரும் போறதுக்கு ஆயத்தம் தானே......"

"இனி எங்கை போறது......."

"வாங்கோவன் இஞ்ச இருந்து என்ன செய்யிறது?.... சனமெல்லாம் போகுது.. நாங்களும் போவம்...... போற சனத்தோடை போய் வசதிவாற இடத்திலை தங்கிறது தானே..... நாடோடி வாழ்க்கை தானே இப்ப எங்களுக்கு..."

"அப்பா... நாங்கள் இடம் மாறினால் என்ர பிள்ளை வந்து எங்களை எங்கை தேடுவான்?...."

"அவன் இனி எப்ப வாறானோ தெரியாது.... போயிருந்து கொண்டு... அங்கை ஆரிட்டையும் அவனுக்கு தகவல் குடுக்க முடியும் எண்டால் சொல்லி விடுவம்..... "

"................."

"எல்லாரும் கெதியா வெளிக்கிடுங்கோ....." செல்வராசு அவசரப்படுத்தினான்.

"இப்ப என்ன... சாறிகட்டி பொட்டுவைச்சு வெளிக்கிட வேணுமே.. இப்பிடியே வாறதுதானே.... நாங்கள் போறதுக்கு ஆயத்தம்..... "

சோதி பெரிதாக அழுதபடியே பையைத் தூக்கிக்கொண்டாள்.

"அழாதை சோதி..... மனது தாங்காது தான்.... ஆனா குமரன் எங்கை நிப்பான் எண்டு தெரிஞ்சால் பறவாயில்லை...... என்ன செய்யிறது.... என்ரை பிள்ளையள் போராடப் போகேக்குள்ளை நானும் உன்னைப்போலை அழுதனான் தான்... பிறகு இயக்க உடுப்பு போட்டுக்கொண்டு அதுகள் வந்து நிக்க... எல்லாம் மறந்து அதுகளுக்காகவே வாழத் தொடங்கியாச்சு.... இப்ப என்ரை பிள்ளையள் ஒண்டும் எனக்கு அருகிலை இல்லை.... நாளைக்கு எனக்கோ அப்பாவுக்கோ ஒண்டென்றால் அதுகள் எங்கை எங்கை நிக்குதுகளோ....." முருகேசண்ணரின் மனைவி சோதிக்கு ஆறுதல் கூறினாள்.

"செல்லடி ஒருபக்கம்... சாப்பாட்டு கஸ்டம் ஒருபக்கம்..... காயப்பட்டால் மருந்து கூட இல்லை...... என்ரபிள்ளை என்ன செய்யும்....... எவ்வளவு சொகுசாக வைச்சிருந்தனான் அவனை...." சோதி அழுதபடியே நடந்தாள்.

"சோதி... எங்கடை பிள்ளைக்கு மட்டுமில்லை... எல்லாப் போராளிப் பிள்ளையளுக்கும் இதுதான் நிலமை.... காயப்பட்ட பிள்ளையளே கஞ்சிகூட இல்லாம கிடக்குதுகளாம்... ஆமியோ சண்டையை ஓய விடுறானிலல்லை.... அதுகள்தான் என்ன செய்யிறது..."

செல்சத்தங்கள் கேட்டுக்கொண்டிருந்தாலும் நாளடைவில் அவை பழக்கப்பட்டு விட்ட மாதிரியான உணர்வுடன் அவன் புறப்பட்டான்.

"இவன் பரமேசு எங்கை போயிருப்பான்...?... ம்... அவனுக்கும் வாழ்க்கையிலை ஒரு ஒளிப் பொட்டாக அந்தப் பிள்ளை கிடைச்சுது... ஆனா... அதை முறையாக கலியாணம் செய்ய காலம் வருகுதில்லை.. பாவம்" பரமேசுவின் மேல் இரக்கம் பிறந்தது.

சனங்கள் கும்பல் கும்பலாக இருந்தார்கள். சிலர் சமையலில் ஈடுபட்டிருந்தார்கள். சிலர் ஏதும் அற்றவர்களாய் களைத்துச் சோர்ந்தவர்களாய் அமர்ந்திருந்தார்கள். ஊன்று கோலுடன் ஒருவர் களைத்துப்போய் உட்கார்ந்திருந்தார். அவரருகே கர்ப்பிணிப் பெண் ஒருவர் அமர்ந்திருந்தார்.

பொய்க்கால் பொருத்திய ஒருபெண்ணும் அவளின் துணைவனும் களைத்துப்போய் பாதுகாப்பற்ற வெளியில் உட்கார்ந்திருந்தார்கள். அவர்களிடம் உடைமைகள் என்று எதுவும் காணப்படவில்லை. மிக இளமையானவர்களாகத் தெரிந்தார்கள்.

சற்றுத் தள்ளி, மணலில் சில உடல்கள் அவசரத்தில் புதைக்கப்பட்டிருக்க வேண்டும். அவை சரியாக மூடுப்படாமல் அரைகுறையாக கால்கள் வெளித் தெரிவனவாக இருந்தன. சில இடங்களில் பிணங்கள் அழுகி துர்நாற்றம் வீசியது. சனத் தொகையை விடவும் இலையான்களின் தொகை பல்கிப் பெருகியிருந்தது. அவை அழுகிய பிணங்களிலும் உயிருள்ள சனங்களிலும் மாறிமாறி மொய்த்துக்கொண்டிருந்தன.

உயிருள்ள மனிதர்களும் உயிரற்ற உடல்களைப் போல் விறைத்து நின்றனர். போரின் கொடூரம் எண்டது இதுதானோ என செல்வராசு எண்ணிக்கொண்டான்.

அப்போது அவனைச் சுற்றிப் பறந்து வாயில் வந்து உட்கார முனைந்த இலையான் ஒன்றை கையால் விரட்டினான் செல்வராசு. மழைநீர் தேங்கி நின்ற சிறிய குழிகளில் கரிய வாற்பேத்தைகள் கும்பலாக நீந்தின. அந்தத் தண்ணீரை எதுவித அருவெறுப்பும் இன்றி வாயில் விட்டுக்கொண்டார் முதியவர் ஒருவர்.

அரைகுறையாக புதைத்த உடலருகில் ஒருபெண் உட்கார்ந்து சமையல் செய்துகொண்டிருந்தார். அவரருகே இரு சிறிய பெண்பிள்ளைகள் அமர்ந்திருந்தார்கள். அப்பகுதியில் பதுங்குகுழி என்ற கதைக்கே இடமில்லாதிருந்தது.

வெட்டை வெளியில் இன்னொரு வயதான அம்மா ஒருவர் சட்டியில் ஏதோ சமைத்துக்கொண்டிருந்தா. கடந்து போகும் எல்லோரும் அவவை பார்த்துக்கொண்டு போனார்கள். மற்றவர்களைப்பற்றி எதுவும்

அக்கறைப்படாமல் ஆற அமர தனியாக உட்கார்ந்து அந்த அம்மா சமையலில் ஈடுபட்டிருந்தார்.

வயதான ஒருவர் அந்த அம்மாவின் அருகே கால்களை நீட்டிப் படுத்திருந்தார். அது அந்த அம்மாவின் கணவராக இருக்கக்கூடும் என செல்வராசுவின் மனம் நினைத்தது.

கும்பல் கும்பலாக கூடியிருக்கும் சனங்களுக்கு நடுவே அவர்கள் நடந்துகொண்டிருந்தார்கள். கூடியிருக்கும் சனங்களில் யாராவது தெரிந்தவர்கள் உள்ளனரா என பார்த்தபடியே அவன் நடந்தான். குழந்தை ஒன்று படுத்திருக்கும் சனங்களின் நடுவே மலங் கழித்துக் கொண்டிருந்ததது.

எல்லாவற்றையும் தாண்டி நடந்துகொண்டிருக்கும் பொழுது ஒரு மரத்தின் கீழ் படுத்திருந்தவனைப் பார்த்ததும், அவனை எங்கோ கண்டமாதிரி இருந்தது செல்வராசுவுக்கு.

நின்று உற்றுப்பார்த்தான். தாடிவளர்ந்து அவனை அடையாளம் காண்பதில் கஸ்டமாக இருந்தது செல்வராசுவுக்கு.

"செல்வராசண்ணை..."

அவனே செல்வராசுவை அடையாளம் கண்டுகொண்டு அழைத்தான்.

"ஓ.... சயிக்கிள்கடை நந்தன்....... என்னடாப்பா உன்ர கோலம்..... தனிய இருக்கிறாய்... மனுசி பிள்ளையள் எங்கடாப்பா...."

"அண்ணை..... என்ர ரெண்டு குஞ்சுகளும் செல்லிலை போட்டுதுகள் அண்ணை....... இந்தப்பாவியை செல்லொண்டும் கண்டு கொள்ளுதில்லை அண்ணை.........." நெஞ்சிலும் தலையிலும் அடித்து ஈனக்குரலில் கதறினான் அவன்.

"அழாதை நந்தன்.... என்ன நடந்தது.... எப்ப நடந்தது?............"

"அண்ணை.... தேவிபுரத்திலையண்ண.... இரவுமுழுக்க பங்கருக்கை இருந்த பிள்ளையள்... தாய் றொட்டி சுடுறதைக் கண்டிட்டு வெளிய வந்ததுகள்..... பங்கர் வாசலிலை இருங்கோ... அம்மா றொட்டி தாறன் எண்டு மனுசி சொல்லி வாய் மூடுறதுக்குள்ளை... செல்விழுந்திட்டுது அண்ணை.... மூத்தவள் அதிலையே சரி... சின்னவளை காயத்தோடை துடிச்சாள்... தோளிலை சுமந்துகொண்டு.. மருந்து கட்டவெண்டு தூக்கிக்கொண்டு திரிஞ்சன்.... அழாதேங்கோ அப்பா.... எனக்கொண்டும் இல்லை... எண்டாள்... அவளின்ரை ரத்தம் என்ரை தோளெல்லாம் வழிஞ்சுதண்ணை.... அவளைக் காப்பாத்த என்னாலை முடியேல்லை.... பிறகு அவளும் போட்டாளண்ண...... என்ரை செல்வங்கள் ரெண்டும் போனாப்பிறகு நான் எப்பிடி உயிரோடை இருக்கிறதண்ணை...." அவன் குழந்தையைப் போல் தலையை மோதிமோதி அழுவதைப் பார்க்க செல்வராசுவுக்கு மனங் கலங்கிற்று.

அவனை தோளில் அணைத்து ஆறுதல் சொன்னான். அவனுடைய தலைமுடியும் தாடியும் அலங்கோலமாகத் தெரிந்தது. போர் எப்படியெல்லாம் மனிதர்களை துடைத்து வழித்துவிடுகிறது என செல்லவராசுவின் மனம் கலங்கியது.

"உனக்கு எப்பிடி ஆறுதல் சொல்லுறதெண்டு தெரியேல்ல நந்தன்.... எங்கட உயிரும் எப்ப எப்பவோ தெரியாது.... ஓடிக்கொண்டிருக்கிறம்.... அழாதை.... கண்ணுக்கு முன்னாலை பிள்ளையள் சாகிற துயரத்தை ஆராலையும் ஆற்றேலாது.... "

நந்தன் அழுதபடியே நின்றான்.

"அண்ணை நானும் மனுசியும் தற்கொலை செய்து போடுவம்... ஆனா இன்னொரு பிள்ளை எங்களை நம்பி இருக்குதெல்லோ.... "

"அந்த எண்ணம் மட்டும் வரக்கூடாது நந்தன்.... "

"செல்வராசு... இப்ப என்ன செய்வம்?...... இஞ்சை எங்கையும் பாத்து இருப்பமோ......." என்று முருகேசு அண்ணர் கேட்டார்.

"இன்னும் கொஞ்சதூரம் போவம் அண்ணை..... இதிலை கொஞ்சம் நெரிசலாக கிடக்குது.... சனநெரிசலுக்கை இருந்தால் கரைச்சல் படவேணும்... பிள்ளையளும் சொல்லுக் கேக்காதுகள் ..."

"சரி... அப்ப நட......... "

எல்லோருமாக நடந்தார்கள். நடக்க நடக்க சன நெரிசல் அதிகமாக இருந்தது. செல்வராசு சுற்றிலும் பார்த்தான். தெரிந்தவர்களாக யாருமில்லை.

மரங்கள் அடர்ந்த ஒரு இடம். பல குடும்பங்கள் இருந்தன. அவர்களுக்கு அருகில் ஒருசிறு இடம். அதில் அமர்வதற்கு அனுமதி கேட்டார்கள்.

"நாங்களும் உங்களைப்போலை தான் தம்பியவை.... வந்தம்... இருக்கிறம்... நீங்களும் தாரளமா இருங்கோ...." என்றார் ஒருபெரியவர்.

எல்லோரும் அமர்ந்தார்கள். எல்லோருக்கும் நடந்த களைப்பு. கால்கள் வலித்தன. சிறுபிள்ளைகள் துவண்டு கிடந்தார்கள்.

"பிள்ளயள் நல்லாக் களைச்சுப் போச்சுதுகள்.... ஏதும் இருந்தால் குடுங்கோவன்....."என்றார் சுந்தரம் அண்ணர்.

"அந்தா அந்த அடுப்பிலை சுடுதண்ணி கிடக்கு..... சீனிதேயிலை இருந்தால் தேத்தண்ணி போட்டு குடியுங்கோ..... உங்களுக்கு தாறதுக்கு என்னட்டை வேறை ஒண்டுமில்லை... " என்றார் அந்தப் பெரியவர்.

"என்ரை பையிலை கோப்பி கொஞ்சம் கிடக்கு.... போடுங்கோ... எல்லாரும் குடிக்கலாம்..... என்றாள் சோதி.

"எங்கையிருந்து வாறியள் தம்பி........... என்று கேட்டார் பெரியவர்.

"நாங்கள் கடைசியா முருகண்டியிலை இருந்தனாங்கள்... சொந்த இடம் யாழ்ப்பாணம்... தொண்ணூற்று அஞ்சிலை கிளிநொச்சிக்கு இடம் பெயர்ந்தனாங்கள்...... "

" நீங்கள் முருகண்டியே.... அங்கை இருக்கிற குடியிருப்பிலை என்ரை மருமோள் முறையான ஒருத்தி இருந்தவள்.... அவர் போராளி.... காலும் ஒண்டில்லை... பொய்க்கால்தான்.... அரசியல்துறையிலை இருந்தவர்..... இந்தச் சண்டைக்குள்ளை எங்கையெண்டு தெரியேல்லை.... நாங்கள் திருகோணமலை.... சல்லி.... கேள்விப்பட்டிருப்பியளோ தெரியாது.. மலையிலை இருந்து நிலாவெளிப்பக்கமா போற பாதையிலை... சாம்பல்தீவுக்கு பக்கமா இருக்கு எங்கட இடம்.... அங்கை தான் பிரபலமான சல்லி அம்மன்கோயில் இருக்கு... புதுமையான அம்மன்... எல்லா இடங்களிலை இருந்தும் சனங்கள் பொங்கலுக்கு வாறவை.... "

"என்ரை மச்சான் ஒராள் திருகோணமலை ரவுணுக்குள்ளை கடை வைச்சிருந்தவர்... சமாதான காலத்திலை ஒருக்கால் அங்கை போனனாங்கள்.... அப்ப கோணேசர் கோயிலுக்கு போயிருக்கிறன் ஐயா.... கன்னியாய் சுடுதண்ணிக் கிணறுகளும் பாத்தனாங்கள்.... அதுக்கு அங்காலை தெரியாது...."

"அது எல்லாம் தமிழ்மக்களின்ரை வாழ்க்கையோடை பின்னிப் பிணைஞ்ச இடம் தம்பி... அதை எப்பிடியும் தங்கடை ஆதிக்கத்துக்கு உள்ளை கொண்டுவந்திட வேணும் எண்டு அவனுகள் நினைக்கிறாங்கள்... இயக்கம் இருக்கும் வரைக்கும் அது நடவாது.... என்றார் அவர்.

"தொண்ணூறிலை முதன் முதலாய் ..... இடம் பெயர்ந்தனாங்கள் தம்பி... இன்னும் ஊர்ப்பக்கம் போகேல்லை... சமாதான காலத்திலை சனமெல்லாம் அங்காலை போனது... நாங்கள் போகவே இல்லை.... இஞ்சை வந்து பிள்ளையளும் அப்பிடி இப்பிடி போயிட்டுதுகள்... நாங்கள் முத்தையன் கட்டிலை இப்ப வந்திருக்கிறம்......"

பெருமூச்சுடன் பெரியவர் சொன்னார்.

அவரைப் பார்க்க மனதுக்கு துயரமாக இருந்தது. போர் எத்தனைபேரின் வாழ்க்கையைப் புரட்டிப் போட்டிருக்கிறது என எண்ணிக் கொண்டான்.

செல்வராசு சற்றுத் தள்ளி காலாறலாம் என்று நினைத்தவனாக... ஒரு சிறிய மரத்தின் கீழ் போய் நின்றான்.

"செல்வராசு...."

என்ற கணீரென்ற அழைப்பு அவன செவிகளில் நுழைந்தது. திடுக்கிட்டுத் திரும்பினான்.

"ஏன்ராப்பா உந்த மரத்தடியிலை நிக்கிறாய்... அவனடிக்கிற செல் மரத்திலைபட்டால் மரமும் இல்லை... நீயும் இல்லை.... செல்லுக்கு

ஒருநாளும் மரத்துக்கு கீழை நிக்கக்கூடாது......" என்றபடியே அவனுக்கு நன்கு அறிமுகமான அன்ரி ஒருவர் அவனருகே வந்து நின்றார்.

இந்த இடத்தில் எதிர்பாராத விதமாக அன்ரியைக் கண்டது அவனுக்கு வியப்பாக இருந்தது. அன்ரி எப்போதும் ஒரு உந்துருளியில் பறந்தபடியே இருப்பவர். புதுமுறிப்பில் அவருக்கு வயற்காணி இருந்தது. அறுவடை முடிந்ததும் செல்வராசுவிற்கு அழைப்பு வரும். அவனுடைய உழவூர்தியில் தான் நெல்மூடைகள் திருவையாறிலுள்ள அன்ரிவீட்டுக்குப் போகும். நெல் மூடைகளை இறக்கி முடிய, அன்ரி தன்கையால் ஒரு பால்கோப்பி போட்டுத் தருவா. அதை நினைக்க இப்போதும் வாய் ஊறியது.

ஓய்வான சில நேரங்களில் அன்ரி செல்வராசுவின் வீட்டுக்கு வருவதும் உண்டு.

"ஓ... அன்ரி...எப்பிடி இருக்கிறியள்?....."

"நான் இப்பத்தைய நிலைப்பாடுகளை ஆரும் போராளியளிட்டை அறியலாம் எண்டு நடந்து வாறன்.... இனி பங்கர் வெட்டவும் ஏலாது.... பங்கர் மூடுறதுக்கு உரப்பையளும் இல்லை... என்ரைபாடு இப்பிடியே போகுது.... கிளிநொச்சியாலை இடம் பெயரேக்குள்ளை உன்னை எங்கையோ எல்லாம் தேடினன்... ஒருதரும் கண்ணாலை காணேல்லை எண்டு சொல்லிச்சினம்..... வவுனியாப் பக்கம் போட்டியோ எண்டு நினைச்சன்.... "

"அப்பிடியே அன்ரி.... வவுனியாக்குள்ளை போறளவிலை நானில்லை... என்னை நீங்கள் தேடினதுக்கு நன்றி...." என்றான் செல்வராசு.

"சரி... உயிரோடை இருக்கிறம் எண்டதே காணும்.... மனுசி பிள்ளையள் சுகமே... பெடியன் என்ன செய்யிறான்....."

"அன்ரி... என்னமாதிரி போகப்போகுது நிலமை?..... எல்லாரும் நல்லாக் களைச்சுப் போனம்...... சண்டை நிறுத்தம் ஏதும் வராதோ......."

"எடேய் செல்வராசு.... ஓயவிடாமை அடிச்சு புலியளைச் களைக்கப் பண்ணி பணிய வைக்க வேணும் எண்ட வேலையை தான் அரசாங்கம் இப்ப செய்யுது கண்டியோ.... எப்ப நாங்கள் ஓடாம நிண்டு திருப்பி அடிக்கிறமோ அப்பதாண்டா எங்களுக்கு வெற்றி வரும்..... நாங்கள் ஓடிக்கொண்டெல்லோ இருக்கிறம்.... ஓடுறவனை துரத்திறது அவனுக்கு இலேசல்லோ.... இயக்கப்பெடி பிள்ளையளும் பாவம் கண்டியோ.... சமைக்க விடாம கிச்சினுக்கெல்லாம் அடிக்கிறாங்கள்... போராடிக் கொண்டிருக்கிற பிள்ளையளுக்கு ஆன சாப்பாடில்லை.... காலமை காய்ச்சிற கஞ்சி மத்தியானம் தான் லைனிலை நிக்கிற போராளியளுக்கு போய்ச் சேருதாம்.... ஆசுபத்திரிக்கும் அடிக்கிறான்... ஒவ்வொரு நாளும் கனபேர் சாகினம்.... புதிசா போராளியளா இணைய எங்கட சனங்கள்

முன் வாறது குறைஞ்சு போச்சு. முந்தி எண்டால் ஒரு முகாம் அடிச்சா ஐம்பது நூறெண்டு புதிசா போராளியள் இணைவினம்.. இப்ப காயக்காருக்கு மருந்தில்லை. ஏற்கனவே பட்டகாயத்துக்கு கட்டுப்போட்டப்படி போராளியள் மீளவும் களத்திலை போய்நிக்கிற நிலமையிலை போராட்டம் போய்க் கொண்டிருக்குது... போதிய ஆளணி இல்லை.. சண்டை அனுமானின்ர வால்மாதிரி நீண்டு கொண்டு போகுது செல்லிலை அநியாயமா சாகாம கொஞ்சப் பேரெண்டாலும் இயக்கத்தோடை சேர்ந்து பக்கபலமா நிக்க வேணும் எல்லாருக்காகவும் தானே இந்தப் போராட்டம் நடக்குது எண்ட தெளிவு எல்லாருக்கும் இருக்கவேணும் அது இருக்கிறமாதிரி எனக்கு தெரியேல்லை... என்ரை மகள் வயித்துப் பேத்தியை இழுத்துக்கொண்டு போய் இயக்கத்திலை இணைச்சுவிட்டனான் தாய்க்காறி என்னோடை கதைபேச்சு இல்லை.. இழப்புச் செய்தியளைக் கேட்க மனம் நடுங்குது தான் செல்வராசு... ஆனால் பன்னிரண்டு பேரப்பிள்ளையளிலை ஒண்டு தன்னும் போராடத்தானே வேணும்...ம்....."

"இப்பிடியே போனால் என்னதான் முடிவு அன்ரி.." அவன் சோகமாய் கேட்டான்.

"என்ன முடிவு இனி?.... இயக்கம் வென்றால் எல்லாரும் தப்புவம். இல்லை எண்டால் எல்லாரும் அழிவம் இப்பவே கொஞ்சப் பேர் பயத்திலை காதான் கழுத்தானை கழட்டி ஓட்டியளுக்கு குடுத்து... களவா ஆமியிட்டை ஓடுகினம் எண்டு கதை சந்தர்ப்பம் பாத்து சனத்தை குழப்பிவிடுற ஆக்களும் ஊடுருவி இருக்கினம் எண்டு கதை அடிபடுது. ஆனா நான் ஒண்டு சொல்லுறன் செல்வராசு.. இப்ப இந்தச் சண்டையை நாங்கள் வெற்றி கொள்ளாட்டி எண்டைக்கும் தமிழ்ச் சனத்துக்கு விடுதலை இல்லை. வேறை என்ன பேரப் பிள்ளையள் தேடப் போகுதுகள்.. நான் வாறன். உயிரோடு தப்பினால் பிறகு சந்திப்பம். சரியோ.."

என்று விட்டு வேகமாகப் போனார் அன்ரி.

அன்ரியின் நிமிர்ந்த நடையைப் பார்த்துக் கொண்டே இருந்தான் செல்வராசு. இந்த வயதிலும் இந்தச் சண்டைச் சூழ்நிலையிலும் அசராத அன்ரியின் உருவம் சனக் கடலுக்குள் மறைந்து போனது.

பரமேசுவின் நினைவு எழுந்து மனதைக் குடைந்தது.

"இப்ப கொஞ்ச நேரத்திலை வந்திடுவன் எண்டுதானே சொல்லிப் போட்டு போனவன்... எங்கை போனானோ...?" என நினைத்தவனுக்கு ஏனோ இனங்காண முடியாத துயரம் மனதை அழுத்தியது.

செல்வராசு சுற்றிவர இருக்கும் சனங்களைப் பார்த்தான். சாவதற்கான வரிசையில் எல்லோரும் நிற்பது போலவே அவனுக்குத்

தோன்றியது. தான் உயிரோடிருப்பது குறித்து அவனுக்கு எரிச்சலாக இருந்தது. அன்ரியின் பேச்சு தன்னை ஆசுவாசப் படுத்துவதற்குப் பதிலாக விரக்தியுறச் செய்வதாக உணர்ந்தான்.

இப்போது பல்குழற் பீரங்கிகள் மிகக் கிட்டவாக முழங்குவது போலிருந்தன. போராளிகளால் தக்க வைக்கப்பட்டிருக்கும் நிலப்பகுதி குறையக் குறைய இழப்பு அதிகமாகும் என அவனுக்குள் அச்சம் தோன்றுவதை அவன் உணர்ந்தான். எல்லாவற்றையும் நினைத்து நினைத்து அவனுக்குள் ஆயிரம் இடிகள் ஒரே நேரத்தில் தாக்குவது போலிருந்தது.

என்ன செய்வது என்கின்ற திட்டம் ஏதும் இல்லாமல் செல்வராசு நடந்தான். மனைவி பிள்ளைகள் இருக்கும் இடத்துக்கு திரும்பிச் செல்ல அவனுக்கு விருப்பம் இல்லாதிருந்தது..

மிகவும் சோர்வடைந்தவனாக எதிர்த் திசையில் நடந்தான். குழந்தைகளுடன் பல பெண்கள் கவலை தோய்ந்த முகத்துடன் தரையில் அமர்ந்து இருந்தார்கள். உணவில்லாமல் தலை பெரிதாகவும் உடல் மெலிந்தும் காணப்பட்ட குழந்தைகளைப் பார்க்க அவனுக்கு இதயம் கனத்தது.

எந்தக் காட்சியையும் இனி கண்களாற் காண விரும்பாதவன் போல தலையை குனிந்தபடி நடந்துகெண்டிருந்தான். சனங்களுக்கு நடுவே நடப்பது கடினமாக தோன்றியது. இடைவெளி உள்ள இடமாகப் பார்த்துப் பார்த்து காலடிகளை கவனத்துடன் வைத்து நடந்துகொண்டிருந்தான்.

சிறிய ஒற்றையடிப் பாதையருகே ஓரமாக ஓரிடத்தில் பனை மரமொன்றில் சாய்ந்தபடி முதியவர் ஒருவர் உறங்கிக்கொண்டிருந்தார். அவர்மீது ஈக்கள் மொய்த்துக் கொண்டிருந்தன. அவர் அருகே துணிப்பை ஒன்றும் கிடந்தது. அவரைக் கண்டுகொள்ளாதது போன்று சில சனங்கள் தமது அவசரத்தில் போய்க்கொண்டிருந்தார்கள். அவனுக்கு அவரைப் பார்த்தும் கடந்து செல்ல மனம் இடந்தர மறுத்தது.

கிட்டச்சென்று குனிந்து அவரைப் பார்த்தான். அவரிலிருந்து எழுந்த இலையான்கள் ஙொய்ங் என்ற ஒலியெழுப்பியபடி பறந்தன. துர் நாற்றம் வாய்க்குள்ளாக நுழைந்தது. அவரின் வயிற்றுப் பகுதியில் சிறு அசைவு தெரிவது போலிருந்தது. அந்தப் பைக்குள் அவரது சொத்தாக என்ன இருக்கும்... ஒருவேளை அவரை அடையாளப்படுத்தும் குடும்ப அட்டை இருக்கலாம் என நினைத்துக்கொண்டான்.

சாலையில் நடந்துகொண்டிருந்த சிலர் அவனையும் அந்த முதியவரையும் மாறிமாறிப் பார்த்தபடி போனார்கள். அவன் எதுவுமே செய்ய முடியாமல் நடந்தான்.

நாளை தனக்கு மட்டுமல்ல யாருக்கும் இந்தநிலை ஏற்படலாம் என அவன் மனம் நினைத்துக்கொண்டது. மனம் ஏதோ அவனை மிகவும் துன்புறுத்திக்கொண்டிருந்தது.

மீண்டும் இன்னொரு இடைவெளியைப் பிடித்து திரும்பி நடந்தான் செல்வராசு. நடந்து தனது குடும்பம் இருந்த இடத்துக்கு வந்தான்.

அவனைக் கண்டதும் சோதி ஓ வென்று அழுதாள். ஒருவேளை குமரனைப் பற்றிய துர்ச்செய்தி எதுவும் கிடைத்திருக்குமோ என நடுங்கினான். கால்கள் நிலையாக நிற்க மறுத்தன. மற்றவர்களின் முகங்களைப் பார்த்தான். அந்த முகங்களும் நன்றாக இல்லை.

"என்னப்பா.... என்ன......" பதற்றத்துடன் கேட்டான்.

"முருகேசு அண்ணையின்ரை அக்காவுக்கெல்லோ காயம்... மூச்சுப் பேச்சில்லாமக் கிடக்கிறா... கடவுளே... நாங்கள் என்ன செய்வம்? ..."

"என்ன நடந்தது?..... அக்கா இப்ப எங்கை?......."

"பக்கத்திலை ஒரு நேர்சுப் பொம்பிளை இருந்தவ..... அவ உடனடியாக ரத்தம் வெளியேறாமல் துவாயாலை சுத்திக் கட்டி விட்டவ..... வயித்துக்குள்ளை றவுண்ஸ் இருக்கெண்டு நேர்ஸ் சொன்னவ.... எங்கையாவது மருந்துகட்ட ஏலுமோ எண்டு விசாரிச்சுக்கொண்டு வாறதாச் சொல்லிப்போட்டு முருகேசண்ணை போட்டார்.... "

"இந்தச் சனக்கூட்டத்திலை எங்கை மருந்துகட்ட முடியும்? .... ச்சீ... நான் ஒரு பத்து நிமிசம் அங்காலை போயிட்டு வாறதுக்குள்ளை இப்பிடி நடந்திட்டுது... நான் அவரை ஒருக்கால் பாத்து வரட்டோ... பாவம் மனுசன்... தனியாக எங்கை அலையிறாரோ....."

"வேண்டாம்... நீங்களும் போகவேண்டாம்... அவர் வருவார்... நீங்கள் ஒருக்கால் அக்காவைப் பாருங்கோ... எனக்கு பயமாக கிடக்குதப்பா......"

செல்வராசு திரும்பிப் பார்த்தான். நீட்டி நிமிர்ந்து அவ படுத்துக் கிடந்தா. சுந்தரம் அண்ணரின் மனைவி கவலை தோய்ந்த முகத்தடன் அருகில் இருந்தா. சுகி தன்மகளை இடுப்பில் தூக்கிவைத்தபடி நின்றாள். அவளின் முகத்திலும் கவலையும் பயமும் ஒட்டிக்கிடந்தன.

நீல நிற நைலெக்ஸ் சாறியால் அவவை போர்த்திருந்தார்கள். முகம் வெளியில் தெரிந்தது. கண்களை இயல்பாக மூடிக்கொண்டு அவ படுத்திருந்தா. சாறியை விலக்கிப் பார்த்தான். வயிற்றுப் பகுதியைச் சுற்றி துவாயால் கட்டியிருந்தார்கள். துவாய் இரத்தத்தில் ஊறி ஈரமாகக் கிடந்தது. பக்கத்தில் குந்தியிருந்து அவவை தொட்டுப்பார்த்தான்.... எதுவித அசைவுமின்றிப் படுத்துக்கிடந்தா. ஆனால் உயிர் உள்ளதற்கு சாட்சியாக அவவின் உடல் சூடாக இருந்தது. வயிற்றுப் பகுதியில் அசைவு தெரிந்தது. அந்த நிலையிலும் அவவின் மூக்கில் கிடந்த வெள்ளைக்கல் மூக்குத்தி பளபளத்தது. அவனின் கண்கள் கலங்கின.

"ஐயோ... கடவுளே... எங்களை நம்பி எங்களோடை வந்த மனுசிக்கு இப்பிடி ஆச்சுதே... அக்காவைக் காப்பாற்றிப்போடு கடவுளே.... " காயப்பட்ட அவவின் அருகிலேயே அவன் இருந்தான்.

நீண்ட நேரத்தின் பின் முருகேசண்ணர் வந்தார்.

"எல்லா இடத்திலையும் விசாரிச்சுப் பாத்திட்டன் செல்வராசு.... ஒருஇடத்திலையும் மருந்து கட்டுற இடம் இல்லை... பிள்ளையளுக்கு அறிவிக்கவும் வழியில்லை... போராளியள் எல்லாரும் பரபரப்பா இருக்கினம்... இப்ப அவையள் ஆரும் ஆரோடையும் நிண்டு கதைக்கிற நிலையிலை இல்லை...... அப்பிடி இருந்தும் சில போராளிப் பிள்ளையளிட்டை கேட்டன்... அவையும் புதிசுபோலை... விபரம் தெரியாம இருக்கினம்.... மகள் மருத்துவப் பிரிவிலைதான் இருக்கிறாள்... ஆனா எங்கை நிற்கிறாள் எண்டு தெரியாதே....." என்றார்.

"பாப்பம் அண்ணை... எப்பிடியோ ஒரு வழி கிடைக்கும் தானே....." என்றான்.

அப்படி அவன் மனதை ஆறுதல் படுத்தினாலும் வழியொன்றும் காண முடியாமலே இருந்தது.

"என்னடாப்பா... கொஞ்சம் கரைச்சல் வரும்போல கிடக்கு... பேச்சுமூச்சைக் காணேல்லை...." என்றார் அவனின் காதுக்குள் சுந்தரம் அண்ணர்.

நேரம் ஆகஆக அவவுக்கு மூச்சு அதிகமாக இழுக்கத் தொடங்கிவிட்டது. பருத்திருந்த வயிற்றுப்பகுதி வேகமாக ஏறி இறங்கிக்கொண்டிருந்தது. அருகில் இருந்த சிலரும் வந்து எட்டிப் பார்த்தார்கள். பார்த்த எல்லோருமே உதட்டை பிதுக்கியபடி போனார்கள். ஆனால் யாரும் எதுவும் செய்ய முடியாத நிலையிலும் முருகேசு அண்ணர் மனைவியின் உயிரில் நம்பிக்கை கொண்டிருந்தார். செல்வராசுவுக்கு மனதில் பயம் ஏற்பட்டது.

"அண்ணை பிள்ளையள் ஒருதரும் கிட்ட இல்லையோ....." யாரோ கேட்டார்கள்.

"இருக்கினம்... ஆனா உடனை வரக்கூடியமாதிரி இல்லை..... "

இரவு எல்லோரும் விழித்துப் பார்த்திருக்க, அவவின் உயிர் பிரிந்து உடல் அடங்கிப் போனது.

முருகேசண்ணர் அழக்கூட முடியாமல் ஏக்கத்துடன் இறந்த மனைவியின் உடலருகே இருந்தார்.

"ஐயோ... எங்களை நம்பி எங்களோடையே கூடிப்பிறந்த மாதிரி திரிஞ்ச மனுசியை சாக விட்டிட்டமே" சோதி அழுது கொண்டிருந்தாள். அவள் அழுவதைப்போல மற்றவர்களும் அழுது கொண்டிருந்தார்கள்.

இரவு செல்களும் அதிகமாகக் கூவத் தொடங்கின.

"என்ன யோசிக்கிறாய் செல்வராசு.... ஏதோ நடக்க வேண்டிய அலுவல்களைப் பாப்பம்...." என்றார் சுந்தரம் அண்ணை.

அவரும் தாங்கமுடியாத அளவிற்கு மிகவும் மனமுடைந்திருந்தார்.

"மகன்காறனுக்கு அறவிக்கேலுமோ......" அருகிலிருந்த யாரோ கேட்டார்கள்.

"அவன் எங்கை நிக்கிறானோ.... ஆரிட்டை சொல்லி அனுப்புறது?... நான் நிக்கிறன் தானே.... பாத்து அடக்கம் செய்வம்......" என்றார் முருகேசு அண்ணர்.

செல்வராசுவும் சில இளைஞர்களுமாக அக்கம் பக்கத்தில் இரவிரவாக தேடி யாருமற்ற ஒரு கைவிடப்பட்ட பதுங்குகுழியை கண்டுபிடித்தார்கள். அதற்குள் யாரும் இல்லை.

அவவின் உடலை இரண்டு மூன்று சாறிகளால் சுற்றி கட்டினார்கள். போத்தல் ஒன்றில் தண்ணீர் நிரப்பிக் கொண்டார்கள். அந்த இளைஞர்களின் உதவியோடு தூக்கிச்சென்று அந்தக்குழியில் இட்டார்கள். சுந்தரம் அண்ணர் துயரம் பொங்க தேவாரம், திருவாசகம், திருப்புகழ் என்று பாடினார். செல்களும் சத்தம் எழுப்பிய வண்ணம் இருந்தன. வானத்தில் வெளிச்சக்குண்டுகளும் தாராளமாக மிதந்தன.

பதுங்கு குழியின் மீதும் ஒரு சேலையை விரித்தார்கள். முருகேசண்ணை முதலில் குழிக்கு மண் தூவினார். அந்தக்கணம் தாங்கிக் கொள்ள முடியாமல் மனமுடைந்து செல்வராசு பெரிதாக கதறி அழுதான்.

மண்வெட்டியோ அல்லது வேறு எந்த உபகரணமோ இல்லை. தொடர்ந்து மளமளவென்று எல்லோருமாய் கைகளால் மண்ணைவாரிக் குவித்தார்கள்.

"டேய் செல்வராசு... மூன்று பிள்ளைகளை பெத்தவளடா என்ரை ராசாத்தி.... இப்ப ஒருத்தரும் அருகில இல்லாம.... அவளை நாயை தாட்டமாதிரி தாக்கிறமடா... கொள்ளிகுடமில்லை.....கொள்ளிவைக்க பிள்ளையுமில்லை...."

செல்வராசுவின் தோளில் சாய்ந்து முருகேசண்ணர் அழுதார். அவனும் வாய்விட்டு பெரிதாக அழுதான்.

"என்ரை ராசாத்தியை இழந்து... நான் ஆருமில்லாம போயிட்டனடா... இந்த நாட்டுக்காக ... பிள்ளையளை குடுத்திட்டு தனிமரமா நிக்கிறனேயடா....." அவரின் வார்த்தைகளில் அவன் மனம் தாங்க முடியாத வேதனையை உணர்ந்தான்.

"அண்ணை.... நாங்கள் இருக்கிறம் அண்ணை..... நான் உங்களுக்கு மூத்த மகன் மாதிரி.... என்ரை உயிர் இருக்கிறவரை உங்களை தனிக்க

விடமாட்டன் அண்ணை.....' எனச்சொல்லி அவரை ஆறுதல் படுத்தினான் செல்வராசு.

நடக்கவே முடியாது துவண்ட அவரை தோள் தாங்கி அழைத்து வந்து படுக்க வைத்தார்கள்.

ஒவ்வொருவர் கதைகேட்கும் போதும் அவர் சிறுகுழந்தையைப் போல விம்மினார். இந்த சூழ்நிலையில் மனைவியின் பிரிவு அவரை எப்படியெல்லாம் பாதிக்கும் என்பதை செல்வராசுவால் உணர்ந்துகொள்ள முடிந்தது.

செல் தாக்குதலுக்கு மத்தியிலும் அருகிருந்த சிலர் வந்து ஆறுதல் கூறிப் போனார்கள். அருகில் இருந்த வயதான பெண்மணி ஒருவர் நீண்ட நேரமாக விழித்திருந்து கதைத்தார்.

தேநீர் தயாரித்து ஒரு குவளையில் உடல் வைத்திருந்த இடத்தில் படைத்தார்கள்.

பின்னர் சோதி முருகேசண்ணரை வற்புறுத்தி தேநீர் பருக வைத்தாள். செல்வராசு முருகேசு அண்ணரின் அருகிலே அவரின் கையைப் பற்றிப் பிடித்தபடி படுத்திருந்தான். அவர் உறங்கிவிட்டிருந்தார். அவனுடைய உடல் முழவதும் மண் கரகரத்தது.

இறந்துபோன தன் வயோதிபத் தந்தை அருகில் படுத்திருப்பதாக செல்வராசுவின் உள்மனம் உணர்ந்தது.

செல்களின் இரைச்சலையும் வெளிச்சக் குண்டுகளின் ஒளியையும் கிரகித்தபடியே அவன் உறக்கம் அற்றவனாகக் கிடந்தான்.

கண்களை மூடினால் முருகேசு அண்ணரின் மனைவி முன்னால் அமர்ந்திருப்பது போலவும், நடந்துவருவது போலவும், அனுங்குவது போலவும் மனப் பிரமை ஏற்பட்டது.

சாதாரண நாட்களில் ஒரு சாவீடு என்றால் என்னென்ன சம்பிரதாயங்கள் எல்லாம் நிகழும் என அவன் மனது கணக்கிட்டது. உறவுகள் எல்லாம் கூடி துன்பத்தை பகிர்ந்து எவ்வளவு ஆறதல் தருவார்கள் என மனம் ஏங்கியது.

காற்று வீசும்போதெல்லாம் தூரத்தில் அரைகுறையாகப் புதைக்கப்பட்டுக் கிடந்த அழுகிய பிணங்களின் நாற்றம் மூக்கினுள் நுழைந்தது.

புள்ளி – 19

ஒரே நேரத்தில் நூற்றுக் கணக்கான குண்டுகளை ஏவக் கூடிய பல்குழல் எறிகணைப் பீரங்கிகள் எல்லாத் திசைகளிலும் முழங்கிக்கொண்டிருந்தன. அவை ஏற்படுத்திய அதிர்வு நெஞ்சை அமுக்கியது. அவை வெடிக்கும்போது எதிரொலி கிளம்பியதால் அவை வெடிக்கும் திசைகளை அனுமானிக்க முடியாதிருந்தது.

"என்ர மூத்தவன் போராளி.... கலியாணம் செய்து பிள்ளையும் ஒண்டிருக்குது.... நாலுவயது..... அந்தப் பக்கம் சண்டையில தான் நிக்கிறானெண்டு சொல்லிச்சினம்..... ஒரு தகவலும் அறியேலாமக் கிடக்குது.... இந்தமுறை சண்டை வித்தியாசமாக தெரியுது...."

"இஞ்ச பாருங்கோவன்.... இந்தப் பிள்ளையின்ரை வீட்டுக்காரரும் போராளி தான்.... ஆறு மாதமா ஒரு தொடர்பும் இல்லை. இப்ப.. எங்கை நிக்கிறார் எண்டுகூட தகவல் இல்லை..... ம்....."

"பிள்ளையளுக்கு தெரியுமே..... அப்பாவை கேட்டபடி..... நான் என்ன செய்யிறது.... எங்களுக்கு மேல இருக்கிற சக்திதான் எல்லாத்துக்கும் பொறுப்பு..."

"ஐயா இது எந்த இடம்?..........."

"இது நந்திக்கடல் பக்கம் தான்...... கொஞ்சதூரம் போனா கடல்..... பெடியள் லைன் போட்டு நிக்கிறாங்கள்.... லைனை உடைச்சு உள்ள வாறதுக்கு அவன் அடிச்சுக் கொண்டிருக்கிறான்.... போராளியளுக்கு இழப்புத்தான்... ஆனா விடாம நிண்டுபிடிக்கிறாங்கள்.... ஆட்கள் காணாதெண்டு காயப்பட்டு கைகால் இல்லாத போராளியளையும் லைனிலை விட்டிருக்கினமாம்.... சிலவேளை ஆமி கடலாலை இறங்கலாம் எண்டு எதிர்பாக்கினம் போல..... நேற்றும் அங்காலை நிண்டு ஆமி சினைப் பண்ணினதிலை ஏற்கனவே காயப்பட்ட போராளி ஒராள் இப்ப வீரச்சாவாம்.... குடும்பகாரன் எண்டு சொல்லிச்சினம்... இனி அதுகளின்ரை பாடு என்னவோ.... பாவங்கள்... "

"என்ன செய்யிறது பெடியளும்?..... இது கொஞ்சம் கடுமையான சண்டையாத்தான் கிடக்கு.... முந்தி இவ்வளவுதூரம் ஆமியை வர விடமாட்டாங்கள்.... இந்த முறை எங்கையோ பிசகிப் போச்சுது போலை......"

"கிளிநொச்சி விழுந்ததோடை எங்கடை பக்கம் பலவீனமாப்போச்சு..... பேச்சுவார்த்தையிலை... கொஞ்சம் விட்டுக் குடுத்திருக்கலாம்.... இவையும்

இறுக்கமா நிண்டிட்டினம்..... விட்டுக்குடுத்து போனாத்தானே இழப்பில்லாம இருக்கும்.... "

"இந்த முறை மட்டுமில்லை... எப்பவும் அவர் இறுக்கமாகத்தான் நிண்டவர்... குனிஞ்சு வளையிறதுக்கு அவர் ஒண்டும் அரசியல்வாதி இல்லை.... அவர் தன்ரை இனத்துக்காக போராடுற போராளி..... தான் எடுத்த முடிவிலை ஒரு காலமும் அவர் பின்வாங்கமாட்டார்... அப்பிடி பின்வாங்கினா தன்னை ஆரம் தண்டிக்கலாம் எண்டு அவர் பொது வெளியிலை சொன்னவர் தானே... இப்பவும் அவர் நினைச்சா சண்டைப் பிடிக்கிறதை விட்டிட்டு பேசாம மாகாணசபைக்கு முதலமைச்சராகி... இந்திய அரசாங்கத்துக்கு தலையை ஆட்டிக்கொண்டு சொகுசா வாழலாம்... ஆனா.... கொண்ட கொள்கைக்காக எவ்வளவு துன்பத்தையும் தாங்க தயாரா இருக்கிறார்... அதுவும் தனக்காக இல்லை... அவங்களோடை சேர்ந்து வாழ ஏலாது எண்டு எங்களுக்காகத் தான்..... நோவுக்கு பயந்தா பிள்ளையை பெற ஏலுமே.... "

"சரி... ஒரு பேச்சுக்கு அவர் விட்டுக் குடுத்தாக் கூட.... மாகாண சபையைத் தானும் குடுக்கிறதுக்கு பிக்குமார் அரசாங்கத்தை விடுவாங்களோ..... அவங்களே கத்தி பொல்லுகளோடை வெளிக்கிட்டு விடுவாங்கள்..... அந்தக் காலத்திலை செல்வநாயகத்தாரோடை ஒப்பந்தம் செய்த பண்டாரநாயக்காவை சுட்டவங்களெல்லோ.... அவங்களுக்குப் பயத்திலை தானே ஆட்சிக்கு வாற சிங்கள தலைமையள் ஆளுக்காள் போட்டி போட்டு தமிழருக்கு எதிரா இனவாதம் பேசுகினம்.... அப்பிடி இனவாதம் பேசாட்டி என்ன நடக்கும் எண்டு அவைக்கு பண்டாரநாயக்காவின்ரை வரலாற்றுப் பாடமிருக்கு தானே.... "

"ஆனா எங்கடை ஆள் அப்பிடிப் பட்டவரில்லை அண்ணை.... சிங்கள இனவாதத்தாலை காதறுக்கப்பட்ட தமிழ்த் தாயையும்... கொதிச்சுக் கொண்டிருந்த தார்ப் பீப்பாவுக்குள்ளை தூக்கிப் போடப்பட்ட குழந்தையையும் பற்றி அறிஞ்ச வேதனையிலை தான் போராட வந்தவர்... அவரை இவ்வளவு கடுமையான போராளியாக்கினது சிங்கள இனவாதம்தான்.... அவரோடை சேர்ந்து போராட வந்த சிலபேர் தடுமாறினதாலை... பிறகு தானே தலைமை ஏற்று போராட்டத்தை இவ்வளவுதூரம் வளர்த்தவர்... சிங்களச் சனத்தை கொல்லவேணும் எண்ட இனத்துவேசம் துளிகூட அவரிட்டை இல்லை... ஆரும் தங்கடை மனச்சாட்சியை கேள்வி கேட்கலாமே தவிர அவரை குற்றம் சொல்ல ஏலாது.... "

"காணும்.... கோப்பியைப் போடுங்கோப்பா.... பிள்ளையள் பசியிலை துடிக்குது.... இவ்வளவு தூரம் ஓடி வந்தாப் பிறகும் புத்தி வராமல் விதண்டாவாதம் கதைக்கிறியள்..."

"இது விதண்டாவாதம் இல்லை அண்ணை.... உண்மை...... உண்மை எப்பவும் கசக்கத்தான் செய்யும்......"

ஈக்கள் எங்கும் தாராளமாகப் பறந்துகொண்டிருந்தன. சகிக்க முடியாத துர்நாற்றமும் வீசிக்கொண்டிருந்தது.

செல்வராசு அக்கம் பக்கத்தை நோட்டமிட்டான். சிறிய கிணறு ஒன்று தெரிந்தது. அதில் ஒன்றிரண்டு ஆண்கள் குளித்துக்கொண்டிருந்தார்கள்.

"ஐயா... அந்தக் கிணற்றிலை தண்ணீர் எடுக்கலாமோ...."

"ஓம் தம்பி... எடுக்கலாம்... அது... கைகால் இல்லாத போராளியளுக்கெண்டு வெட்டடின கிணறாம்... பக்கத்திலை தான் அவை இருக்கினம் போலை .... நாங்களும் அதிலைதான் தண்ணி எடுத்தனாங்கள்.... அங்கால ஒரு கொட்டிலிலை ஏலாத பொம்பிளைப் போராளியளும் கொஞ்சப்பேர் இருக்கினம்..........."

செல்வராசு தங்களிடமிருந்த ஐந்து லீற்றர் போத்தலைக் கொண்டு போய் தண்ணீர் எடுத்து வந்தான்.

எல்லோரும் களை தீரத் தண்ணீரைக் குடித்தார்கள். தண்ணீரில் சற்று உப்புச் சுவை தூக்கலாக இருந்தது. அதை யாரும் பொருட்படுத்தவில்லை.

செல்வராசு எல்லோர் முகத்தையும் பார்த்தான். எல்லா முகங்களிலும் மரணக்களை என்பார்களே அது தெரிவது போலிருந்தது.

"எந்த உயிரும் போராடினால் தான் தன்னை நிலைநிறுத்த ஏலும்....." என நினைத்துக் கொண்டான்...

அவனுக்கு திடீரெனக் குமரனின் நினைப்பு வந்தது.

"சரி... செல்விழுந்து சாகாம... கடைசி நேரத்திலையாவது.... போராட்டப் பங்களிப்பிலை என்ரை குடும்பத்திலையும் ஒருத்தன் சேர்ந்திருக்கிறான் எண்டு மனதை தேற்றிக் கொள்ளுவம்... வேறை என்னதான் நினைக்கிறது?... எங்கடை கண்ணுக்கு முன்னாலை பிள்ளை செல் விழுந்து செத்தால் எங்களாலை தாங்க ஏலுமோ?........" என நினைத்த போது, "அப்பா... என்ர பிள்ளை எங்கை நிக்கிறானோ தெரியாது....." குரல் கம்ம சோதி கூறினாள்.

ஒரு தகப்பனாக மனது வருந்திக் கொண்டாலும், சோதிக்கு சூழ்நிலையை விளக்கவேண்டும் என நினைத்தவனாக,

"எத்தினை பிள்ளையளப்பா... எங்கையெங்கை ஆர்ஆர் நிக்குதுகளோ..... இஞ்சைபார் சோதி... எங்களோடை வந்திருக்கிற இந்தப் பிள்ளைக்கு புருசன் எங்கைநிக்கிறார் எண்டது இவளவு நாளும் தெரியாது.... முருகேசு அண்ணற்றை அக்கா செத்ததுக்கு பிள்ளையளுக்கு அறிவிக்க இயலாம போட்டுது.... இது தான் இப்பவுள்ள நிலைமை..."

அவள் ஏதோ விளங்கிக் கொண்டவள் போல பேசாமலிருந்தாள். குமரனை நினைக்க அவனுக்கும் உள்மனம் கலங்கியது. ஆனாலும் எதையும் காட்டிக் கொள்ளாதவனாக அவனிருந்தான்.

"இந்த இடத்தைவிட்டு இனி ஓடுறதுக்கு இடமில்லை தம்பி.... அப்பிடி எண்டால் கடலுக்கை தான் விழவேணும்.... சில சனங்கள் ஆமிக் கட்டுப்பாட்டுக்கை போகுதுகளாம்.... அங்கை போனாப் போலை அவனென்ன எங்களை சிவப்பு கம்பளம் விரிச்சு வரவேற்கப் போறானே..... இயக்கத்தின்ரை ஆக்களெண்டு சொல்லி துணியாத் துவைச்சு எடுப்பான்..." என்றார் அருகிலிருந்த பெரியவர்.

"ஓமண்ணை.. மல்லாவியிலை வீடு பாக்கப்போன ரெண்டுபேரை கொஞ்ச நாளைக்கு முன்னம் பிடிச்சவனாம்.... பிறகு அவையளை ரூபவாகினியிலை காட்டினவனாம்... நல்ல சந்தோசமாக அவையும் ஆமி தங்களுக்கு ஒண்டும் செய்யேல்லை.... தங்களை நல்ல மாதிரி வைச்சிருக்கினம்...... இயக்கம் உங்களை பாதுகாக்காது... இஞ்சாலை எல்லாரும் வாங்கோ.... இஞ்சாலை வர விரும்புறவைக்கு ஆமி பாதுகாப்பு தரும்... சாப்பாடில்லாம உங்க கஸ்டப்படப் போறியளோ... பிள்ளை குட்டியளை இழக்கப்போறியளோ... இஞ்ச வாங்கோ.... பயமில்லை.... எல்லாரும் இஞ்சாலை வாங்கோ.... பாதுகாப்பா இருக்கலாம்... எண்டு அவை சொன்னவையாம்......"

"ஓ... சனத்தை தங்கடை பகுதிக்குள்ளை வர வைக்கிறதுக்காக அவையை சொல்ல வைச்சிருப்பான்.... பிறகு அவைக்கு என்ன நடந்துதோ? ஆருக்குத்தெரியும்?......"

" நிறையக் குடும்பங்கள் அன்றாடம் உழைச்சு சாப்பிடுற சனம் .... நாட்கூலிக்கு போனாத்தான் சாப்பாடு எண்டநிலையிலை இருந்ததுகள்... இடம்பெயரேக்கை கையிலை மடியிலை காசு இருக்காதுதானே... குழந்தை குட்டியள் பசியிலை அழுறதை பாக்க ஏலாம வளவுக்குள்ளை ஏதும் எடுத்துவரலாம் எண்டு நினைச்சு... துணிஞ்சு போகுங்கள்... அப்பிடிப்போற அதுகளை ஆமி பிடிச்சுவைச்சு வித்தை காட்டுறான்.... அவங்கடை துவக்குக்கு பயந்து அதுகளும் சொல்லுதுகள் போலை.... "

இராணுவத்தினரின் சித்திரவதை முகாமுக்குள் இருப்பதுபோல அவன் மனம் கற்பனையில் மூழ்கியது.

1990 சமாதான காலத்தில் வெளிநாடு போகவென்று ஊரிலிருந்து கொழும்புக்கு சென்றவன் புவனேந்திரன். பிளேன் ஏறும்வரைக்கும் சும்மா நிற்காமல் அவனை ஒரு கடையில் வேலை செய்யச்சொல்லி உறவுக்காரரான ஏஜென்சிக்காரன் சொன்னான். அப்படி புவனேந்திரன் கொழும்புக் கடையில் நின்ற அந்தக் காலப்பகுதியில் தான் ஆனையிறவு தளம்மீது இயக்கம் பெருந் தாக்குதல் தொடுத்திருந்தது. ஆனையிறவுத் தளம் இயக்கத்தின் கைகளில் விழப்போகிறது என்ற நிலை. அதற்குப்

பதிலாக கொழும்பிலும் சுற்றுப் பகுதிகளிலும் நின்ற தமிழ்ப் பெடியன்களை கூட்டி அள்ளி இலங்கைப் பொலிஸ்காரர்கள் கொடுஞ்சிறைகளுக்கு அனுப்பினர்.

புவனேந்திரனும் அதில் ஒருவனாகி.... பின்னர் மனநிலை பாதிக்கப்பட்வனாக வந்தான். உடலில் பொலிசார் செய்த சித்திரவதைகளின் தழும்புகள் ஒருகணம் கண்ணிற் தோன்றின. நெஞ்சில் கருணைகொண்டிருந்த அருட்தந்தை ஒருவரின் மனிதாபிமான உதவியோடு.. பயணச் செலவுகளுக்காக நகைகளையெல்லாம் அடகுவைத்தும் விற்றும் அவனுடைய தாயார் அலைந்து அலைந்து திரிந்து கடைசியாக நீர்கொழும்புச் சிறைச் சாலையில் மகனைப் பார்த்துவிட்டு வந்தார். வந்து சில மாதங்களிலேயே நோயில் விழுந்த அந்த தாய் இறந்துவிட்டார்.

நிலப்பரப்பு குறுகி சனங்கள் நெரிந்திருந்தார்கள். செல்வராசுவுக்கு களையாக இருந்தது. உடம்பிலுள்ள இரத்தம் முழுவதையும் யாரோ உறுஞ்சி எடுத்து விட்ட மாதிரியான உணர்வு ஏற்பட்டது.

மனைவியைப் பார்த்தான். அவள் செத்தபிணம் போல நிலத்தில் கிடந்தாள். அருகே மகள். அருகே அவர்களுடன் வந்த குடும்பத்தவர்கள். முருகேசண்ணரின் மகள். அவனுக்கு ஓவென்று கதறி அழவேண்டும் போலிருந்தது.

சமையல் எதுவுமில்லை. சமைப்பதற்கும் எதுவுமில்லை. சமைக்க கூடிய நிலையிலும் யாரும் இல்லை.

"இன்னும் எத்தனை நாட்கள்தான் உயிருடன் இருக்கப்போறம்.... ம்.... பாப்பம்..." என்று நினைத்துக் கொண்டவன்,'வலியின்றிச் சாகவிடு...." என இறைவனிடம் வேண்டிக்கொண்டான்.

செல்சத்தங்கள் கேட்ட வண்ணம் இருந்தன. செல்களின் நடுவேயும் சனங்கள் நடமாடிக்கொண்டிருந்தார்கள். குழந்தை ஒன்றை இடுப்பில் சுமந்தபடி பெண்ணொருத்தி அவர்களருகே வந்தமர்ந்தாள். தோற்றத்தில் முதுமை தெரிந்தாலும் இளம் வயதுடையவளாக இருந்தாள்.

பல நாட்களாக வாரப்படாத தலையுடன் அழுக்கான சட்டையும் அவள் அணிந்திருந்தாள்.

"அண்ணை... குழந்தைக்கு பசி... ஏதாலும் குடுக்க இருக்கா..." எனக் கேட்டாள்.

செல்வராசு அவசரமாக மனைவியருகே கிடந்த பையை இழுத்து அதற்குள் ஏதும் இருக்குமா எனத் தேடினான்.

"என்ன செல்வராசு தேடுறாய்?............"

"இந்தக் குழந்தைக்கு பசி.... ஏதும் சாப்பிடக் குடுக்க இருக்கா எண்டு பாக்கிறன்........."

"சமையல் சாமான்கள் ஒண்டும் தூக்கி வரேல்லை.... என்ர பைக்குள்ளை எப்பவோ வைத்த சின்னத்துண்டு ரொட்டி இருக்கு..... காய்ஞ்சிருக்கும்... பார்..." என்ற சுந்தரமண்ணர் பலநாட்கள் காய்ந்துபோன ரொட்டியை எடுத்து நீட்டினார்.

"எங்கட நிலத்திலை நாங்களே உழைச்சு சாப்பிட்டு எங்கட பாட்டிலை சந்தோசமாக இருந்தம்... இண்டைக்கு கையேந்திற நிலைக்கு வந்திட்டமே...." புலம்பலுடன் அந்த காய்ந்த காய்ந்த ரொட்டித் துண்டை அந்தப் பெண் வாங்கினாள். வாங்கும் போது அவளின் கை நடுங்குவது தெரிந்தது.

"நீர் தனியவோ பிள்ளை... ஆரும் துணைக்கு இல்லையோ......" மனம் தாங்கமுடியாமல் அந்தப் பெண்ணிடம் கேட்டான்.

"அம்மா, சகோதரங்கள் எல்லாரும் வவுனியாவிலை இருக்கினம்... இவர் வட்டக்கச்சி... நாங்கள் கலியாணம் செய்து வட்டக்கச்சியிலை வயல் செய்து வசதியாக இருந்தனாங்கள்....... இடம்பெயர்ந்து விசுவமடுவிலை இருக்கேக்குள்ளை செல்விழுந்து இவர் செத்திட்டார்......" சொல்லும் போதே அந்தப் பெண் குலுங்கி அழுதாள்.

"அழாதையம்மா.... உமக்கு எப்பிடி ஆறுதல் சொல்லுறதெண்டு தெரியேல்லை..."

"நானும் பிள்ளையும் இப்ப தனிச்சுப்போனம்...... எங்களுக்கு ஆரும் இல்லை..." அவள் குழந்தையை அணைத்துக் கொண்டு அழுதாள்.

"இல்லைப் பிள்ளை... நாங்கள் இருக்கிறம்... கவலைப்படாதேயும்..... ஏதாவது எங்களாலை முடிஞ்சதை செய்வம் தானே......" சுந்தரம் அண்ணர் சொன்னார்.

அவளின் நான்கு வயது மதிக்கத் தக்க பெண் குழந்தை அந்த காய்ந்த ரொட்டித் துண்டை கடித்து கடித்து சாப்பிட்டதை பார்க்க அவனுக்கு கண்கள் கலங்கின.

"கடவுளே... இந்தக் குஞ்சுக் குழந்தையளாவது நிம்மதியா வாழவேணும்........"

அந்தக் குழந்தை காய்ந்த ரொட்டித் துண்டை சாப்பிடுவதை செல்வராசுவின் மகள் தமிழ்விழி கண்களை இமைக்காமல் பார்த்துக்கொண்டிருந்தாள்.

வானத்தை அண்ணாந்து பார்த்தான். வானத்தில் வெளிச்சக் குண்டுகளின் வெளிச்சமும் கரும்புகையும் தெரிந்தது.

"இஞ்சையும் அடிச்சானெண்டால் எங்கை அண்ணை போறது....." பயந்து போய் கேட்டாள் அந்தப்பெண்.

"ஏதோ எல்லாரும் போற மாதிரிப் போறதுதான்.... ஊரோடை ஒத்தது தானே..."

"சில சனங்கள் ஆமியின்ர கட்டுப்பாட்டுக்கை போகுதுகளாம் எண்டு கதைக்கினம்..... போன சனத்தை சுட்டவனாம் எண்டும் கதைக்கினம்.... பொம்பிளையள் அவங்கட கட்டுப்பாட்டுக்கை போறது பயம் அண்ணை......"

"எங்கட பொம்பிளையள் அவங்கட கையிலை அம்பிட்டால் அவ்வளவுதான்.... முந்திமுந்தி பிடிபட்ட பொம்பிளையளை என்னவெல்லாம் செய்தவன்கள்..... மட்டக்களப்பு சனத்தைக் கேட்டால் தெரியும்.. ஆமி மட்டுமே.. ஊர்காவல் படை அது இது எண்டு...... எத்தினை குழுக்கள் சனத்தைக் கடத்தினதும்... வீடு புகுந்து சுட்டதும்... ரயர்போட்டுக் கொளுத்தினதும்.... அதுகள் தான் இந்தப் போராட்டத்திலை அதிகமா உயிர்விலை குடுத்ததுகள்........."

"மாவிலாத்திலை நடந்த சண்டையை ரீவியிலை பாக்கேக்குள்ளை நினைச்சிருக்க வேணும் நாங்கள்.... அது முடிய அஞ்சாலை தொடக்குவான் எண்டு..."

என்றபடி அவள் குழந்தையுடன் நிலத்தில் அமர்ந்தாள்.

ஒருவாறு பொழுது இருண்டு கொண்டு வந்தது. ஒருவருக்கும் சாப்பாடில்லை. எல்லோருக்கும் பசி வயிற்றை பிறாண்டியது.

செல்வராசு நகர்ந்து பழைய அடுப்பை கிளறி நெருப்பு மூட்ட முயன்றான்.

"கொஞ்சம் கோப்பி கிடக்கு... போட்டுக் குடிச்சிட்டு இண்டைய நாளை கடத்துவம்.... பிறகு என்ன செய்யிற தெண்டு யோசிப்பம்..."

பெரியவரின் கரிப் பானைக்குள் தண்ணீர் வைத்து எரித்தான் செல்வராசு.

சீனி இலல்லாத வெறுங் கோப்பி தயாரானது. எல்லாரையும் எழுப்பினான். ஒவ்வொருவராக மாறிமாறி கோப்பி குடித்தார்கள்.

பெரியவருக்கும் அந்தப் புதிய பெண்ணுக்கும் கொடுத்துவிட்டு மிகுதியை மீண்டும் தானே குடித்தான் செல்வராசு.

"அப்பா... எனக்கு பசிக்குது... சாப்பாடு வேணும்..." என்று சிணுங்கினாள் தமிழ்விழி.

"பொறும்மா... அப்பா காலைமை எங்கையாவது சாப்பாட்டு சாமான் தேடிப்பாக்கிறன்.... சமைச்சு சாப்பிடுவம்..." என்றான் அவளின் தலையை தடவியவாறே.

சிறிதுநேரத்தில் ஊழித் தாண்டவத்தின் பேரோசையென இராணுவத்தின் பீரங்கிகள் முழங்கத் தொடங்கின. தூரத்தே பனைவடலிகள் பற்றி எரிகின்ற காட்சி தெரிகின்றது.

"தொடங்கிட்டான்..." முருகேசு அண்ணர் புலம்பினார்.

"ஆடுகளை பட்டிக்கு துரத்துற மாதிரி எங்களை துரத்துறான்...."

"தம்பியவை.... சனங்கள் கொஞ்சம் கொஞ்சமாய் போகுதுகள்... நாங்களும் மெதுவாக போவமே....."

"எங்கை போறது........"

"எங்கையோ போறவைக்கு பின்னாலை போவம்....."

"பொறுங்கோ... அவசரப்படக்கூடாது... இண்டைக்கு இரவு பாப்பம்..."

"இனி ஒளியிறதுக்கு இடமில்லை தம்பி.... எல்லாப் பக்கத்தாலையும் நெருங்கிட்டான்.... அவனாக எங்களைப் பிடிச்சால் நாங்கள் கைதிகள் எண்டு கரைச்சல் குடுப்பான் ... நாங்களாப் போவம்..... இதைத்தவிர இனி எங்களுக்கு வேற வழி இல்லை...."

"நாங்களாக அவனிட்டை போறது எவ்வளவு அவமானம்?.... இவ்வளவு தன்மானத்தோடை கடைசி வரைக்கும் நிண்டுபோட்டு இனி அவனிட்டைப் போறதோ... அவனிட்டை அடிவாங்கி அவமானப் பட்டு சாகிறதை விட நாங்களாகவே தற்கொலை செய்து சாகலாம்......."

"நாங்கள் சாகலாம்.... இந்தக் குஞ்சு குருமான்களைச் சாகடிக்கலாமோ?.... இதுகளை எப்பிடியாவது காப்பாற்ற வேணும்... இந்த நிலத்திலை திரும்பி வந்து எங்கட பிள்ளையள் வாழவேணும்..... இல்லாட்டி எங்கட இனம் அழிஞ்சுபோகும்..."

கொஞ்ச நேரம் அவன் யோசித்தான்.

சனங்கள் ஏதேதோ எல்லாம் பேசிக்கொண்டிருந்தார்கள்.

குமரன் எங்கே என்று தெரியாத துயரம் அவனுள் வருத்த, மனைவியையும் மகளையும் பார்த்தான். சுந்தரம் அண்ணை, அவரின் மனைவி, மகள், சுகியுடன் அவளின் குழந்தை மற்றும் அருகிலிருந்த போராளியின் பிள்ளைகளைப் பார்த்தான். மனது கலங்கியது.

"எழும்புங்கோ.... கொஞ்சம் நகர்ந்து பாதுகாப்பான இடமாகப் போய் இருப்பம்.... அதுதான் இப்ப நல்லது......." என்றான்.

தொடர்ந்து காவிச் செல்வதற்கு அவர்களிடம் பொருட்கள் இருக்கவில்லை. எழுந்து நடந்தார்கள். சனங்கள் நெருக்கியடித்தார்கள். சனங்களின் அமளியில் செல் சத்தங்கள் கூட கேட்கவில்லை.

வழிநெடுக சனங்கள் கைவிட்டுச் சென்ற பொருட்களும் மிதிவண்டிகளும் உணவுப்பொருட்களும் பொதிகளும் சிதறிக் கிடந்தன. பற்றைகளுக்குள் சில வாகனங்கள் மறைந்து நின்றன. உந்துருளிகள் ஆங்காங்கே விழுந்து கிடந்தன. சாமான்கள் கட்டிய மிதிவண்டிகளும் கைவிடப்பட்டுக் கிடந்தன. உடைந்த பொருட்கள் கால்களைப் பதம் பார்த்துவிடுமோ என்கின்ற அச்சத்தில் நிலத்தைப் பார்த்தபடியே நடந்தான் செல்வராசு.

செருப்புகள், உடைகள், சமையற் பொருட்கள், குளிர்பானங்கள், சத்தான பால்மாப் பேணிகள், அழகுசாதனப் பொருட்கள், உடுப்புகள் நிரம்பிய பைகள், சூட்கேசுகள் என பெருவாரியான பொருட்கள் நிலமெங்கும் சிதறிக் கிடந்தன. கைவிடப்பட்ட பதுங்கு குழிகளும் இருந்தன.

நடைபாதையின் ஓரமாக ஆலமரமொன்று பெருங் கிளைகளைப் பரப்பி நின்றது. நடக்க முடியாத காயக்காரர்கள் ஆலமரத்தின் கீழாக நிலத்தில் அமர்ந்திருந்தார்கள். இறந்துபோன சில உடலங்களும் கிடந்தன. சிலர் இறந்த உடல்களை விட்டுப்போக மனமில்லாமல் அழுதபடி அருகிருந்தனர். ஒருவித துர்நாற்றமும் வீசிக்கொண்டிருந்தது.

அழகும் செல்வமும் நிறைந்த தமிழர்களின் நிலம் அழகை இழந்து காய்ந்து வரண்டு.. துர்நாற்றம் வீசும் பூமியாகி கிடந்தது. காற்று வீசவில்லை. மரங்களில் இருந்து தம் செல்லக் குரல்களால் கிள்ளை மொழிபேசும் பறவைகள் தொலைந்துவிட்டன. மரங்கள் பழைய காலத்து விதவைப் பெண்களைப்போல சோபையிழந்து நின்றன. சிலமரங்களின் தலைகளை செல்கள் தறித்து தூர எறிந்திருந்தன. எல்லாமே இழந்துவிட்டதா எங்கள் மண்? என அவன் மனது கலங்கிற்று. கலங்கிய மனதோடு நிமிர்ந்தான்.

இறந்துபோன ஒரு பெண்ணை சாரத்தால் மூடி வைத்துக் கொண்டு, விட்டுச்செல்ல மனமில்லாமல் அருகில் உட்கார்ந்திருந்தார் ஒருமனிதர். அவரின் முகத்தில் எந்தவித உணர்வும் இல்லாதிருப்பதை அவன் கண்டான். அவரின் அருகே கண்ணாடிகள் உடைக்கப்பட்ட பாரஊர்தி ஒன்று அநாதரவாக நின்றுகொண்டிருந்தது.

சற்றே தள்ளி ஓர் உடல் அடையாளங் காண முடியாதபடி ஊதிப் பருத்துக் கிடந்தது. "இரண்டு மூன்று நாளுக்கு முன் இறந்திருக்கக் கூடும்..." என செல்வராசு நினைத்துக் கொண்டான். அந்த உடலின் முகத்தில் மூக்குக் கண்ணாடிமட்டும் அசையாமற் கிடந்தது.

"நந்திக் கடலுக்கையும் சனத்தின்ரை பொடி கிடக்காம்... கொஞ்சச் சனம் கடலுக்குள்ளாலை நீந்திப் போனதாம்.... புலியள் வாறாங்கள் எண்டு பயத்திலை ஆமியள் சுட்டுத் தள்ளியிருப்பாங்கள்.... பாவங்கள்..." என்றார் பின்னால் வந்த ஒருவர்.

"எங்கடை வரலாற்றிலை இந்த நந்திக் கடலுக்கு பெரும் முக்கியத்தும் இருக்குது... கடலிலை இறங்கித் தொழில் செய்யிற சனங்களுக்கு.... பொருளாதாரத்தை அள்ளிக் குடுக்கிறது இந்தக் கடல் தான்.... இது சிறுகடல்தான்... ஆனா... பருவ காலத்திலை இஞ்சை விளையிற கறுப்பு றாலும் கறுப்பு நண்டும் பிரசித்தம் கண்டியளோ... எல்லா இடத்திலை இருந்தும் சனங்கள் வந்துவந்து றாலும் நண்டுமா வாங்கிக் கொண்டு போவினம்.... கறுப்பு றால் அள்ளு கொள்ளையா விளைஞ்சு

தண்ணிக்குள்ளை குதிச்சுக் கும்மாளம் அடிக்கிற அழகு இருக்கே....' பெரியவர் ஒருவர் கடைசிக் கணத்திலும் பெருமிதத்தோடு சொல்லிக்கொண்டு வந்தார்.

'இப்பிடி வளம் நிறைஞ்ச பூமியாக் கிடக்கிறதாலை தானே... எல்லா நாட்டுக்காரங்களும் எங்கடை மண்ணை தங்கடை கையுக்கை கொண்டு வந்திடவேணும் எண்டு நினைக்கிறாங்கள்....'

'எங்கடை வயலுக்கை விளையுற நெல்லும்... எங்கடை கடலுக்கை விளையுற செல்வமும் எங்களுக்கு காணும்.... எங்கடை சனம் ஆரிட்டையும் கையேந்தத் தேவையில்லை.... '

காணுமிடமெல்லாம் காயக்காரர்கள் இரத்தம் வழிய கிடந்தனர். தனித்துப்போய்க் கிடந்தவர்களின் முகங்களில் மரணக் களை தெரிந்தது. அவர்களைக் கடந்து அனைவரும் அலறியடித்து நகர்ந்து கொண்டிருந்தார்கள்.

காயமா... அல்லது இறந்த உடலா என சிலவற்றை உணர முடியாதிருந்தது. சில இடங்களில் அறுத்தெறியப்பட்ட உடற் பகுதிகளும் கிடந்தன. கீழே நிலத்தை பார்த்து நடக்க முடியவில்லை. கீழே விழுந்தால் ஏறிமிதித்தபடியே சனங்கள் போவார்கள் என்பது அவனுக்கு புரிந்தது.

கால்களில் தட்டுப்படுபவை மரக்கட்டைகள் அல்ல. அவை சிதைந்த உடல்கள் மற்றும் உடற்பாகங்களே எனவும் அவன் உணர்ந்தான்.

கீழே கைவிடப்பட்டுக் கிடந்த பொருட்களைக் காண அவனுக்கு வயிற்றைப் பற்றியெரிந்தது. எல்லாமே தமிழ்ச் சனங்களுடைய சொத்துக்கள் தான்.

'என்ரை ஐயா... எங்களுக்கு பக்கத்திலை செல்விழுந்து என்ரை மகள் செத்துப்போனாள்... நான் அழுதுகொண்டிருக்க ஆரோ பேரப்பிள்ளையை தூக்கினவை... ஆரெண்டு பாக்கேல்லை... கொண்டு போயிட்டினம்... எனக்கு என்ரை பேரப்பிள்ளை வேணும்... தாருங்கோ....'

நீளச் சட்டை அணிந்திருந்த பெண்ஒருவர் நிலத்தில் இருந்து கதறிக்கொண்டிருந்தார்.

அந்தக் குரலை கேட்டபடியே நடந்துகொண்டிருக்க,

'ஐயோ தம்பியவை... என்ரை பிள்ளையள் ரெண்டும் வெளிநாட்டிலை ஐயா... நானும் மனுசியும் இஞ்சை இருந்தனாங்கள்... எங்களைக் கூட்டிக்கொண்டு வந்த குடும்பம் கைவிட்டிட்டு போட்டுது... மனுசியை தவற விட்டிட்டன் ஐயா... என்னை ஆராவது கூட்டிப் போங்கோ... போறவழிக்கு புண்ணியமாகிப் போகும்... ஐயா... ராசாமாரே....' இன்னொரு முதியவர் ஒருவர் இருகைகளையும் நீட்டியபடி உயிர்ப்பிச்சை இரந்தார்.

இந்தப் போர்ச் சூழல் அவனை மிரளவைத்தது. இப்படி ஒரு சூழ்நிலையில் சிக்கித் தவிக்க நேரிடும் என அவன் கற்பனையிற் கூட நினைத்ததில்லை. தமிழர்களுக்கு சொந்தமான நிலம் முழுவதையும் இராணுவத்தினர் செல்களாலும் குண்டுகளாலும் உழுது கொண்டிருந்தனர்.

எல்லாவற்றையும் பார்க்க இதயம் இறுகி மூச்சு விடுவதற்கே சிரமமாக இருப்பது போலிருந்தது அவனுக்கு.

"ஐயா... ஆரெண்டாலும் இயக்கத்தின்ரை குப்பி வைச்சிருந்தால் தந்திட்டுப்போங்கோ.... இந்தப் பிள்ளையோடை அவன்களிட்டை பிடிபடுறநேரம்... அதக்கடிச்சு செத்துப்போறம்.... அவன்ரை கையிலை என்ரை பிள்ளையை ஒருக்காலும் ஒப்படைக்க மாட்டன்.... " அருகில் பெண்பிள்ளையுடன் நின்றுகொண்டிருந்த தாய் ஒருத்தி தன்னைக் கடந்து போகும் எல்லோரிடமும் மானத்தியாக நின்று கெஞ்சினாள்.

அந்தப் பெண்பிள்ளையின் தலைமுடி ஒட்ட வெட்டப்பட்டு இருந்தது.

"இயக்கத்திலை புதுசா சேர்த்த பிள்ளையாக்கும்..." என்றாள் சோதி அவனுடைய காதில்.

"இஞ்ச... உங்கடை மகன் எங்கை?.... எங்கடை மகனோடை தான் அவரும் படிச்சவர்..." என்று ஒருதாய் கேட்க, அந்த தாய்முகத்தைப் பார்த்தான். அவளின் முகம் நினைவில் இல்லாமலிருந்தது. நீலநிறத்தில் பூக்கள் போட்ட நீளச் சட்டை அணிந்திருந்தாள் அந்தப் பெண்.

"எங்கடை பிள்ளையை... தவற விட்டுட்டம் அம்மா.... எங்கையாவது கண்டால் சொல்லி விடுங்கோ....."

"ஐயோ... கடவுளே.. ஏனிந்த விதியைக் கொடுத்தாய்.........." என்று அந்த தாய் வாய்விட்டுப் புலம்பினாள்.

பெரிய குங்குமப் பொட்டிட்ட இளம் பெண்ணை ஒரு தாய் கையிற் பிடித்தபடி வந்தார். இந்தச் சிறுபெண் வழிமுழுவதும் சத்தி எடுப்பதுபோல ஓங்காளித்து எச்சிலை சனங்கள் நகரும் பாதைகளில் உமிழ்ந்தபடியே வந்தாள்.

"என்னம்மா வருத்தமோ...."

"சண்டை அமளியா நடக்க... நாங்கள் பாத்திட்டு தெரிஞ்ச இந்தப் பெடியனோடை சேர்த்து குடும்பமாக்கி விட்டம்.... இப்ப பிள்ளை மாசமா இருக்குது..."

அதன் பிறகுதான் செல்வராசு அவர்களுடன் நின்ற இளைஞனைப் பார்த்தான். நாடியில் சிறு தாடியுடன் கழுத்தில் ஒரு துவாயைச் சுற்றிக்கொண்டு அவன் நின்றான். திருமணம் செய்து குழந்தைபெற்று குடும்பம் நடத்தும் பக்குவம் அல்லாத வயது அது என அவனுக்குப் புரிந்தது.

"என்ன செய்யிறது? ஏது செய்யிறது? எண்டு தெரியாமல் கிடக்கே.... இந்த அவல நிலையைப் பாக்கிறதுக்கு தான் கடவுள் எங்களை விட்டு வைச்சானோ..." மூதாட்டி ஒருவர் தாண்டித் தாண்டி நடந்தார்.

"வற்றாப்பளை அம்மாளாச்சி.... உன்ரை அற்புதத்தை காட்டு...." பெண்ணொருவர் பெருங் குரலிற் கதறினார்.

அதத்தனை சனங்களின் வாயிலும் புலம்பல்களே எஞ்சியிருந்தன.

சாலையில் தலையிலும் கைகளிலும் பாரங்களை சுமந்தபடி சனங்கள் நெரிபட்டுத் தள்ளுப்பட்டுக் கொண்டிருந்தார்கள். சின்னஞ்சிறு குழந்தைகளும் சிணுங்கியபடி பெற்றோருடன் நெரிபட்டபடி நடந்து கொண்டிருந்தார்கள். யாரோ குழந்தை ஒன்றைத் தள்ளிவிட்டு முன்னே போனார்கள்.

"பாருங்கோவன்.... குழந்தை குஞ்சுகளை இடிச்சுக்கொண்டு தாங்கள் தப்பினால் காணும் எண்டு நினைச்சு போகினம்..." என்றாள் அருகில் வந்துகொண்டிருந்த ஒருத்தி.

செல்வராசுவுக்கு தொண்டை வரண்டு தாகம் எடுத்தது. கால்கள் நடக்க விரும்பாமல் சோர்வடையத் தொடங்கின. கண்ணுக்கு எட்டிய தூரம்வரை சனத்திரளாகவே தெரிந்தது.

"என்னப்பா... நடக்க நடக்க முடிவில்லாமக் கிடக்கு..... எங்களுக்கே காலெல்லாம் வலிக்குது... இந்தக் குழந்தையள் பாவம் என்ன செய்யிறது?.... அதுகளை இப்பிடி வருத்துறம்..." அழுவதைப் போலச் சொன்னாள்.

"ஓரமாக பாத்து இருப்பம்.... காலையில என்ன செய்யிறது எண்டு யோசிப்பம்......" என்று செல்வராசு சொல்லிவிட்டு செல்ல, முன்நகரும் சனங்களைக் குறுக்கறுத்துக் கொண்டு அவர்கள் சாலையின் ஓரமாக ஒதுங்கினார்கள்.

புள்ளி - 20

ஒரு சிறிய தறப்பாள் கொட்டில். அதற்குள் ஒரு பதுங்கு குழி. சிறிய தடிகளைப் போட்டு, அதன்மேல் சேலைகளை விரித்து, மண்போட்டு மூடப்பட்டிருந்தது. எல்லாமே நல்ல நல்ல சேலைகள். சில புதுச் சேலைகளாகவும் தெரிந்தன.

அருகே விறகடுப்பு புகைந்தபடி. பக்கத்தில் போத்தலில் தண்ணீர். தேயிலை சீனிச் சரைகள் எல்லாம் இருந்தன.

'பாவங்கள் ஆரோ அடுப்பிலை தண்ணி வைச்சிட்டு குடிக்காம போட்டுதுகள்....' என்ற செல்வராசு,

'அப்ப நாங்கள் ஒரு ரீ போட்டுக் குடிப்பம்.......' என்றான்.

'ஆமியின்ரை பங்கரோ தெரியாதடாப்பா... ஏதும் நஞ்சைக் கலந்து வைச்சிருப்பான்... இல்லாட்டி குண்டைக் கழட்டி வைச்சிருப்பான்... கவனம்....' என்றார் சுந்தரமண்ணை.

'இந்தச் சனத்தக்கு நடுவிலை அவன் வரச் சந்தர்ப்பமே இல்லை அண்ணை... பயப்பிடாதேங்கோ.....' என்றபடி பதுங்கு குழியை எட்டிப்பார்த்தான் செல்வராசு.

அடுப்பிலும் ஒரு அலுமீனியச் சட்டியில் தண்ணீர் இருந்தது. அதை சூடு பண்ணினார்கள். சீனி தேயிலை எல்லாம் ஒன்றாகப் போட்டு தேநீர் ஒன்று தயாரானது. எல்லோரும் குடித்தார்கள். சற்றே ஒருவித புத்துணர்ச்சி உள்ளூரப் பரவிற்று.

'ஒண்டு.. ரெண்டு... மூண்டு... நாலு... அஞ்சு......... பதினொான்று... '

செல்வராசு எல்லோரையும் எண்ணினான்.

'எல்லாருமா பதினொருபேர் எங்களிலை இருக்கிறம்...... சன நெரிசலிலை ஆளையாள் தவற விட்டிடாதேங்கோ..... கவனம்.... '

செல்வராசு சொல்லி முடிக்க பல்குழல் பீரங்கிகள் முழங்கத் தொடங்கின. தொடர்ந்து துப்பாக்கிகளின் சூட்டுச் சத்தங்கள்.

'இப்பவும் எங்கையோ முட்டீட்டாங்கள் போலை... அவன் பொழியிறான்... '

'நாங்கள் இருந்த பக்கமாத்தான் அடிபாடு நடக்குது போலகிடக்கு... பெடியள் எங்கையோ இறங்கீட்டாங்கள் எண்டு நினைக்கிறன்..... நல்லகாலம் நாங்கள் இஞ்சாலை வந்தது...' சுந்தரமண்ணர் கொஞ்சம் உற்சாகமாகச் சொன்னார்.

"ஆமி எல்லாப் பக்கத்தாலையும் வந்திட்டான்.... இயக்கத்துக்கு தப்பிப் போறதுக்கு பாதை இல்லை... காட்டுக்குள்ளை போறதுக்காக சண்டை நடக்குது போலை....." என்றான் பின்னால் நின்ற ஒருவன்.

"தாயே...... அம்மாளாச்சி..... எப்பிடி எண்டாலும் அவர் தப்பி விடவேணும்... அவர் தப்பிப் போனால் தான் அடுத்த கட்டம் ஏதாவது நடக்கும்......" செல்வராசு மௌனமாகப் பிரார்த்தனை செய்தான்.

எந்தச் சத்தத்தையும் பொருட்படுத்தாமல் சனங்கள் இடைவெளி அற்று நகர்ந்து கொண்டேயிருந்தார்கள். சத்தங்கள் தொடர்ந்து கேட்டுக் கொண்டிருந்தன.

"இந்தியன் ஆமிப் பிரச்சனை நேரம் எங்கடை ஆக்கள் காட்டுக்குள்ளை போனவையெல்லோ.... இப்பவும் அது மாதிரி காட்டுப் பக்கம் போகப்போகினமோ தெரியாது.... "

"காட்டுக்கை போக விட்டிட்டு ... காட்டோடை சேர்த்து கொளுத்திப் போடுவாங்கள்... அவ்வளவு கொலை வெறியிலை நிக்கிறாங்கள் இப்ப....."

"கொலை வெறியில்லை அண்ணை... இனவெறி....."

கதைத்தபடியே சாய்ந்தார்கள். நடந்த களைப்பு. அனைவரும் உறங்கிப் போனார்கள். கண்கள் மட்டும் அசதியில் மூடிக்கொள்ள, மனம் உறங்க மறுத்தது செல்வராசுவுக்கு.

பரமேசுவை நினைத்தது மனம். எவ்வளவோ திறமை இருந்தும், வவுனியாவுக்குள்ளை அரசாங்கவேலை கிடைத்தும் போராட்டத்துக்கு உதவவேணும் எண்டு கிளிநொச்சியிலையே தாயையும் வைத்துக்கொண்டு இருந்த பரமேசுவின் மேல் இரக்கம் பிறந்தது.

"தனிச்சவன்... இந்தநேரம் எங்களோடை வந்திருக்கலாம்... ஒருவேளை அந்தப் போராளிப் பிள்ளையை தேடித் திரியிறானோ... என்ன இருந்தாலும் அவனுக்கும் வாழ்க்கை பற்றின ஆசையள் கனவுகள் எதிர்பார்ப்புகள்... இருக்கும் தானே.... பாவம்...." என நினைத்தான். அந்த நினைப்புடன்,

"ஆமியின்ரை வளையத்துக்குள்ளை எல்லாரும் வந்தாச்சுது எண்டால் இத்தனை ஆயிரம் போராளியளும் என்ன செய்யப் போகினம்?...." என்ற கேள்வி அவனது மனதை வாட்டி வதைத்துக் கொண்டிருந்தது.

"ஒருகாலமும் இந்தப் போராட்டம் முடிவு காணாமல் ஓயாது... எப்பிடியோ... எத்தினை வருசம் கடந்தாலும் வெல்லுவம்..." தனக்குள்ளாக அவன் நினைத்துக் கொண்டான்.

யாரோ இருளில் நின்று அவனருகில் சிறுநீர் கழித்தார்கள். சிறுநீர் அவன் மீது தெறித்துப் பறந்தது. அவன் கொஞ்ச நேரமாவது உறங்கிவிட எத்தனித்தான்.

ஏதோ பேச்சுக் குரல்கள் கேட்க அவன் விழித்துக்கொண்டான். அன்றைய நாள் ஏனோ அதிகமான இருள் சூழ்ந்திருப்பதாக அவனுக்குத் தோன்றியது. சூரியன் தொலைந்து போயிருந்தான். எந்த இடத்தில் இருக்கிறோம் என அவனுக்கு தெரியவில்லை. கண் விழித்த போதும் சனங்கள் நடந்துகொண்டிருந்தார்கள்.

தலைச்சுமையோடு ஓரமாக ஒதுங்கிய ஒருவரிடம்,

"அண்ணை....... உப்பிடியே போய்ப்போய் எங்கை அண்ணை போறது?......" எனக் கேட்டான் செல்வராசு.

"இப்பிடியே போனால் முல்லைத்தீவு ஆமிக்காம்ப்........ அங்கை எங்களை வரவேற்க ஆமிக்காரங்கள் நிக்கிறாங்களாம்... போறம்..... செங்கம்பளத்திலை தானே வரவேற்கப் போறாங்கள்.... மிஞ்சியிருக்கிற பிள்ளை குட்டியளையாவது காப்பாத்த வேணும்... அதுக்காக போறம்.. இனி என்ன நடந்தாலும் நடக்கட்டும்.............." அவர் ஏதோ கோபத்துடன் நிற்பது போல அவனுக்கு தெரிந்தது.

"அம்மாளாச்சீ..." என வாய்விட்டு அலறினான்.

அவனுடைய மனக் கண்ணில் வற்றாப்பளை அம்மனின் முகம் தோன்றியது.

தன்னுடைய கணவன் கோவலன் கள்வனென்று கருதப்பட்டு... மரணதண்டனைக்கு உட்படுத்தப்பட்டதை அறிந்து கண்ணகி கடுஞ்சினம் கொண்டாள். நீதி வழுவிய பாண்டியமன்னன் சபையில் நீதியை நிலைநாட்டிய பின்பும் அவளது சினம் தணியவில்லை.

தன்னுடைய சாபத்தால் மதுரை மாநகரை எரித்துவிட்டு, அவள் இலங்கைக்கு வந்தாள். அப்படி வந்து தங்கிய இடங்களில் வற்றாப்பளை சிறப்புடையது என செல்வராசு அறிந்திருக்கிறான். இரண்டு தடைவைகள் வற்றாப்பளை அம்மன் திருவிழாவுக்கும் வந்திருக்கின்றான்.

இங்குதான் நந்திக்கடலில் உள்ள உப்புநீரில் விளக்கெரியும் அதிசயத்தை அவன் பார்த்திருக்கிறான்.

உப்புநீர் குடத்தில் எடுக்கப்பட்டு, பூசைகள் நடைபெறுவதும் பின்னர் அலங்கரிக்கப்பட்ட வழிகள் தோறும் மக்கள் பெருமளவில் கூடி நின்று வரவேற்பளிப்பதும் உப்புநீர் நிரம்பிய குடம் காட்டாவிநாயகர் கோயிலை சென்றடைவதையும் அவன் பார்த்திருக்கிறான்.

இப்படி கொண்டுவரப்பட்ட குடத்துநீர் சிறிய மண்பானையில் ஊற்றப்பட்டு திரியிடப்பட்டு விளக்காக சுடர்விடுவதையும் செல்வராசு தன் கண்களால் பார்த்து நம்பியிருக்கின்றான்.

அந்நியரின் ஆதிக்கத்தை கடைசிவரை எதிர்த்துநின்ற பெருமை முல்லைத்தீவுக்கு இருப்பதை அவன் அறிவான். முல்லைத்தீவு என்றாலே அவனுக்கு மனதில் எழுவது பண்டாரவன்னியனின் நினைவுதான்.

தன்னுடைய நிலத்தை ஆக்கிரமித்திருந்த வெள்ளைக்காரர்களுக்கு திறை செலுத்த மறுத்து, தன்மானத்தோடு கடைசிவரையும் வீரத்தோடு வாழ்ந்தவன் பண்டாரவன்னியன்.

அரியாலையில் ஒருமுறை பண்டாரவன்னியன் மேடைநாடகத்தைப் பார்த்து மேனி சிலிர்த்திருக்கிறான் அவன். அது ஏற்படுத்திய ஆர்வத்தால் தன்னுடைய பாடசாலை தமிழ்மன்ற விழாவின்போது பண்டாரவன்னியனாக செல்வராசு நடித்திருக்கின்றான். வெள்ளைக்காரத் துரையாக எட்வின் நடித்திருந்தான். இப்போது தங்கள் நடிப்பை நினைக்க அவனுக்கு மனதுக்குள் சிரிப்பு வந்தது.

பொறாமையும் பேராசையும் கொண்ட காக்கைவன்னியனின் சூழ்ச்சியினால் இறுதியில் மரணமடைந்த பண்டார வன்னியனுக்காக செல்வராசு கவலையுற்ற நாட்கள் உண்டு.

வீரம் நிறைந்த வரலாற்றை கொண்ட எங்களுடைய இனம் இப்படியாக பெரும்பான்மை இனத்தின் காலடியில் சிக்கி வதைகிறதே என எல்லாவற்றையும் நினைக்க அவனுக்கும் குழப்பமாக இருந்தது. கோபமாகவும் இருந்தது. இத்தனை காலமும் கட்டிக்காத்த எல்லாமே கனவாகிப் போய்விடுமோ என்ற கையறு நிலை அவனை அதீதமாக வருத்தியது.

"எவ்வளவு உயிருகளை அர்ப்பணிச்சு ... நேருக்கு நேரை நிண்டு ஆமியோடை அடிபட்டு வெற்றியளை குவிச்ச பிள்ளையள்... இண்டைக்கு இந்த நிலைக்கு வந்திட்டாங்களே.... கட்டாயமா இதிலை ஏதோ சூழ்ச்சி இருக்கு... இல்லாட்டி இந்தளவுக்கு போகாது.... அவர் விடவும் மாட்டார்.... "

அவனுக்கு அவனுடைய மனம் பெருந் துயரத்தை தந்தது. இத்தனை வருடங்கள் நம்பிக்கைகளை சுமந்திருந்த வாழ்வு திசை மாறுகிறதோ என நினைத்தபோது மனம் வலித்தது.

யாழ்ப்பாணத்தில் பிறந்த மண்ணைவிட்டு பின்வாங்கி வந்த பின்பு, முல்லைத்தீவை மீட்டு, கிளிநொச்சியை கைப்பற்றி, ஆனையிறவில் படையினரை ஓடஓட விரட்டி பெருவெற்றி படைத்த கடந்த காலம் மின்னலென தோன்றி மறைந்தது. பாட்டும் கூத்துமாய் கழிந்த நாட்கள் மனதில் ஏக்கமாக உருப்பெற்றன.

ஆனையிறவு வெற்றியின் அடித்தளங்களாக அவரின் எண்ணங்களை செயலாக்கிய பால்ராஜ், தீபன் என்கின்ற இரண்டு வீரபுருசர்களையும் விதுசா போன்ற பெண் வீராங்கனைகளையும் நினைத்து செல்வராசுவின் கண்கள் கலங்கின.

மெல்லியதான வெய்யில் வரத்தொடங்கிவிட்டது. சனங்கள் தொடர்ச்சியாக நடந்துகொண்டே இருந்தார்கள். நடந்து கொண்டிருந்த கால்களுக்குள் பல பொருட்கள் மிதிபட்டன. சனங்கள் உயிர்மட்டும்

போதுமென்று நினைத்தோ என்னவோ கொண்டு வந்த பொருட்கள் எல்லாவற்றையும் வீசி எறிந்து விட்டு ஓடிக்கொண்டிருந்தார்கள்.

பாதை ஓரங்களில் கறுப்பு கயிறுகளும் போராளிகள் அணியும் தகடுகளும் நிலத்தில் கிடந்தன.

கட்டுக்கட்டாக கடதாசிகள், போட்டோக்கள் இன்னும் ஏதேதோ பொருட்கள் எல்லாம் ஆங்காங்கே சிதறிக்கிடந்தன. ஒரு இனத்தின் வாழ்வும் வளமும் சிதைக்கப்பட்டு கண்முன்னே சின்னா பின்னமாகிக் கிடந்தது.

பெண்கள் கழுத்தில் அணியும் மஞ்சள் கயிறுகளும் பெரியளவில் கழற்றி எறியப்பட்டுக் கிடந்தன. சில புகைப்பட அல்பங்கள் வழியிற் சிதறிக்கிடந்தன. அறிமுகமற்ற முகங்களையுடைய மனிதர்கள் போட்டோக்களிற் புன்னகைத்தனர். சில பிறந்தநாட் கொண்டாட்ட படங்களும் தெரிந்தன. அவற்றை கவனிக்க இயலாமல் கால்களில் மிதித்த படியும் சனங்கள் போனார்கள்.

அவனுக்கு நன்கு தெரிந்த கணினி ஆசிரியரான தமிழ்ஓவியன் தலையிற் சூட்கேஸ் பெட்டியை சுமந்தபடி வேகமாக போய்க்கொண்டிருந்தான். அவனுக்குப் பின்னே அவனுடைய வயதான தாய் மெதுவாக நடந்து கொண்டிருந்தார். அவனது நடைக்கு ஈடுகொடுக்க அந்த தாயால் முடியாதிருந்தது.

காயமடைந்த தனது இளம் மகளை தோளிற் சுமந்தபடி தந்தை ஒருவர் நின்றார். அந்த இளம் பெண்ணை வயதான அவரால் சுமக்க முடியாதிருந்தது. இந்தப் பெண் கண்களை மூடியபடி தந்தையின் தோளிற் கிடந்தாள். அவளின் கழுத்துப் பகுதியில் குருதி வழிந்து கொண்டிருந்தது. அந்தக் காட்சியை பார்த்த அவனின் மனம் துடித்தது.

கொஞ்சம் கால்களை பின்னால் நகர்த்தி பின் நகர்ந்த செல்வராசு அந்தத் தந்தையிடம்,

'என்னய்யா... காயமோ?.... எனக்கேட்டான்.

அவர் தலையை மட்டும் ஆட்டினார். பேசமுடியாமற் களைத்திருக்கிறார் அவர் என செல்வராசு புரிந்துகொண்டான்.

'ஐயோ... எனக்கு பின்னாலை வந்து கொண்டிருந்த என்ர பிள்ளையை காணேல்லை... செல்வி... செல்வீ.....' பெண்ணொருத்தி கத்தினாள்.

'நடவுங்கோ அம்மா... பிள்ளை பின்னாலை வரும் தானே......' என்றபடி பின்னால் வந்தவர்கள் அந்தப் பெண்ணை இடித்துக் கொண்டு முன்னால் போனார்கள்.

அவன் பின்னால் திரும்பிப் பார்த்தான். அவனுடைய கண்களை நம்பவே முடியவில்லை. பரமேசு வந்துகொண்டிருந்தான். செல்வராசுவைக் கண்டதும் பரமேசு குலுங்கி குலுங்கி அழுதான்.

"என்னடா..."

"அண்ணை... நான் எப்பிடிச் சொல்ல?... என்ரை செல்லம் வீரச்சாவடைஞ்சிட்டுதாம்... அந்த முகத்தை ஒருக்காத் தன்னும் பாக்க ஏலாம போட்டுது அண்ணை... கடைசியா கவனம் கவனமெண்டு என்னை சொல்லிப்போட்டு போனது ... இப்ப என்னை விட்டுப் போட்டுதண்ணை... நான் பாவி..."

"ஆரடா சொன்னது... வதந்தியா இருக்கும்?..."

"இல்லையண்ணை... அந்தப் பிள்ளையோடை நிண்ட இன்னொரு பிள்ளை இப்ப தாய் ஆக்களோடை போகுது... கடுமையான நேரம்தானே... அந்தப்பிள்ளையும் அவையளோடை நிண்டதாம்.... செல்விழ விழ பயப்பிடாம டொக்டர்மாரோடை நிண்டு காயப்பட்ட சனத்தை பாத்ததாம் என்ரை குஞ்சு.... அவ்வளவுக்கு சனத்திலை பற்றண்ணை அவவுக்கு... பிறகு... வயித்திலை தான் காயமாம்... டொக்டர்மாரும் காயப்பட்டவையாம்.... கடைசிநேரம் என்ன நினைச்சுதோ.... என்ன இருந்தாலும் என்னை நினைச்சிருப்பா தானே... நான் என்ன செய்வன் அண்ணை...." கண்ணீர் வழிய பரமேசு அழுதான்.

அவன் அப்படிச் சொல்லிக் கொண்டிருந்த போதே... வித்தியாசமான ஒரு முனகல் அவனிடமிருந்து வந்தது. அவன் மயக்கமுற்றவன் போல நிலத்தில் சாயப் போனான்.

"என்னடா... என்ன..."

பதற்றத்துடன் செல்வராசு கைகளை நீட்டி அவனைத் தாங்கிக் கொண்டான். செல்வராசுவின் கைகளிலும் நெஞ்சிலும் பரமேசுவின் கழுத்திலிருந்து வழிந்த இரத்தம் ஒழுகியது.

"ஐயோ... என்ரை ஆண்டவரே... பரமேசு காயப்பட்டிட்டான்...." செல்வராசு நிலைகுலைந்து போனான். அவனுடைய கால்கள் நிலைக்கமறுத்து நடுங்கின.

பரமேசுவுக்கு மேலும்கீழுமாக மூச்சிழுத்தது. கண்கள் மெல்ல மூடிக்கொண்டன. அவனுடைய உடல் பாரமாகியது.

அவர்களை விலத்திக்கொண்டு சனங்கள் முன்னே போனார்கள். செல்வராசுவுக்கு குளிர்காற்றிலும் உடல் வியர்த்தது.

பரமேசு மரக்கட்டைபோல நீட்டி நிமிர்ந்துவிட்டான்.

"உடலிலை சூடிருக்கு தான்.... ஆனால் மூச்சில்லை போலை..." என்றார் பரமேசுவின் உடலைத் தொட்டுப் பார்த்த முருகேசு அண்ணர்.

சனங்கள் முண்டியடித்து முன்னே சென்றார்கள். பரமேசுவைத் தெரிந்த யாருமில்லை.

"என்னண்ணை... பொடியோ.... அங்காலை ஓரமா இழுத்து விட்டிட்டு போங்கோ... பின்னாலை ஆமியெல்லே வாறான்..."

செல்வராசுவின் மனம் அதை ஏற்க மறுத்தது. மற்றவர்கள் பேயறைந்தது போலப் பார்த்தபடி நின்றார்கள்.

செல்வராசு தெரிந்தவர்கள் யாராவது வருகிறார்களா என திரும்பிப் பார்த்தான்.

கிளிநொச்சி இரணைமடுச் சந்திக்கு அண்மையில் இயக்கத்தின் மர மடுவத்தில் கடமையில் இருந்த போராளி ஒருவர் சாதாரண உடையில் வந்துகொண்டிருந்தார். தாடி வளர்ந்து கண்கள் குழிவிழுந்த அவரை ஒரு போராளிதான் என இராணுவத்தினரால் உறுதிப்படுத்திவிட முடியாது என அவன் நினைத்துக் கொண்டான்.

அவருக்கு மன அவஸ்தை கொடுக்கக் கூடாதென்ற நினைப்பில் அவரைக் கண்டும் காணாதது போல நின்றான் செல்வராசு.

"செல்வராசு மனதுக்கு துயரம்தான்... ஆனால் ஒண்டுஞ் செய்ய ஏலாது.... போர்க்களத்திலை பந்தமும் பாசமும் துயரம் தரும்... மனதுக்கு ஏலாதுதான்... ஆனா இப்பிடியே நின்றால் ஆமியிட்டை நாங்களும்... சூடு வாங்கவேணும்... போவம்... மீட்புக்காறர் ஆராவது கண்டால்... இரக்கப்பட்டு ஆஸ்பத்திரியிலை சேர்க்கட்டும்...."

முருகேசண்ணையும் இன்னொரு இளைஞனும் செல்வராசுவுமாக மூவரும் இணைந்து பரமேசுவின் உடலை கரைக்கு நகர்த்தினார்கள். அப்படியே போட்டுவிட்டு வர முடியவில்லை. மனது கனத்தது. அவனுடைய தோள் பையை எடுத்து செல்வராசு பிரித்தான். அதற்குள் ஒரு பேர்சும் நான்கு முழ வெள்ளை வேட்டியும் ஒரு கவிதைக் கொப்பியும் இருந்தன. அவனுடைய கடைசிகாலச் சொத்துக்கள் அவை மட்டுந்தான் என்பதாக தோன்றியது... தன் கைப்பட அவன் எழுதிய கவிதைகள் அதிற் கிடந்தன.

வெள்ளை வேட்டியை எடுத்து செல்வராசுவும் முருகேசண்ணருமாய் அவனுடலைப் போர்த்தார்கள். பையை அவனருகிலேயே வைத்தார்கள். கவிதைக் கொப்பியை மட்டும் செல்வராசு எடுத்துக் கொண்டான். கைகளால் அவனின் கால்களைத் தொட்டு கண்களில் ஒற்றிக்கொண்டான்.

"இவருக்கு வேற ஒருதரும் இல்லையோ?....." கூடத் தூக்கிய இளைஞன் கேட்டான்.

"இருந்தவை தம்பி... ஆனா இப்ப ஒருத்தரும் இல்லை..... சிங்கள இனவாதம் இவன்ரை உறவுகளை ஒன்றொண்டாக இவனிட்டை இருந்து பறிச்சு கடைசியாக இவனின்ரை உயிரையும் எடுத்திட்டுது......"

கால்கள் பின்னப் பின்ன அவனை விட்டுவிட்டுப் போனார்கள். சோதியும் சுகியும் அழுதபடி நடந்தார்கள்.

"பாவம்... அருமையான பெடியன்... ஒருதரோடை சோலிசுரட்டுக்கு போகாது... அக்கா அக்கா எண்டு உருகிற குரலை இனி எங்கை கேக்கிறது...." சோதி சொல்லிக்கொண்டாள்.

கொஞ்சத் தூரம் நடந்ததும் செல்வராசு திரும்பிப் பார்த்தான். சட்டித் தொப்பிகள் தெரிந்தன. கொஞ்சம் இன்னும் பின்னால் எட்டிப் பார்த்தான். பச்சை உடுப்புடன் அவர்கள் பற்றைகளினூடாக தெருவில் ஏறிக்கொண்டிருந்தார்கள். அவர்களின் கையில் நீட்டிய துப்பாக்கிகள் மின்னின. நிச்சயமாக அவர்கள் யார் எனப் புரிந்தது அவனுக்கு.

இப்போது போகுமிடம் அவனுக்குத் தெளிவாகப் புரிந்தது. அவனுடைய மனநிலை அவமானமாகவும் அழுகையாகவும் இருந்தது.

"கூட்டங் கூட்டமாய் இதற்காகத்தானோ இடம் பெயர்ந்தோம்.... உடைமைகளை இழந்தபோதும் உயிர்களைப் பாதுகாத்தோம்...." என மனம் விம்மியது.

"பின்னாலை ஆமி வந்திட்டான்....... ஒண்டும் இனி செய்யேலாது..... சனத்தோட சனமா நடவுங்கோ..... இனி அவங்கட கட்டுப்பாட்டு பகுதிதான் இனி..... சனத்தோட சனமாப்போவம்...."

"ஆ...." என்று திடுக்கிட்ட சுந்தரம் அண்ணையை முதுகில் தள்ளி,

"நடவுங்கோ......" என்றான். அவன் அப்படிச் சொன்ன போதும் அவனது கால்கள் நடக்கமுடியாமல் பின்னின.

"உவங்கடை முகங்களைப் பாருங்கோ... பிடிச்சு முழுசாகவே விழுங்கிப் போடுவாங்கள் போலை கிடக்குது.... எங்கடை நிலத்திலை வந்து நிண்டு எங்களை அடிமையளா நினைச்சுப் பாக்கினம்...." என்றாள் சோதி மெதுவாக.

"கண்டபடி கதைக்காதை சோதி.... சிலவேளை தமிழிலை கதைக்கிறதை விளங்கிக் கொள்ளக்கூடிய ஆமியும் கலந்து நிப்பாங்கள்... தமிழ்க் கூலியளும் ஆமி உடுப்போடை நிக்கலாம்..." என்று சோதியின் ஆவேசத்தை அடக்கினான்.

முருகேசண்ணரைப் பார்த்தான். அவரின் தோளில் நைந்துபோன துவாய்த் துண்டு இருந்தது. சுருங்கிப்போன முகம் அவரது மனதின் துயரங்களை வெளிப்படுத்திக் கொண்டிருந்தன. ஊரிழந்து, உறவிழந்து, மனைவி பிள்ளைகளை இழந்து தனிமரமாக நிற்கும் அவரை கடைசிவரை தாங்கிக்கொள்ள வேண்டும் என தனக்குள் நினைத்துக்கொண்டான்.

எதுவித சந்தடியும் இல்லாமல் நடந்தார்கள். ஒரு வெட்டை வெளியில் இலட்சக்கணக்கில் சனங்கள் இருந்தார்கள். இவர்கள் பதினொரு பேரும் அந்தக் கூட்டத்துக்குள் கலந்து அமர்ந்தார்கள்.

அவன் ஒருமுறை தன் கண்களைச் சுழலவிட்டான். மெலிந்த, கறுத்த, களைத்த, காயப்பட்ட போராளிகள் குடும்பங்களுடன் அமர்ந்திருந்தனர். அவர்கள் பெரும்பாலும் சாதாரண சாரமும் ரீசேர்ட்டும் அணிந்திருந்தார்கள். அவர்களுடன் அவர்களின் பிள்ளைகளும் இருந்தனர். யாரும் யாரோடும் பேசவில்லை. எல்லோர் முகத்திலும் விவரிக்க முடியாத உணர்வு. தோற்றுப்போன உணர்வா, அச்ச உணர்வா, அதிர்ச்சி உணர்வா என யாராலும் குறிப்பிட்டுச் சொல்ல முடியாத உணர்வு அதுவென செல்வராசு நினைத்துக்கொண்டான்.

'பரமேசு குடுத்து வைச்ச பிறவி... எல்லா உறவுகளையும் இழந்த பிறகு உயிர்வாழப் பிடிக்காம போயிட்டான்... அவன்ரை கலியாணக்கனவு நிறைவேறாமலே போட்டுது... பாவம்... 'செல்வராசு தனக்குள்ளாக சொல்லிக் கொண்டான்.

அவர்களைச் சுற்றி எங்கும் இராணுவத்தினர் நின்றனர். பொறிக்குள் அகப்பட்ட எலிகளாய் எல்லோரையும் அவன் உணர்ந்துகொண்டான். சொந்த நிலத்திலேயே மாற்றானிடம் அடிமைகளாகும் அவலம் ஏற்பட்டுவிட்டதே என அவன் கலக்கமுற்றான்.

'இத்தினை லச்சம் சனங்களையும் கொல்லுறமே.... உலக நாடுகள் ஏதாவது கேள்ளி எழுப்பினால் என்ன சொல்லிறது எண்ட பயமில்லாம தானே அரசாங்கம் இப்பிடி நடக்குது.... 'என நினைத்துக் கொண்டான்.

அதே இடத்தில் குடும்பம் இல்லாத தனிப் போராளிகள் ஒன்றிரண்டு பேராகச் சேர்ந்தும் நின்றனர். சிலர் கட்டுப் போடப்பட்ட காயங்களுடனும் நின்றனர். தனக்குத் தெரிந்த போராளிகள் யாரும் நிற்கிறார்களா என செல்வராசு பார்த்தான். மேடைகளில் எழுச்சிப் பாடல்களைப் பாடுகின்ற ஒரு போராளி தனியாக நின்றுகொண்டிருந்தார்.

இன்னும்சில போராளிகளை இனங்கண்டதாலோ என்னவோ இராணுவத்தினர் தனியாக அவர்களை உட்காரவைத்திருந்தனர். அவர்களின் முகங்களில் அப்பிக்கிடந்த உணர்வு அவனை என்னவோ செய்தது.

"அங்காலை பனைவடலிக்குள்ளை கொஞ்சப் போராளியளை தரம் பிரிச்சு இருத்தி வைச்சிருக்கிறாங்கள்... செல்லிலை காயமோ இல்லாட்டி அடிச்சாங்களோ தெரியாது கனபேருக்கு தலைக்காயம்..." என்றார் முன்னால் நின்ற ஒருவர்.

இயக்கத்தில் ஊதியம்பெற்று பணி செய்துகொண்டிருந்த சிலரும் குடும்பங்களோடு அமர்ந்திருப்பதை அவன் கண்டான்.

அவன் நன்கறிந்த பெண்போராளி ஒருவர் சாதாரண பெண்கள் அணியும் வீட்டு உடையுடன் இருபிள்ளைகளை வைத்துக்கொண்டு

நின்றார். அவரை இப்போது போராளி என எவராலும் இனங்காண முடியாது என அவன் நினைத்துக் கொண்டான். சில பெண் போராளிகள் தம் பிள்ளைகளைப் பாதுகாக்கவோ என்னவோ சாதாரண பெண்கள் அணியும் சுடிதாருடனும், நீளச் சட்டையுடனும் நின்று கொண்டிருந்தார்கள்.

எப்போதும் சீருடையில் கம்பீரமாக நடமாடும் அந்தப் போராளிகள் சாதாரண உடையுடன், போராளிகள் என்ற பொலிவிழந்து இராணுவத்தினரின் பகுதிக்குள் வந்து நிற்பதை தன் கண்களாற் காண நேர்ந்த துயரத்தை அவனால் தாங்கிக் கொள்ள முடியவில்லை.

அவர்களின் பிள்ளைகள் ஏதுமறியா பாவிகளாக தாய்மாருடன் நின்ற காட்சி மனதை வருத்தி எடுத்தது.

"கடவுளே.. இந்தப் போராளியளை அவங்கள் அடையாளம் கண்டிடக்கூடாது.... பாவங்கள்... அவங்கடை கையிலை அம்பிட்டால் சும்மா விடுவாங்களே..." என் வேண்டிக்கொண்டான்.

உடல் ஓரிடத்தில் உட்கார்ந்து இருந்தாலும் மனது பல்வேறு நினைவுகளுக்கும் இடங்களுக்கும் சுற்றி வந்தது.

'கடவுளே... அவர் என்ன செய்திருப்பார்... சனங்களை இந்த நிலையிலை விட்டிட்டு தான்மட்டும் ஒருக்காலும் தப்பி ஓட நினைக்க மாட்டார்... ஓ... எப்பிடியெண்டாலும் இந்திய அமைதிப் படைக் காலத்துக்கு பிறகு திரும்பி வந்தமாதிரி வரவேணும்... வந்திடுவார்.... அவருக்கு ஒரு ஆபத்தும் வராது.... 'அவன் தனக்குள் எண்ணி எண்ணி மாய்ந்துகொண்டிருந்தான்.

எல்லோர் மனங்களும் "இனி என்ன நடக்கப்போகிறது" என்பதை எண்ணிக் கொண்டிருப்பதாகவே அவனுக்குப்பட்டது. அவனுடைய மனமும் அதையே எண்ணிக் கொண்டிருந்தது.

'இனி என்ன நடக்கப் போகிறது?.....'

மனதுக்குள் குமரன் பற்றிய அச்சம் தொற்றிக் கொண்டது. ஒருவேளை இராணுவத்தினரின் கையில் அவன் அகப்பட்டால் என்ன செய்வான் என நினைத்தபோது மனம் நடுக்கமுற்றது.

'அவனையும் இப்படி எங்கேயாவது பிடித்து உட்கார வைத்திருப்பார்களோ... ' என மனம் உள்ளே அஞ்சி நடுங்கியது.

தேவிபுரம் பகுதியில் முன்னேறிவந்த இராணுவத்தினர் காயப்பட்டு, உயிருடன் மீட்கப்பட முடியாமற் கிடந்த சனங்களை கண்மூடித் தனமாக் சுட்டுக் கொன்றதாகவும் கூட்டத்திற்குள் கதைத்தார்கள்.

'ஒருவேளை அந்தப் பகுதிக்குள் அவனுக்கு ஏதும் நடந்திருக்குமோ....' என்று நினைத்தபோது மனம் கலங்கியது. அவனுக்கு ஏதும் விபரீதமான

முடிவு ஏற்பட்டிருக்கக் கூடாதென ஒரு தந்தையின் பற்றோடு கடவுளை மன்றாடினான்.

சோதி அவனைக் கருவுற்றிருந்த போதும் இப்படித்தான் ஆண்குழந்தை பிறக்கவேண்டும் என கடவுளிடம் வேண்டியது நினைவில் வந்தது.

குமரனுக்கு அதிக விவரமான இயல்புகள் இல்லை. எப்போதும் தாயின் கால்களையே சுற்றி திரிபவன். எப்போதும் எதையாவது சாப்பிட்டுக் கொண்டிருக்கவேண்டும்.... உடுத்தும் ஆடைகளை கூட தானாக துவைக்கத தெரியாதவன். இரவில் சோதிதான் உணவை ஊட்டிவிட வேண்டும். இல்லாவிட்டால் சாப்பிடாமலே தூங்கிவிடுவான்.

அவனை சோதிதான் சோம்பெறி ஆக்குவதாக செல்வராசு குற்றம் சாட்டுவான். அவளோ செல்வராசுதான் கண்டிப்பாக நடத்தாமல் செல்லங் கொடுப்பதாக குற்றம் சாட்டுவாள்.

ஞாயிற்றுக்கிழமை விடுமுறை நாட்களில் சோதி சமைக்கும் ஆட்டுக்கறியை அவன் உறுஞ்சிச் சாப்பிடும் தோற்றம் மனதில் ஏற்பட்டு வதைத்தது. தங்கை தமிழ்விழியுடன் செல்லச் சண்டை போடுவதும், சோதியுடன் தனகுவதுமாக இருப்பான் குமரன். தொல்லை தாங்கமுடியாமல்,

"இவனையும் எங்கையாவது கூட்டிக் கொண்டு போங்கோ... உங்களுக்கு போற வழியிலை புண்ணியம் கிடைக்கும்.... வீட்டிலை வைச்சிருக்க ஏலாமக் கிடக்கு.... கடவுளே..." என சோதி கத்துவாள்.

அப்போது, 'இவனை இயக்கத்துக்கு போகச் சொல்லு... நாட்டுக்காக ஏதாவது செய்யவேணும்... நாடு இயல்பாயிருந்தால் தானே இவையளும் நல்லமாதிரி வாழ ஏலும்?.... ' என்று தான் கூறுவதையும் இப்போது நினைவிற் கொண்டு வந்தபோது மனம் துடித்தது.

குமரனைப் பற்றிய எல்லாவற்றையும் நினைத்துப் பார்த்தான். ஒரு தந்தையாக அவனுடைய மனம் இப்போது வலி எடுத்தது.

'குமரன்.... என்ரை குமரன்... என்ரை உறவுகள் உன்னைக் கேட்டால் நான் என்ன பதில் சொல்வேனடா....' என அவன் மனம் கதறியது.

'என்ரை குமரா..... எங்கையடா போனனி...... நீ இல்லாம எப்பிடி இருக்கப்போறம்?.....' செல்வராசு மனதுக்குள் விம்மினான்.

செல்வராசுவின் கண்களிலிருந்து மௌனக் கண்ணீர் பெருகியது.

"என்னப்பா.... நீங்களும் அழுறியள்?..... ஒண்டுக்கும் யோசியாதேங்கோ...... எங்களுக்கும் அப்பாற்பட்ட சக்தி ஒண்டிருக்குது...... அதின்ரை கையிலை எல்லாத்தையும் ஒப்படைச்சிட்டு போவம்....." கண்ணீர் வழிய மெதுவான தொனியில் சோதி சொன்ன வார்த்தைகள் ஏனோ அவனை அமைதிப்படுத்தவில்லை.

அவனுக்குள் ஏதேதோ உணர்வுகள் எல்லாம் அலையடிக்கத் தொடங்கிவிட்டிருந்தன.

"உலகமெல்லாம் சேர்ந்து எங்களை இப்பிடியொரு நிலைமைக்கு ஆளாக்கிட்டான்கள்.......... நாங்கள் எங்கடை நிலத்திலை நிம்மதியா தொழில் செய்து பிள்ளை குட்டியளை வளர்க்கவேணும் எண்டதை தவிர எதையும் நினைக்கேல்லை..... தமிழர் எண்டதுக்காக எத்தினை கொடுமையளை செய்தாங்கள்.... ஒருவழியாலையும் முடியேல்லை எண்டுதானே இந்தப் பிள்ளையள் சண்டைப்பிடிக்க துவங்கினது.... எங்களுக்கு அவங்கள் அடிக்கேக்குள்ளை ஏனெண்டு கேளாதவங்கள் இண்டைக்கு எங்களை அழிக்க பாத்துக் கொண்டிருக்கிறாங்கள்... கடவுளே... எங்களை அப்பிடி அழிஎண்டவன் எல்லா நரகத்தையும் அனுபவிக்கவேணும்.... அவனவன்ரை தலைமுறை எல்லாம் எங்கடை துன்பத்தை அனுபவிக்க வேணும்...... எங்களை அழி எண்டவனுக்கு துளி நீரும் கிடைக்காமல் வருந்தி வருந்திச் சாகவேணும்..... இது என்ரை சாபம் மட்டுமில்லை... எங்கடை இனத்தின்ரை சாபம்... உயிருகளை இழந்த ஒவ்வொரு தமிழனினதும் சாபம்.... ஐயோ... இனி என்னவெல்லாம் நடக்கப்போகுதோ.... "அவனின் மனது தனக்குள் கதறியது.

அவமான உணர்வோடு தலையைக் குனிந்து தன் சுட்டுவிரலால் மண்ணைக் கிளறிக்கொண்டிருந்த அவன்,

'ச்சீ இதென்ன கீழ்த்தரமான நினைப்பு..... எங்களை அழிக்க நினைக்கிறவன் ஒருகாலத்திலை எங்களை நினைப்பான்.... எங்களை இப்பிடிச் செய்ததிற்காக வருந்துவான்...........'

அவனுக்குள் ஏதோ ஒரு வெறுமை புகுந்து கொண்டது. உடம்பு வெறும் கூடாகத் தெரிந்தது. சனங்கள் எல்லோருமே கூனிக்குறுகி அவமானப்பட்டவர்களாய் அமர்ந்திருப்பதாக அவனுக்கு தெரிந்தது.

சனங்களைச் சுற்றி இராணுவத்தினர் நடமாடினார்கள். அவர்களின் முகத்திலும் கண்களிலும் குரூரம் அப்பிக்கிடப்பதாக அவனுக்குத் தோன்றியது. அவர்கள் எல்லோர் கைகளிலும் பளிச்சிடும் புதிய ஆயுதங்கள். இராணுவத்தினர் சிலர் முகத்தை துணிகளால் மறைத்து நின்றார்கள். அவற்றைப் பார்த்தபோது, இனி எதுவும் நடக்கலாம் என்ற எண்ணமே ஏற்பட்டது.

"என்னப்பா... உவங்களைப் பாக்க பயமாக்கிடக்கு... ஒரு செல்லிலை எல்லாரும் செத்துப் போயிருக்கலாம்... ஒரு செல்லும் எங்கட தலையிலை விழமாட்டன் எண்டிட்டுது..."

'இந்த மண்ணைவிட்டு போறம்... உயிர் தப்புவமோ.... இனி திரும்பிவாறமோ வரமாட்டமோ தெரியாது.... வாழுறவரைக்கும் எங்களுக்கு சோறுபோட்ட மண்... இப்ப விட்டிட்டு போறம் எண்டவுடனை தாங்க முடியேல்லை........' அவன் கொஞ்சம் மண்ணை

வாயில் போட்டுக்கொண்டு, சிறிதளவை மேற்சட்டைப் பையிலும் போட்டுக்கொண்டான்.

அவனைப் பார்த்துவிட்டு சோதியும் கொஞ்சம் மண்ணை எடுத்து தனது சேலைத் தலைப்பில் முடிந்துகொண்டு, இடுப்பில் சொருகினாள். இருவரும் எதுவும் பேசிக்கொள்ளவில்லை.

சுந்தரமண்ணர் தலையை குனிந்தபடியே அமர்ந்திருந்தார். அவரின் மனைவி பிள்ளைகளும் கூட பேசாதிருந்தார்கள். முருகேசு அண்ணரின் குடும்பம் சற்றுத் தள்ளி அமர்ந்திருந்தது. சுகி மகளை மடியில் வைத்துக்கொண்டு, கண்கள் கரைய செல்வராசுவைப் பார்த்தாள். அவன் குற்றம் புரிந்துவிட்ட உணர்வோடு ஐக்கியமானான்.

சோதிக்கு அருகே தரையில் இருந்த மகளைப் பார்த்தான். மகள் விரலால் மண்ணில் ஏதோ கிளறிக் கொண்டிருந்தாள். அவள் இனிமேல் நடக்கப்போகும் எதையும் சிந்திக்கும் பக்குவ நிலைக்கு வராதவள் என நினைத்துக் கொண்டான்.

'எதையும் புரிந்துகொள்ளாத சின்னவயது.... அந்தப் பருவத்திலேயே இந்தக் குழந்தைகள் எல்லாவற்றையும் அடிமைகளாக்கப் போகிறோமே...... இது எங்கடை அடுத்த தலைமுறைகளுக்கு நாங்கள் கையளிக்கிற பெரிய வரலாற்று வடு....' என்றெண்ணி அவனின் மனது வருந்தியது.

'நாங்கள் பட்டுக்கொண்டிருக்கிற துன்பங்கள் எங்களோடை போயிடவேணும்... நாங்கள் செத்துப்போனாலும்... இங்க நடக்கிற கொடுமையளுக்கு ஒரு தீர்வு வராமல் போககூடாது.... கொஞ்சநஞ்ச உயிர்களே அவலமாச் சாகுது... எல்லா ஆத்மாக்களும் தங்கடை தாகம் அடங்கும் வரை அமைதியடையாது... ஓ....'

வாய்க்குள் முணுமுணுத்தபடி செல்வராசு தரையைப் பார்த்துக் கொண்டிருந்தான்.